AF762056

Qua Trung Đông

Qua Trung Đông

ngự thuyết

Nhân Ảnh
2025

QUA TRUNG ĐÔNG
Ngự Thuyết

Bìa: Uyên Nguyên Trần Triết
Dàn trang: Đỗ Huỳnh Đăng Ngọc
Nhân Ảnh xuất bản 2025
ISBN: 979-8-3492-9543-0

Mục Lục

PHẦN 1

QUA TRUNG ĐÔNG

Thân mến gởi nhà thơ Đỗ Quý Toàn

Tôi nghĩ nếu hoàn cảnh cho phép thì mỗi năm phải một lần đi. Đi xa. Đến một nơi mình chưa hề biết càng tốt. Thế giới này là của loài người, hay nói rộng ra, của muôn loài trong đó loài người đứng đầu. Và các dân tộc khác nhau đều là bạn bè -- rất nên thăm viếng nhau. Ở yên mãi một chỗ sẽ dễ trở thành ù lì, nặng nề, thể xác lẫn tinh thần. Đi, coi như "sạc bình". Sau một chuyến đi, bình ắc-quy được nạp điện trở lại. Cứ thế cho đến khi nào cái bình quá cũ, hết "sạc"được nữa, thì hết đi vậy.

Một hôm, con tôi gọi điện thoại:

"Có chuyến du lịch này hay lắm, bố mẹ đi nhé."

"Đi đâu?"

"Đi Ai Cập, Jordan, Do Thái."

"Trong bao lâu?"

"Trên nửa tháng."

Những địa danh này quả là có sức lôi cuốn vô cùng, và tôi mong trong đời mình phải được một lần đến đó. Nhưng tôi cũng ngần ngại. Độ này không được khoẻ, đành trả lời:

"Bố già yếu rồi. Đi lâu quá, xa quá. Để bố nghĩ lại xem sao."

"Vậy con cứ mua vé máy bay ngay bây giờ cho rẻ. Ba tháng nữa mới đi. Và con sẽ mua bảo hiểm nữa. Lỡ bố mẹ đổi ý, hay vì lý do nào khác, thì có thể trả vé lại, chỉ trả một ít tiền thôi. Nhưng con nghĩ không sao đâu. Khi nào mệt, bố mẹ ngồi nghỉ trên xe, hoặc ở lại trong khách sạn chờ."

Tôi vẫn ngần ngại. Ở tại nhà, ngồi lâu mệt mỏi đã đành, nằm lâu cũng không yên. Ban đêm thì giấc ngủ trằn trọc. Đi xa có nổi không?

Ba tháng qua nhanh. Thôi, đừng vờ dùng dằng nữa. Đi vậy.

Chúng tôi ở Nam Cali. Con chúng tôi ở Bắc sẽ đi từ phi trường San Francisco. Thoạt tiên chúng tôi định đi xe đò Hoàng lên đấy trước vài ba ngày rồi cùng đi với chúng nó cho tiện. Nhưng lần này chuyến đi kéo dài lâu quá. Để tiết kiệm vài ngày và bớt nhọc nhằn, chúng tôi sẽ khởi hành từ phi trường Los Angeles, rồi bay qua Dubai gặp chúng nó. Dubai là một thành phố lớn thuộc các Tiểu Vương Quốc Ả Rập Thống Nhất (The United

Arab Emirates - UAE), nơi có tòa nhà cao nhất thế giới The Burj Khalifa, cao đến 829.8 mét. Chúng tôi đã đến đó cách đây mấy năm trong chuyến đi trước. Tiếp đến sẽ cùng nhau bay ngược về Ai Cập theo chương trình.

Cũng không nhờ đứa con gái ở gần xin nghỉ việc nửa ngày đưa chúng tôi lên phi trường LAX như mỗi lần chúng tôi đi xa. Chúng tôi liên lạc với ban tổ chức chuyến đi có văn phòng tại Garden Grove, Nam Cali, yêu cầu cho xe đến đón chúng tôi tại nhà. Tất nhiên phải trả thêm chút tiền.

Ngồi trên xe đến phi trường, hỏi ra tôi mới biết rằng công ty du lịch này đã quy tụ được nhiều nhóm tham gia chuyến đi xuất phát từ những địa điểm Santa Ana, Los Angeles, San Jose, San Fracisco, Texas, Miến Điện, với tổng số gần 30 người.

Máy bay vừa cất cánh, tôi đem tấm bản đồ mang theo ra xem, và nhẩm tính. Los Angeles nằm bên trên vĩ tuyến 34 Bắc, Dubai bên trên vỹ tuyến 25 Bắc, nghĩa là cách nhau không xa, tính theo chiều dọc của quả đất. Như vậy, nếu từ Los Angeles bay ngang từ tây sang đông theo vỹ tuyến 30 Bắc chẳng hạn, thì sẽ qua khỏi lục địa nước Mỹ, rồi vượt qua Đại Tây Dương, tiếp đến bay qua khỏi các nước Bắc Phi là sẽ đến gần Dubai. Mặt khác, Dubai cách Los Angeles 11 múi giờ. Do đó thời gian bay có thể khoảng 10 tiếng đồng hồ là cùng. Thế là mình sẽ ngồi trên máy bay không lâu lắm. Khi nào mệt mỏi thì đứng dậy, đi vài vòng quanh quẩn các hàng ghế đầy nhóc người. Không có gì đáng lo nữa.

Khoảng nửa tiếng sau, tôi mở màn hình của *computer* gắn tại lưng ghế hành khách ngồi trước, nghĩa là ở ngay trước mặt tôi, theo dõi biểu đồ hình ảnh chiếc máy bay đang di chuyển, để lại sau đuôi một vạch dài cho ta thấy chiếc máy bay đã vượt qua những nơi nào của hành tinh này trên đường đi đến Dubai.

Thoạt tiên máy bay di chuyển ngược lên hướng bắc, và tôi nghĩ rằng sau một đoạn đường bay rời phi đạo, nó sẽ xoay mình quay qua hướng đông. Nhưng không, chiếc máy bay vẫn giữ hướng bắc, và cứ thế bay mãi, chứ không bay theo chiều ngang của quả đất cho mau tới đích như tôi đã đoán. Vậy là những tính toán của tôi hoàn toàn sai lạc. Máy bay chở hành khách có đường bay riêng chứ đâu có thể bay dọc bay ngang hoặc bay xéo tuỳ tiện. Từ đấy trở đi, thỉnh thoảng tôi lại mở màn hình xem thử chiếc máy bay đã qua những nơi nào. Và chắc chắn thời gian bay sẽ kéo dài hơn nhiều.

Lấy sách ra đọc. Đèn không đủ sáng, mỏi mắt, chán. Mở máy xem những phim câm đen trắng của vua hề Charles Chaplin mà tôi đã xem nhiều lần. Rồi những phim hành động, trinh thám, hình sự, v.v... hoặc những đoạn phim tranh giải bóng tròn, quần vợt, quyền Anh, thể thao quá cũ. Ngồi xem mãi, quá mệt, đứng dậy, đi quanh cho giãn tay chân và bớt đau lưng. Rồi trở về chỗ ngồi cũ cố ngủ nhưng không tài nào chợp mắt nổi. Lại bấm máy tìm một chương trình nào khác có thể lấp kín thì giờ trống trải. Chẳng có cái gì đáng coi cả. Lại lại đứng dậy, đi quanh. Cứ thế nhiều lần. Khi gặp xe mang thức ăn tới thì tôi trở lui, ngồi trở lại ghế cũ, chờ ăn. Hết ăn tối đến ăn sáng, rồi ăn trưa. Điều đó chứng tỏ rằng chiếc máy bay này đã bay rất lâu rồi. Tôi cũng không quên chốc chốc bấm máy xem máy bay đã bay qua những nơi nào.

Thoạt tiên nó bay về hướng Bắc đến Canada. Rồi Đông Bắc, vượt qua khỏi Vòng Bắc Cực (Artic Circle). Tiến gần đến Bắc Băng Dương (Artic Ocean), máy bay chuyển qua hướng Đông. Rời khỏi các vùng biển Bắc của Greenland, qua vùng biển Bắc của Na Uy, Phần Lan, máy bay tiến vào lãnh thổ mênh mông của Liên Bang Nga. Rồi bay chênh chếch về hướng Đông Nam, gặp Azerbaijan, biển Caspian, và bay tiếp trên không phận của Iran. Cuối cùng máy bay đáp xuống Dubai nằm trên vịnh Ba Tư.

Trên biểu đồ đường bay cũng có hiện lên giờ máy bay lúc cất cánh từ Los Angeles, giờ lúc đang bay, và giờ sẽ đến Dubai. Tính ra tổng cộng thời gian bay là 19 giờ. Quá kéo dài ngoài hẳn dự đoán của tôi. Tôi mệt lả.

Đúng như chương trình, các toán xuất phát từ những địa điểm khác Los Angeles cũng đã đến Dubai trước chúng tôi mươi phút. Chúng tôi gặp lại vợ chồng đứa con trai, và những người quen biết từ những chuyến đi trước, trong đó có vợ chồng anh Trần Kiêm Đoàn, và con cháu – ba thế hệ cùng đi.

Anh Trần Kiêm Đoàn là em họ của Trần Kiêm Tịnh, Trần Thị Lục Hà (Hà Thanh), v.v... mà tôi có quen biết.

Anh viết nhiều bài giá trị về Phật Giáo, và cũng là một nhà thơ có tài. Anh từng dạy môn Triết tại một Đại Học tại Bắc Cali.

Ngồi chờ tại phi trường Dubai độ nửa tiếng, hành khách lên máy bay bay ngược về hướng Tây Tây Bắc để đến Cairo, thủ đô của Ai Cập. Lại phải mất khoảng 3 giờ bay trên không phận của nước Saudi Arabia. Đến Cairo lúc gần nửa đêm, xe đưa về khách sạn Cairo Triumph Luxury khá xa trung tâm thành phố. Tới nơi, nhìn vào đồng hồ, gần 2 giờ sáng. Được thông báo sẽ ăn sáng lúc 6 giờ, và rời khỏi khách sạn lúc 7 giờ để đi thăm Kim Tự Tháp. Thế là không được nghỉ ngơi chút nào sau chuyến bay dài.

Tôi xin mạn phép không thuật lại mọi chi tiết trong chuyến đi rất lôi cuốn nhưng cũng quá mệt nhọc này. Kể sao cho hết nổi. Chỉ xin kể lại một số sự kiện tôi cho là đáng nhớ, và có khi không ghi chép theo thứ tự thời gian.

Sau bữa ăn sáng vội vàng, mọi người lên xe. Bên ngoài khá lạnh. Trời sáng dần. Xe không chạy gần những khu đô thị. Cảnh vật hai bên đường hiện lờ mờ dưới cặp mắt nặng trĩu vì buồn ngủ của tôi. Nổi bật nhất là những dải đất mênh mông chạy theo xa lộ trên đó có hàng chục nghìn toà nhà xây lở dở không người ở. Tiếp đến là vùng đất hoang rộng lớn bị đào xới ngổn ngang thành từng gò đống trải rộng ra rất xa từ con đường xe chạy. Tại sao có cảnh tượng này? Phải chăng người Ai Cập ngày nay vẫn còn sục sạo tìm kiếm thêm những dấu tích của một nền văn minh cổ trên năm nghìn năm đã chìm sâu dưới bao nhiêu lớp đất, đá, cát, bụi? Như tìm về một quá khứ bị cắt lìa đứt đoạn. Quả thế, ta khó nhận ra sự liên tục giữa nền văn minh Kim Tự Tháp với sinh hoạt hiện đại của Ai Cập ngày nay.

Hai bên đường là một màu vàng nâu của cát, đá. Lâu lắm mới gặp những chấm màu xanh của cây chà là. Xa tận chân trời thấp thoáng Kim Tự Tháp.

Xế trưa, xe đến cao nguyên Giza. Quần thể Kim Tự Tháp xuất hiện. Đây là những Kim Tự Tháp được xây cất cách nay gần 5 nghìn năm. Tượng Sphinx (Tượng Nhân Sư, đầu người mình sư tử) đứng ngay kế con đường. Tháp lớn tháp nhỏ nằm rải rác gần, xa, trong đó Kim Tự Tháp Cheops vĩ đại nhất đứng sừng sững dưới bầu trời mây bàng bạc mùa xuân.

Tôi đã nhiều lần nhìn Kim Tự Tháp Cheops này qua sách vở, phim ảnh, từ thuở còn bé tí cho đến lúc đầu bạc. Nay được thấy tận mắt. Trông vừa quen, vừa lạ. Và bỗng thấy dâng lên trong lòng một tình cảm khó tả như khi tình cờ tại một nơi rất xa xôi gặp lại thằng bạn của thời thơ ấu. Và cũng từ trong lòng những khối đá chồng chất cao ngất đó dường như vang lên lời đáp lại, "Mệt lắm sao? Bước gần thêm ít bước nữa đi." Quả tôi đã mệt nhừ, do ngồi lâu trên máy bay và mất ngủ. Thôi đứng xa xa vậy, lại được thấy tổng quát. Rồi tôi chăm chú nhìn theo một cạnh của ngôi tháp từ chân, dần dần phải ngửa mặt lên nhìn cho tới đỉnh. Nó thẳng băng như thước kẽ tuy có chỗ bị khuyết mòn, đổ nát với thời gian. Cái đỉnh nhọn đâm thẳng vào không gian lồng lộng đã gây xúc động nơi tôi khác hẳn khi nhìn những tòa nhà chọc trời tại nước Mỹ, hay tại nhiều nơi khác. Tôi mong, nhưng không còn hơi sức, đi theo nhóm trẻ lội trong cát, đá, một lần mà thôi, để tiến đến thật gần xem thử có gì khác lạ nào không, hoặc đưa tay sờ mó những tảng đá bí ẩn của mấy ngàn năm ấy. Nhưng có thông báo cấm đụng chạm vào ngôi tháp.

Sau đấy, tôi lên xe ngồi nghỉ, và giấc ngủ ập tới.

Tiếng gọi của một cháu bé, thế hệ thứ ba, "Ông, ông, dậy đi *camel.*" Tiếng nói trọ trẹ. Tôi mệt, lắc đầu từ chối. Nhưng tôi không ngủ được nữa. Một vài người lớn tuổi như tôi cũng không xuống xe. Có lẽ họ cũng bị thiếu ngủ và mệt nhọc.

Những xe đò khác lần lượt tới.

Trên một bãi đất rộng lớn không xa Kim Tự Tháp Cheops, mấy mươi con lạc đà to cao cỡ 2, 5 mét trở lên, yên cương, cờ quạt lộng lẫy, cùng chủ của chúng đứng chờ dưới cơn nắng bắt đầu gay gắt. Du khách đến, những con vật ngoan ngoãn quỳ hai chân trước xuống sát đất, và chủ của chúng giúp đưa du khách lên lưng chúng. Rồi những người chủ dẫn đoàn lạc đà rảo bước đi, theo sau là mấy người chụp hình chạy lúp xúp.

Trong khi đó, một vài người mang quà lưu niệm đến bán. Tôi chọn ba cái tượng nhỏ bằng đá: một tượng bán thân người đẹp nhất cổ đại của Ai Cập[1], một ngôi Kim

1 Đó không phải là Nữ Hoàng Cleopatra, mà là Hoàng Hậu

Tự Tháp, và một tượng con vật giống như con chó rừng có hai tai dài, nhọn, và đứng. Hay là con mèo?

"Bao nhiêu?"

"100 đôla."

"Đắt quá."

"Thì 80 đôla."

Ngay lúc đó xe bấm còi ra hiệu lên đường. Tôi nói đại:

"20 đôla thôi."

Nói cho xong chuyện để có thể lên xe ngay. Không ngờ anh chàng bán hàng bằng lòng. Tôi rút ví ra, chỉ còn 15 đôla lẻ. Anh ta cũng chịu luôn.

Người bình dân Ai Cập rất thích đôla, tờ đôla mệnh giá càng lớn càng tốt. Tờ 100 đô được quý đã đành. Có người còn năn nỉ xin đổi 20 tờ đôla 1 đồng để lấy 1 tờ 20, hay ngay cả 5 tờ lẻ để lấy 1 tờ 5 đồng.

Hôm sau chúng tôi đáp máy bay đến thành phố Aswan trên bờ sông Nile.

Sông Nile là một trong những con sông dài nhất thế giới, 6,600 cây số (4,100 miles), chảy theo hướng Nam Bắc, bắt nguồn từ hồ Victoria mênh mông nằm giữa ba nước Uganda, Tanzania, và Kenya, và vượt qua thêm

---

Nefertari, vợ của vua RamessesII, hơn 3000 năm trước, một tuyệt thế giai nhân, đẹp về nhan sắc lẫn đức hạnh.

7 nước khác thuộc Đông Phi, cuối cùng đến Ai Cập trước khi đổ ra biển Địa Trung Hải qua thành phố cáng Alexandria của Ai Cập.

Sông Nile vô cùng quan trọng, đặc biệt là đối với Ai Cập. Nó là huyết mạch, là nguồn sống. Nông nghiệp, ngư nghiệp, đường giao thông vận tải thủy lộ, thuỷ lợi, thuỷ điện (đập thuỷ điện Aswan lớn nhất nhì thế giới) đều nhờ cậy vào con sông huyền diệu này. Hai bên bờ sông, cây cối, đồng lúa, đồng cỏ ... xanh tươi bát ngát. Càng xa con sông, cảnh tượng của trên 10 nước Châu Phi đó càng tiêu điều, xơ xác, cằn cỗi. Trên một bản đồ lớn, sông Nile trông như một con rắn thần khổng lồ uốn éo giữa hai viền cỏ xanh chạy dài trên một vùng đất bao la vàng úa.

Du khách được ở trên chiếc du thuyền lớn 5 sao, 4 tầng, neo tại thành phố Aswan. Qua hôm sau thuyền rời bến chạy trên sông Nile. Hai bên bờ sông chốc chốc hiện lên những ngôi nhà thấp mái ngói hay mái lá bao quanh bởi những khóm chà là xanh tươi chẳng khác gì tại vùng quê miền Trung Việt Nam xưa kia với những mái tranh nép trong những vườn cau "xanh như ngọc". Nhớ những hàng cau Việt Nam vươn lên trời, đứng thẳng nên song song với nhau. Có loại cây nào trên quả đất này như cây cau đứng thẳng như thế không nhỉ?

Rồi thuyền chạy qua nhiều thị trấn, nhiều hòn đảo -- Agilka, Elephantine, Kitchner v.v --- và ghé lại vài nơi để cho du khách lên thăm những đền đài cổ kính. Buổi chiều hành khách được ngồi trên chiếc thuyền buồm nhỏ trôi nhẹ trên mặt sông. Phải chi có thêm những con đò vung mái chèo lướt sóng. Trên dòng sông, thuyền bè ngược xuôi khá tấp nập.

Hoàng hôn xuống, trời đất bỗng trở nên ẩm ướt, và lạnh. Ráng chiều sót lại kéo thành một vệt đỏ dài như dòng máu. Thấp thoáng cạnh đấy ẩn hiện chiếc cầu vồng mờ ảo.

Du khách trở lại tàu, lên trên tầng cao lộ thiên, ăn uống, nhảy múa, khiêu vũ hóa trang.

Những ngày lưu lại Ai Cập, chúng tôi được đi xe ngựa hai lần.

Mỗi xe chở hai người ngồi ở ghế sau, và người xà ích (người điều khiển xe ngựa) ngồi ghế trước. Hầu hết là ngựa già yếu, rệu rạc. Có lẽ trước kia đấy cũng là những con tuấn mã, nay hết thời, bị sử dụng vào việc kéo xe. Người xà ích nói được tiếng Anh đôi chút, tay cầm con roi cán ngắn cột vào sợi dây dài có nhiều nút thắt cách nhau khoảng một gang tay. Tôi nghĩ dây có nút thắt đánh ngựa mới đau. Tuy thế ít khi thấy anh ta quất vào ngựa, trái lại quất ngược lên mái che nghe rẹt rẹt để giục ngựa chạy mau hơn.

Con ngựa kéo xe cho tôi và vợ tôi trở chứng, không chịu chạy. Anh xà ích nhảy xuống xe cầm dây cương ở đầu ngựa vừa kéo mạnh vừa hét lớn, tay kia quất lia lịa vào mông ngựa. Cuối cùng con ngựa chịu thua, lóc cóc chạy ngã nghiêng một chốc, rồi qua mặt một con ngựa khác đã quỵ hai chân trước xuống đất. Anh xà ích của xe đó không nhảy xuống xe, trái lại quất mạnh vào hông con ngựa đang nằm dài trên mặt đất. Nó cố đứng dậy đi được mấy bước, lại quỵ xuống lần thứ hai. May thay, không chờ bị đánh tiếp, nó đứng dậy được, gượng chạy. Khi đã có đà, xe đó chạy nhanh theo kịp xe chạy trước. Cái thú đi xe ngựa là thế đấy.

Đoàn xe ngựa gần 20 chiếc nối đuôi nhau chạy qua nhiều đường phố tràn ngập người đi bộ lẫn đi xe hơi bóp còi inh ỏi. Xe cộ chạy khá lộn xộn, thấy có chỗ trống là qua mặt bất kể bên phải hay bên trái. Nhiều lúc tôi tưởng mũi xe húc vào những đôi chân khẳng kheo của con ngựa. Nếu tai nạn xẩy ra, chúng tôi ngồi trên xe sẽ bị té ngã là cùng, nhưng con ngựa thì sao? Biến thành ngựa què?

Hôm kế tiếp, theo chương trình, sẽ dậy thật sớm đáp may bay đến Amman, thủ đô của Jordan.

Hai nơi đáng nhớ nhất của nước Jordan là thành phố cổ đại Petra và Biển Chết.

Petra thuộc miền Nam của Jordan ra đời cách đây hơn 2000 năm, và vừa được bầu chọn là 1 trong 7 Tân Kỳ Quan của Thế Giới. Đường vào một trong những hang núi của Petra khá dài, vượt qua những đoạn dốc lên xuống gập ghềnh, bên trên là vòm đá che kín. May thay, có nhiều xe điện, loại xe thấp bánh nhỏ dành cho người già yếu, mệt mỏi, trong đó có tôi. Tất nhiên nếu có sức mà đi bộ vẫn hơn, được thong thả dừng lại ngắm những cảnh tượng kỳ lạ, những vách đá màu đỏ hồng rực lửa chạm trổ tinh vi, ghi dấu một nền văn minh lâu đời.

Xe dừng lại tại một hang núi rộng lớn, có những khoảng lộ thiên, vách đá bao quanh là những công trình điêu khắc cổ xưa, công phu, lạ lùng. tuyệt đẹp.

Trong khi chờ đợi đoàn người đi bộ – hơn một giờ sau họ đến – chúng tôi tha hồ nghỉ ngơi, chụp ảnh, cưỡi lạc đà. Mười mấy con lạc đà nằm chờ. Chúng nằm song song bên nhau, bốn chân co lại giấu kín trọn dưới bụng, cái đầu trên cái cổ dài thỉnh thoảng ngoảnh qua ngoảnh lại, đưa miệng cạp nhẹ vào nhau đùa giỡn. Và những con mắt thật hiền từ, vui vẻ, thân thiện. Tôi liên tưởng đến vài con vật khác cũng gần gũi và giúp đỡ loài người đắc lực như lạc đà, đó là ngựa, lừa và trâu. Mắt ngựa thay đổi tuỳ hoàn cảnh, lúc lờ đờ, lúc nhanh nhẹn, lúc toé lửa; mắt lừa thì vô tư và thỉnh thoảng nổi cơn lì lợm. Nhưng mắt trâu to, đẹp, ướt át, và đầy vẻ nhẫn nhục. Dường như luôn luôn mang một nỗi buồn xa xôi, âm thầm, khôn nguôi.

Tôi ra dấu muốn cưỡi lạc đà. Anh nài giúp tôi leo lên lưng một con lạc đà to cao quá cỡ. Hai chân sau của nó từ từ nâng cái thân to lớn của nó lên, rồi hai chân trước từ từ nhổm dậy theo từng lóng của cái cẳng dài. Người tôi chúi ngã về phía trước. Hai tay tôi cố giữ chặt thanh gỗ ràng cứng vào cái bướu lạc đà. Nhưng tôi không còn mạnh khỏe như xưa, hai cánh tay coi bộ không chịu nổi thân hình mất thăng bằng, tôi chột dạ. May quá, ngay lúc đó, con lạc đà đứng thẳng bốn chân lên lên, tôi ngồi yên. Con lạc đà cao gần 3 mét. Ngồi trên lưng lạc đà thấy ngất nga ngất ngưởng. Nó đi một đoạn ngắn, đứng lại một chốc, rồi trở lại chỗ cũ. Xuống từ lưng của nó cũng phải đề phòng như khi lên. Nó quỳ hai chân trước, co vó lại, chờ tôi xuống, xong nó quỳ hai chân sau, chuồi vào dưới bụng, nằm yên. Không còn thấy bốn chân của nó đâu nữa. Nó tiếp tục trò chơi, ngo ngoe cái đầu đùa giỡn với con nằm bên cạnh.

Khoảng vài mươi phút sau, du khách rời nơi đây tiếp tục theo một lối đi lộ thiên đến một quán ăn khá lớn, và khá xa. Người già yếu thuê lừa mà cưỡi. Vừa cưỡi lạc đà xong, bây giờ cưỡi lừa. Lên voi xuống chó?

Hồi còn trẻ, tôi có dịp cưỡi ngựa trên Đồi Cù Đà Lạt chạy nhanh trên những vùng cỏ xanh qua những chòm thông mọc lác đác reo vi vu trong gió. Nay ngồi co ro trên lưng con lừa nhỏ bé, chậm chạp, có người dẫn đi từng bước một. Nhóm người không cưỡi lừa đi mau hơn, bỏ chúng tôi lại đằng sau cùng với tiếng chân lừa giẫm trên con đường đá, không phải đường lát đá, nghe cộp cộp, đều đều, buồn buồn. Làm tôi liên tưởng đến tiếng mõ tại những ngôi chùa của những làng xa ngày xưa. Không, liên tưởng thế thôi. Thật ra tiếng mõ nhanh hơn, đều hơn, và dồn dập hơn.

Rồi từ đó đầu óc đi lang thang. Những hình ảnh của quê hương cũ chập chờn. Nhiều lần tại ngã ba Cái Bè buổi chiều vắng teo đứng bên này đường quốc lộ đón xe đò Lục Tỉnh đưa về Sài Gòn. Sài Gòn rực rỡ. Sài Gòn buồn thảm. Ôi, mấy câu thơ khôn xiết của Thanh Nam trong Đất Khách: *Ghé thân lữ thứ trăm miền/Nỗi buồn nào cũng mang tên Sài Gòn*. Hay có khi bước qua bên kia đường, thay vì về Sài Gòn, đón xe chạy xuống Bắc Mỹ Thuận ghé vào quán nhỏ chờ phà qua Sông Tiền, Sông Hậu mênh mông phù sa, hun hút lục bình. Hoặc trên đường lái xe ra Trung, dừng xe tại ngã ba Dầu Giây, Xuân Lộc, quay nhìn mút mắt con đường rẽ lên Gia Kiệm, uốn quanh đến Túc Trưng, Phương Lâm, dần dần bò lên vùng cao Bảo Lộc, rồi bâng khuâng đi lẫn khuất vào Đà Lạt mơ màng trong sương mù đang ôm lấy ngàn thông trùng trùng điệp điệp.

Lại tiếng chân lừa lộp cộp kéo tôi trở về thực tại. Trước mặt tôi, một chiếc cầu nhỏ, chiếc cầu đá. Người dẫn lừa quay mặt nhìn tôi tay chỉ dòng nước dưới cầu, miệng nói bô bô. Tôi khua tay tỏ ý không hiểu gì cả. Ngồi trên lưng lừa, nhìn chiếc cầu, bỗng nhiên tôi nhớ hai câu thơ của Khổng Minh đời Tam Quốc bên Tàu:

Cưỡi lừa qua cầu nhỏ
Thương tiếc khóm mai gầy

(Kỵ lư quá tiểu kiều
Độc thán mai hoa sấu)

Xưa, Khổng Minh lúc ấy còn trẻ lắm, sống trên quê hương của ông tại vùng Long Trung, Nam Dương, địa linh nhân kiệt, ôm gối ngồi cao chờ ngày xoay chuyển vận nước. Có lẽ vị danh tướng này biết mình sắp lên đường làm chuyện nghiêng trời lệch đất, cho nên cố ghi nhớ vài ba hình ảnh thân thuộc của quê nhà yêu dấu

-- con lừa, chiếc cầu, khóm mai. Nay, tôi thử nhìn lại tôi. Quê hương cách xa ngàn vạn dặm. Một kẻ già yếu gàn dở sống lưu vong tại xứ người đã mấy mươi năm trời rồi, và còn lưu vong cho đến bao giờ nữa? Liệu cuối đời sẽ được thấy chuyển biến nơi quê hương cũ? Hay phải chờ qua kiếp sau nếu có tái sinh?

Hôm sau, rời khỏi Amman, chúng tôi đến Biển Chết.

Biển Chết nằm giữa Jordan và Do Thái. Tôi hỏi Trưởng Toán tại sao gọi là Biển Chết? Trả lời: "Sinh vật, tôm cá, không thể sống nơi đấy vì nước quá mặn, mặn nhất thế giới." Quả thật độ mặn lên đến 34%, gấp gần 10 lần độ mặn của các đại dương là 3,5%. Cũng mặn hơn hồ Great Salt Lake của Salt Lake City thuộc tiểu bang Utah nhiều. Tại cái hồ nước mặn Great Salt Lake, chỉ một loại tôm đỏ hồng nhỏ bằng đầu cây tăm xỉa răng, ngắn bằng một lóng tay, và vỏ dày, cứng, là có thể sinh sống. Tôi đến đó mấy lần[2].

---

2 Xin trích một đoạn trong *Dài Thế Kỷ* của Ngự Thuyết.
"Khổ thân tôi quá! Lúc nẫy tôi không chịu nói cho rõ ràng, thưa ông. Xin lỗi ông. Tôi cũng biết rằng không có xe đi Green River, nhưng người nhà có dặn cứ đến Salt Lake City rồi xe nhà sẽ đến đón về. Vậy phiền ông một lần nữa nhé. Nhờ ông hỏi xem còn chuyến đi Salt Lake City vào buổi chiều hay không. Làm phiền ông nhiều quá, tôi vô cùng áy náy, thưa ông."
A, cái cô này ăn nói lễ phép một cách quá đáng, nhưng bù lại, giọng nói nghe hay quá, khiến tôi cũng muốn bắt chuyện để được nghe thêm. Tôi vốn thích nghe giọng nói của phái nữ.
Salt Lake City tôi có đến một lần. Đó là thành phố thủ phủ của tiểu bang Utah, nằm gần cái hồ rộng mênh mông, hơn 500 ngàn mẫu tây, cao hơn một cây số so với mực nước biển, nước hồ mặn chát,

Sau bữa ăn trưa tại khách sạn, chúng tôi đến Biển Chết gần đấy. Nhiều người đi bộ, nhưng tôi chờ chiếc xe nhỏ của khách sạn chạy trên những con đường hẹp và dốc đưa tới biển. Chỉ 5 phút xe tới bãi đậu. Biển Chết nằm ngay dưới một triền đất cao, dài. Có những lối đi tam cấp dẫn xuống biển. Xe không đi được, tôi đành phải đi lần từng bước, tay vịn lan can, theo sát cạnh là con tôi hay một cháu nào đó. Mấy người trẻ tuổi đó sợ tôi té ngã. Các cháu thuộc thế hệ thứ ba nói tiếng Việt

---

mặn gấp ba, gấp bốn lần nước biển, mặn đến nổi cá không sinh sống nổi. Chỉ có một loại tôm vỏ cứng nhỏ tí tẹo, màu đỏ hồng, nhỏ bằng đầu cây tăm xỉa răng và dài cũng chỉ bằng một lóng tay thôi, là có thể tồn tại nơi đó. Nhờ có loại tôm ấy mà bầu trời của vùng hồ nước mặn và những thành phố lân cận sinh động hẳn lên vào mùa xuân và mùa thu.

Tôi nói lên cái chi tiết đó. Người đàn bà trố mắt nhìn có lẽ nghĩ tôi có tính ưa đùa cợt, khẽ đáp:

"Tôm sống dưới nước mà làm vui cho bầu trời! Sao có chuyện lạ thế, thưa ông."

"Nhưng tôi chưa nói hết mà. Vâng, những loài chim di điểu ở miền bắc nước Mỹ, ở Canada, ở gần Bắc cực, từ mùa thu đã lo bay về nam tránh cái rét của mùa đông trên đó. Bay xa lắm, hàng ngàn dặm, hàng chục ngàn con, thường ghé lại vùng hồ ấy cho đôi cánh được nghỉ ngơi năm bảy tiếng đồng hồ. Rồi bay tiếp. Trước khi dừng cánh, chúng sà xuống mặt hồ săn đuổi những con tôm bé nhỏ đó đang lặn lội nhởn nhơ, gọi là kiếm chút thức ăn độ đường. Đến mùa xuân ấm áp năm sau lại bay về tổ cũ -- vâng có nhiều con chim bay về đúng tổ cũ của nó – lại ghé xuống mặt hồ. Cả một vùng sinh động hẳn lên. Năm nào cũng thế, từ xa xưa cho đến bây giờ".

Nói xong, tôi cười thầm. Thế ra mình đã bị lây cái lối nói kiểu cách của thiếu phụ. Con gái Bắc kiểu cách một cách thật duyên dáng, mình đâu bắt chước nổi!

bập bẹ pha lẫn tiếng Anh nhưng rất niềm nở và lễ phép với người già cả.

Tôi đánh trần, mặc quần *short* định xuống biển thì được anh chị Trần Kiêm Đoàn cho biết dưới biển có nhiều đá nhọn lởm chởm, và anh cho mượn đôi giày lội nước mang vào cho khỏi đau chân. Anh, chị, các cháu và nhiều người khác đã tắm xong.

Nước lạnh quá, trong xanh. Tôi lần bước đi thật chậm, chưa dám ngửa người nằm trên mặt nước như những người khác. Không được nằm sấp vì nước sẽ vào tai, vào mắt, nguy hiểm. Một cháu khoát nước vào tôi, có lẽ muốn tôi mau quen cái lạnh, nhưng có người ngăn cản ngay, sợ nước lọt vào mắt sẽ đau buốt. Khi nằm ngửa ra được, người tôi nổi lềnh bềnh như khúc củi khô. Tôi thử đưa hai tay, hai chân lên cao, người vẫn nổi. Tôi hạ hai tay xuống, vẫy vẫy, bơi ngửa ra xa. "Ông ơi, đừng bơi xa." (Tiếng cô bé khoát nước hồi nãy). Tôi cười thầm. Dù mình không biết bơi cũng không chìm, huống là mình bơi khá giỏi. Sợ gì. Sau đó tôi mới biết Biển Chết này có nhiều luồn nước ngầm chảy siết, nguy hiểm chết người.

Mấy người cùng đi chụp nhiều tấm hình tôi nằm ngửa trên Biển Chết. Nhìn hình, tôi thấy tôi trông giống như cái xác chết trôi sau 3 ngày nổi lên mặt nước.

Trước khi rời Jordan, tôi phải kể lại câu chuyện này. Anh chị Trần Kiêm Đoàn cho hay trong chuyến đi có mấy người con của nhà thơ lớn Tô Thuỳ Yên mà tôi rất ngưỡng mộ. Nhà thơ ở tù cộng sản đến 13 năm trời, vừa qua đời tại Texas ngày 21/5/2019 trong sự thương tiếc của mọi người. Chúng tôi liền gặp gia đình con của nhà thơ gồm cậu con trai, cô con gái và chồng. Trong câu chuyện vui vẻ và cảm động, cậu con trai, một kỹ sư, nói:

"Ba cháu làm thơ nhiều nhưng không quan tâm lắm đến những đứa con tinh thần của mình, cho nên nó thất lạc hết cả. Về sau bạn bè, bạn đọc quý mến gom lại in thành sách."

Cô con gái, bác sĩ Quỳnh Giao, trả lời câu hỏi chắc là cô thuộc hết thơ của ba cô phải không, đã đáp:

"Thơ của ba con nhiều và thất lạc như cậu em con vừa nói, cho nên con không thuộc đâu. Nhưng gặp bất cứ bài thơ nào mà là của ba con, con nhận ra ngay."[3]

Hôm sau đoàn du khách lên xe qua chiếc cầu Allenby nối Jordan với Do Thái. Bắt đầu từ đây, cái không khí buông thả, cười đùa trở nên có phần giảm đi. Mọi người lắng tai nghe Trưởng Toán. Anh dặn kỹ rằng không được chụp hình khi qua biên giới, gặp người kiểm soát giấy tờ thì tốt hơn hết là giữ im lặng, không nên có ý kiến về chính trị hay tôn giáo này nọ, v.v... và sẽ có người hướng dẫn du lịch Do Thái lên xe thay cho người hướng dẫn cũ.

3 Tôi liên tưởng đến truyện ngắn nổi tiếng *The Jade Goddess* của Lin Yutang (Lâm Ngữ Đường). Chàng, một người sống ngoài vòng pháp luật, một nghệ sĩ tạc tượng thiên tài, dù cố tình tạc xấu bớt đi để hành tung khỏi bại lộ, nhưng vô ích. Bất cứ người sành điệu nào, nhất là nàng -- người vợ về sau bị tách rời khỏi đời chàng -- hễ gặp tượng ngọc do chàng tạc, là nhận ra ngay. Do đó quân triều đình cũng có thể truy lùng ra tung tích của chàng.

Tôi có cảm tưởng rằng sau những trái đồi hai bên đường tròn trĩnh, xanh tươi, là những ụ đại pháo, hoả tiễn hờm sẵn. Và trong lòng đồi núi, bên dưới mặt đất, chen chúc xe tăng, thiết giáp, súng, đạn, và cả máy bay. Nước Do Thái nhỏ bé, diện tích khoảng 21, 640 cây số vuông, dân số khoảng 9 triệu 73 nghìn người, nằm gọn lỏn giữa khối Ả Rập mênh mông về dân số cũng như lãnh thổ, chắc chắn phải luôn luôn cảnh giác nếu không muốn bị xoá sạch khỏi bản đồ thế giới. Nếu có xung đột hoặc chiến tranh với những nước láng giềng Ả Rập, Do Thái lâm vào cái thế bắt buộc phải thắng hoặc hoà. Thua là diệt vong. Do Thái không có hậu phương, không có đường rút lui. Hay nói đúng hơn, rút lui sẽ bị Địa Trung Hải chặn lại, trừ phi hải quân Do Thái làm chủ trên biển. Nhưng một nước không thể tồn tại mãi trên mặt biển.

Lại gặp chà là, nghe nói trái nơi này ngon tuyệt. Được biết trước kia đấy là những vườn cam, cũng tuyệt ngon, xuất cảng nhiều nơi trên thế giới. Nhưng cây cam tiêu thụ nhiều nước quá, nên người Do Thái chuyển qua trồng chà là hoặc hạnh nhân. Đại khái như thế với nhiều loại cây khác.

Khoảng một giờ sau, xe chạy đến Cổ Thành Jerusalem. Xe chạy êm êm -- đường tốt -- nhịp theo tiếng nói giọng Anh của người hướng dẫn viên Do Thái, trong khi Địa Trung Hải khi ẩn khi hiện đằng xa. Cả ba nước Ai Cập, Jordan, Do Thái đều thiếu nước ngọt để uống và dùng trong nông nghiệp, lâm nghiệp. Tuy thế, Do Thái trông xanh tươi hơn, có lẽ nhờ những phương thức xử lý với nước một cách hữu hiệu hơn.

Jerusalem nằm giữa Địa Trung Hải và Biển Chết. Cổ Thành Jerusalem là Thánh Địa của ba tôn giáo: Do Thái Giáo, Cơ Đốc Giáo, và Hồi Giáo, đã có mặtcách đây hơn 5000 năm.

Trong Cổ Thành Jerusalem có 4 khu vực chính: Khu vực Cơ Đốc Giáo, Do Thái Giáo, Hồi Giáo, và khu dành cho người Armenia. Cổ Thành trông thật cao lớn (chiều cao từ 10 mét đến 20 mét), kiên cố, hùng vĩ, đẹp đẽ, xây bằng những phiến đá to lớn chồng chất lên nhau, chứ không phải xây bằng gạch như Thành Huế, và có các cổng thành để vào, ra.

Cổ Thành chiếm khoảng 1 cây số vuông nằm trong Jerusalem rộng trên 125 cây số vuông. Chúng tôi vào Cổ Thành qua Cổng Sư Tử (Lions Gate) để đến Khu Cơ Đốc Giáo, thăm nhiều thánh đường, đền đài, được xây dựng từ cả nghìn năm trước.

Rời Cổ Thành, chúng tôi thăm Bethlehem ở Tây Ngạn (West Bank) cách đấy khoảng 10 cây số, thuộc lãnh địa của Palestine. Hướng dẫn viên người Palestine lên xe thay thế hướng dẫn viên Do Thái. Cũng nói tiếng Anh lưu loát.

Bethlehem là nơi Đức Chúa Giê Su ra đời. Một số khá đông du khách ngồi kín hết ghế trong một vườn hoa nhỏ lâm râm cầu nguyện. Những lối đi quanh đấy được lát bằng đá tảng. Nhiều tảng đá lớn phẳng phiu, trơn láng, hoặc trũng xuống. Biết bao nhiêu bàn chân của những người mộ đạo, của du khách đã bước lên đó trong suốt hơn 2 nghìn năm lịch sử của nơi này.

Những xung đột giữa Do Thái và Palestine vẫn thường xẩy ra kể từ sau Thế Chiến II cho đến bây giờ, đó là chưa nói đến những trận chiến gay go giữa Do Thái và các nước Ả Rập bao quanh.

Chúng tôi có gặp mấy đoàn quân Do Thái, nam lẫn nữ, đi hàng một trên một con đường lớn, hai bên đường là những hàng cây xanh, song song với dãy tường cao lớn của Cổ Thành. Có tin về đụng độ, hoặc pháo kích chăng? Họ không to con như người Mỹ, Anh, hay Đức. Da trắng, da nâu, da sạm đen, kẻ để râu xồm xoàm, người mặt trắng thư sinh, không đội nón sắt, nhưng vai mang súng, lưng đeo đạn đầy đủ. Có người trông nho nhã, gầy gầy, cao cao, đeo kính trắng. Một ít nữ quân nhân trong đoàn quân, quân phục hoàn toàn giống bên nam, cũng súng ống "rất ngầu", hầu hết nhỏ nhắn, xinh đẹp. Tôi nghĩ đến lịch sử đầy đau thương và vinh quang của họ. Những chiến sĩ này hẳn rất gan dạ, và thiện chiến.

Một lần chúng tôi đi từ khách sạn qua Nghĩa Trang Do Thái Cổ Đại để lên đồi Olives (Har Zazaitim), ngắm toàn cảnh Jerusalem, thì gặp một đoàn biểu tình. Có người trong đoàn lo lắng hỏi:

"Hình như ở vùng này người ta thường hay đánh nhau, pháo kích nhau. Lại còn biểu tình, phô trương lực lượng. Tự nhiên mình qua đây, có sao không?"

"Không sao đâu, mình là du khách từ nước ngoài

tới mà." Trưởng Toán đáp. "Nhưng xe phải đổi lộ trình tránh họ. Cho chắc ăn."

Một câu hỏi khác:

"Hiện đang đánh nhau dữ dội ở Ukraine, lỡ bị đạn lạc?"

"Đạn đâu bay xa thế. Ukraine cách đây trên ba nghìn cây số."

Đúng thế, du lịch là nguồn thu nhập rất lớn của những nước Trung Đông này, cho nên du khách rất được "cưng chiều và che chở". Nơi nào có thể gây nguy hiểm, hay có giao tranh, đụng độ, du khách được thông báo, hoặc bảo vệ ngay. Xin nêu một dẫn chứng. Tại Ai Cập, có lần xe chúng tôi được xe cảnh sát hay quân đội súng ống đầy mình đi theo hộ tống trên mấy quãng đường.

Đoàn du khách lại hướng về phía Đông Bắc thăm thung lũng Jordan. Rồi di chuyển lên hướng Bắc, xuống dưới xa đi thuyền một đoạn trên Biển Galilee. Thật ra Galilee là cái hồ lớn (Lake Tiberias) nằm trong lãnh thổ của Do Thái. Mưa nhẹ nhưng gió lớn, lạnh se se. Sau đó chúng tôi quay về hướng Tây thăm Nazareth. Nazareth nằm giữa Biển Galilee và thành phố cảng Halfa nằm trên bờ Địa Trung Hải. Tại Narareth du khách được thăm vùng Megiddo, nơi những nhà khảo cổ đã khai quật được 26 tầng lớp của nhiều nền văn minh xa xưa, trong đó có thành lũy thời vua Solomon. Mải đi theo đoàn người ngắm những cảnh tượng kỳ lạ dưới cơn mưa lất phất, bỗng một chiếc dù từ phía sau chen vào giữa che mưa cho vợ tôi và tôi. Chúng tôi quay nhìn. Quỳnh Giao. Cô mỉm cười nói: "Mưa ướt hai bác hết."

Chúng tôi đến thành phố Halfa, rồi men theo bờ biển Địa Trung Hải, hướng về Nam xuống Tel Aviv, cựu đô của Do Thái. Dọc theo bờ biển, các thành phố lớn nối tiếp nhau san sát. Do Thái thiếu đất, cho nên bên trong nội đia, trên những miền đất bằng phẳng, cây nông nghiệp mọc xanh um. Trên nhiều ngọn đồi cao thấp nhà cửa chen nhau từ chân đồi cho đến đỉnh đồi. Nhà cửa trùm kín.

Hôm cuối cùng tại Tel Avi, chúng tôi được nhà hàng cho ăn cá, mỗi người nguyên một con cá nướng to đầy kín dĩa bàn lớn. Ngon lắm. Được biết ngày xưa Thánh Peter đã đến đây ăn cá, và chỉ cá mà thôi. Nay giữ lại truyền thống đó.

Ngày hôm sau chúng tôi giã từ Trung Đông. Đoàn người sẽ rời phi trường Tel Aviv bay qua Dubai, rồi từ đó, bay về Mỹ. Đường bay rất dài, nghĩ đến mà ngao ngán.

Tôi lên máy bay ngồi yên, chuẩn bị tinh thần chờ những cơn đau hành hạ, nhất là đau lưng. Nhưng tinh thần có hạn, cái đau toàn thắng. Hết đứng, lại ngồi, lại lê gót đi. Khi đi, hai tay vịn vào chỗ tựa tay của các dãy ghế hành khách hai bên. Nhiều vòng như thế. Có người nhìn tôi thông cảm, có người tỏ ý khó chịu. Phải chi được nằm dài xuống trong chốc lát thôi. Hay cứ liều mạng nằm xuống trên một lối đi nào đó, thế nào tiếp viên hàng không cũng sẽ đến "giải cứu". Nhưng nói là một chuyện, làm là chuyện khác. Tôi rán chịu đựng.

Cuối cùng máy bay đáp xuống phi trường LAX. Tôi như người chết đi sống lại.

Tôi nghĩ rằng tôi sẽ lâm bệnh, hay phải mất cả tháng mới hồi phục. May thay, sau hơn một tuần, tôi khoẻ dần.

Vậy nếu có chuyến đi nào khác "hấp dẫn", tôi sẽ tham dự hay không? Có lẽ tôi rất phân vân, rồi lại đi. Tới đâu hay đấy. Liều mạng là đắc sách. Vâng, phải đi. Đi cho đến khi nào bước đi không nổi. Câu nói của một triết gia thường được nhắc tới: "Tôi suy tưởng, ấy là tôi hiện hữu."[4] Một kẻ ham chơi đi lông bông suốt đời này cũng bắt chước nói: Tôi đi, ấy là tôi hiện hữu. Nhưng nghĩ lại, nói khác đi một chút e đúng với cái suy nghĩ tầm phào của hắn hơn: Tôi còn sống, ấy là tôi còn đi.

7/2023

4 Je pense, donc je suis. René Descartes.

BỖNG MỘT HÔM

Gia đình gồm ba người. Người chồng cao và gầy, khó đoán tuổi, tóc bạc phơ, vẻ mặt có phần khắc khổ với nhiều nếp nhăn, mắt mệt nhọc đôi lúc lóe lên những tia tinh anh, sắc sảo sau hai tròng kính trắng dày. Người vợ khoảng trên 50, nhan sắc của thời son trẻ còn sót lại trên khuôn mặt thanh tú, trong đôi mắt đẹp vương chút sầu muộn, trên dáng dấp dịu dàng. Mái tóc đen dài chưa phờ phạc chen lưa thưa những sợi bạc. Và cô con gái tuổi mười tám xinh tươi như một cành xuân, vừa được nhận vào trường Đại Học địa phương. Họ sống trong một căn hộ khá chật hẹp của một chung cư gần vùng Sài Gòn Nhỏ, Nam Cali. Người chồng đã hưu trí, người vợ làm việc sổ sách cho một công ty nhỏ.

Cuộc sống của họ có vẻ êm đềm, xuôi chèo mát mái chăng? Đó có thể là câu hỏi hay nhận xét của người ngoại cuộc. Có điều người vợ thỉnh thoảng ưa nhắc lại “một câu chuyện cũ”, thì người chồng lại muốn gạt bỏ đi ngay.

"Ông ơi, hồi chiều có điện thoại xa gọi."

"Ai vậy?"

"Anh Cường. Ông còn nhớ chứ? Cường, cái anh tài xế cũ."

"À, tôi có hẹn với một anh bạn. Phải đi ngay."

"Thì hãy cho tôi nói vài lời đã nào. Cho tôi nói một lần thôi để ...để ... "

Người vợ chưa nói hết câu, người chồng đã bước ra khỏi cửa.

*

20 năm đã trôi qua. Quá khứ như một đàn chim quen thuộc ngày xưa đang bay về chốn cũ.

Chiếc xe U-Hall (Xe dọn nhà) chầm chậm lùi vào khoảnh sân xi-măng của một ngôi nhà nhỏ. Chủ xe là một người đàn ông đứng tuổi, dong dỏng cao, đôi mắt sáng sau cặp kính trắng dày gọng đen, khuôn mặt có vài nếp nhăn, đầu đội nón lưỡi trai. Y phục xuềnh xoàng. Áo sơ - mi xám nhăn nhúm, choàng bên ngoài là chiếc áo da nâu nhiều vết trầy trụa, chiếc quần *jeans* xanh bạc màu, đôi giày cũ kỹ méo mó. Ông ta đứng kiểng chân, hai bàn tay vẫy vẫy ra dấu, miệng vừa bập bập điếu thuốc lá bèo nhèo vừa nói, giọng khàn khàn:

"Lui chút nữa ... chút nữa ... một chút nữa ..."

Chiếc xe hàng khá lớn, loại dùng để dọn nhà, lui dần.

“Nữa ... Một chút nữa ... tí nữa thôi ...”

Bỗng sạt một tiếng, cản sau của xe chạm vào cái tường thấp cạnh cổng ra vào.

“T-ồ-ồ-ồ-ồ-p !!!” người chủ xe trầm giọng.

Người tài xế thò đầu ra cửa xe nhìn lui nhăn nhó:

“Cha nội ơi là cha nội! Xi- nhan cái kiểu gì thắt họng vậy?”

“Thì tao đã biểu tốp mà.”

“Biểu hồi nào vậy? Đụng cái rầm rồi mới biểu tốp thì còn t-ồ-ồ-p, tồ-ồ-p cái con ... con ... gì nữa!”

Người chủ xe quắc mắt quát:

“Mày muốn nói cái con ... con gì, cái thằng trời đánh kia? Có giỏi thì nói huỵch toẹt ra đi! Tao nói cho mà biết, mày lái xe thì phải lo canh cho đúng chớ. Lỡ không có tao ở đây ai ra dấu cho mày? Thế mà còn nhăn nhó như ... như cái con khỉ. Tao nói có gì sai không?”

Người tài xế hậm hực:

“Không có chú hả, không có chú tôi tính cách khác. Chắc chắn được việc hơn nhiều. À mà tôi nhớ ra rồi. Chú luôn luôn nói đúng. Chú có bao giờ nói sai đâu. Nhưng ... nhưng nói thì dễ, làm mới đáng kể.”

Người chủ xe hét to:

“Thằng kia! Lại giở trò hả? Xem nào, tường bể phải

thuê người ta xây lại, cản xe hư phải đem đi gò lại. Tao trừ lương mày. Hai tháng lương, không thêm không bớt một xu nhỏ."

Anh tài xế từ trên xe nhảy tót xuống, chạy vội ra phía sau xe nhìn ngang nhìn ngửa. Tôi đứng gần đó tính nhẩm. Cái chỗ tường vỡ chỉ cần mấy viên gạch, nhà có sẵn, rồi tới Home Depot mua một ít xi-măng, một lon sơn. Tốn kém có bao nhiêu mà trừ hai tháng lương! Còn cái cản xe trầy trụa qua loa, lấy giấy nhám chà láng đi cũng được. Chiếc xe chở hàng cũ rích chớ có phải xe du lịch bóng loáng gì cho cam! Chốc nữa, mua các thứ về, đừng cho chủ nhà biết, hè nhau trám chỗ tường vỡ rồi quẹt một chút sơn vào, mất độ 15 phút là xong.

Tôi nói lên cái ý nghĩ đó. Người chủ xe lắc đầu quầy quậy, càu nhàu:

"Anh có lòng tốt nói thế, nhưng ở địa vị tôi, khác . Tôi phải trừng phạt nó về cái tội ... Thiếu kỷ luật, hỏng việc" Xoay qua người tài xế. "À, ằm ... tao sẽ trừ mày hai tháng lương. Ê, mày nghe rõ chưa?" Lại xoay qua tôi. "Còn anh thì tôi xin lỗi anh, tôi xin đề nghị như thế này ... Anh nên để tôi lo liệu công việc của tôi. Anh khỏi phải ý kiến này nọ lôi thôi."

Tôi im lặng, không lấy thế làm khó chịu. Anh chủ xe này với lối ăn mặc, với cách nói năng với tôi cũng như với người tài xế, có một chút gì bất thường. Có vẻ như cố làm ra như thế chăng? Vờ vĩnh với mục đích gì? Nhưng người tài xế dường như bực tức lắm, gân cổ cãi:

"Chú muốn trừ ba tháng cũng được, bốn tháng cũng được. Có giỏi thì cứ trừ nguyên một năm lương đi. Làm như đã trả lương trước rồi không bằng."

"À, à hỗn láo hả?" Người chủ xe quát tháo rồi văng tục một tràng dài.

Tôi định bụng để mặc xác họ với nhau, nhưng buột miệng chen vào:

"Thôi mà! Anh em ... chú cháu mình ... đồng hương tỵ nạn cả mà ... Xin bình tĩnh, bình tĩnh! Chuyện đâu còn đó."

Chủ xe trừng mắt nhìn tôi. Tôi lúng túng. Bỗng một người đàn bà từ trên xe nhảy xuống chạy đến tôi cười thật tươi:

"Chú ơi, họ nói gì mặc kệ họ. Hơi đâu."

Người đàn ông quay người xoay mặt về phía người đàn bà. Cô ta nhìn lại nguýt dài lộ vẻ giễu cợt. Đó là một phụ nữ khoảng 30 tuổi, xinh đẹp, tươi tắn, duyên dáng trong bộ đồ bà ba mỏng. Tôi chưa đoán ra được sự liên hệ giữa những người đó. Chắc là vợ của người tài xế chăng? Anh tài xế bước tới đứng ngay trước mặt người chủ xe nói một thôi dài không chút vấp váp, dường như cũng có chút đùa cợt:

"Xin lỗi chú, chú nói rất đúng. Kỷ luật là sức mạnh của quân đội. Cấp chỉ huy phải thưởng phạt công minh, cấp dưới phải tuân lệnh cấp trên trong bất cứ hoàn cảnh nào. Nghĩa là dù bây giờ chú và tui đã, đã ..."

Người chủ xe ngắt lời:

"Đã là cái gì?"

"Là cái gì chú tự biết lấy. Thôi được, tôi sẵn sàng để chú trừ vào bao nhiêu tiền lương của tôi cũng được."

*

Cái nhà gia đình tôi sắp dọn vào trông cũng tàm tạm. Nó nằm trong một khu khá yên tĩnh thuộc một thị trấn nhỏ nhắn, xinh xắn, thuộc Nam Ca-li. Đây là cái nhà thứ sáu chúng tôi dọn đến kể từ khi tôi qua Mỹ được hơn năm năm. Ô, thế ra cứ mỗi năm mình phải dọn nhà hơn một lần! Trái ngược hẳn với hồi còn ở Việt Nam.

Chúng tôi thích ngôi nhà nhỏ này. Vợ tôi ưa rẻo đất bên hông nhà trồng được dăm cây hoa hồng, mấy khóm bạc hà, rau húng, rau tía tô, rau quế, rau răm, sả, ớt v.v...; tụi nhỏ thích cái địa điểm gần hai xa lộ 5 và 55, đi đâu cũng lẹ; tôi thì ba phải, ai sao tôi vậy, không còn muốn có cái oai quyền gia trưởng như ngày xưa. Chúng tôi mong được ở nơi này lâu dài. Dọn nhà cực quá!"

Những lần dọn nhà trước đó, chúng tôi tự làm lấy. Cho đồ lặt vặt vào xe hơi chở thành nhiều chuyến, để dành mấy món đồ nặng, kềnh càng, cho vào chuyến chót trên một chiếc xe "truck" mượn của một người bạn. Đỡ tốn tiền thuê xe, thuê người. Dọn nhà lần này cả nhà tôi bị cúm hành đành phải thuê người ta làm. Vợ tôi bảo đừng thuê Mỹ dọn nhà, mắc lắm; thuê mấy ông H.O. đi. Tôi đồng ý ngay. Đọc quảng cáo trên một tờ báo tiếng

Việt, tôi liên lạc được với anh chủ xe này.

Lại tiếng anh chủ xe lè nhè:

"Cái thằng trời đánh kia! Mày định cho xe nằm vạ luôn ở đó sao hả? Đ.M., chẳng làm nên trò trống gì cả."

Người tài xế nhảy lên xe một cách hung hãn, rú mạnh ga, sang số rụp rụp, và chỉ xoay trở tay lái dăm ba vòng chiếc xe từ từ lùi đến đậu đúng chỗ, đuôi xe cặp sát vào cửa lớn của căn nhà. Anh nhảy xuống xe hai tay xoa vào nhau vui vẻ nói với người đàn bà trẻ:

"Cô thấy chưa, tôi đâu cần ai làm dấu! Một mình tôi làm dư sức. Chắc cô phải đồng ý với tôi về, về..."

"Đ. M. Lại giở giọng ta đây!" người chủ xe cướp lời . "Hễ làm được một chút gì là đã vội lếu láo ba hoa chích chòe."

Người đàn bà chen vào:

"Cái ông này ngộ quá ta. Chữ nghĩa đâu mà cứ tuôn ra ào ào dữ vậy."

"Này, này, bà liệu giữ mồm giữ miệng đi thì vừa,"người chủ xe tiếp lời. "Có ai biểu đâu mà lại chỏ mỏ vô. Thằng kia, và bà nữa. Bắt đầu đi chứ! Cứ đứng ì ra thế hả? Còn phải đi thêm chuyến buổi chiều."

Tôi cười thầm. Thì ra hồi nãy tôi đoán sai. Có lẽ cô này là vợ lẽ của chủ xe.

Người đàn bà không có phản ứng gì trước những lời

rầy rà của người đàn ông, tiến đến gần tôi thì thầm:

"Họ nói gì thây kệ họ, chú đừng thèm lý tới. Gì đâu mà cứ chơi không biết, thiệt không hay. Rồi bỏ nhau, rồi tìm nhau."

Người chủ xe tiến đến cặn vặn:

"Ê, ê, nói gì thì nói to lên. Đừng cứ thậm thà thậm thụt -- xin lỗi anh, tôi nói riêng với bà đó -- tôi coi rẻ những hạng người đó lắm."

Người đàn bà vẫn cười tươi nói như không có chuyện gì trái ý:

"Ông thì ai ông cũng coi rẻ. Kể cả ông nữa!"

Bỗng người đàn bà chau mày lại, những nét tươi cười trên khuôn mặt xinh đẹp đó biến nhanh, giọng nói đầy xót xa:

"Mà anh ơi, sao độ này anh hay ... Anh lạ quá đi anh!"

Chủ xe làm như không nghe thấy những lời người đàn bà vừa nói, nhìn xa cười vu vơ. Lần đầu tiên tôi thấy anh chàng lỗ mãng này cười, cái cười gần gượng gạo.

Vậy là còn một chuyến nữa. Chắc phải 6 giờ chiều mới xong. Lại trễ lớp Anh văn thầy Mike! Đi học trễ hoài, kỳ hết sức! Lại phải bỏ lớp học chiều nay rồi. Mất một buổi học có vì thế mà mình mà ngu thêm đâu. Ngu đã hết mức rồi còn có thể nào ngu hơn nữa. Ừ nhỉ, tại sao mình cứ dính cứng mãi vào cái ông thần quái đản này? Đồng lương không ra gì, công việc bữa đực bữa cái, giờ giấc lung tung, lại phải nghe quát tháo chửi mắng suốt ngày. Cha nội này có tật ưa quát tháo. Lấy le? Hình như không phải. Để tỏ ta đây có nhiều quyền hành? Ông sếp muốn ra oai đối với một thằng tà lọt độc nhất là mình? Không lẽ thế.

Cha nội này hiền không ra hiền, dữ không ra dữ. Có máu điên chắc? Nhưng mình thì thiệt là quá ngu. Đi đâu loanh quanh rồi cũng quay về với sếp này. Tại sao phải thế? Nghe quát tháo chửi mắng quen tai, thiếu nó đâm nhớ chắc? Lão ta đã biết thế, lão tinh ý lắm, cho nên mỗi lần mình quay lại, lão sẵn sàng dở trò dửng dưng, cười khẩy, nhún vai, bỉu môi, khạc nhổ, chắc lưỡi ... Và cuối cùng nói phủ dụ:

"Không có anh, chúng tôi làm việc khác. Khối việc, chứ có phải chỉ lo dọn nhà mà thôi đâu. Có anh dọn nhà vẫn hơn. Nhưng lần này là lần chót đấy nhé. Anh mà bỏ đi nữa, tôi kiếm người khác thay thế."

Chỉ tội nghiệp cô vợ quá trẻ, và quá đẹp. Vợ hai? Vợ ba? Bồ nhí? Sao lại có người dại dột đến thế, uổng cả cuộc đời. Ôi cái miệng xinh, tươi, hấp dẫn. Tóc dài mượt mà. Cặp lông mày cong như cầu vồng. Thân hình, mềm mại, thơm tho, những đường cong chịu hết nổi. Cặp mắt đong đưa, ưa làm ra vẻ đứng đắn. Gặp lúc đồ nặng khiêng một mình không nổi, cùng khiêng, gần nhau, hai má đỏ hồng, mồ hôi dán tóc vào trán, vào cổ, cái cổ trắng ngần, tóc như tơ vàng sau gáy, hơi thở dồn dập, cặp mắt né né, cái mặt làm bộ nghiêm ... Mình chỉ mong tuột tay, người chồm tới trước, lộn mèo. Ôm lấy nhau ...

Những lần như thế dường như con mắt cú vọ của lão từ xa kín đáo theo dõi. Tưởng mình không biết. Mặc kệ. Mình cũng làm bộ chẳng biết gì. Dường như lão cũng biết thế mà vẫn cứ tỉnh bơ, mới lạ chớ. Chờ cuối ngày. Chờ những câu quát tháo, chửi rủa. Quá lắm là đuổi. Thế mà chả có gì xẩy ra. Mà có gì xẩy ra cũng không sao cả. Phải có biến cố, phải có thay đổi. Có gì xẩy ra thì em đi theo anh nhé! Không lẽ em và anh cứ chịu lép một bề mãi như thế này. Cái mồm quát tháo như chó sủa! Mà đúng vậy, chó hay sủa thì có bao giờ cắn đâu.

Thật là buồn cười, trừ hai tháng lương! Lại nói cứng! Mình cũng làm bộ coi như sẽ bị trừ thiệt. Hạnh! Hạnh! Sao em không chịu bỏ cái ông già dịch này, rồi đi với anh, xứng đôi vừa lứa. Đá đít lão cái bốp là xong chuyện. Nhưng em lại khoái lão thì phải? Đúng là nghiệp chướng! Anh cũng giống em, cũng nghiệp chướng! Dứt bỏ nơi này, anh có khối việc tốt hơn. Nhưng chẳng qua là vì, là vì anh đi một mình để em ở lại sao đành. Em có thấu hiểu lòng anh không? Mình có thể nào gặp riêng Hạnh một lần để nói cho hết lời?

Thỉnh thoảng mình giở cái gọi là nhật ký ra đọc lại. Những trang nhật ký cũ viết rồi sửa. Có khi sửa chữa hai ba lần, rồi viết lại trang khác. Thế thì còn gì là nhật ký nữa! Thế thì còn gì là trung thực nữa! Thoạt đầu mình nghĩ như thế, nhưng nghĩ lại làm như thế mới trung thực, mới nói rõ lòng mình, rối bòng bong, thay đổi từng giờ từng phút. Lúc viết, biết ngay rằng viết vờ vĩnh, viết lấy có, viết theo hy vọng thầm kín hão huyền. Hay con chữ viết xuống chẳng khác những sợi râu ăng-ten của loài côn trùng mò mẫm, dò tìm đường đi nước bước. Có thật em yêu anh không, khỏi phải nói, có thật anh yêu em không, trong khi em viết lên giấy những giòng chữ tình cờ, vô nghĩa, bất chợt này. Vậy mà cứ viết. Lúc đọc lại, bỡ ngỡ. Dò lại lòng mình, viết lui viết tới. Đến bao giờ mới có trang nhật ký cuối cùng? Hay là đừng viết nữa?

Con đường quanh co và dài. Hay là con đường dài và quanh co? Thì cũng chỉ chừng ấy nghĩa chứ gì. Đó là tên bài hát tiếng Anh chú vẫn hát cho cháu nghe khi chỉ có hai chú cháu mình đi trên bãi biển. Chú bảo của *The Beatles*, trước kia chú thích lắm:

The long and winding road
That leads to your door
Will never disappear
I've seen that road before ...[1]

Những lúc chú cháu mình được tách biệt như thế này cũng hiếm hoi lắm. Một số người vô công rồi nghề sống trên đảo, có cả vài thằng học trò của chú, như lũ kênh kênh đánh hơi thấy mùi xác chết, chờn vờn chờn vờn bay tới rình mò những cặp tình nhân. Chú không chịu dẫn cháu vào rừng. Cây cối um tùm, vây kín, tha hồ ngồi bên nhau chuyện trò mà chú. Galang 2 này đâu

---

1 Tạm dịch:
Con đường dài và quanh co
Dẫn đến cửa nhà em
Sẽ không bao giờ biến mất
Con đường đó anh từng thấy.

trống trải như Galang 1. Đi song song bên nhau mãi mỏi cả chân. Cuối cùng, bàn tay cháu vô tình chạm vào chú, chú nắm lấy nó. Chú xoắn xoắn ngón tay của cháu, hết ngón này đến ngón khác. Thăm dò cái gì hả chú? Đến ngón cuối cùng thì tay cháu đã nằm gọn trong tay chú, móng tay trỏ của chú bấm mạnh vào ngón út của cháu, sâu thêm, sâu thêm nữa đi. Đau! Cháu không sợ đau đâu.

Không ai bảo ai cùng dừng bước. Chú xoay người nhìn cháu, hai bàn tay nắm lấy hai bàn tay, lần đầu tiên chú nhìn cháu lâu như thế, con mắt lạc lõng, khuôn mặt chú gần cháu quá, cháu nghe hơi thở của chú, mái tóc hoa râm gió biển thổi lòa xòa trên trán chú, cháu nghe tiếng sóng rào rào, cháu thấy phía sau lưng chú những đợt sóng đập vào bờ đá sủi bọt trắng xóa. Và khứu giác của cháu tự nhiên bén nhạy hơn mọi ngày. Cháu nhận ra được mùi rong biển ải ải, mùi cá tanh tanh, và cả mùi cát nóng bỏng ngay dưới chân, những thứ trước kia cháu không hề để ý đến. Và cháu thấy rõ từng sợi râu chú lười cạo mọc lởm chởm trên mép, trên cằm. Nhột nhạt.

Cháu chờ đợi. Nhưng không thể đợi lâu hơn nữa. Cháu rút tay ra khỏi tay chú, choàng cả hai cánh tay lên vai chú. Cháu cao gần bằng chú rồi, đâu cần phải nhảy người lên như hồi còn bé. Chú nói: Em! Cháu ngạc nhiên. Ngạc nhiên không phải vì lần đầu được nghe chú gọi cháu âu yếm như thế mà vì tại sao mãi đến lúc ấy chú mới gọi cháu là em. Chú vẫn gọi tụi kia em em hoài có sao đâu. Này, sau khi cháu vô tình để chú nhận ra cháu, chú cảm thấy thế nào? Ngạc nhiên thì chắc chắn rồi, nhưng không lẽ chỉ có thế thôi. Cháu chờ đợi ngày này qua ngày khác. Đúng như người ta nói, thời gian chờ đợi khác thời gian bình thường. Nó dài lắm. Nhiều lúc cháu muốn tru lên như con chó sói đứng một mình trong đêm giữa cánh đồng tuyết.

Ô, đoạn nhật ký này cháu viết loanh quanh, chẳng khác gì con đường dài ngoằn ngoèo dẫn đến cửa nhà em mà chú đã đi nhiều lần. Có nên sắp xếp lại cho có thứ tự?

Thế là cuối cùng cháu đã chinh phục được chú rồi. Cũng gay go đấy chứ. Đối với những người đàn ông khác, dễ ợt. Cháu là miếng mồi ngon, tụi nó đua nhau vồ vập. Mà có được đâu. Như vồ cái bóng. Rồi đánh lộn, đâm chém. Em là trời cao, biển sâu. Em là tất cả. Nghe cũng sướng. Sướng! Lại nhớ mẹ. Hồi đó, con gái kín cổng cao tường, mẹ cấm mình không được nói chữ "sướng" trong bất cứ hoàn cảnh nào. Có kẹt lắm thì xài tạm chữ "sung sướng". Bây giờ con hư quá rồi, mẹ ơi!

Nhớ những năm tháng cũ. Nghe hoài những lời tán thiệt hay tán láo cũng đâm chán. Hết ngày này đến ngày khác, không lẽ cứ như thế này mãi. Hai năm, rồi ba năm, rồi bốn năm, rồi năm năm ... Muốn phát điên! Những lớp dạy tiếng Anh, dạy may, dạy làm bánh, dạy đánh máy không phải nơi để giải tỏa hết nỗi chán chường.

Cuối tuần theo tụi con Hằng, con Thu đi đến các chùa Quan Âm Tự, Kim Quang, hay đi đến các nhà thờ.

Cũng không giải quyết được gì. Chán chường vẫn chán chường. Không khéo cứ cái đà này có ngày đến phiên mình đi Galang 3. Phải, Galang 3 càng lúc càng đông đảo, già chết, bệnh chết, thắt cổ chết, mà chờ lâu qúa cũng chết ngắc. Mộ mới đắp mọc lên như nấm. Mình cùng đường rồi sao?

Thì gặp chú. Cháu sững sờ. Chú vừa đến đảo, rồi chú làm thầy giáo tiếng Anh! Cháu ghi danh học Anh Văn lại. Chú làm sao nhận ra cô học trò này.

Ngày xưa chú tới nhà chơi với ba cháu, cháu chỉ là đứa bé 9, 10 tuổi. Chú tới nhiều lần. Đồ chơi chú cho cháu chơi không hết. Bánh, kẹo cháu ăn đã đời. Cháu thích sô-cô-la nhất, chú bảo chú chỉ có "chó có lát" chứ không có sô-cô-la. Chỉ có thế cũng đủ làm cháu sung sướng suốt ngày. Vừa nghe tiếng xe chú ngoài ngõ, lòng dạ cháu đã nôn nao. Chú đi vào, cháu chạy ra, nhảy tưng tưng như trái banh vồng. Rồi cháu ráng sức nhảy người lên thật cao, hai cánh tay chú đón ôm cháu vào lòng, hai cánh tay cháu quàng quanh cổ chú.

Ba bảo con Hạnh đã lớn rồi sao còn nhõng nhẽo qúa vậy, ba không bằng lòng. Ba nói trật rồi. Ba biết không, chú Khôi tới là con trở thành con nít ngay. Con lớn, lớn trước tuổi, là lớn với tụi hàng xóm. Con đã biết làm duyên làm dáng, biết cười bằng hai khóe miệng cho nổi lên hai lúm đồng tiền, biết chớp mắt long lanh, biết hạ đôi hàng lông mi cho giống hai cái rèm che, biết nói giọng nũng nịu thơ ngây êm ái, biết ... biết nhiều thứ nữa, để cho mấy thằng con trai con nít đực mặt đứng ngó.

Mấy anh chàng lớn sầm sầm càng say sưa ngắm.

Với chú Khôi, khác. Mình không hề làm bộ với chú. Cười là cười thiệt, vui là vui thiệt. Cái vui trong lòng, bây giờ nhớ lại, như men say chan chứa làm bồn chồn cả người. Nhưng mà ba cũng không hoàn toàn nói trật đâu. Cháu thương chú nhiều, lẽ dĩ nhiên, nhưng tình thương có cái gì là lạ. Không biết chú cảm thấy thế nào, riêng cháu, cháu nhớ hoài vòng tay ôm của chú. Ngực bồi hồi khó tả. Nhớ cho đến khi đã trở thành người lớn. Qua tới hòn đảo này có khi cũng nhớ. *"Khi tỉnh rượu, lúc tàn canh,"* nhiều lúc cháu nhớ vòng tay ôm của chú quá.

Ba đi tù rồi bệnh quá nặng rồi được thả về rồi qua đời. Mẹ không còn muốn sống, nói gì chuyện vượt biên. Mẹ gởi mình đi vượt biên với gia đình bà bạn. Cho nó có tương lai. Còn chú, một ông trung tá còn độc thân, hào hoa phong nhã, từng nhiều lần làm tùy viên quân sự tại nhiều sứ quán nước ngoài, chắc chắn phải ở tù mút mùa. Và mình trôi nổi vào hòn đảo này.

Vậy mà lại gặp nhau đây. Quả là có trời đất thu xếp. Cháu kín đáo quan sát chú. Chú có già đi và hốc hác. Tóc chú muối nhiều hơn tiêu. Nhưng chú vẫn như tên chú, tinh khôi quá. Có đêm cháu nằm mơ, ban ngày cháu cũng mơ, như trong chuyện đời xưa, *Ông Hoàng Mộng Tưởng đánh thức Người Đẹp Ngủ Trăm Năm Trong Rừng*. Vâng, bao giờ chú cũng hào hoa, cũng tài ba, cũng đáng yêu, đáng kính. Trong lòng cháu bỗng nổi lên những cơn điên dại, nuối tiếc, đau đớn, hoảng hốt, ăn năn ... Cháu nhìn lại cháu. Không, không thể được, cháu không thể cho chú biết cháu là ai. Cháu chỉ muốn làm cô học trò rất khỉ, ưa phá phách mà thôi.

Chú giảng bài, cháu nhìn chú trân trân. Chú đặt câu hỏi chung cho cả lớp, cháu giành trả lời trước bất kể trúng trật.

"What are you doing now?"
"I'm listening to you."
"What are you thinking about?"
"I'm thinking about you."

Cả lớp cười ồ. Mấy thằng con trai lâu nay vẫn đeo đuổi cháu mắt long lên sòng sọc, lầm bầm trong cổ họng những lời nguyền rủa tục tỉu. Kệ xác tụi mày, tao đâu có ngán. Chú nhíu mày, nghiêm mặt nói:

"Tôi hỏi *What*, không phải *Who*. Hồng! Trả lời cho đàng hoàng nào!"

"Dạ, dạ, đàng hoàng. Mà *what* cũng chỉ người được chứ! Em nhớ hôm nọ thầy dạy trả lời câu hỏi ,*'What are you?'* Nhưng thưa thầy, hôm nay thầy đừng dạy nữa! Tụi em học nhiều quá rồi, học không vô nữa đâu. Học quá hóa khùng, phải hôn thầy? Thầy hát một bài cho tụi em nghe đi!"

"Không được! Học cho ra học, chơi cho ra chơi."

"Được, được mà thầy. Thầy, thầy nè! Tụi em năn nỉ thầy mà thầy! Có học có chơi mới mau tiến bộ. Hay thầy hát nửa bài cũng được. Hay một vài câu cũng được. Tiếng Anh cũng được. Con Đường. Con Đường gì gì đó.

A, Con Đường Dài và Ngoằn Ngoèo. Tiếng Việt càng tốt. Giọng hát của thầy tình lắm. Em, tụi em nghe mê luôn. "

Cả lớp lại cười ồ. Chú nghiêm mặt gằn giọng:

"Này này cô Hồng! Tôi không muốn cô đùa quá trớn như vậy. Nếu cô không muốn học hôm nay, cô có thể đi ra khỏi lớp. Ngay lập tức! Chiều mai trở lại!"

"Trời! Sao chú ác với cháu quá vậy!"

Cả lớp ngơ ngác. Mình nghe tiếng nói của mình như tiếng thét bị dồn nén xuống lồng ngực mà không nén nổi. Tiếng nói như tiếng khóc mang cái âm thanh mơ hồ của ngày xưa còn bé. Nói xong mình bịt miệng mình không kịp. Chú hơi khựng người, quay nhìn mình đăm đăm. Mình cúi gằm đầu, tim nhói đau, trống ngực đánh mạnh. Lớp chai sạn bên ngoài đang rạn nứt ra từng mảnh. Mặt chú hơi tái đi thì phải.

Chú bảo:

"Thôi được rồi, cô cứ ngồi xuống học tiếp. Đừng nói nhiều"

Cuối giờ học, chú gọi vào văn phòng hỏi chuyện:

"Hạnh! Cháu thay họ đổi tên hồi nào vậy?"

Và từ đó... Từ đó mình xa lánh dần bọn con trai bồ bịch. Không phải dễ dàng. Tụi nó dọa hành hung, thanh toán. Kệ. Mình đâu ngán thằng nào. Rồi mọi chuyện cũng qua đi như hàng trăm hàng ngàn chuyện kỳ quái khác xẩy ra trên hòn đảo tị nạn này. Hơn nữa, mình có nhiều kinh nghiệm tình ái lăng nhăng mà. Đâu có sợ gì ai! Chỉ lo cho chú sẽ bị tụi nó quấy rối, thù hằn. Nhưng chỉ một thời gian ngắn, mình trút bỏ được mọi lo lắng. Chú có bản lĩnh ngoài sự mong đợi của mình.

Từ đó, tâm hồn mình ổn định dần, cuộc sống êm êm dần. Chú là hiện tại, là quá khứ. Vâng, quá khứ cũng đóng vai trò quan trọng không kém. Trước kia khi chú chưa đến, mình có biết bao người quen mới, nhưng lúc nào cũng thấy bơ vơ. Nay khác. Mình đã thấy có điểm tựa vững vàng, mình tìm thấy mình cho ngày hôm nay và cho ngày mai.

Chú làm thầy giáo ở đây, chú quen biết nhiều với nhóm chính quyền Indonesia trên đảo, với nhóm làm việc cho Cao Ủy, với đám học trò hay ưa bắt chuyện với chú. Chắc chắn chú đã đọc kỹ hồ sơ của cháu. Chú biết cháu hết cả rồi. Chú chê cháu không? Chú yêu cháu không? Có ai thoát khỏi nổi vòng tay của tôi hay không?

Suốt mấy hôm, mưa to gió lớn. Cây phong cạnh nhà trút lá thật nhiều ngập cả lối đi từ cửa ra vào cho đến chiếc cổng của khu chung cư. Những ngọn lá tươi tắn màu vàng, màu đỏ, màu máu, lộng lẫy, óng ả, rực rỡ. Sáng nào mình cũng quét sạch một khoảng đường ngắn, nhặt mấy chiếc lá đẹp nhất đem vào cất để dành, đã được nửa hộp. Hồi bé còn bố mẹ, mình ép hoa hồng, hoa *pensée*, hoa trinh nữ, hoa *mimosa*... những thứ hoa có sẵn ngoài vườn, ép vào tập vở. Ép bướm nữa. Bố mẹ thường mắng yêu, bé Hạnh mau lớn quá, điệu quá, sau này cho đi thi hoa hậu nhé. Bây giờ... ép lá phong. Buổi sáng quét, buổi chiều lá đã lại phủ đầy lối đi.

Vài tuần nữa khi mùa đông tới, như năm ngoái, sẽ không còn một ngọn lá nào trên cây. Rồi mùa xuân lại về, vạn vật sẽ hồi sinh. Có lẽ em cũng thế, cũng sẽ như con rắn lột da, sẽ trẻ mãi nghe anh? Nhưng anh có cùng em hồi sinh hay không? Sao anh càng ngày càng gắt, càng khô, càng héo, từ khi mình đến ở nơi này. Tại sao thế anh? Tại chú thấy cháu không xứng đáng, hối hận vì đã sống với cháu như vợ chồng? Tại sao chưa chịu làm một đám cưới đơn giản gọi là...

Hay chú mang mặc cảm tuổi quá lớn so với cháu? Hay chú thấy không còn có thể hào hoa tài cán như xưa. Nay chú là con chim gãy cánh, con ngựa què, con gà mắc dây thun, con chó cụp đuôi, con ... con gì nữa? Không phải, không phải thế đâu chú. Trường hợp của chú khác.

Em biết anh là người đầy tự tin, đầy bản lĩnh, nhận định hoàn cảnh nhanh chóng, luôn luôn ứng xử phải cách. Nhưng sao mấy tháng nay anh kỳ cục vậy? Hay anh muốn thử thách em? Thì cứ thử đi, việc gì phải cố thay đổi tính tình, phải quát tháo chửi thề luôn miệng, phải... tự xuống cấp. Anh cố tình mang một diện mạo gì đó mà em không hiểu nổi. Anh cố quên hết hào quang cũ đã tắt?

Và anh đang đóng trò. Anh cứ đóng trò ngay trong cuộc đời coi chừng có ngày anh sẽ biến thành vai trò anh đang đóng và anh sẽ không còn là anh nữa. Nhưng em có dám nói thẳng cho anh nghe ý nghĩ đó hay không?

Hay em chỉ nên nói đến một chuyện nhỏ nhặt đang xẩy ra mỗi ngày? Rằng anh phải coi chừng cái anh chàng Cường. Nó không ngu ngơ như anh tưởng đâu. Nó không giống như mấy thằng em quen ở đảo đâu. Nó vậy mà không phải vậy. Nhiều lúc nó nhìn hung dữ như lửa cháy. Nhìn em. Có lẽ anh cũng đã biết tánh khí của nó, và anh đã nhiều lần bắt gặp cái nhìn của nó vào em, nhưng anh cứ vờ như không biết.

*

Bỗng một hôm. Trời hôm đó cũng mưa như hôm nay, mưa như thác đổ. Nhưng khác. Có trận mưa nào giống trận mưa nào đâu. Hôm đó, vì mưa anh cho nghỉ làm việc, mà cũng vì anh phải đến dự một phiên họp của cộng đồng.

Mưa dai dẳng, chuyện ít khi xẩy ra tại miền Nam Cali hạn hán này. Làm em nhớ. Những cơn mưa vội vàng ở Sài Gòn, ào ạt trong chốc lát rồi tạnh nhanh, những cơn mưa giầm kéo dài hàng tuần lễ ở Miền Trung, ở Huế, với tiếng ểnh ương dư hơi và buồn. Mưa êm đềm trên mái tranh, mưa lộp bộp trong vườn chuối, mưa rào rào trên mài tôn, mưa lang thang trên sông xóa nhòa những chiếc thuyền câu thành những vết mực tàu nhòe nhoẹt.

Thì nó, Cường, tới. Ảnh nói:

“Tui có việc đi ngang qua đây, bị mưa, ghé vô đụt. Được không thưa bà chủ?”

Mình giật mình, nhưng trấn tĩnh được ngay. Mưa tạt

vào ướt sàn nhà. Tới khép cửa và kín đáo quan sát. Chiếc áo đi mưa nhàu nhò, cũ kỹ, rách cả hai vai. Mưa thấm vào làm ướt đẫm áo quần bên trong. Qua đây bị mưa? Nói dối không giỏi. Cơn mưa đã đổ xuống từ sáng sớm cho mãi đén bây giờ vẫn chưa tạnh. Có lẽ đã đi lui đi tới nhiều lần, bây giờ mới dám vào chứ gì.

Anh ta ngang nhiên xuống nhà bếp lấy hai gói cà phê, đem bình thủy nước nóng lên, pha hai ly. Và ngồi vào bàn, mời mình cùng uống cho ấm bụng.

"Tui chán lắm rồi. Không muốn làm việc ở đây nữa."

"Thì anh cứ xin nghỉ. Ông chủ có muốn cũng không thể giữ anh lại."

"Đúng vậy. Tui đã bỏ đi mấy lần, rồi quay lại. Cô biết vì sao không?"

Mình buồn cười, cái tính đốp chát nổi dậy:

"Đó là chuyện riêng của anh, tôi có phải thầy bói đâu mà đoán mò."

Hắn cúi gằm đầu, gằn giọng:

"Tui không giỡn với cô đâu."

"Ô hay! Nhưng ông chủ không có nhà, anh ngồi lâu không tiện."

"Cô chả biết cái gì cả. Để tui nói cho nghe, cô khỏi phải đuổi tui. Đẹp, trẻ, lại bám vào cái ông già khó tính, khó thương. Tui thấy tội nghiệp."

Nói xong, anh ta đứng dậy, xông tới, nắm chặt hai cánh tay của mình, dằn mạnh xuống, rồi đi nhanh ra khỏi cửa. Cơn mưa đang trút xuống dữ dội. Mình bàng hoàng, tới khép cửa lại khóa chốt cẩn thận, định kiếm khăn chùi sạch chỗ sàn bị mưa tạt, thì lại nghe tiếng gõ cửa gấp. Anh ta lại quay lui? Mình tần ngần đứng trước cửa, không dám mở. Tiếng gõ càng gấp rút, tiếp theo là tiếng gọi to lẫn trong tiếng mưa rơi. Ô, giọng nói quen thuộc của anh. Mình mừng quýnh, mở cửa ra. Anh đội mưa lẳng lặng bước vào, đóng mạnh cửa, mặt tái đi vì mưa gió lạnh lẽo bất ngờ ngoài kia.

Đấy, tài xế của anh là như vậy đó, anh có biết không? Em có nên nói ra hết những gì vừa xẩy ra hay không? Nhưng phải chăng anh hết yêu em rồi, muốn em buông xuôi mọi chuyện, đi theo hắn? Tại sao vậy anh? Hay có lẽ anh nghĩ rằng chính bản thân em mới là quan trọng, em phải biết tự đề phòng lấy, tự quyết định lấy số phận, phải một mình vượt mọi nghịch cảnh? Làm như thế mới chứng tỏ được lòng dạ sắt son của em đối với anh? Đừng anh! Em đã thuộc vào anh từ lâu rồi, nhưng anh phải tiếp sức cho em với. Đừng để em một mình chống chỏi như hồi em còn ở đảo khi anh chưa đến. Em là đàn bà. Em yếu đuối mà anh!

NHƯNG TẠI SAO

But why does she not speak?
Euripides - Alcestis
(Nhưng tại sao nàng không nói?)

Anh đạp thắng gấp. Bánh xe siết lên mặt đường sỏi đá. Chiếc *Jeep* rùng rùng mấy cái rồi dừng hẳn để lại trên đường hai vạch dài song song. Một người đàn bà vừa chạy vụt qua trước mặt xe. Đường vắng. Anh tắt máy, nhảy nhanh xuống xe, cau có nhìn theo, miệng lẩm bẩm gắt. Không, đấy là một cô gái còn trẻ lắm, khoảng trên 20 tuổi. Cô gái đã bước lên lề đường rồi, bỗng vội vã quay lại. Cô rụt rè tiến đến gần anh, ấp úng:

"Xin lỗi ông. Tôi, tôi ..."

Anh nói như quát:

"Cô ẩu quá. Có ngày rồi đời. Cái đồ ..." Anh định mắng.

"Thưa ông nói chi?"

"Có ngày rồi đời!"

Anh nhủ thầm mình nói cái lối miền Trung này có lẽ cô ta không hiểu. Nhưng cóc cần. Không trả lời câu hỏi, anh nói tiếp:

"Có răng không. Có sao không cô?"

Cô gái bỗng nhìn anh chăm chú. Khuôn mặt cô bỗng như tỏa sáng, đôi mắt dường như vừa bắt gặp một điểm khuất xa xôi nào đó, loé lên những màu sắc lạ. Đến lượt cô cũng không trả lời câu hỏi của anh, nói ngập ngừng, giọng nói cao hẳn lên, nghe như tiếng reo vui:

"Ô, ô, lạ chưa. Thưa, thưa có phải ông là bác sĩ ... bác sĩ Khoa?"

"Đúng vậy. Nhưng sao cô biết. À, hình như ..."

Anh dừng lại nửa chừng, lim dim mắt, cố nhớ. Hình như, hình như cái quái gì nhỉ. Cái bực dọc bỗng tan biến nhanh. Trước người đẹp anh dễ dàng quên mọi bực dọc. Cô bé này trông là lạ, có duyên ngầm, có sức lôi cuốn bí mật. Và nụ cười không thành tiếng đó, giọng nói ngập ngừng nghe quen quen đó, anh cố nhớ. Mà quá khứ như bị sương mù dày đặc bao phủ. Lẫn quất, trốn tránh, kín bưng. Anh không thể nhớ gì thêm nữa.

"Chắc ông quên rồi ... Quên tôi rồi. Mà cũng phải thôi. Chuyện xẩy ra khá lâu, đã trở thành xưa cũ đối với ông. Nhưng tôi thì ... nhớ lắm. Dạ, dạ, dĩ nhiên phải nhớ."

Cuối mỗi câu nói là một nụ cười thầm lặng, không

thành tiếng. Cười bằng mắt, bằng khuôn mặt xinh đẹp bỗng sáng ngời ra. Anh giàu tưởng tượng chăng? Không phải thế đâu, anh từng gặp những cái nhìn làm tối sầm trời đất khi anh bỡn cợt một cách thô bỉ, vô lối trước những người đẹp kênh kiệu anh từng gặp. Anh biết đó là tính xấu khó ưa, nhưng anh không chịu bỏ. Anh biết anh còn nhiều tính xấu khác nữa. Còn khuôn mặt này thì sáng ra, làm sáng cả một vùng không gian chung quanh.

Đúng, anh vẫn quên cô ta, nhưng anh cứ nói, "Làm sao tôi quên cô được." Cô nào đây? Gặp người đẹp nào anh cũng tán riết, mà người đẹp trên cõi đời này đếm sao cho hết, nhớ sao cho xuể. Nhưng thú nhận quên sẽ "mất thớ". Anh nói khỏa lấp:

"Này cô, hãy khoan nói cái chuyện cũ đó cái đã. Tôi cũng nhớ chứ. Nhớ rất rõ. Để tôi lái chiếc xe đậu sát vào lề đường đâu vào đấy, rồi ta nói chuyện tiếp."

Cô gái nhắc lại, như thách thức, như biết trước rằng anh chẳng nhớ được gì:

"Nói chuyện tiếp tức là nói tiếp cái chuyện cũ đó cái đã, phải không thưa bác sĩ?"

Thấy cô này ưa lý sự, có vẻ "chịu chơi", anh nghĩ thầm, và mời mọc ngay như anh vẫn thường làm như thế, có khi thành công, có khi bị từ chối thẳng thừng:

"Trời nóng quá. Hay hai anh em ta hãy vào quán nước ngay đây kiếm cái gì uống. Rồi tha hồ nói chuyện cũ ... và chuyện mới nữa nhé."

Cô gái hơi bỡ ngỡ, nhưng nhận lời.

Trận đánh vô cùng ác liệt. Sau hơn 2 tiếng đồng hồ dằng co, cầm cự, cuối cùng quân địch đã tháo chạy mất hút sau những ngọn đồi chập chùng, bỏ lại trên chiến địa mấy chục xác chết, và một số thương binh không kịp mang theo. Thương vong bên ta cũng không ít. Cây cối quanh vùng ngã nghiêng, lá xanh bị băm vằm nằm vãi ra đầy mặt đất. Những thân cây to lỗ chỗ nhiều dấu đạn, cành gãy nát. Nhiều ngọn cây gục xuống trông như đầu người tử tù vừa lãnh viên đạn ân huệ. Cỏ thì có đám cháy đen, có đám úa đỏ, trên đó loang lổ những vũng máu còn tươi. Dăm ba túp lều bỏ hoang cháy tiêu hết mái, hết phên, còn trơ lại nền đất đen, và vài cái cột làm bằng cây mít cong queo cháy hơn một nửa. Lại có nhiều hố bom dù trong trận vừa xẩy ra không có phi cơ oanh kích.

Thì ra nơi đây từng là trận địa, với hố bom cũ, nhưng cây cỏ đã mọc lên xanh um, hố bom đã trở thành vũng nước vào mùa mưa có cá lội, và vào mùa khô thì đấy là những cái lũng khá sâu cỏ tranh cao hơn đầu người chen nhau mọc. Nay lại đánh nhau ở nơi này. Cây, lá, cành, cỏ, lại bị băm vằm tan hoang. Thế thân thể con người? Đã đánh nhau gần 20 năm rồi. Nhiều dịp trở lại giết nhau nơi chốn cũ. Những "dấu binh lửa" ấy chắc đã gây chút chạnh lòng nơi người tình cờ qua đó:

Dấu binh lửa nước non như cũ
Kẻ hành nhân qua đó chạnh thương[1]

1 Chinh Phụ Ngâm

Nhưng đối với người lính trận dãi dầu, trở lại những chiến địa cũ nay lại sắp trở thành nơi tàn sát nhau một lần nữa, lòng hẳn không khỏi cảm thấy chùng lại, buồn rầu, ngán ngẩm. Hôm qua đánh, hôm nay đánh, ngày mai lại tiếp tục đánh. Cho đến khi nào?

Trong một khoảnh khắc, trời đất bỗng nhiên hoàn toàn im lặng. Như tắt hơi. Như nín thở. Chỉ còn chút gì rất mơ hồ như thể có từ những đám cỏ cháy đen tiếng rễ cỏ trong lòng đất muốn trở mình cùng với vô vàn côn trùng bị thiêu đốt ngo ngoe tìm chút hơi thở. Xa xa tiếng suối reo như trong quá khứ. Nhưng không nghe thấy tiếng chim. Trong khi gần chân trời thấp thoáng mấy cánh quạ đen, và kênh kênh.

Bỗng rì rầm tiếng động cơ. Một xe bọc sắt xuất hiện. Từ trên xe nhảy xuống mấy chiến binh và một sĩ quan. Đấy là nhóm y tá, và Khoa, trung uý y sĩ của tiểu đoàn Nhảy Dù vừa chạm trán với Cộng quân. Trong cấp số của tiểu đoàn Nhảy Dù có bác sĩ quân y. Họ vội vàng chạy nhanh đến những thương binh nằm rải rác sau những mô đất, trong những bụi rậm còn bốc khói, kêu cứu, rên la. Và họ "lựa thương" - ưu tiên săn sóc, hoặc cho tải thương bằng trực thăng những chiến sĩ bị thương nặng. Thương binh của quân địch cũng thường được chiếu cố, nhưng không tận tâm bằng.

Dường như tiếng rên rỉ rất nhỏ đâu đây văng vẳng trong gió. Một y tá đi cạnh Trung Úy Khoa bèn đứng lại ngoảnh mặt nghe ngóng, rồi chậm rãi đi lần đến một đám cỏ tranh cao hơn đầu người còn sót lại nằm dưới một lũng thấp. Hố bom cũ. Tranh vốn dễ cháy. Những đám cỏ tranh khác quanh đấy đều cháy rụi đến tận gốc.

"Thưa bác sĩ. Bác sĩ, bác sĩ ơi, tới ngay đây!" Người y tá la lớn.

Khoa vội vàng tới. Một người con gái mặc đồ đen, mang dép râu, nằm thoi thóp trong đám cỏ tranh, rên khe khẽ. Tóc rối tung che gần hết khuôn mặt tái mét, máu ướt đẫm ống quần đen rách nát hòa lẫn với đất, cát, bụi. Bên cạnh hông, một khẩu AK. Khoa nhận thấy mạch của cô gái xuống thấp quá, đã mất nhiều máu. Chẳng biết cứu sống được hay không, nhưng nếu chậm trễ, cái chết chắc chắn đến. Nhân tiện có một bạn đồng ngũ của anh bị thương nặng, anh sắp xếp cho trực thăng đưa ngay bạn về thẳng Tổng Y Viện Duy Tân của thành phố Đà Nẵng, thay vì đến Bệnh Viện Dã Chiến. Và anh cho cô Việt Cộng về đấy luôn thể.

Sau đó, Khoa được nghỉ phép mấy ngày. Anh về thành phố, tìm đến nhà người bạn thường tổ chức "khiêu vũ gia đình". Và tìm gái. Đời lính, cái sống, cái chết kề cận. Thì phải tận hưởng những giây phút còn hiện hữu trên cõi đời này. Hiện tại mà thôi, anh ngẫm nghĩ. Sá gì mục tiêu lâu dài viển vông, sá gì tương lai mù mịt. Chỉ cần những dự tính cho vài ba ngày sau là đủ. Câu nói dân gian "sống rày thác mai" nghe như tiếng réo gọi thường trực bên tai anh. Cho nên có dịp là anh sống hết mình, tung hê, thác loạn. Thời gian nghỉ phép là cái dịp đó.

Tuy thế anh cũng không thể nào quên người bạn

đồng ngũ bị thương nặng đang được chữa trị tại Tổng Y Viện. Anh rất quý bạn bè.

Thăm bạn tình cờ gặp người con gái của phe địch được săn sóc gần đấy. Và anh nhớ ra, dừng lại bên giường bệnh, hỏi han vài câu chiếu lệ.

Cô bị mấy mảnh đạn xuyên vào ống chân, chạm vào xương, mất máu nhiều. Tóc cắt ngắn luộm thuộm không uốn, mặt mày xanh xao, gầy guộc, phờ phạc, nhưng sức khoẻ ổn định. Người y tá khu đó nhắc khéo cho cô biết rằng nhờ bác sĩ Khoa này cô mới được đưa ngay vào đây bằng trực thăng, và được cứu sống. Anh không để ý đến nhan sắc của cô, chỉ nghe được tiếng nói khe khẽ, khó khăn, ngập ngừng:

"Thưa bác sĩ, tôi, tôi thật không ngờ. Được. Được ...Tôi không biết nói gì, nói sao, cho ..."

"Cô khỏi nói. Nghỉ ngơi cho mau khoẻ nhé." Anh vui vẻ đáp.

"Dạ, dạ. Tôi xin cám ..."

Anh ngắt lời:

"Có răng mô. Có gì đâu. Đó là nhiệm vụ của tôi. Chúc cô mau bình phục. À mà cô tên chi?"

"Dạ, dạ tên Hằng, thưa thưa ..."

Anh khoa tay, rồi từ giã bằng cái nắm nhẹ vào bàn tay xanh xao của người bệnh.

Anh dốc chai bia uống cạn, nói tía lia:

"Xin lỗi tôi nhớ lộn. Vâng, cô tên Hằng chứ không phải Hà. Bây giờ chắc chắn tôi không bao giờ quện nữa đâu. Đã ghi xương khắc cốt rồi. Hằng, Hằng Nga, người đẹp cung trăng. Cho phép tôi gọi cô là Hằng nhé. Cho thân mật."

"Dạ, dạ, tùy bác sĩ."

Anh kín đáo ngắm người con gái anh gặp lần đầu tiên cách đây 3 năm trong trận đánh gần Quảng Trị. Nay, như một phép lạ, cô đã trở thành một thiếu nữ quá đẹp mà anh không thể nào nhận ra nổi trừ giọng nói. Anh có "lỗ tai âm nhạc", nghe âm thanh là nhớ, nhớ lâu. Thế là anh cảm thấy lòng phơi phới, không mảy may nhớ gì đến cái chuyện suýt xẩy ra tai nạn xe cán. Mái tóc ngắn đằng trước được uốn cong cụp vào trán, che gần một nửa khuôn mặt; nốt ruồi đen bên mé cằm mà anh muốn đưa tay sờ một cái cho biết thiệt hay giả; nụ cười âm thầm không thành tiếng nở ra từ hai làn môi son nhạt trông như nửa cánh hoa hồng hàm tiếu; giọng nói khe khẽ, ngập ngừng nghe thân ái như đã yêu nhau từ lâu. Và cái dáng thon thon trong chiếc áo dài lụa trắng tha thướt, quần cũng lụa trắng mỏng.

Có khi anh thoáng liếc thấy phần "hở hang" nơi người đẹp. Không phải là cái phần trên khá lộ liễu của cặp vú như kiểu trang phục Tây Phương, mà là hai hình tam giác cân hai bên hông của Hằng, tạo nên bằng đường viền của tà áo trước, tà áo sau, và lưng quần. Cái tam giác nhỏ nhắn bỏ ngỏ đó để lộ một chút da thịt của người con gái khi ẩn khi hiện theo dáng đứng, dáng ngồi, hay bước chân đi.

Khi thấy Hằng có vẻ ngượng ngập, anh vội nhìn nơi khác. Anh nghĩ đàn bà thật khó hiểu, và tự mâu thuẫn nữa. Cố ý phô bày những nét lôi cuốn, nhưng khi thành công nghĩa là lôi cuốn được thì lại tỏ ra bất mãn. Có khi thiếu đường muốn đưa người ta ra toà vì cái tội sách nhiễu tình dục bằng mắt! Hay đấy là cái tội quá sỗ sàng chăng? Vậy người bị lôi cuốn phải biết cách thưởng ngoạn, nghĩa là chỉ nhìn lén lút, kín đáo, vụng trộm thế nào cho cả hai bên đạo đức giả đều có thể ngấm ngầm hiểu nhau thôi.

"Thưa bác sĩ, bác sĩ mới về phép ... phải không ạ?"

"Sao Hằng biết? Nhưng ... nhưng ..."Anh bắt chước cô gái làm bộ ngập ngừng.

"Dạ?"

"Nhưng Hằng đừng nói thưa bác sĩ. Nghe nó khách sáo lắm. Đã quen biết nhau, Hằng gọi tôi là anh đi. Tôi chắc chắn lớn tuổi hơn Hằng mà."

Từ đó giao du giữa hai người ngày càng thân mật, đằm thắm. Khoa nhiều khi tự hỏi mình đang yêu? Vô lý. Mình mà còn có thể yêu như thời mới lớn? Mình bây giờ khác những năm trước đây nhiều lắm, muốn nhỏ dại lại chăng? Không còn chuyện gặp người đẹp nào cũng tìm mọi các tán tỉnh, có khi chung sống trong một thời gian ngắn, rồi mau chán, mau quên. Từ khi gặp Hằng, anh dành tất cả ngày phép cho cô. Nhiều lúc anh còn bịa chuyện khẩn cấp năn nỉ bạn bè thay thế cho anh năm ba ngày tại đơn vị để anh được thêm thời gian gần gũi nàng.

Anh đưa Hằng đi ăn tại những nhà hàng sang trọng ở Đà Nẵng, ở Huế. Thuê thuyền chạy dọc trên con sông nước trong veo, thơm và đẹp, ra đến tận cửa biển rồi quay vào trung tâm thành phố. Còn thì giờ cho thuyền đi ngược lên phía thượng nguồn. Hay bay vào Sài Gòn vô vũ trường. Vô phòng ngủ. Để thay đổi khung cảnh – Hằng muốn thế -- anh mặc áo thường dân, cùng Hằng về những vùng thôn quê Miền Tây thiếu an ninh, nhìn đồng lúa bao la, nghe tiếng súng xa, và ôn lại thời gian hai người còn ở hai bên chiến tuyến.

Có khi qua vườn mía cây cao quá đầu, ngoại ô Sài Gòn, cặp tình nhân ngồi bên nhau, nằm bên nhau trên tấm trải tình tự say đắm. Như sống trong một thế giới thần tiên hoàn toàn biệt lập với loài người.

Hết tiền lương tháng thì anh mượn quanh bạn bè. Cũng may anh được bạn bè thương mến và tin tưởng nên anh không bận tâm lắm về vấn đề tài chánh.

Nhưng cái "đòi hỏi cuối cùng" của anh thì Hằng nhất quyết không đáp ứng.

"Em cổ lỗ lắm. Anh, xin anh tha thứ. Thôi, thôi anh. Khoan đã anh. Em xin anh. Em sợ. Anh đã định ... đã định mình sẽ lập gia đình với nhau mà. Lúc đó cũng chưa muộn. Phải không anh, mình sẽ làm đán cưới?"

“Vâng, nhất định là vậy. Sao em còn hỏi tới hỏi lui chuyện đó hoài. Em chưa tin anh sao?”

“Dạ, dạ. Em tin anh lắm. Không có chút nghi ngờ nào cả. Nhưng khi nào hả anh?”

“Khi nào về chuyện gì?”

“Khi nào mình ở hẳn với nhau. Nghĩa là đám cưới.”

Anh nghĩ ngợi khá lâu:

“Càng sớm càng tốt. Chỉ có điều ...”

“...”

“Cái chiến tranh khốn nạn này biết ngày nào mới chấm dứt. Lỡ anh ...”

Hằng thảng thốt chăm chú lắng nghe. Anh nói tiếp, giọng rầu rầu:

“Anh có mấy thằng bạn thân từ thời còn Trung Học. Rồi lên Đại Học cùng thi vào được Y Khoa Sài Gòn. Và cũng thật lạ là cùng vào binh chủng thiện chiến Nhảy Dù này. Càng thiện chiến càng tha hồ đụng trận, thì càng mau ... mau từ biệt cuộc đời. Đã có mấy thằng ... một đi không về. Và cái cảnh mẹ goá con côi.”

Bỗng anh chợt thấy mình nói ba hoa hơi nhiều. Và lỡ lời. Anh cảm thấy bàn tay Hằng nắm chặt tay anh, cặp mắt lộ vẻ hoang mang, hoảng hốt. Anh hiểu ra ngay, cố tìm cách nói khỏa lấp theo cái kiểu “ba hoa ” của mình :

“Em sao vậy. Đó là anh nói đến bạn bè của anh.

Nhưng anh thì khác, chữ thọ to lắm, em yên tâm. À, à, tối nay mình đi ăn cái gì cho lạ miệng nhỉ?" Anh làm bộ nhíu mày suy nghĩ. "Hay là ta thử cùng nhau tới Ngã Ba Ông Tạ?"

Nàng ngơ ngác:

"Để làm gì vậy anh?"

"Ăn thịt chó."

Hằng không hưởng ứng lối nói đùa đó, lạnh lùng trả lời:

"Em tu, không ăn được đâu." Nói xong cô ngồi dậy sửa mái tóc, lặng lẽ nhìn những ngọn lá mía dài, uốn cong, đu đưa trong gió. Anh cũng không còn muốn nói đùa nữa. Mỗi người theo đuổi ý nghĩ riêng.

Một con cào cào từ cây mía bay đến đậu ngay trên chiếc ví của Hằng. Anh trở mình chồm tới đưa tay định túm lấy hai cái chân sau của nó. Để làm gì, anh không biết. Hình như nó cảm nhận được sự nguy hiểm dù hai con mắt lồi của nó có lẽ không trông thấy gì, nó bay vụt lên không trung càng lúc càng cao. Hai người nhìn theo. Bỗng chẳng biết từ đâu xuất hiện một con chim sâu bay nhanh theo hướng con cào cào. Cả hai mất hút cuối vườn mía. Hằng quay lại nhìn anh nói:

"Thôi mình về đi anh."

"Cho anh nằm yên bên em thêm một chốc nữa nhé. Một chút thôi. Anh vừa chợt nẩy ra cái ý nghĩ ..."

Anh tránh cái nhìn chăm chú của Hằng, ngẫm nghĩ. Cô này tính sai rồi. Chẳng trước thì sau, kết cục cũng thế thôi. Đầu vườn mía hay cuối vườn mía, có khác gì đâu, con chim sâu thế nào cũng bắt được con cào cào. Nghĩa là anh cũng sẽ ... chẳng khác gì con chim sâu. Nếu thật sự yêu nhau thì đừng bao giờ tính chuyện lâu dài, vào thời buổi này. Mà muốn tính cũng không được. Cho nên tốt hơn hết là mình đừng hứa hẹn gì cả. Mà Hằng cũng khác thường quá, con gái ai lại tính chuyện đi lấy chồng lính thời loạn. Để chóng trở thành quả phụ hay sao. Thật là rắc rối. Anh lại nhớ đến một câu nói mà bạn bè của anh ưa nói trước một hoàn cảnh khó xử: Mặc kệ nó, cái gì phải đến, sẽ đến.

Bố là Thượng Úy, liệt sĩ. Chỉ có hai bố con sống bên nhau. Cô thương yêu bố vô cùng. Thật ra cô vốn là người Miền Nam, được bố mang theo tập kết ra Bắc năm 1954 lúc cô còn trong trứng nước. Cũng lạ. Mẹ ở lại trong Nam với đứa con trai, anh của cô. Cô không biết tại sao mẹ và anh không theo bố. Hơn nữa, anh ấy lấy họ Nguyễn, tức là họ mẹ. Có lẽ bố mẹ không thuận thảo nhau, nhân gặp lúc chuyện tập kết, họ chia con, rồi đường ai nấy đi.

Bố kể lại cho cô nghe rằng anh cô, hồi nhỏ, có lần chạy ra đường cái chơi một mình không ai biết, rồi bị xe nhà binh cán gãy cả hai chân. Phải bó bột nằm nhà thương nhiều tháng mới xuất viện. Từ đấy, theo lời bác sĩ, anh sẽ đi đứng khó khăn. Bố bảo anh ấy hơn cô 4 tuổi.

Bố cũng dặn đi dặn lại nhiều lần rằng cô phải cẩn thận khi tiếp xúc với bọn con trai khi cô mới học lớp 8

Trung Học. Chẳng bao lâu cô đã trở một thành nữ sinh xinh đẹp nhất trường.

Đến khi bố không còn, tứ cố vô thân, cô tình nguyện vào Bộ Đội sau khi xong Trung Học hệ 10 năm ở Miền Bắc. Cô theo binh nghiệp cũng có phần muốn theo gương bố, cô tự hỏi. Rồi được theo đơn vị điều vào Nam, tham gia trận đánh, bị bắn gãy ống chân, được cho vào bệnh viện lớn chữa trị, như đã nói trên.

Cô còn trẻ lắm, mới 17 tuổi, bình phục nhanh chóng. Bị đưa vào những khoá Chiêu Hồi, thoạt tiên cô miễn cưỡng tham dự. Vốn ít nói, thông minh, cần cù, chăm chỉ, cô tranh thủ giành thì giờ rảnh rỗi học đánh máy chữ, tốc ký, học y tá, rồi học luôn cả lớp kế toán tài chánh. Môn gì cô cũng thấy mới lạ, môn gì cô cũng thích. Cô nhận thấy ngay rằng cuộc sống trong Nam rất dễ chịu, thoải mái.

Với những mảnh bằng cấp tốc, cô xin được một lúc ba việc làm. Cô chọn làm nhân viên kế toán cho một công ty khá lớn, và ở hẳn trong Sài Gòn. Cô thông minh, ý tứ, giỏi nên tiến nhanh trong nghề nghiệp.

Nhưng Miền Nam cũng lạ thật, cô ngẫm nghĩ. Chuyện chính trị, ngay cả trong lúc dầu sôi lửa bỏng, cũng không được chú trọng mấy. Không phân biệt trắng đen rõ ràng, ai là bạn, ai là thù. Đối lập nhau về ý thức hệ, chủ nghĩa, nhưng nếu là bạn thì vẫn là bạn, không ám hại nhau, không thủ tiêu nhau. Và không kể lể ơn nghĩa rườm rà. Cứu cả một mạng sống, rồi quên bẵng kẻ chịu ơn, ôi cái ông bác sĩ đó. Con người không bị ràng buộc chằng chịt, không ai phải khom lưng đội ơn ai cả. Không ơn Bác, không ơn Đảng. Cha mẹ sinh ra con, đùm bọc, nuôi nấng, công lao như trời biển, nhưng nếu cứ kể lể hoài, đứa con cũng dọn nhà đi ở nơi khác huống hồ nhà nước đối với người dân.

Hơn nữa, đối kháng không bị coi là phản động, mà là góp ý. Đời sống tư không bị canh chừng dòm ngó. Không ai bị đưa vào nhà tù hay nhà thương điên khi đả kích kẻ cầm quyền. Có phải đấy là bản chất của xã hội tự do, dân chủ chăng? Theo thời gian, Hằng yêu dần cuộc sống mới trong Nam.

Cô thường nhớ đến cuộc gặp gỡ chớp nhoáng với người ân nhân, Bác Sĩ Khoa. Cái ông kỳ quặc, nhưng làm cô suy nghĩ nhiều. Hôm ở giường bệnh, mình nói chưa xong lời cám ơn, ông đã biến. Và cái nắm tay hấp tấp. Phải tìm ông ấy. Và phải biếu người ta tí quà. Cô chưa quen nếp sống trong Nam, không có nhiều tiền, không biết món quà phải như thế nào cho xứng đáng với ơn cứu sống. Cô nhớ hồi còn ở Bắc nghèo khổ, người ta quý cây viết máy hiệu Parker và chiếc đồng hồ Thụy Sĩ. Cô đã mua được cây viết, gói lại cẩn thận, cất trong đáy va-li. Nhưng bận bịu quá, nào đi học thêm, nào kiếm sống, cô chưa có thì giờ đi dò la tìm địa chỉ của ân nhân.

Những dòng nhật ký.

11/2. Cái tình cờ thật lạ lùng, suýt bị tai nạn, lại được gặp người mình muốn tìm. Ông này ba hoa, nói nhiều.

Khác tính mình quá. Thích gọi bằng anh? Cũng được chứ sao. Anh trổ tài tán tỉnh, càng lúc càng sôi nổi. Đúng là cái loại đàn ông đàn điếm gặp người nào vừa mắt là ra sức chiếm đoạt. Và khi chiếm đoạt xong, có lẽ chẳng bao lâu sẽ ruồng bỏ. Con đâu có ngu, con nhớ lời bố dặn. Nhưng khổ nỗi, đấy lại là ân nhân. Thưa anh cho tôi xin rút bớt vài ý nghĩ không được tốt về anh nhé.

25/4. Dường như bên trong cái dáng ngông nghênh bất cần đời, đằng sau lời nói lung tung, vung vít, có cái gì chạm được ... khó nói quá ... chạm được cuộc sống thật. Nó thô tháp, trần trụi, và có phần bi thảm. Yêu? Anh gặp em là yêu ngay, không chút phân vân. Lại huyên thuyên? Và khát sống? Muốn gì vậy? Nhưng đồng thời anh sợ ngày mai. Cũng tội nghiệp. Dù gì chăng nữa, mình phải đề phòng, cảnh giác.

12/5. Nhận được thư thăm hỏi sức khoẻ. Viết cũng như nói, ba hoa chích choè. Mình hơi khó chịu nhưng sẽ không bao giờ tỏ cho anh biết điều đó. Sợ? Sợ gì vậy?

10/6. Lại thư. Chịu khó viết thư nhỉ. Càng nồng nàn, càng suồng sã, càng dữ tợn. Mình không ưa ái lối tỏ tình quái đản đó.

28/7. Lạ chưa. Tôi mong thư anh. Sao lâu quá không thấy.

29/10. Anh bị thương. Xa xôi thân gái. Không thể bỏ dở công việc làm ăn, làm sao đi thăm? Chỉ biết cầu mong chóng bình phục.

31/12. Đánh nhau dữ dội. Ngã ngũ thì mình sẽ đứng phe nào? Cuối năm rồi. Bồn chồn mong thư. Hay anh đã quên tôi? Hay lại bị thương? Mong anh không ... không sao cả. Mong anh an bình.

23/1. Chàng, gọi là chàng một mình như thế nhé cho nó lãng mạn. Chàng sắp về phép khá lâu. Là bao lâu? Đánh nhau liên miên làm sao về được? Hay đào ngũ? Không, chàng không bao giờ đào ngũ, mình biết rõ, dù luôn miệng lên án chiến tranh. Và đồng thời lên án cái nguyên nhân của cuộc chiến, tức là lên án "bọn xâm lăng" Miền Bắc. Làm mình lúng túng. Vâng, mình theo phe nào? Mình vốn là bộ đội, nay càng ngày càng thích cái cuộc sống hồn nhiên nơi đây, và đã trở thành người Miền Nam rồi. Vậy giả dụ Miền Bắc thắng trận, liệu mình có được yên thân không? Hay phải tìm cách trốn tránh. Còn nếu Miền Nam thắng, thì mọi chuyện có lẽ sẽ đơn giản hơn. Mình sẽ lại được trở về nơi mà mình đã sống suốt tuổi thơ ấu, và tuổi hoa niên? Biết bao nhiêu kỷ niệm.

Hơn một năm đã trôi qua kể từ ngày họ gặp lại nhau khi chàng lái xe *jeep*, và nàng băng qua đường. Từ lạ đến quen, từ ngộ nhận đến hiểu biết, từ sơ đến thân. Và họ yêu nhau. Một lần, Hằng kể cho Khoa nghe chuyện cũ. Cha đi tập kết, Hằng theo cha, mẹ ở lại trong Nam với người anh. Và họ mất hẳn liên lạc. Sau đó, trong một trận đánh tại vùng Cao nguyên, cha cô tử trận. Anh cũng cho Hằng biết anh còn bà mẹ già, một mẹ một con.

Cha nàng tử trận? Trận nào, anh tự hỏi? Có mình

trong trận đó không? Chắc chắn là không. Nhưng lỡ có, biết đâu được? Ô, lôi thôi quá. Anh muốn kết thúc câu chuyện ngay, nói lảng:

"Hết chuyện cũ bây giờ hãy nói chuyện mới. Cô Việt Cộng của tôi bị tôi bắn trúng ngay vào đùi cách đây 3 năm, ô tôi nói lộn rồi, bị tôi bắn vào ống chân. Chắc cô còn nhớ và còn giận. Hồi đó cô mấy tuổi?"

Hằng không trả lời, bắt bẻ:

"Anh bắn em bao giờ vậy?"

"Vâng thì bạn anh, hay lính của anh bắn, thì cũng như anh bắn."

"Thế à. Nói thế mà nghe được!"

"Nhưng cô chưa trả lời câu hỏi của tôi. Hồi đó em mấy tuổi?'

"Dạ, 17 tuổi."

Anh nhẩm tính:

"Vậy anh hơn em 4 tuổi."

Anh ngẫm nghĩ đấy là mình nói theo giấy tờ. Vào thời buổi loạn lạc, mẹ và mình tản cư mấy lần. Hồi cư đi học trễ, mình phải khai trụt xuống 2 tuổi lúc làm Chứng Thư Thế Vì Giấy Khai Sinh. Thật ra mình hơn Hằng 6 tuổi, mà Hằng đâu thể nào biết được điều đó. Như vậy càng tốt, mình nhờ vậy không già hơn Hằng bao nhiêu.

Anh cảm thấy hài lòng, vui vẻ tiếp:

“Mà này, cô Bắc Kỳ phải nói vâng mới đúng. Chứ sao lại dạ.”

“Dạ, hồi còn bé em nói thế, vâng, vâng. Sau vô Nam nghe dạ dạ thật lạ tai nên bắt chước dùng thử. Sau lâu ngày quen mồm, xin bác sĩ tha lỗi.”

Hai người cùng cười vui vẻ. Anh tiếp:

“Lại còn có cái chuyện này mới thấy trời ở công bằng. Em từng bị anh, hay đúng ra phe anh bắn gãy 1 chân. Thì 2 cái chân của anh cũng đã từng bị gãy.”

Anh hay nói ẩu tả, nhiều khi chỉ vì muốn người đối thoại được vui lòng. Thật ra anh đụng trận nhiều lần, mảnh đạn ghim vào nhiều nơi trên người anh, chưa lấy ra hết. Có mảnh đạn còn sót trong đầu. Cố nhiên đạn trúng chân cũng có, càng chẳng nhằm nhò gì. Một lần đạn xoáy vào xương. Nằm dưỡng tại quân y viện một thời gian rồi đi trình diện đơn vị. Xa anh em lâu ngày cũng nhớ.

Nghe ngang đấy, Hằng ngạc nhiên. Cô chăm chú nhìn anh như muốn khám phá ra điều gì, và rụt rè hỏi, giọng run run:

“Anh nói đùa. Phải không anh?”

Khoa cười to:

“Sao lại đùa. Chuyện thật đấy.”

Cô lại dịu dàng hỏi tiếp:

"Dạ, em tin anh không nói đùa. Nhưng ... nhưng em muốn biết đó có phải ... có phải là đúng sự thật hay không?"

"Ô hay, hôm nay em lạ nhỉ. Hỏi lẩn thẩn hoài. Dĩ nhiên anh có khi nói láo, nhưng lần này không nói láo đâu."

Hằng im lặng, quay mặt đi nơi khác. Anh cầm hai vai nàng từ từ xoay người nàng lại nhìn sâu vào khuôn mặt buồn rười rượi. Đôi mắt nàng rưng rưng, đỏ hoe. Khoa nằn nì hỏi tại sao. Hỏi mãi Hằng cũng nhất định không chịu trả lời. Anh bực tức đứng dậy quay ngoắt người bước ào ào ra khỏi nhà.

Rồi lại đánh nhau dữ dội. Đơn vị thiện chiến của anh nay cầm cự nơi này, mai trấn đóng nơi khác, toàn là những tuyến lửa sắt máu. Thương vong khủng khiếp cho cả ta lẫn địch. Không chút nghỉ ngơi, không tranh thủ được một ngày nào để tìm thăm người yêu, anh nhớ Hằng như điên, như cuồng.

Anh lấy làm lạ nghĩ rằng đi dọc cuộc hành trình dài trong chiến tranh, trong bom đạn, thần chết vờn vờn nhảy múa ma trơi, thì mình phải trở thành ù lì, chai sạn, tàn nhẫn, đểu cáng. Nhưng từ lúc gặp lại Hằng sau khi nàng nằm bệnh viện, cái phút ban đầu ấy, nghe giọng nói thỏ thẻ ngập ngừng, nhìn cặp mắt hoang mang sợ sệt, rồi sau đó trông cái dáng gầy gầy khép nép, đã bước lên lề đường còn rụt rè quay lại, anh cảm nhận ra rằng, tuy miệng anh hầm hè, cự nự theo thói quen, mà lòng thì êm ả vô cùng ngay từ cái hôm đó. Như bỗng dưng chợt thấy lại một hình ảnh nào đó của thời thơ ấu thanh bình xa xưa nơi quê cũ, có tiếng chim kêu lảnh lót trên cây bàng cao nhất xóm, có mấy con chuồn chuồn bay đứng một chỗ trên không báo động cơn mưa sắp tới, có giọng hò ru em nghe buồn ngủ quá của o gái bên nhà láng giềng, có dòng sông thơm và mát chảy êm đềm qua các cồn các bãi.

Hay là còn lý do nữa là trước một người mình đã cứu sống mà mình quên bẵng như sỏi đá lăn lóc bên đường, rồi bỗng một hôm người đó tìm đến để xác nhận mình đã cứu lấy một mạng sống, dù một cách gián tiếp, mình mới biết cuộc sống này đáng yêu đến dường nào.

Và nay, anh vẫn băn khoăn khi nhớ lại lần gặp cuối cùng không biết tại sao Hằng bỗng dưng trở chứng không chịu nói một lời. Thế mà đã gần một năm trời trôi qua bặt âm vô tín. Anh tự trách mình hôm đó nóng nảy quá, đứng dậy bỏ đi, cứ tưởng lần gặp kế tiếp anh sẽ bình tĩnh dần dần hỏi lại cho ra lẽ. Nào ngờ tình hình chiến sự biến chuyển nhanh chóng quá, đơn vị anh đụng trận không ngớt, và khi không đánh nhau, rất hiếm hoi, thì phải cấm trại một trăm phần trăm trong suốt nhiều tháng, tận ngoài Trung.

Rồi Miền Nam thua trận. Anh và đơn vị của anh chiến đấu quyết liệt cho đến khi vị Tổng Thống cuối cùng ra lệnh buông súng đầu hàng. Anh trình diện đi tập trung theo lệnh Quân Quản của chế độ mới, nghĩ rằng chỉ mươi ngày thì được trở về với đời sống thường dân như được thông báo. Thì sẽ vào Nam tìm Hằng ngay.

25/3. Sao tôi khổ đến thế này. Thông thường nỗi khổ được san sẻ sẽ giảm bớt đi, nhưng trong trường hợp này, nó không thế. Chắc chắn nó sẽ tăng lên gấp bội. Cho nên em không thể nói cho anh biết được. Càng nói càng đau lòng cho cả hai. Em chịu đựng một mình anh nhé, để anh yên tâm sống.

Đúng họ, cũng họ Nguyễn, cũng hơn 4 tuổi, cũng 2 chân từng bị gãy, cũng một mẹ một con. Anh có nói bị gãy 2 chân từ hồi còn bé? Đúng, anh có nói như thế thì phải. Hai tai mình lùng bùng. Hoảng loạn. Ô hay, thần hồn nát thần tính. Thôi, đừng tìm cách vớt vát nữa. Còn nghi ngờ gì nữa. Anh là anh ruột của em. Không được! Phải xa nhau! Mãi mãi!

5/11. Cuối cùng, sau gần một năm rưỡi, cũng tìm được khu rừng nơi anh bị tập trung cải tạo khổ sai. Mang được một ít thuốc chữa sốt rét, kiết lỵ. Một chai nước mắm, một ổ bánh mì không, một ổ bánh mì thịt. Lặn lội hơn ba ngày đi thăm nuôi mà chỉ có chừng đó. Nhưng biết làm sao. Ngồi cách xa nhau nói chuyện, có cán bộ đi lui, đi tới canh chừng nghe ngóng. Thế mà anh cũng lén cho biết sẽ vượt ngục.

13/2. Trời Phật che chở, anh đã về. Ôm chầm. Anh không dám ngồi lâu trong nhà. Hẹn hôm sau gặp anh tại nhà của bạn anh, anh N., để bàn chuyện vượt biên cùng gia đình N. Anh hôn ham hố, say sưa. Khổ thân cho tôi, đau đớn, sượng sùng. Rồi anh vội đi ra khỏi cửa, biến nhanh trong đêm đen.

Anh Khoa của em,

Em không bắt đầu lá thư bằng "anh yêu" như mọi lần nữa. Anh! Em khổ lắm. Nhưng em cũng phải để lại cho anh vài dòng. Anh nhận được thư này thì em đã đi xa. Em đi vượt biên theo diện bán chính thức do một ông người Tàu tổ chức. Chẳng biết sẽ đi về đâu.

Em thương anh vô cùng, chắc anh biết rõ. Nhưng thôi, hãy quên em đi. Và đừng hỏi vì sao.

Số kiếp của anh em mình là thế đó. Được gặp nhau ngắn ngủi để xa nhau mãi mãi.

Xin anh giữ gìn sức khoẻ, và cầu mong anh luôn luôn tai qua nạn khỏi.

Em,

Hằng

Khoa cầm lá thư, đoán có điều gì không lành. Anh mở ra đọc đi, đọc lại, mấy lần. Vợ chồng N. hỏi Hằng viết gì trong thư. Anh lắc đầu không đáp, lẩm bẩm, Tại sao, tại sao.

5/2022

BÈO MÂY

Nhớ Ân, Khánh, Oanh.

The Snow of Kilimanjaro (Tuyết Trên Đỉnh Kilimanjaro) của Hemingway là một truyện ngắn đặc sắc. Cùng với những hồi ức của một nhân vật, một nhà văn, sống sôi nổi, thích phiêu lưu, là cái ân hận đã không ghi lại, viết lại, trước khi lìa đời, những trải nghiệm đáng nhớ trong cuộc đời của mình.

Chẳng hạn, nhân vật đó trải qua một Giáng Sinh đã xẩy ra rất lâu và đầy biến cố, *"Nhưng hắn không hề viết một dòng nào về chuyện ấy, cũng không viết gì về ngày Giáng Sinh lạnh lẽo, sáng rực, thấy những ngọn núi chạy băng ngang qua những đồng bằng ..."*[1]

Trong một đoạn khác nói về cuộc tình đổ vỡ trong bối cảnh của một thế giới lắm đổi thay mà hắn là nhân chứng – *"hắn là người trong cuộc, đã nhìn thấy cuộc sống ấy, và có bổn phận ghi chép lại; nhưng bây giờ hắn không còn viết được nữa rồi."*[2]

---

1 But he had never written a line of that, nor of that cold, bright Christmas day with the mountains showing across the plains ...

2 he had been in it and he had watched it and it was his duty to

Lại một đoạn khác: *"Không, hắn không bao giờ viết về Paris. Không phải thứ Paris mà hắn quan tâm. Nhưng những thứ khác hắn cũng chưa bao giờ viết đến thì sao? Chẳng hạn cái trang trại và màu xám bạc của lùm ngải đắng, dòng nước trong chảy nhanh dưới những mương rảnh, và màu xanh đậm của cỏ linh lăng. Những con đường mòn chạy lên những ngọn đồi và đàn gia súc vào mùa hè nhút nhát như nai. Tiếng kêu và tiếng động đều đều và cả đàn súc vật di chuyển chậm chạp làm bụi tung lên khi người ta lùa chúng xuống vào mùa thu ..."*[3]

Cứ thế, chen lẫn những hồi ức là những ăn năn, hối tiếc. Có lẽ người viết nào cũng hơn một lần mang tâm trạng ăn năn, hối tiếc đó của Hemingway. Nhất là những người sống xa quê hương hoặc lưu vong như chúng ta.

Tôi bỏ nước ra đi đã lâu ngày. Cách đây trên dưới 20 năm, tôi trở về thăm. Bà con, bạn bè đón tiếp quá ư niềm nỡ -- điều đó khỏi phải nói nhiều. Nhưng có điều này tôi rất ngại. Tôi không muốn gặp công an khóm phường để phải khai báo tạm trú, tạm vắng. May thay, mấy người em họ của tôi biết ý đã rất chu đáo làm công việc đó cho tôi. Chuyến về thăm ấy đã để lại trong tôi ngổn ngang

---

write of it; but now he never would.

3 No, he had never written about Paris. Not the Paris he had cared about. But what about the rest that he had never written? What about the ranch and the silvered gray of the sage brush, the quick, clear water in the irrigation ditches, and the heavy green of the alfalfa. The trails went up into the hills and the cattle in the summer were shy as deer. The bawling and the steady noise and the slow moving mass raising a dust as you brought them down in the fall ...

trăm thứ chuyện, vui buồn lẫn lộn. Lẽ ra tôi phải ghi lại những mẩu chuyện đáng nhớ đã xẩy ra khi những người bạn rất thân yêu của tôi còn tại thế. Gọi là giữ lại cho nhau chút ít kỷ niệm. Nhưng, cũng may, một cách tình cờ, tôi có ghi trong cuốn sổ nhỏ mấy chi tiết về chuyến đi trên sông nước. Chỉ chừng đó thôi.

Ghi lại rồi để nằm yên đó. Cuốn sổ bỏ quên lâu ngày trên kệ sách.

Một số bạn tôi đã qua đời. Tôi bỗng cảm thấy như mang một món nợ đối với họ. Cho nên, hết nằm lại ngồi, giở cuốn sổ tay ra đọc, cố nhớ thêm những gì đã xẩy ra của quãng thời gian xa xôi đó. Và loay hoay viết.

Sau khi ở lại Sài Gòn mấy ngày, thăm bạn bè, phố phường, tôi ra Huế. Cùng đi, có người em họ, Â., và người bạn, O. Hai người rất thân thiết. Hai bạn đã phải rán thu xếp công việc làm ăn hàng ngày để có thể dành riêng hơn một tuần lễ cho tôi. Đi máy bay thì nhanh, tiết kiệm ngày giờ, nhưng chúng tôi đồng ý với nhau đi bằng xe đò để được dễ dàng ghé lại nhiều nơi, hay chí ít, từ trên xe nhìn quê hương cũ.

Soát lại trí nhớ, lòng bồi hồi. Có nơi nguyên vẹn như xưa, có nơi đổi thay không nhận ra nổi.

Xe ghé lại Nha Trang khá lâu cho hành khách nghỉ ngơi, dãn tay dãn chân, và ăn trưa. Quán ăn khá lớn và tươm tất. Tôi và Â. ngồi vào bàn chọn món ăn trên thực đơn trong khi O. đi quanh. Chàng này tính vốn hiếu động. Xe dừng nơi nào hắn ta cũng rảo chân đi nhìn cái này, ngắm cái kia, hỏi han các cô bán hàng, cười đùa.

Chỉ một chốc sau, O. trở lại bàn ăn với nụ cười toe toét, bên cạnh là một cô nàng mắt xanh, tóc vàng. Xin mở dấu ngoặc: Trước 1975, cả ba chúng tôi đều có dạy môn Anh văn ở Sài Gòn.

O. nói:

"Cái con nhỏ này ngồi một mình trước bàn ăn trông tội nghiệp quá. Moa dẫn nó tới đây với tụi mình cho vui nghe."

Hai chúng tôi đồng ý ngay. Một cô nàng phương Tây trẻ tuổi, khoảng dưới 30, khá đẹp. Hỏi ra, cô là người Anh, tên là Katherine Faulkner. Sau biết thêm cô là bác sĩ mới ra trường, đang đi du lịch mấy nơi ở Châu Úc, châu Á, trước khi trở về Tô Cách Lan làm viiệc cho một bệnh viện. Cô cho biết cô vừa từ nước Lào qua, và rất thích phong cảnh êm đềm bên Lào, và nhất là dân Lào hiền hòa.

Chúng tôi vẫn biết người Tây phương, kể cả phái nữ, không ngại đi du lịch một mình ở những nước xa lạ.

Từ đó về sau, chúng tôi đi đâu, Katherine vui vẻ xin theo đấy, ở chung khách sạn, riêng phòng.

Ra đến Hội An, chúng tôi ở lại qua đêm tại một khách sạn lớn. Sáng hôm sau dậy sớm, Â và tôi định rủ O. đi bộ xem những con phố cổ ra sao. Nghe nói Hội An trong buổi sáng sớm đẹp lắm, êm đềm và tĩnh lặng vô cùng. Nhưng không thấy O. đâu cả. Chờ khá lâu, cũng không thấy. Có lẽ anh chàng hiếu động này lại xuống dưới kia tán chuyện với cô Tiếp Tân xinh đẹp. Một khi O. đã bị người đẹp hút hồn, khó kéo hắn đi nơi khác.

Â. và tôi cùng đi với nhau vậy. Danh bất hư truyền, Hội An sáng tinh sương đẹp ngoài cả mong ước. Lúc trở về, cũng không thấy cái anh chàng mê gái này, chúng tôi tới phòng Tiếp Tân hỏi. Họ cũng không biết gì hơn. Một người bảo thử ra tìm ngoài hồ bơi, khá xa. Tôi hỏi đường đi.

Quả nhiên O. và Katherine đang ngồi bên nhau chuyện trò, ăn mặc bình thường, nghĩa là không mặc đồ tắm. Thấy chúng tôi, Katherine vồn vã. O. "thanh minh thanh nga." Khi chia tay trở về phòng chuẩn bị đi ăn sáng, O. mời cô nàng cùng đến ăn, và bạo mồm tỏ tình với cô nàng trước mặt hai chúng tôi: *I love you.* Sau một cái mỉm cười nhẹ nhàng, cô ta nói với chúng tôi rằng rằng bạn của hai anh quả là người nhanh nhẩu, tốt bụng, vui tính. Anh ấy luôn luôn muốn làm vui lòng kẻ khác. Xoay qua O., cám ơn anh nhiều.

Ra đến Huế, chúng tôi ở tại một khách sạn gần sông Hương. Sau mấy ngày đưa chúng tôi đi thăm bà con, thăm mộ, thăm lại những thắng cảnh, mấy đứa em họ rủ đi *"chơi trên sông, trên nước, mênh mông. Sẽ là một chuyến đi ướt át đó anh."* Chúng tôi hoan nghênh ngay, dù mùa này Huế đang mưa dầm. Katherine xin đi theo.

Một chiếc thuyền có hai mái chèo, có máy nổ, có mái che. Thuyền khá lớn đủ để chở bốn người chúng tôi và khoảng mươi người nữa -- đó là những người em họ, vài đứa cháu của tôi, và vài đứa bạn của các cháu. Nhưng không có phao nổi để phòng thuyền đắm. Katherine nêu lên điều đó. Chúng tôi bảo không phao cũng không sao, chúng tôi quen vậy rồi. Cô nàng có vẻ ngạc nhiên, và im lặng. Thật ra về sau này nhờ "văn minh" có nhiều phương tiện, và biết quý mạng sống, nên đi thuyền trên sông, trên biển phải có phao, hoặc áo phao. Trước kia khác. Chúng tôi lì lợm, chẳng cần phao, giống như trước kia.

Chúng tôi sẽ theo đường thuỷ đến núi Tuý Vân, có ngôi chùa cổ. Khá xa. Tuý Vân gần cửa Tư Hiền, đi thêm một đoạn sẽ đến vùng Cảnh Dương rồi Cảng Chân Mây. Tiếp theo sẽ đến Lăng Cô, và Đèo Hải Vân, nối liền Quảng Nam với Thừa Thiên, Huế.

Mưa nhẹ. Thuyền neo tại bến đậu gần cầu Trường Tiền. Lên thuyền lúc 8 giờ sáng, và hướng về Ngã Ba Sình, chỗ gặp của sông Hương và sông Bồ. Nhìn phía trái, xa xa là lò gạch Nam Thanh chìm trong mưa mù, nằm giữa những cánh đồng xanh man mác và ướt át. Khói từ lò gạch bay lên uốn éo trong khoảnh khắc ngắn rồi lẫn trong màn mưa. Sóng càng lúc càng lớn khi thuyền đến gần ngã ba sông.

Tới ngã ba sông, nếu rẽ trái sẽ đi trên sông Bồ, sẽ chạy qua các làng Vân Cù, Liễu Cốc, Hương Cần bên trái con sông. Làng Phù Lương bên phải, cũng gần đấy. Phù Lương là quê ngoại của vua Thành Thái.

Sông Bồ dài lắm, chảy qua nhiều làng quê khác nữa. Nhưng chúng tôi rẽ về hướng cửa Thuận An, từ đó nếu theo hướng bắc sẽ đến bến đò Ca Cút, các làng Thế Chí, Quảng Công, v.v ..., và Phá Tam Giang. Chúng tôi sẽ theo hướng nam.

Thuyền ghé lại chợ Quy Lai mua thịt heo, đùi heo còn tươi gói vào lá chuối xanh, rau sống, ớt tỏi, chai nước mắm, bánh mì và mươi lon bia. Nhân tiện tới thăm đình làng Quy Lai cổ kính cách chợ không xa, được xếp vào Di Sản Văn Hóa Quốc Gia. Trở lại thuyền, chúng tôi hướng đến đầm Thanh Lam rồi đầm Hà Trung, v.v...

Mưa càng lúc càng nặng hột, sóng càng lớn, đánh tung vào mạn thuyền, nước bắn ướt mọi người. Mái thuyền hơi nhỏ không đủ che kín con thuyền. Thảo nào mấy em họ của tôi đã nói đây là "một chuyến đi ướt át." Phái nữ được ngồi bên trong. Cũng may trên thuyền có mấy cuộn bao ny-lông. Những chàng thanh niên vội lấy kéo cắt cuộn ny lông ra thành từng vuông quấn quanh vào người. Tuy thế ai nấy đều bị ướt át, vì trên thì mưa to, dưới thì nước bắn vào.

Thuyền vẫn bươn bươn tiến nhanh. Cá dưới đầm tránh thuyền chốc chốc nhảy tung lên khỏi mặt nước khoe cái bụng trắng xoá lóng lánh. Có những vùng nước trên đó bèo bao phủ kín bưng, nổi lềnh bềnh. Thuyền cứ thế chạy xuyên qua. Nhìn lui lại đằng sau, có cảm tưởng như đám bèo tự động mở lối cho thuyền đi, và khi thuyền đã vượt qua, đám bèo tự động khép cửa lại. Năm ba cánh bèo bị giạt ra xa hơn hoặc bị thuyền kéo đi theo một quãng khá dài.

Thuyền đi hơn 3 tiếng đồng hồ thì mọi người đều ướt mèm và đói.

Các cô, các cậu bèn hè nhau, người thì lấy gàu múc nước từ dưới sông, dưới đầm lên để rửa sạch những gói thịt heo, kẻ thì chặt thịt ra thành những miếng to bằng mấy ngón tay, rồi cho vào nồi đun sôi lên bằng lò ga mang theo. Khi nước vừa sôi, thả thịt heo vào, nước nguội bớt. Chờ nước sôi lại, cái nồi gần cạn nước, lại thêm nước lạnh vào. Nước thì khỏi lo, chỉ việc lấy nước ngay bên mạn thuyền từ dưới đầm màu bạc trắng đục chứ không trong trẻo như nước máy. Cứ để cho nước cạn rồi thêm nước vào như thế mấy lần, cho đến khi thịt heo chín. Tôi ngạc nhiên hỏi, một cô em nói luộc thịt heo theo cách đó thì mới thơm, ngon.

Katherine chẳng biết phải làm gì, vả chăng chẳng được ai giao việc gì để làm. Cô ta ngồi yên nhìn ngơ ngác, ngạc nhiên. Một em có vẻ ngại ngùng nói:

"Chắc cái o con gái da trắng này "gớm" cái lối nấu ăn của tụi mình."

Một em khác tiếp lời ngay:

"Mặc kệ cái o nớ. Nhập gia tùy tục."

"Đừng nói rứa. Người ta buồn. Tội nghiệp."

"Không răng mô. Mình nói tiếng Việt nó không hiểu đâu."

Quên mang theo chén, dĩa, đũa, muỗng. Những ngón tay làm đũa, muỗng; lá chuối làm chén, dĩa. Nước mắm chế vào lon bia đã uống cạn được cắt ra làm hai, lấy phần dưới. Nước mắm chia làm hai loại, một nửa có cho vào chút ớt thôi, nửa kia rất nhiều ớt và tỏi. Tỏi tươi và ớt trái còn xanh. Mỗi trái ớt to bằng và dài hơn ngón tay cái, cay, giòn, thơm, cắn nghe rốp rốp. Cầm nguyên trái ớt cạp mạnh, khỏi lấy dao xắt lát. Bánh mì thì dễ, ai muốn ăn bao nhiêu bẻ lấy ra mà ăn, khỏi cần lấy dao cắt.

Từ lâu tôi biết thịt heo tại những vùng quê ở Huế ngon lắm. Heo cỏ nhỏ con được cho ăn thân chuối tươi trộn với nước mả (nước vo gạo) và cám, nấu sôi lên. Hồi trẻ còn đi học tại Sài Gòn, thỉnh thoảng tôi nhận được quà Huế của hai O gởi vào trong đó có cái đùi heo luộc -- đùi trước nhiều thịt, mỡ, da, núc ních. Mấy chàng sinh viên nhớ nhà, nhớ món ăn quê hương, tranh nhau "đớp" như điên, trầm trồ khen nức nở. Lần này trên con thuyền trôi nhanh, dưới cơn mưa rào rào và lạnh, sóng nước lênh láng, mà bụng thì đói, món thịt heo luộc chấm nước mắm cay "xé họng" ăn với bánh mì nướng nóng hổi, và được trợ hứng bằng bia lon. Sao mà ngon đến thế.

Katherine nhìn chúng tôi ăn uống "xộc xộc", sửng sốt. Cô ta chỉ khe khẽ ngứt chút bánh mì gặm gặm như thỏ ăn lá bìm bìm. O. mời cô ta ăn thịt heo, cô cười nhẹ và lắc đầu. Tôi bồi thêm:

"Ngon lắm, ăn thử một miếng chơi thôi. Không sao đâu, không răng mô (Trong lúc quá vui, tôi định nói *no star where, no tooth where*, sợ cô không hiểu)."

Nể mất lòng, cô nàng thò hai ngón tay nhón lấy miếng thịt heo nhỏ không mỡ. Tôi vội dặn thêm:

“Nhớ chấm thịt vào cái lon ít ớt nhé.”

Ăn xong miếng thứ nhất, không đợi ai mời thêm, cô đã vội vàng “vồ” miếng thứ hai, rồi thứ ba, thứ tư ... không chút ngại ngùng.

Chúng tôi cười to, mấy người em cũng kín đáo cười. Katherine cố làm tỉnh.

Trong mấy người đó, cũng có một người em dạy tiếng Anh tại một trường trung học ở Huế, một người cháu làm việc tại sở Du Lịch thành phố, cả hai đều nói tiếng Anh khá lắm. Nhưng không hiểu vì sao không ai chịu bắt chuyện với Katherine. Hay là họ muốn đặc biệt dành cho ông O. đa tình cái hân hạnh độc quyền thù tiếp “người đẹp của riêng ông”. Bù lại họ luôn luôn giữ một thái độ nhã nhặn vừa phải, nụ cười thân thiện, không quá vồn vã, cũng không lạnh nhạt. Mọi người đều cảm thấy vui vẻ, tự nhiên, thoải mái.

Tuổi trẻ bây giờ tự tín hơn. Ngày xưa có người gặp dịp nói chuyện với người nước ngoài, nhất là người Âu, Mỹ, thường vồ vập xoắn xuýt quá đáng.

Thuyền vẫn chạy dưới cơn mưa tạnh dần giữa cái đầm mênh mông, sóng nước lênh láng. Lắm lúc tiếng máy nổ chát chúa, và tiếng sóng vỗ mạnh vào mạn thuyền, át cả tiếng hát vang dậy. Vâng, có mấy em hát hay. Mưa thì có lúc như thác đổ, có lúc như sương rơi.

Tôi thích đi thuyền bằng mái chèo hơn, nhưng đường xa, chèo thuyền thì bao giờ mới tới.

Trời lạnh thêm. Một lần chúng tôi đi lạc vào vùng có đăng đó bao quanh nhiều vòng. Đó là vùng ngư dân đánh cá. Phải mất hơn một tiếng chúng tôi mới thoát ra khỏi "mê cung". Chúng tôi đã cẩn thận quay thuyền lại con đường cũ, và tìm đường mới mà đi chứ không giở trò "làm liều" phá những cái đó cái đăng để băng qua cho mau.

Và thế là đã đi gần hết đầm Hà Trung. Sắp đến đầm Cầu Hai. Nghe nói cá dưng, cá dìa tại đầm Cầu Hai ngon lắm. Nhìn xeo xéo bên phải, núi Bạch Mã ẩn hiện khi mờ khi tỏ theo những cơn gió thổi khiến những làn mưa uốn éo trông như những dải lụa trắng xoá khổng lồ vờn vờn trước núi. Bên trái chúng tôi là một vùng cây cối xanh tươi, thỉnh thoảng điểm những cánh cò trắng xiêu lạc trong mưa. Đó là làng Mỹ Lợi nổi tiếng trồng thuốc lá và cau.

Qua gần hết đầm Cầu Hai, thuyền rẽ trái, và tới neo lại gần chân núi Tuý Vân. Núi thấp, leo lên đỉnh dễ dàng. Chúng tôi tới thăm ngôi chùa cổ đã gần như mục nát. Chùa vắng teo. Không thấy thầy trụ trì. Chắc thầy đã đi "vân du hái thuốc". Cũng không gặp mấy chú điệu (chú tiểu) tóc ba chòm. Thế mà chúng tôi cũng rắn mặt vào sâu trong chùa, trèo lên thang gác chuông ọp ẹp, nhìn xa bốn phương.

Đã trưa rồi, nhưng 2 giờ chiều chợ mới nhóm. Sau

khi thăm chùa, ngồi bệt xuống đất chờ độ nửa tiếng tại một ngõ trúc xanh biếc, chúng tôi vào chợ mua cá thu nướng, chả Cầu Hai và dâu từ Truồi mang đến. Đem về thuyền ăn với bánh mì còn lại. Cũng ngon quá đi lận. Và sửa soạn trở về.

Thế là chuyến đi đã tới đích, nay chờ chuyến về. Niềm vui hiện rõ lên nét mặt, lên cặp mắt của mọi người. Nhưng cái vui không phải vì tới đích mới vui. Vui đã tràn ngập trên dọc đường đi, trong sự hăm hở, trong chờ đợi.

Lúc quay trở lại thành phố Huế, trời đã chiều. Mưa lớn. Mọi vật phía trước cách khoảng vài mươi mét đều chìm trong cơn mưa tầm tã, mù mịt. Không thấy rõ đường, thuyền đi lạc. Quay lui tìm đường lại mất cả tiếng đồng hồ. Lạnh quá. Cháu H. con của K. cho mượn chiếc áo mưa ny-lông trong và mỏng dính. Tôi thầm nghĩ cái áo này ăn thua gì, nhưng cũng nhận lấy. Thế nhưng khi khoác áo vào, thấy ấm hẳn lên. Để đền ơn, tôi ngồi đằng trước án ngữ che mưa cho cháu.

Chiều xuống nhanh trên đầm và tối nhanh. Thuyền lại không có đèn pha. Một em bảo :

"Cứ tưởng mình về sớm nên không cần đèn pha. Nhưng bị lạc hai lần, thành ra quá trễ."

Mấy người có đèn bấm đều mang ra soi đường cùng một lúc, sợ thuyền lủi vào bờ sông, bờ đầm, hoặc đâm vào những hàng đăng đó, hoặc chui vào những đám lau lách san sát. Hoặc có thể đụng vào những thuyền khác đang ngược xuôi.

Trời tối hẳn, đường về còn xa. Cuối cùng, may quá, chúng tôi cũng tìm thấy bến sông trước chợ Quy Lai nơi chúng tôi mua thức ăn hồi sáng. Không dám chạy tiếp vào ban đêm tối tăm, không đèn đóm, không phao nổi, chúng tôi neo thuyền ở đó. Dùng cell phone gọi tắc-xi. Gần 11 giờ tối mới về đến nhà.

Tôi nhiều lần tự hỏi rằng nếu thích phiêu lưu, mạo hiểm trong một chuyến đi xa, hay muốn thoát ra khỏi nếp sống đều đặn nhàm chán hàng ngày, hay muốn gặp chuyện bất ngờ, hay muốn có những kỷ niệm khó quên, thì phải làm gì? Câu trả lời có thể như thế này chăng. Trước khi ra đi, đừng nhọc công nghiên cứu phong tục, tập quán, địa hình, địa vật, sinh hoạt, của nơi sắp đến. Đừng quan tâm đến mưa nắng, dự báo thời tiết. Đừng sửa soạn, tính toán kỹ lưỡng, nào thức ăn thức uống quen bụng, quen miệng, nào áo quần ấm hay mát cho hợp thời tiết, khí hậu nơi đến, nào thuốc men cho đầy đủ, phủ phê phòng khi ăn ngộ độc, bị té ngã, thương tích, vân vân. Làm như thế là vô tình đánh mất tất cả mọi cái bất ngờ, kinh ngạc, hăm hở.

Chắc hẳn trong số những người vừa trải qua chuyến đi trên "sông nước ướt át" cũng có khá nhiều người chấp nhận cái ý nghĩ "tào lao" nói trên của tôi. Cho nên khi chia tay, đói lạnh, và ướt át, nhưng mọi người đều không vì thế mà tỏ ý khó chịu, hay phàn nàn, bực bội. Trái lại rất hài lòng, rất vui vẻ, và nhanh nhẩu hẹn nhau tổ chức những cuộc "phiêu lưu" khác nữa. Chẳng hạn sau khi đi thuyền, hãy leo núi. Huế có rất nhiều thắng cảnh ở vùng đồi núi, đồi Vọng Cảnh, đồi Thiên Mụ, núi Ngự Bình, Tâm Thai, Núi Tím, v.v... Tôi nhớ câu ca dao:

Lên non thiếp cũng lên theo

Xuống thuyền thiếp sẽ cheo leo mạn thuyền

O. cười sung sướng khi tôi nói chữ "thiếp" là Katherine của toa đó.

Một cuộc phiêu lưu khác? Khi nào? Một tương lai gần nhé. Vài tháng hay vài năm?

Nhưng chỉ một thời gian sau, tôi bàng hoàng nhìn lại. Bị mất mát quá nhiều. K. đột ngột qua đời. Cháu H., con gái cưng của K. , sang sinh sống tại Pháp, hiếm có dịp liên lạc. T. thì đi nơi nào không ai biết. Â. mất tại Sài Gòn vì bạn bè đã đi ra nước ngoài gần hết, buồn phiền, trầm cảm, và hút thuốc lá liên miên, nên bị ung thư. Tôi đã kịp về Việt Nam để nhìn Â. lần cuối. Vậy chỉ còn lại O. mà thôi hay sao? Thế mà cũng không còn. O. lại bị bệnh nặng bất ngờ, nhanh chóng qua đời. Vậy Katherine? Ngay trước khi mất, O. đã không liên lạc được.

Nhớ lại chuyến đi trên sông nước ướt át năm đó. Nhớ lại buổi chia tay trong đêm hôm khuya khoắt. Mọi người hăng hái, hăm hở, và tin tưởng rằng sẽ dễ dàng có ngày tái ngộ. Mà quên bẵng đi rằng mỗi người trong chúng ta, vào thời buổi này, có khác gì một cụm mây trong đám mây đang trôi, một cánh bèo trong đám bèo đang giạt.

Khi cụm mây đã tách rời đám mây, cánh bèo đã xa lìa đám bèo, có thể nào cụm mây quay trở về với đám mây cũ, cánh bèo gặp trở lại với đám bèo xưa.

1/2022

TÀN THUỐC LÁ

Thứ Sáu chiều hôm qua, gần đến ngày lễ Giáng Sinh, trời lạnh quá. Và mưa. Cho nên sáng nay đường sạch bóng. Ô, không đúng hẳn thế. Mấy ngày vừa qua kể từ hôm ông lên đây chiều nào cũng có mưa. Con đường đã sạch từ lâu. Có khi đến khuya mới mưa. Mà mưa cũng lúc thế này, khi thế khác, mưa to, mưa nhỏ, mưa phùn, mưa bụi, y như tính khí hay thay đổi của người đẹp khó chiều. Dù gì đi nữa mưa cũng đã tẩy sạch bụi trần cho thành phố, đặc biệt là làm cho những con đường trải nhựa bóng loáng.

Nhưng buổi sáng thì luôn luôn tạnh ráo, đôi khi có chút nắng nhỏ. "Nắng nhỏ bâng khuâng", ông nhớ có một nhà thơ nào nói như thế.

Sáng nay, còn sớm lắm, trời càng lạnh, đường vắng teo, ông mặc hai lớp áo ấm, choàng khăn cổ, tay mang găng cẩn thận, đi hướng về phía bùng binh nằm giữa các đường Hải Thượng, Nguyễn văn Cừ, Phan Đình Phùng, và 3 tháng 2. Ông nhận thấy người dân bản địa có vẻ như không sợ lạnh như ông. Họ chỉ khoác hờ một chiếc áo len mỏng, hay chiếc áo vét-tông cổ hở và không cài nút. Như sực nhớ ra, ông thầm bảo, "Là vì mình già rồi."

Ông thích đi một mình lúc thành phố đầy kỷ niệm này vẫn còn giữ cái bản sắc vốn tĩnh lặng của nó. Chỉ một vài giờ nữa thôi, người ta từ mọi nơi sẽ tràn ra đông như kiến, và xe cộ sẽ chạy ngược xuôi như ong vỡ tổ. Thành phố núi này đã thu hút người ta tới nhiều quá. Nghe nói người Miền Bắc, Miền Trung rất thích thành phố này.

Nhìn con đường dốc từ bùng binh chạy lên khu Hoà Bình, khu này nằm trên vùng thị tứ phẳng và cao, ông tưởng tượng ngày xưa khi rừng núi hoang vu chưa khai phá. Hẳn trước kia đây là một trong những ngọn núi nhỏ, có đỉnh là một mặt bằng khá lớn. Nay nhà cửa, dinh cơ tràn ngập. Xưa kia các sườn núi bao quanh chạy thoai thoải xuống những thung lũng xanh tươi thông mọc trùng điệp, nay biến thành những phố xá sầm uất trên đó là những con đường dốc uốn mình nhịp nhàng, mà đường 3 tháng 2 là một. Con đường này có cái tên mới ấy. Mới đối với ông, có thể nó đã có cái tên đó ngay từ khi Miền Nam sụp đổ chăng?

Cái tên mới này nghe không lôi cuốn chút nào cả nhưng con đường trông thật duyên dáng. Thật ra, hầu hết những con đường của thành phố này đều xinh đẹp, êm đềm. Lên lên xuống xuống, uốn lượn dịu dàng. Và sạch sẽ, thơm tho. Vào mùa Nô-en này nó sạch nhờ mưa như đã nói trên, thơm nhờ hoa tươi nở nhiều nơi, nhờ trái chín, cây xanh, và nhờ cả mùi cà phê từ nhiều quán nhỏ lan toả ra khắp không gian.

Trước kia, trước 1975, con dốc này tên gì nhỉ? Trí nhớ dần dần trở về. Vâng, đường Duy Tân. Ông cố nhớ thêm nữa, nó tên là gì vào thời Pháp thuộc? Tên của danh nhân Yersin? Pasteur? Chắc không phải. Hay tên của thực dân Paul Doumer? Maréchal Pétain? Ô, phải rồi, đường Maréchal Foch. Ông cười thành tiếng, mừng thầm trí nhớ chưa đến nỗi tồi tệ. Rồi thấy vui vui trong lòng, tự nhiên chân bước nhanh hơn đưa ông đi băng ngang qua bùng binh, rồi lần từng bước một lên con dốc dài này.

Buổi sáng ấm lên dần. Dường như nơi đây mát mẻ quanh năm, chỉ lạnh vào mùa này tức là mùa Lễ Giáng Sinh. Sau đó là Tết Tây, Tết Ta, cũng lạnh. Cho nên những chiếc áo len nhiều màu xa trông như những cánh bướm bay chập chờn khắp nơi, nhất là tại các con đường dẫn đến những ngôi trường dành cho nữ sinh.

Quên mang theo gậy, ông tự nhủ chịu khó một chút, một chút nữa thôi, ông sẽ có thể cuốc bộ lên đến cuối dốc, nghĩa là đến được khu Hoà Bình. Tại đây tha hồ chọn các phương tiện chuyên chở. Tắc xi, xe đò, xe ôm. Rồi muốn đi đâu thì đi. Thăm chiếc hồ gương và nhà Thủy Tạ; thăm những thác nước, những vườn hoa; thăm những đồi thông, những thung lũng trồng rau quả; thăm trường xưa, thăm phố cũ; đặc biệt là tới những con phố chạy chập chờn vòng vòng theo những sườn đồi thoai thoải.

Thăm những nơi mà ông đã trở lại thăm nhiều lần.

Mỗi lần trở lại, ông tự nhủ rằng đây là lần chót. Nhưng hễ có dịp, ông lại trở về thăm, như con chim khốn quẩn bị tên vẫn thỉnh thoảng bay về nhìn tổ cũ, để nhận ra rằng những chốn cũ ấy dần dần thay đổi không còn như trước kia. Những đổ vỡ, một thế giới đổ vỡ trong ông. Ông thở dài nhìn quanh.

Như những đoạn phim chiếu chậm diễn ra trước mắt. Trẻ thơ, lớn lên, già nua, tàn tạ. Một cái gì như tiếng lá rơi cùng cái lạnh se se thấm qua mấy lần áo. Ông nghĩ rằng cuộc đời của người nào cũng có chuyện vui, chuyện buồn. Nhưng mỗi khi nhớ lại, chuyện buồn vẫn hiện lên trước tiên và đậm nét. Còn chuyện vui? Nó mờ nhạt, hời hợt, hao mòn. Vậy thì có lẽ đời nhiều buồn hơn vui.

Một nhạc sĩ hồi đó, ông không nhớ tên, đã viết lên những câu ca đầy vỗ về, an ủi. Lâu quá, xưa quá, trước 1945, khi ông còn bé tí. Điệu nhạc thì đã in đậm vào ký ức, nhưng lời ca ông không chắc có nhớ được nguyên vẹn hay không. Mỗi lần nhớ tới, ông xúc động, và cảm thấy ái ngại cho tác giả của nó, một kẻ cố đi tìm vui trong cuộc sống tẻ nhạt: *Đời ta bao tươi vui như hoa hồng thắm, sao ta không đón xuân sang đang về trong khóm cây ... Chim xanh ca rằng ... Nắng đã gieo vàng trong khóm lá xanh, và mây hồng thắm đang trôi trên trời biếc.* Ông lẩm nhẩm "*hoa hồng thắm*", rồi "*mây hồng thắm*", "*chim xanh*" rồi "*lá xanh*", rồi "*trời biếc*". Lời reo vui gượng gạo không vực dậy nổi nỗi buồn đã tích lũy đè nặng lâu ngày. Mà giai điệu bản nhạc thì man mác, rầu rầu.

Dòng xe nối đuôi nhau chạy ngược lên dốc bỏ ông lại đằng sau cắm cúi đi từng bước một trên lề đường vắng. Bỗng lẫn trong tiếng động cơ, tiếng gió siết vào mặt đường là tiếng cười trong veo, vang vang. Chắc là của một cô gái mới lớn, hồn nhiên, vô tư. Ông như sực tỉnh. Quả là cô gái đang thực sự vui sướng mới cười ròn rã đến thế. Và ông nghĩ ngay đến khúc nhạc của thời thơ ấu đó. Có thật đấy là khúc nhạc buồn? Hay vốn nó cũng vui, mà vì ông đã nhìn nó của quá khứ bằng nhãn quan bây giờ. Cho nên nó không vui là phải. Tuổi già buồn tẻ có thể nào nhìn thấy nguyên vẹn hoa bướm ngày xưa. Tuổi trẻ, khác. Những người đang độ thanh xuân, khác. Họ rạo rực sống, xôn xao trong lời ca tiếng hát, trong điệu nhảy du dương, trong mắt nhìn đắm đuối.

Vâng, niềm vui hay nỗi buồn vẫn gắn liền với từng giai đoạn của đời người.

Những suy nghĩ vẩn vơ ấy giúp ông quên mệt lê bước đi mãi. Nhưng cuốc bộ lên đến lưng chừng dốc, tới khúc quanh, thì ông đuối sức. Cũng may, ngay sau lề đường khá rộng là một tiệm buôn chưa mở cửa. Tiệm buôn này sao không mở cửa cuối tuần để đón khách có thể đến nhiều hơn những ngày khác trong tuần. Lười biếng? Dậy trưa? Thì càng tốt. Nhờ thế ông có chỗ ngồi nghỉ mệt trên một bậc tam cấp trước mặt tiệm.

Để chống cái lạnh buổi sáng, ông ngồi chồm người ra trước, hai tay tựa lên đùi, và đảo mắt nhìn quanh. Không một người nào trên lề đường rộng. Quả là thời buổi này nhịp sống nhanh hơn xưa nhiều, lại có đủ loại xe cộ giao thông, đưa đón, ai lại cuốc bộ lụm cụm đi lên dốc như mình.

Bên này đường nơi ông đang ngồi chỉ có mươi cửa hiệu dựa lưng vào sườn đồi lác đác mấy cây thông già. Ông nhớ ngay rằng ở đằng sau xa nữa, sau lưng mấy cửa hàng ấy, và ở độ cao hơn, có con đường nhỏ hai bên là những hàng thông chạy ngược vòng quanh đồi dẫn tới ngôi trường tiểu học mang tên bằng tiếng Pháp *École Primaire de Dalat.* Ngôi trường thời bé dại. Chắc chắn cái tên ấy không còn. Tên mới là gì nhỉ? 4 tháng 3? Hay 5 tháng 4? Mình sẽ cố gắng tới đó xem lại thử nó ra sao, nội sáng nay.

Bên kia đường là một chuỗi dài những tiệm buôn 2 tầng, 3 tầng, một số 4 tầng, đứng kề bên nhau san sát, không để lại một khoảng trống nào cho phép thấy xa hơn phía đằng sau. Nhiều tiệm đã mở cửa.

Trước đây lâu lắm, đấy là những dãy nhà thấp lè tè đứt quãng nằm nép mình theo con dốc. Đằng sau những dãy nhà ấy là những vườn trồng rau quả, khoai tây, cà chua, bắp sú, đậu Hoà Lan v.v... Một con suối nhỏ chảy róc rách ngày đêm, và họp với vài ba con suối khác hay rảnh nước khác, đổ ra thác Cam Ly khá gần thành phố.

Trở lại với con đường dốc Duy Tân. Còn sớm, xe cộ chạy hai chiều còn thưa thớt.

Trí nhớ lại kéo ông về quá khứ. Trước kia, ngay trên khu Hòa Bình, đã có ba cửa hàng của người Tàu khá lớn bán những bịch cà phê đã rang hoặc đã xay, bánh ngọt, bánh mì, thuốc Bắc, tạp hoá, vân vân, với những bản hiệu chữ Hán đồ sộ chua thêm tiếng Việt bé nhỏ bên dưới: *Đức Xương Long, Vĩnh Hoà, Vĩnh Chấn.* Bây giờ không phải chỉ đối với ba cửa hàng nói trên mà thôi, tất cả các bản hiệu trong thành phố đều không còn mang một chữ Tàu nào nữa. Thay vào đó là chữ Việt, và chữ Anh bên cạnh hay bên dưới. Phải chăng "người ta" muốn "thân" với phương Tây xa xôi nhưng dễ chịu, mong xem đấy như là một đối trọng chống lại kẻ láng giềng phương Bắc to lớn, hung tàn, và có máu xâm lăng. "Người ta" là ai vậy? Là thường dân của Miền Nam trước kia, và cả bây giờ.

Nhưng. Lại nhưng. Nghe nói có nhiều nơi để cho người Tàu lộng hành. Nhiều khu phố trông chẳng khác gì một góc nhỏ của Thượng Hải, Vũ Hán, ở đấy bản hiệu của các tiệm buôn, công ty, tràn ngập chữ Tàu. Và cờ Tàu thấp thoáng. Tại một số đường phố Nha Trang hay Bình Dương chẳng hạn. Tại sao vậy? Chính quyền vô ý, hay cố ý làm ngơ, hay quy phục?

Ngồi lâu mỏi lưng, ông ngã người dựa vào song cửa sắt còn đóng kín, duỗi hai chân gác lên trên bậc tam cấp dưới. Lạnh. Vẫn còn sớm. Vẫn một mình ông với lề đường rộng lớn. Nhưng trên mặt đường, trên con dốc, xe cộ ngược xuôi càng lúc càng nhiều. Bỗng một vật gì từ trên cao đằng sau lưng ông vụt bay xuống đường nhựa cách lề đường khoảng vài gang tay. Và nó nằm ngay trước mặt ông. Ông chăm chú nhìn. Một tàn thuốc lá. Ông bỏ hút thuốc lá đã lâu lắm, nay mới lại có dịp thấy lại tàn thuốc lá.

Lại một công dân "thiếu văn hoá" đứng trên lầu ném tàn thuốc lá qua cửa sổ, ông lầm bầm. Con đường nhựa đen sạch bóng bỗng dưng bị một tàn thuốc lá rác rưởi bám vào trông ngứa mắt. Ông muốn đứng dậy lượm tàn thuốc lá vứt đi nơi khác. Nhìn thấy xe cộ chạy nhiều quá, nguy hiểm. Mà ông lại quên. Phải chi mình nhớ mang theo cây gậy để có thể chống đi lên dốc dễ dàng hơn, và bây giờ dùng nó khều lấy cái tàn thuốc lá rác rến kia.

Ông ngoảnh đầu tò mò nhìn lui lên phía trên lầu của cửa tiệm, bị cái ban-công chắn ngang tầm mắt, không cho thấy cửa sổ. Tất nhiên ông cũng không thể thấy chủ nhân của cái tàn thuốc lá.

Thì ông tương tượng. Chắc đây là một anh chàng lười trây lười nhẫy, tóc rối bù, râu ria lởm chởm không cạo, ngón tay vàng khè vì khói thuốc lá bám vào lâu ngày, cuối tuần quen thói ngủ nướng dậy trưa, mắt nhắm mắt mở đã vội quờ tay tìm bao thuốc lá nằm trên gối hay dưới gối, rút vội điếu thuốc ra, tìm bật lửa trong túi áo hay túi quần, hay bên cạnh cây đèn trên cái bàn vuông cao và nhỏ, châm điếu thuốc, đút vào miệng hít lấy hít để một hồi gần hết cả điếu, nuốt khói, nhả khói, lim dim mắt, rồi thuận tay vứt mẩu tàn thuốc qua cửa sổ không cần biết nó sẽ rơi vào đâu.

Nó có thể rơi trúng vào ông, chạm vào mắt, đui mắt, biết đâu. Nếu anh chàng bê bối này sống trên rừng, ném tàn thuốc lá bừa bãi như thế có thể làm cháy rừng. Ông liên tưởng đến những trận cháy rừng kinh hoàng ở Nam California vào mỗi mùa hè. Nếu tại kho xăng, thì hắn làm cháy xe bồn, bồn chứa xăng, nhà cửa, cháy lan ra cả phố phường không chừng. Ấy là do ông nhớ thời gian làm việc cho một hãng xăng. Ông lẩn thẩn nghĩ thêm những tai họa có thể xẩy ra vì cái tàn thuốc lá. Chẳng hạn cái anh chàng này sẽ bị đuổi việc, bị ở tù. Vợ con nheo nhóc. Ông có thói quen thỉnh thoảng đẩy cái tưởng tượng đi thật xa. Rất viển vông.

Bỗng ông chột dạ. Anh chàng ẩu tả này cũng là hình ảnh của ai đó nhỉ? Nó đột ngột hiện lên lờ mờ trong ký ức, như có như không, lạ lạ, quen quen. Những bạn bè của ông thời trẻ cũng bê bối như thế, hay có khi còn tệ hơn thế nữa, trong đó có ... có ... Ông cười thầm, không muốn nghĩ tiếp. Và quay nhìn ra đường.

Những dòng xe, nhiều loại xe, dồn dập, chen lấn, rú ga, bấm còi, qua mặt, trông như trong những đoạn phim trinh thám, hình sự. Tàn thuốc lá nằm gần lề đường dường như biết khép nép, thu mình, trốn tránh.

Một cơn gió từ đâu thổi đến, cái lạnh thấm vào, ông trở lại thế ngồi cũ, chồm người tới trước, co hai chân lại, hai tay chéo nhau chống vào đùi, hai mắt bỗng dưng đăm đăm nhìn nó, nhìn cái tàn thuốc lá. Nó bỗng nhiên không còn là rác rưởi xấu xa như ông nghĩ lúc nãy. Nó đột ngột hiện ra như một kỷ vật quý hiếm từ một thời trẻ đã mất vừa tìm thấy lại.

Nó dài khoảng vài phân, a, cái anh chàng phung phí

này sao không hít thêm mấy hơi nữa cho phê. Tự nhiên một mối liên cảm nẩy ra, ông thấy rất gần gũi và thân thương đối với cái anh chàng ném tàn thuốc lá đó mà ông chưa thấy mặt, chưa quen biết.

Từ tàn thuốc lá, một làn khói mỏng mảnh như sợi khói bốc lên khỏi cây nhang tàn trên bàn thờ trong đêm khuya khoắt. Một chấm lửa rất nhỏ thỉnh thoảng loé đỏ lên ở đầu tàn thuốc. Xe cộ về phía ông chạy lên dốc ào ào. Những bánh xe quay cuồng siết lên mặt đường nhiều lần như muốn cán vào cái tàn thuốc lá nhỏ bé. Phía bên kia đường xe cộ vùn vụt đổ xuống dốc càng ghê khiếp hơn. Ô, cơn gió lạ nào lại thổi sát mặt đường khiến sợi khói từ tàn thuốc lá lắm khi quay tròn, quay nghiêng, như hoảng hốt? Có lẽ không phải thế, ông đã nghĩ ra. Những bánh xe hơi lướt qua không xa cái tàn thuốc lá bao nhiêu, chuyển động cái không khí sát mặt đường, tạo nên chút gió thổi sợi khói bay tứ tung, tán loạn.

Bỗng, thật không ngờ, ông trở lại với cái trò đùa dại dột xưa cũ. Và nguy hiểm. Cũng vì cái tàn thuốc lá ấy.

Hồi đó, thảng hoặc mà thôi, ông có cái tật xấu muốn bỏ mà mãi về sau mới bỏ được. Tự dưng buộc mình vào tình thế khó khăn, "khủng hoảng". Chẳng hạn một buổi sáng đi bộ trên một con đường nào đó, ông nguyền (nếu không muốn nói thề nguyện) rằng, nếu đi hết đường mà không gặp đủ 10 người thấp hơn mình, thì mình sẽ gặp toàn chuyện nguy hiểm, hoặc xui xẻo suốt ngày. Hoặc khi đi thi lái xe, nếu trên đường đến DMV (Nha Lộ Vận, tên thời Việt Nam Cộng Hoà) mà không gặp được 2 chiếc xe có bản số "9 nút", sẽ trượt là cái chắc. Hoặc vừa ra khỏi nhà để đi Las Vegas thử thời vận lại gặp một bà già khú đế, nhăn nheo, thì thế nào cũng bị cháy sạch túi.

Những chi tiết 10 người, hay 2 xe, hay bà già, do ông buột miệng nói ra, không so đo, tính toán trước. Những con số đó có thể là 8 người, 3 xe, hay ông già, chẳng hạn, cũng không sao. Chuyện may rủi mà. Các chi tiết đó phải xuất hiện một cách ngẫu nhiên mới tạo ra những kết quả đúng đắn. Nếu nuôi ý đồ từ trước, chẳng hạn cố ý chọn những sự kiện dễ đưa đến kết quả tốt đẹp, thì sẽ không linh ứng. Linh ứng với cái gì nhỉ? Ông thầm trả lời, linh ứng với lời thề.

Bây giờ khác. Đã trọng tuổi rồi. Ông không cần, cũng không muốn, chờ đợi một cái gì ly kỳ hết. Ông thừa biết mong chờ thường không gặp hoặc khó gặp, càng thêm thất vọng. Hoặc may mà có gặp đi nữa, ông cũng không tha thiết mấy. Chuyện gì phải đến, sẽ đến. Chỉ mong nó đừng có quá xấu xa, tệ hại, là được rồi. Thời trẻ không thế. Mong đợi đủ thứ hão huyền trên đời, nuôi hy vọng cũng lắm. Ngày mai, tương lai, hậu quả, ảnh hưởng, tiền đồ, sự nghiệp, kỳ vọng, tuyệt vọng, ham muốn, si mê, ganh ghét, thù hằn, hiếu thắng. Danh sách này còn dài.

Hôm nay cái tàn thuốc lá này bỗng dưng khấy động lên, gợi nhớ đủ thứ chuyện, vui cũng như buồn. Cái tuổi trẻ xa xôi ấy, rời quê nhà vào đại học, tự do phơi phới, tập tễnh làm người lớn, rượu chè, nhảy đầm, trai gái, xì phé ... Và nhất là thuốc lá, thuốc lá hiệu *Bastos* xanh không đắt tiền mà ngon, và không làm khản cổ. Rồi bao nhiêu dâu biển.

Nhìn tàn thuốc lá nằm trơ trơ đó, nhìn lại bản thân ngồi đờ đẫn đây, ông liên tưởng, soát lại đời mình, và so sánh.

Trong khi đó những bánh xe lăn mau trông thật đáng sợ. May là cái tàn thuốc lá nằm gần sát lề đường nên chưa bị giày xéo. Làn khói thuốc nhỏ như sợi tơ mỏng vẫn bay cuống cuồng. Có lúc trông nó như một dải lụa nhỏ, dài trong tay con búp bê bé tí, ma quái biết múa may, trửng giỡn. Có lúc chẳng khác hai cái râu con dế lửa đỏ hồng của thời thơ ấu vung lên thành hai ngọn thương mỗi khi xáp trận với một con dế than đen thui dữ tợn. Lại có lúc nó uốn mình thành con số không, hay dấu hỏi, hay dấu chấm than. Vân vân. Thêm vào đó là mấy chấm lửa đỏ nhỏ như đầu cây kim nhọn nhấp nháy, loe loé, báo động, bí hiểm.

Ông ngây người nhìn như trong cơn mê. Những chấm lửa nhỏ li ti, những làn khói mỏng như sợi tóc bạc, của tàn thuốc lá, càng lúc trông càng ma quái. Bỗng ông dường như nghe tàn thuốc lá lên tiếng bảo thầm bên tai ông rằng ông phải phát lời nguyền như ông đã từng làm mỗi khi mong muốn một điều gì, và cả mỗi khi gặp chuyện khác thường hay bình thường mà ông cố vin vào đó để đoán việc rủi may sắp xẩy ra cho mình. Huống là biến cố hôm nay hết sức lạ lùng, khó có thể xẩy ra lần thứ hai, phải kịp thời đối phó và giải quyết. Biến cố gì vậy, ông tự hỏi.

Chắc tàn thuốc lá đang thách thức. Và ông phải chấp nhận. Nghĩa là, như đã xẩy ra nhiều lần trước đây, ông phải phát một lời nguyền. Theo gợi ý của tàn thuốc lá, ông nguyền rằng nếu ông không đếm kịp 100 tiếng trước khi sợi khói tắt, thì đời ông cũng tắt theo. Hay, chí ít, những giấc mơ ông đang đeo đuổi, mơ cái gì nhỉ, ông không rõ, cũng tàn lụi ngay. Thì cuộc đời của ông không đáng sống nữa. Còn nếu đếm kịp? Thì ... thì ... cái gì sẽ xẩy ra, ông chưa nghĩ đến.

Ôi, nguy quá, ông than thầm. Nhưng cũng có khi kết cục lẽ ra phải xấu vì trái với lời nguyền, nhưng nó không xấu chút nào cả. Vậy lời nguyền không linh nghiệm? Đó là câu hỏi mà ông chưa có câu trả lời.

Ông bắt đầu đếm, đồng thời không rời mắt khỏi sợi khói bay lên từ tàn thuốc lá. Sợi khói mỏng dần, bay vật vờ, là đà gần như không thể vươn lên khỏi mặt đường. Ông hoảng hốt, đếm nhanh. Nhưng kịp nhận thấy làm cách đó là gian lận, cho nên ông đếm chậm lại bắt đầu từ số 1. Mắt càng mở to, tim đập mạnh hơn, hồi hộp chờ.

Những bánh xe ào ào chạy qua. Ông chỉ nhìn bánh xe, nhưng đoán biết đấy là loại xe gì, xe hơi, xe gắn máy, hay xe đạp. Chưa bánh xe nào chạy sát vào cái tàn thuốc lá. Bỗng một xe ba bánh chở đồ lỉnh kỉnh do một người phu xe oằn mình kéo lên dốc. Cái bánh sau bên phải bò gần sát lề đường suýt đè lên nó thì tự nhiên nó né tránh, như con sâu róm nhúc nhích, lùi dần gần sát lề đường hơn nữa. Ông sửng sốt bật người đứng dậy. Tự nó làm thế hay do một hơi gió thổi rà rà trên mặt đường nhựa đã kịp thời lao tới giải cứu cho nó?

Ông tiếp tục từ từ đếm. Tới số 81 thì sợi khói tự nó "đứt bóng". Dù chưa bị một bánh xe nào cán lên.

Ông thở dài ngồi xuống ngửa người ra sau dựa vào song cửa sắt, chán ngán ngẩng đầu nhìn trời. Thôi, thế là hết. Thế là xong chuyện. Lòng bỗng nguội lạnh. Mây trắng bàng bạc khắp bầu trời. Giáng Sinh năm nay chắc buồn. Lác đác đây đó những đám mây đen nặng trĩu hứa hẹn một trận mưa khác sắp đến. Vâng mưa đi lạc là chuyện thường, như người đàn bà đẹp khó chiều đi lạc đường. Mưa có thể đổ xuống vào buổi sáng thay vì buổi chiều vào mùa này, ông ngẫm nghĩ. Mà cần gì mưa, ông than thầm. Tàn thuốc lá cũng đã tắt ngấm từ bao giờ rồi.

Bỗng, lạ thay, sợi khói trông như sợi tóc trắng lại vươn lên lung lay, uể oải, nhọc nhằn. Thì ra cái tàn thuốc bị cháy gần hết, chỉ còn độ một phân tây, thì bỗng nhiên nó trở mình trong khoảnh khắc, che lấp phần đang bị cháy sém, khiến ông không thấy sợi khói. Vậy tia lửa, ông cố nhìn kỹ hơn. Kìa, chấm lửa cũng còn le lói, nhấp nháy như có như không bên dưới lớp tro trắng.

Ông vội vàng đếm tiếp, cố giữ nhịp độ như cũ. Đếm tới số 104 thì cái tia lửa nhỏ li ti tắt hẳn, và sợi khói cũng tan biến vào hư vô. Ông chờ thêm vài phút. Chẳng còn gì nữa.

Thế là mình đã đạt được kết quả mong muốn rồi, ông nói lẩm bẩm. Kết quả gì? Cái kết quả mông lung nào đó mà ông không hề biết cũng không hề mong. Chỉ thấy lòng không vui như ông tưởng.

Ông định bước xuống khỏi bậc tam cấp, đến lề đường nhặt tàn thuốc lá lên. Nhưng lại vẫn thấy nguy hiểm quá. Xe chạy nườm nượp, lồng lộn. Thôi vậy.

Nhìn lại tàn thuốc lá lần cuối. Rồi rán sức cuốc bộ nhanh lên tới đầu dốc đường Duy Tân thuộc khu Hoà Bình. Mình sẽ tính chuyện khác thư thái hơn, ông tự nhủ. Lên tới đó sẽ như một giải thoát, kêu xe đưa ông đi nhanh tới những nơi quen thuộc, bình yên khác, xa rời những khắc khoải vừa mới nhóm lên đấy mà ông biết rằng nó sẽ ám ảnh ông lâu dài.

Nhưng ông không thể cất bước đi ngay nổi, lòng chùng xuống. Và bần thần tự hỏi. Nếu muốn ví von điếu thuốc lá như một sinh vật có thân xác, thì có thể xem hồn của nó là khói thuốc chăng. Nó bắt đầu cuộc sống sinh động khi có mồi lửa châm vào, rồi gây nên lắm chuyện lôi thôi, khiến kẻ thương người ghét. Và làn khói nhả ra, bay biến vào hư không. Rồi điếu thuốc cháy dần theo thời khắc qua mau. Để cuối cùng chỉ còn lại cái tàn. Lửa cũng tắt, khói cũng tan. Bây giờ tàn thuốc lá trông chẳng khác gì cái xác không hồn.

Phút trước ông hồi hộp sợ nó bị xe cán, phút này ông tha thiết mong có nhiều bánh xe giày xéo lên tàn thuốc lá, nghiền nát nó thành tro, thành bụi, không còn để lại dấu vết gì trên con dốc, trên cõi đời này, theo gió bay lên không gian biệt tích.

12/2023

TIỆC ĐOÀN VIÊN

Trời lạnh lắm.

Bên ngoài gió hú từng cơn. Gió luồn vào những rặng thông già, nghiêng ngã, quằn quại. Gió lướt qua những vách ván của những ngôi nhà nghèo nàn nằm nép vào chân một ngọn đồi nghe vèo vèo, vun vút. Gió lồng lộn trên những mái nhà ngói lạch cạch, trên những nhà mái tôn lùng bùng. Và những loạt nước mưa tạt rào rào trong đêm.

Bên trong một ngôi nhà khá sang trọng, lò sưởi toả hơi ấm. Ngay giữa phòng khách, một bàn tiệc lớn. Cái bàn hình chữ nhật khá dài, khăn bàn trắng tinh phủ kín mặt bàn, ghế dựa cũng được bọc khăn trắng, thức ăn sắp đầy -- những món đặc sản địa phương, những món ăn Tây, Tàu. Hai chai rượu mạnh, năm bảy chai rượu chát, và những chai nước ngọt, nước đá. Ly, chén, dĩa, khăn ăn, đũa, muỗng, được sắp đặt ngăn nắp trên mặt bàn. Tiếng cười, tiếng nói chốc chốc vang lên vui nhộn. Khá nhiều người đã ngồi vào bàn.

Tại một đầu bàn có hai chiếc ghế kề nhau, hai ông già ngồi cạnh nhau thì thầm chuyện trò. Một ông cao, gầy, đôi mắt mệt nhọc, nói giọng Bắc chậm rãi; một ông mập mạp, người thấp lùn, nước da đen xạm, nói giọng Nam hăng hái.

"Đã tối thui, mưa gió, lại chưa chịu ăn uống cho xong mà về cho sớm. Còn chờ gì hả anh," ông thấp người sốt ruột nói.

"Có lẽ còn chờ ai đó," ông cao gầy lơ đãng đáp.

"Ai là ai, không cần biết. Chỉ biết rằng tới trễ bắt mọi người chờ là người bất lịch sự."

"Muà này trời mau tối, lại mưa gió. Có lẽ chưa trễ đâu. 6 giờ mới nhập tiệc mà anh? Xem nào. Ô, tôi quên mang đồng hồ."

Ông thấp người vội nhìn vào đồng hồ tay của mình, cười giả lả:

"A, anh nói đúng. Gần 6 giờ, chưa trễ. Nhưng, nhưng ..."

"Chuyện gì vậy, anh?"

"Không có chi. Nhưng ..., đúng ra người đàng hoàng phải tới sớm mươi phút chớ. Còn để gặp nhau làm quen, nói chuyện trước khi vào tiệc. Tôi dám chắc với anh rằng còn lâu ..."

Ông ta chưa kịp nói hết câu, cánh cửa lớn mở tung ra. Cái lạnh uà vào cùng một lúc với một người đàn ông mặc áo mưa dài ngang đầu gối, tay đeo găng da đen, chân mang giày ống cao, đầu đội mũ dạ. Người con gái ngồi gần cửa lớn reo to:

"A, a, cậu đã tới. Tưởng mưa gió cậu không tới được. Hoan hô, hoan hô cậu."

Câu nói vừa dứt cô ta cũng vừa đóng cửa lại và cài khoá. Cửa đóng kín, tiếng mưa gió ào ào ngoài kia tắt đột ngột, trong khi bên trong nhà ấm áp tiếng cười nói vang lên từng hồi. Chắc người vừa đến là người khách cuối cùng chăng. Một người đàn bà tuổi quá 60, chủ nhà, nghe cô gái reo, từ nhà bếp vội vàng bước ra phòng tiệc vui vẻ nói:

"Anh Phong giỏi quá. Mưa giió, lạnh lẽo như thế này mà anh cũng tới đúng hẹn. Số một là anh đó. Ai đưa anh đến, hay anh đi tắc-xi?"

Hỏi cho có hỏi, không chờ được trả lời, bà nói tiếp:

"Nào, mời quý vị, quý anh, quý chị, và các cháu chuẩn bị ... chuẩn bị ăn. Chuẩn bị thôi nhé. Chờ một tôi một chút. Tôi lên lầu gọi mấy cô cậu kia xuống rồi ăn, rồi nhậu, rồi đớp, rồi dzô zdô nghe. Mấy cô cậu trên kia còn mải mê đánh bài xì-tố, xì- lát gì trên đó."

Bà quay qua nói nhỏ với người mới đến:

"Chốc nữa đầy đủ em sẽ giới thiệu anh với mọi người. Trước hết sẽ giới thiệu anh với hai ông ngồi cuối bàn đằng kia."

Trong lúc đó ông thấp người nói khe khẽ với ông cao gầy:

"Anh Đoàn ơi, cái bà này là người thế nào, mà nói năng thô lỗ vậy?"

"Bà đó là chủ nhà, thông gia của tôi."

"Xin lỗi. Thế chồng đâu không chịu ló mặt ra?"

"Chồng bà đã qua đời."

"Thế ông mới đến là ai vậy?"

"Tôi không biết."

"Xin lỗi anh, bà sui của anh ăn nói nghe tức cười. Ăn? Nhậu? Zdô? Đớp? Sao lại đớp? Cá hả? Chó hả? Lại còn ra vẻ khoái cái anh chàng đó, tôi đoán hắn là Việt kiều. Ca tụng quá lố. Số một! Số một cái gì? Vậy anh và tui thuộc số mấy?"

Ông cao gầy, ông Đoàn, chậm rãi đáp:

"Có lẽ gọi xã giao quen miệng đấy thôi."

Ông thấp người, ông Thiệt, không đồng ý, đáp:

"Anh ở ngoài ấy vô đây không rành người trong này bằng tui đâu. Coi cái kiểu bà này tui biết ngay bà đó là, bà đó là ... vậy đó."

Người mới đến cởi áo mưa, và rủ rủ nước mưa vào chân tường, rồi nói nho nhỏ gì đó với bà chủ. Người con gái reo to lúc nẫy cầm lấy cái áo mưa, cái mũ dạ, mang vào treo ở góc phòng.

Ông khách mới đến nhìn quanh bàn tiệc, bước tới bắt tay hai ông già, và vẫy tay chào mọi người, rồi trở lui với bà chủ. Lúc nãy, trước khi lên lầu gọi các cậu cô mải đánh bài, bà dẫn người khách tới ngồi ở đầu bàn phía đối diện với hai ông già. Chỉ một khoảnh khắc ngắn, mọi người trên lầu đã cùng bà đi xuống và ngồi vào bàn. Bà chủ ngồi xuống ghế ở đầu bàn cạnh ông khách. Ngoài bốn người lớn tuổi ngồi tại hai đầu bàn, tất cả đều là những nam nữ thanh niên, phục sức đủ kiểu. Người thì áo len dày, quần ka-ki, quần da, người thì áo lông, áo vét, quần *jeans*. Phái nữ quấn thêm khăn quàng lớn. Trời lạnh, không thấy ai mặc áo dài chấm gót như họ thường mặc khi dự tiệc. Mọi người mặt mày vô tư, hớn hở.

Ông Thiệt, dường như có ác cảm với bà chủ nhà, tiếp tục nói, hạ giọng:

"Cái bà này thật đoảng."

Ông Đoàn ngạc nhiên:

"Tại sao vậy anh?"

"Chồng mới chết mà đã giao du thân mật với người đàn ông khác. Cái thằng cha..., cái anh chàng kia, hắn là ai anh biết không?"

"Không, tôi vừa nói tôi không biết mà. Nhưng sao anh biết chồng bà ấy mới chết? Anh có quen bà này?"

"Anh hỏi lạ chưa, tui không quen nên anh mới mời

tui tới với anh cho vui, chớ đâu phải bà này mời. Nhưng tui nghe nói."

"Nói gì?" Ông Đoàn hỏi nhỏ nhẹ.

"Nói chuyện chồng bà đó mới chết. Nghe nói thôi. Ô, mà mới chết hay chết đã lâu ăn nhằm gì tới tui, tới anh. Thắc mắc làm chi cho mệt."

Ông Đoàn cau mày.

Mọi người bắt đầu vào tiệc. Đám trẻ không khách khí, vừa cười nói, vừa mở rượu, mở bia, chồm người gắp món ăn ưa thích, không bận tâm mời mọc nhau. Bà chủ nhà thì nói chuyện với ông khách mới đến, nói liên miên quên cả ăn.

"Mấy hôm nay anh không gặp chuyện chi rắc rối chứ?"

"Không. Chưa thì đúng hơn. Mong mọi chuyện êm xuôi."

"Anh khỏi lo. Mình đừng làm chính trị, đừng hội họp, đừng biểu tình phản đối, là yên chuyện."

"Dù trước kia tôi thuộc thành phần ..."

Người đàn bà ngắt lời:

"Anh đừng nói lớn. Xưa khác, bây giờ khác. Nay dễ thở hơn nhiều."

"Cô này, hai ông già đằng kia là ai vậy?"

"Ông ốm là sui gia của em, ông mập là bạn ông ốm. Em không quen ông ấy, nhưng ông Đoàn, tức là ông sui gia, muốn mời ông ấy đến dự. Thì em OK."

"Ông Đoàn sui gia của cô là người thế nào?"

"Ông ta ở Bắc vào đây mấy năm rồi. Ít nói, cũng dễ tính. Hình như trước kia làm lớn, nay đã về hưu. Em chỉ biết có thế. Chốc nữa em sẽ giới thiệu ổng với anh."

Cô gái ngồi xéo xéo bên kia bàn, cô gái hồi nãy vồn vã đón tiếp ông Phong, chừng như nghe lóm được câu chuyện, ngừng ăn, đứng dậy, bước tới đứng sau lưng bà chủ nhà, nhanh nhẩu nói:

"Cậu ơi, ông ấy là bố vợ của anh cháu đó. Chốc nữa cháu sẽ giới thiệu cậu với ông ta."

"Với ông ốm phải không?"

Cô gái cười ròn, giọng làm nũng:

"Cậu biết rồi mà còn hỏi. Đúng đấy."

"Thế không giới thiệu ông mập sao?"

"Ông mập là ai, cháu không biết."

Bà chủ nhà lườm người con gái:

"Con láu táu quá. Việc giới thiệu là phần của mẹ, người lớn với nhau. Con biết gì mà nói leo."

Cô gái bất mãn:

"Con cũng đã lớn rồi. Mẹ muốn con làm con nít suốt

đời hay sao?"

Ông Phong giảng hoà:

"Cậu không cần giới thiệu. Chốc nữa một mình cậu sẽ đến nói vài câu với hai ông đó là xong. Như thế tự nhiên hơn, và cũng tỏ ra mình biết giữ lễ. Phải không cô, phải không cháu. Nhất là vì mình là người nước ngoài mới về."

Cô gái im lặng trở về chỗ ngồi cũ. Bà chủ nhà tiếp tục câu chuyện:

"Con cái bây giờ muốn ngồi lên đầu cha mẹ. Chán quá." Bà thở dài. "Thế mấy cháu ở bên Mỹ? Chắc là ngoan phải không anh?"

"Tụi nó còn tệ hơn thế nhiều. Hay nói đúng ra chúng ngoan theo cái kiểu Mỹ mà tôi chưa quen. Không những thế, dị ứng nữa. A mà vợ chồng cháu Cương đâu không thấy?"

"Chúng nó đi chơi tại Nhật Bản, rồi sẽ ghé Nam Hàn hay Trung Quốc gì đó trước khi về. Anh về đột ngột, chúng nó không biết. Ngày mai em phôn chúng nó nhé. Nghe tin anh về, chắc thằng Cương thích lắm. Vợ chồng chúng nó sẽ bay về ngay."

"Thôi cô, đừng gọi. Để chúng nó đi chơi cho trọn vẹn."

"Hôm nọ em định gọi anh để hỏi ý anh có nên gọi chúng nó về hay không. Nhưng lại chờ hôm nay gặp anh tiện nói hơn. Thì anh bàn ra."

"Tôi cũng nhớ nó lắm, muốn gặp ngay. Nhưng thôi. Sau chuyến này tôi lại về. Tôi đã nghỉ hưu rồi. Sẽ có nhiều thì giờ gặp cháu dài dài. Vâng, vài năm sau cũng không muộn, vội gì. Cô còn nhớ không? Hôm tôi đến thăm cô và các cháu trước khi vượt biên, thằng Cương khóc như mưa."

Bà mẹ nghĩ đến thằng con trai. Ông bà có hai con, trai đầu, và gái út. Hồi đó, sau khi bố ra đi và mất tích, thằng con trai không nao núng, đòi vượt biên theo cậu. Bà phân vân. Liệu đi có tới nơi không? Mà tới nơi nào? Trời đất mông lung, mờ mịt, khiếp đảm quá. Lại còn hải tặc, thuyền chìm, người chết, ngày nào tin xấu cũng chuyền tai từ người này đến người khác. Thế mà người ta cứ ùn ùn đi như bị ma đuổi.

Cuối cùng bà nhất định không cho nó đi. Người cha mất tích được bà mẹ khai với tổ dân phố rằng ông qua đời sau một cơn bệnh nặng. Hồi đó còn tranh tối tranh sáng, chẳng ai biết đâu là đâu.

Nó hợp tính với cậu, cậu cũng thương nó như con. Nó ở lại, học giỏi nhất trường, vào đại học cũng xuất sắc. Sau khi tốt nghiệp, nó làm việc cho một công ty lớn, rồi lập gia đình. Nếu vào đảng, nó sẽ được giữ chức giám đốc một chi nhánh, nhưng nó từ chối. Bố vợ biết chuyện đó nhưng tuyệt nhiên không cho có ý kiến gì cả. Bà muốn biết tại sao nó không chịu vào đảng, nó im lặng không trả lời. Bà băn khoăn, mấy lần gợi ý hỏi xem nó có ý định làm chính trị hay không, có muốn đối lập với chánh quyền hay không. Nó tìm cách lãng tránh nói chuyện khác.

Bà sợ nó theo con đường của bố, rồi cũng biệt tăm, biệt tích. Không hiểu rõ được ý định của đứa con thông minh và "thâm trầm" – bà thường mắng yêu nó như thế -- bà đành tự trấn an rằng cái chế độ này khiến nó phải mồ côi cha từ lúc 10 tuổi, cho nên nó không vào đảng. Thế thôi. Và bà để ý thấy rằng tuyệt đại đa số thanh niên bây giờ không hề quan tâm đến chính trị. Họ chỉ mong có bằng cấp cao, có việc làm tốt, có nhiều tiền, và hưởng thụ. Đặc biệt họ thích đi du lịch. Xa, và có đủ tiền thì đi Tây, đi Mỹ; gần thì những nước Đông Nam Á như Thái Lan, Mã Lai, Singapore. Trong nước, hay Cao Miên và Lào, họ đã thăm nhiều nơi ngay từ thời còn đi học. Nhưng thanh niên bây giờ, kể cả phái nữ, uống rượu nhiều quá. Đấy là điều khiến bà ngạc nhiên vô cùng. Và lo nghĩ.

"Lúc tôi đi nó mấy tuổi, cô nhớ không?"

"Làm sao em quên được. Nó mới 10 tuổi 9 tháng, đang học lớp 6 tại trường Lê Hồng Phong. Nay nó đã gần 30. Thời gian trôi qua nhanh quá hả anh. Anh trở về ... sau, xem nào, sau gần 20 năm xa quê hương."

"Khi đi tôi nghĩ rằng sẽ không bao giờ trở lại."

"Sao vậy anh?"

"Tôi có nên nói hết cho cô nghe không?"

“Với em mà anh vẫn còn e ngại hay sao?”

“Về, thì ngoài chuyện lo lắng có thể bị bắt nhốt còn có vấn đề tự trọng. Vâng, tự trọng. Tôi không làm được trò trống gì, bỏ chạy, nay lặng lẽ về, len lén về. Nhưng nhớ quá. Tôi tự bảo không sớm thì muộn, phải về một lần trước khi chết. Ngoài ra, tôi còn -- ”

Không để ông Phong nói hết câu, bà cắt ngang:

“Em biết rồi. Ngoài ra ... Cũng như chồng em, anh nhất định không chấp nhận chế độ mới chứ gì. Như các cụ ta ngày xưa, tôi trung không thờ hai vua.”

Ông Phong trầm ngâm suy nghĩ trước khi nói:

“Không phải thế đâu, cô. Miền Nam khi ông Diệm bị giết, nhiều người bàng hoàng. Sau một thời gian, người ta chấp nhận chánh quyền mới một cách thoải mái. Cuộc sống ổn định nhanh chóng, lòng người thu về một mối, trừ nhóm người thiên tả và những người Cộng Sản gài lại hoạt động tại Miền Nam khi tập kết. Nay, cô còn nhớ đấy chứ, số người vượt biên, vượt biển, số người bị chết, lên đến mức làm cho cả thế giới ngạc nhiên, sửng sốt. Tất nhiên người ta bỏ nước ra đi vì nhiều lý do, trong đó có vấn đề ý thức hệ, vấn đề chế độ, vấn đề dân chủ, tự do. Nhưng thôi ta hãy nói chuyện đó trong một dịp khác. Tối hôm nay, tiệc gì nhỉ, gọi là tiệc đoàn viên nhé. Không nói chuyện chính trị nhức đầu nữa nghe cô. Ăn mất ngon.”

Bà chủ nhà thở dài:

"Đoàn viên? Anh nói làm em nhớ cái tối hôm đó cũng mưa gió như hôm nay. Vâng, tối hôm đó nhà em nhất định ra đi sau cả tháng dùng dằng. Chia ly chứ nào phải đoàn viên. Tối hôm đó, cũng vào mùa này, nhưng không chỉ mưa to gió lớn, mà bão táp."

"Bão? Làm sao vượt biển?"

Bà hạ giọng:

"Không, nhà em đi đường bộ. Mà cũng có thể ảnh không vượt biên giới hay vượt biển, vì ảnh có tham gia một tổ chức bí mật nào đó lẫn tránh trong rừng, trong núi. Ảnh có đường dây và có hẹn trước. Tối hôm ảnh ra đi, bão lớn. Một cành thông gãy đổ xuống làm sập mái nhà của ga-ra xe hơi. Hai đứa con đã ngủ say. Em như người mất hồn, lúc khóc lúc cười, mà ảnh thì cố giữ bình tĩnh, lạnh lùng. Rồi mặc áo ấm, áo đi mưa, giày cao ống như anh hôm nay. Ảnh đi đã hơn 20 năm rồi. Cho đến nay không có tin tức gì của ảnh cả. Nay anh về, cũng mưa gió. Chuyện tình cờ hay có điềm gì lạ? Điềm gì hả anh? Hay ảnh hãy còn sống, sẽ trở về. Như anh đã về hôm nay sau 20 năm xa quê hương."

"Tôi không tin điềm. Nhưng cô cứ nuôi hy vọng nhé. Chú ấy, biết đâu, còn sống."

Người đàn bà lại thở dài:

"Anh ... cũng có chỗ giống như mấy ông thầy."

Ông Phong ngạc nhiên:

"Cái gì vậy? Mấy ông thầy nào? Vậy cô có ghi danh học thêm sau khi chồng cô ra đi, tôi ra đi?"

"Không, không phải thế. Em trông mong tin tức của nhà em quá, trông ngày, trông đêm, mà không biết và không dám hỏi ai cả. Thà rằng ảnh bị đi tù cải tạo như biết bao nhiêu là bạn của ảnh. Em sẽ lặn lội đi thăm nuôi ảnh tận ngoài Trung, hay ngoài Bắc cũng đành. Đằng này ... Cho nên em phải đi coi bói hết thầy này đến thầy khác. Mấy ông thầy là mấy ông thầy bói đó anh. Câu cuối cùng thầy nào cũng nói mạng ông nhà lớn lắm, không sao đâu, bà cứ hy vọng đi. Như anh vừa nói với em."

"..."

"Và còn chuyện này nữa, anh có tin không. Có ông hỏi khéo em vài câu rồi đoán ngay rằng đời em phải trải qua chu kỳ như thế này. 20 năm đầu sống với cha mẹ; 20 năm kế tiếp sống với chồng con; 20 năm tiếp theo nữa, chờ đợi chồng thì sống với con. Cho đến bây giờ thì coi như những lời nói đó đúng. Còn lại 20 năm cuối đời, thầy nói, từ 60 đến 80, sẽ không có sóng gió, nghĩa là được yên vui. Nhưng vẫn không chịu nói rõ nhà em còn hay mất, có trở về hay không. Mà đấy mới là điều em muốn biết. Em gặng hỏi, thầy bảo thiên cơ bất khả lậu. 20 năm không tin tức. Chắc ảnh đã vĩnh viễn bỏ em rồi, phải không anh?"

Ông Phong cúi mặt nhìn xuống gầm bàn khi thoáng thấy đôi mắt của người đàn bà đỏ hoe. Ông cầm lấy ly rượu chát uống dở đưa lên môi.

Bỗng một tiếng động vang to từ ngoài kia trong đêm tối. Mọi người ngồi im lặng nhìn nhau. Bà chủ, sau một phút lắng nghe, mỉm cười nói:

"Xin quý vị và các cháu yên tâm. Chắc là một cành cây lớn bị gió đánh gãy. Năm nào cũng thế."

Rồi bà ngập ngừng quay trở lại với ông anh:

"Bây giờ ta hãy nói chuyện khác vui hơn nghe anh. Em nghe nói những chế độ ngày nay hay các triều đại vua chúa ngày xưa trước sau gì cũng phải chấm dứt, cũng phải thay đổi. Nhanh thì vài mươi năm, chậm thì vài trăm năm. Chỉ có đất nước là trường tồn mãi mãi."

"Ru ngủ."

"Anh nói gì?"

"Tôi buột miệng, cô bỏ qua."

Bà chủ nhà ngỡ ngàng, kín đáo quay nhìn người anh, và lại đổi đề tài:

"Món giò heo hoong tự tay em nấu đó, anh ăn thử. Em bỏ hơi nhiều sả. Người Bắc gọi là món giả cầy. Anh ăn với bánh mì hay cơm?"

"Ăn với cơm, chắc chắn là ngon lắm. Cô rất có ý tứ. Cô vẫn còn nhớ tôi thích món này nhất. Cám ơn cô."

"Anh chị và các cháu nay đều vững vàng cả, em rất mừng và hãnh diện. Cuộc sống như thế là hạnh phúc lắm. Vừa rồi anh lại nói anh nhớ quá, phải về đây trong khi cả gia đình, con cái của anh đều ở bên đó. Vậy anh còn nhớ những gì bên này nào? Thử kể cho em nghe."

Như được khơi nguồn, ông Phong đáp giọng trầm trầm, đều đều:

"Nhớ đủ thứ. Nhớ nhều nhất là Ngã Tư Hàng Xanh và ngôi nhà mái ngói đỏ hai tầng, có cái vườn nhỏ đằng sau, mấy khóm hoa, mấy luống rau thơm, cà chua, ớt, có hàng rào gỗ sơn trắng thấp ngang thắt lưng bao quanh. Cô cũng nhớ ngôi nhà đó chứ. Hai vợ chồng cô và hai cháu thường đến chơi vào cuối tuần."

"Vâng làm sao em quên được. Và em còn nhớ chuyện tức cười này nữa. Nhớ gánh đậu hũ cũng cuối tuần là tới nhà anh. Anh biết không, khi chị bán đậu hũ đi lấy chồng, chị tên gì nhỉ, a chị Thơm, không bán đậu hũ nữa, cháu Liên khóc như mưa. Nó khóc vì nhớ đậu hũ hay nhớ chị Thơm, hỏi nó, nó nhất định không trả lời. Khóc như cháu Cương khi anh đi vượt biên."

Ông Phong mỉm cười, có vẻ cảm động, ngước mắt nhìn đứa cháu gái ngồi xeo xéo bên kia bàn đang ăn uống vui đùa với nhóm trẻ. Ông tiếp:

"Rồi nào Phở Hiền Vương, Bến Bạch Đằng, Giồng Ông Tố. Cô cũng nhớ Giồng Ông Tố chứ. Cứ khoảng 28, 29 Tết Ta, mình lái xe lên đó tới mấy nhà quen mua nếp mới, thơm, đem về nấu bánh tét. Xong qua ngã Bình Quới mua hoa mai, hoa đào. Rồi Thị Nghè, Đa Kao, rạp Quốc Thanh, rạp Lê Lợi. A, rạp Lê Lợi thời sinh viên nghèo, rủ nhau mua bánh mì thịt mỗi đứa một ổ dài, vào rạp coi liên tiếp hai, ba phim, đói bụng lấy bánh mì ra cạp. Và Đại Học Xá trên đường Minh Mạng, Chợ Lớn với hàng cây sao cao vút, những ngày hoang dại, vừa ghi danh vào Đại Học, vừa đi dạy kèm kiếm sống. Và những hẻm quanh Ngã Tư Quốc Tế, hay Ngã Sáu Chợ Lớn, hay góc đường Nguyễn Thiện Thuật và Phan Đình Phùng, hay nhiều nơi khác nữa ... buổi sáng sớm cà phê thơm lừng."

"Em thì ở tại Cư Xá Nữ Sinh Viên trên đường Trần Quý Cáp, kín cổng cao tường, không được đi chơi lu bù như các anh. Anh còn nhớ gì nữa, kể thêm đi, em thích nghe quá."

"Nhiều lắm không kể hết nổi đâu."

"Thì kể ít. Thêm vài chuyện nhớ nữa đi anh."

"Vâng, nhớ sân Vận Động Cộng Hoà ngồi phơi nắng hạng ba coi đá banh quốc tế, khát nước thì ăn mía ghim, uống nước dừa Xiêm, đói thì nhịn đói; nhớ đường Nguyễn Du, đường Lê Thánh Tôn hàng me cao mùa mưa lá trong xanh như ngọc ..."

"Và nhớ gì nữa, em đang chờ đây."

"Kể sao nổi. A mà cô muốn nói cái gì?"

"Em muốn hỏi anh thêm chuyện em đang chờ nghe. Chuyện đó nữa thôi. Nghĩa là nhớ cô nào?"

"Nhiều cô quá, cô muốn hỏi anh nhớ cô nào?"

Cả hai cùng cười hồn nhiên như đang trẻ lại.

Ông Phong giọng buồn buồn:

"Tôi biết khi tôi về, sẽ chứng kiến biết bao nhiêu thay đổi. Nhiều thứ không còn nữa. Nhưng không thể không về. Nay về đây, gặp lại cô và cháu Liên. Vui lắm. Cô này, hôm nay đông người ghê, mà toàn là tuổi trẻ, trừ cô, tôi, và hai ông kia."

"Em sẽ giới thiệu anh chung với mọi người. Rồi đưa anh tới gặp ông sui gia nói năm điều ba chuyện cho phải phép. Em chưa hiểu nhiều về ông ấy, cho nên em cố sắp chỗ ngồi như thế này anh khỏi phải tiếp xúc nhiều với họ. Em biết anh ngại ..."

Đầu bàn đằng kia, hai ông già tranh luận đến hồi gay go. Họ cố hạ giọng, nhưng đôi lúc vô ý, hoặc không tự kiềm chế nổi, lại cãi vã ồn ào. Đúng ra, ông Thiệt là người thường to tiếng. Đám trẻ bận ăn uống, đùa giỡn, kể chuyện khôi hài, chuyện tiếu lâm, không quan tâm đến những tiếng gầm gừ của ông Thiệt, hoặc tiếng cười nhạt của ông Đoàn.

"Anh coi cái bà này. Chẳng biết biết giữ gìn cái con khỉ gì cả."

"Giữ gìn cái gì, tôi chưa hiểu."

"Thì tôi đã nói mà anh không chịu nghe. Chồng chết ..."

"Nhưng có thể người đàn ông đó là họ hàng thì sao. Hơn nữa ..."

Ông Thiệt cướp lời:

"Họ hàng, bà con cái con mẹ gì. Nhìn qua là biết ngay. Tôi đã không nghi thì thôi, nghi là đúng. Cái thằng cha đó chắc chắn từ nước ngoài về. Anh vừa nói ... hơn nữa, hơn nữa cái gì?"

"Hơn nữa, khách đến nhà, chủ phải đón tiếp ân cần."

"Thế sao anh với tui tới không thấy bà chủ đâu cả. Chỉ có cái con nhỏ nhí nha nhí nhảnh đó tới dẫn anh và tui tới ngồi nơi này?"

"Ờ nhỉ. Lẽ nào. Tôi nghĩ rằng chốc nữa bà ấy thế nào cũng sẽ đến chào hỏi anh và tôi. Tôi nhận thấy bà này cũng là người lễ độ, lại là thông gia của tôi. Thôi, bỏ qua chuyện đó. Hẵng chờ xem sao."

"Nhưng cái anh chàng đó chắc chắn là Việt kiều. Trông cách ăn mặc, cái dáng điệu, cái kiểu cọ, tui biết ngay. Anh đồng ý không?"

"Tôi cũng nghĩ như anh."

"Mấy tên Việt kiều tôi coi khinh."

Ông Đoàn cầm lấy ly rượu chát xoay xoay. Hai ông già mải miết nói chuyện quên cả gắp món ăn.

"Lần đầu tiên tui dự một bữa tiệc của ngụy."

"Anh Thiệt này. Nay người ta không dùng chữ ngụy nữa."

"Mặc kệ. Tôi vẫn lập trường kiên định. Ta đánh Mỹ

cứu nước. Giành lại đất nước xong, nay chúng nó về nghênh ngang."

"A, a, tôi phải góp ý kiến với anh về sự cố này. Mỹ thật ra không có nhu cầu bành trướng đất đai. Và ta đánh Mỹ cụ thể là nhằm mục đích cứu chế độ thì đúng hơn là cứu nước."

Ông Thiệt mở tròn mắt ngạc nhiên:

"Ủa, anh nói cái gì gì vậy? Tui muốn anh triển khai cái ý đó cho rõ ràng hơn."

Ông Đoàn có vẻ như không muốn tiếp tục câu chuyện, nói lãng:

"Năm nay thời tiết xấu quá. Mới tháng 10 mà đã bão. Xong tiệc làm sao mà về đây. Làm tôi nhớ câu 'Vũ vô kiềm toả năng lưu khách.'"

"Nghĩa là cái chi?"

"Là mưa không có bó buộc, không có khóa, vẫn giữ khách lại."

"Câu đó nghe cũng hay hay. Nhưng mình có ô tô, anh quên rồi sao?"

"Ừ nhỉ. Tôi lẩm cẩm rồi, nhớ trước quên sau."

Ông Thiệt đắc ý nhắc nhở:

"Anh còn quên chuyện này nữa, tháng 10 chưa bão đâu. Mưa gió vài ba hôm rồi nắng sẽ hửng lên. Sẽ ấm áp trở lại. Tui ghét trời mưa và lạnh lắm. Già rồi, đi đâu cũng co ro, áo mưa, dù nón, phiền phức lắm. Nhưng ta hãy trở lại chuyện cũ. Vừa rồi anh nói cái gì?"

"Nói cái gì, tôi lại quên béng rồi. Có điều là khi còn trẻ tôi cũng như anh bây giờ ..."

"Ê, ê, đừng chơi trội nghe!" Ông Thiệt la lớn. "Hồi anh là thằng con nít thì giống như thằng bạc đầu là tui ngày nay?". Nói xong, không dằn lòng được, ông thuận tay cầm chai rượu đập xuống bàn. May, chai rượu chưa bể. Vài ba cô cậu ngồi gần đang cười đùa, trố mắt quay nhìn hai ông già.

Ông Đoàn ngẩn người và khe khẽ trả lời:

"Tôi không có cái ngụ ý đó, xin lỗi anh. Tôi muốn nói trước kia tôi nghĩ khác. Tôi muốn nói bản thân tôi thời trẻ lúc nào cũng hăng hái, tin tưởng, nông nổi. Nên dễ bị tuyên truyền, dễ bị lừa gạt. Mà đầu óc thì chật hẹp, gò bó. Và coi chuyện gì cũng quan trọng."

"Tôi vẫn chưa hiểu. Hãy nói thẳng vào vấn đề. Chẳng hạn tại sao đánh Mỹ không phải là cứu nước?"

"Chuyện đó? Thì tôi đã nói tại sao rồi."

"Ừ, tui có nghe, nhưng tưởng nghe lộn, muốn chính cái miệng anh nói lại. Tui rất ngạc nhiên. Không ngờ một người như anh, một đảng viên cao cấp, lại có cái ý nghĩ, cái tư tưởng ... "

"Phản động? Anh muốn nói vậy phải không?"

"Đúng thế, đúng thế." ông Thiệp gằn giọng.

Ông Đoàn cười nhạt, lặp lại:

"Phản động? Hễ khác là phản động ..."

Ông Thiệp cướp lời ngay:

"Tôi không chủ động nói hai tiếng đó. Chính anh thú nhận, rồi quên ngay."

Ông Đoàn không nén giận nổi, to tiếng:

"Lại cái lối nói ngược ngạo! Đã thế, tôi thú nhận thêm một chuyện nữa nhé. Nếu tôi không phải là đảng viên mà có ý kiến khác, được không?"

"Cái đó còn tuỳ. Nhưng tại sao anh đặt câu hỏi kỳ cục như vậy?"

"Vì tôi đã rời bỏ đảng."

Ông Thiệt nóng máu:

"Tự rời bỏ, hay bị kỷ luật, bị khai trừ?"

Ông Đoàn đưa tay khoác khoác như muốn xua đuổi một cái gì, rồi im lặng.

Những thanh niên ngồi giữa bàn tiệc, cả nam lẫn nữ, đều hò hét rùm beng. Và quậy. Rượu đâu? Rượu đâu? Zdô! Zdô! Zdô! Một chàng mới lớn, khoảng 18,19 tuổi, mặt đỏ nhừ dần dần chuyển qua tái, tay chân run rẩy, ngã người ôm choàng lấy ngang hông cô gái ngồi cạnh và siết chặt. Cô gái la chí choé, xô đẩy, vùng vẫy. Hai, ba người chồm tới gỡ hai người đó rời ra. Anh con trai té nhào xuống khỏi ghế ngồi, đầu đụng vào sàn nhà kêu cộp một tiếng. Mắt anh nhắm nghiền, miệng sùi bọt mép, ú ớ. Anh được mang tới đặt nằm trên chiếc đi-văng gần đấy, và được đắp lên người một cái áo khoác dày cộm. Chẳng bao lâu sau đó, hai chàng và một nàng khác gục đầu vào bàn, tay vẫn cầm muỗng cà phê chốc chốc mò mẫm khẻ vào ly rượu đã uống hết, nghe keng keng, keng keng. Bữa tiệc tiếp diễn càng lúc càng sôi nổi. Thức ăn còn nhiều nhưng rượu đã vơi đi gần hết.

Ông Thiệt mở lời:

"Vừa rồi kể ra cũng khá căng, nhưng không phải lỗi của tui."

Ông Đoàn uể oải đáp:

"Sao anh lại đặt vấn đề lỗi, phải, ở đây? Vui miệng, thì nói chuyện quấy quá chơi. Bằng không, mời anh nâng ly."

"Tôi thích cái gì cũng phải rốt ráo. Ừ thì anh có tự do chọn lựa này nọ. Nhưng tui muốn biết tại sao. Tui muốn anh báo cáo, không phải báo cáo, mà là cho tui biết lý do tại sao anh không còn là đảng viên nữa. Tui sẽ im lặng lắng nghe."

"Là như thế này. Nhưng anh phải để tôi nói cho hết, đừng ngắt lời. Nói một lần rồi thôi. Là vì ... Vào Nam mấy tháng, tôi đi từ ngạc nhiên này đến ngạc nhiên khác. Ở lâu càng ngạc nhiên hơn. Những tháng đầu tiên, ta dùng mọi phương tiện đường bộ, đường thuỷ, đường hàng không, chuyên chở chiến lợi phẩm và mọi thứ hàng tiêu dùng khác từ Nam ra Bắc. Đi ban đêm thôi để tránh những con mắt dòm ngó. Khi bùng nổ chuyện vượt biên, dân chúng mang đồ đạc trong nhà ra bán trên nhiều đường phố, bán tống bán tháo để ra đi. Bán từ cái đài, quạt máy, nồi cơm điện, chén đĩa, bàn là, cho đến áo quần, bàn ghế, tủ thờ ... Nhiều đến nổi độ ấy có câu, "Trên trời, dưới hàng". Miền Bắc nghèo xơ xác, đói, thiếu thốn, cho nên thèm thuồng các thứ đó lắm. Như thế chứng tỏ điều gì? Miền Nam sung sướng hơn nhiều, vừa đánh giặc, vừa có cuộc sống khá đầy đủ, trong khi Miền Bắc thì dồn mọi nỗ lực vào bộ máy chiến tranh. Đánh Mỹ cứu nước, như ý anh."

"Những điều anh vừa nói tui có biết. Cũng có cái đúng ít, nhưng sai nhiều. Nhưng đó là chuyện phụ. Cái chính là tại sao có cuộc chiến dai dẳng vừa rồi, và ai là kẻ thắng trận?"

"Tại sao chiến tranh? Anh muốn nói cái gì nhỉ? Có lẽ anh muốn nói rằng ta chiến đấu và chính nghĩa về ta. Ta đánh Mỹ cứu nước? Nhưng như tôi đã nói, Mỹ không có nhu cầu về đất đai. Và khi ta đã chiến thắng thì ta có quyền lấy hết của cải của kẻ bại trận? Khoan, khoan, tôi nói chưa hết. Trước tiên là vấn đề chính nghĩa. Đất nước chia hai theo hiệp định có chữ ký của phe ta, và của mấy cường quốc trên thế giới. Rồi tiếp theo là hiệp ước, hoà đàm khác. Nhưng hiệp ước chưa ráo mực thì cả hai bên đều vi phạm trắng trợn. Đúng thế, này anh, anh để tôi nói tiếp. Nam Bắc lại tiếp tục đánh nhau dữ dội hơn. Bắc nhận viện trợ vũ khí và cả nhân lực rất dồi dào, rất hùng hậu, từ khối Cộng Sản, Nam thì được khối Tư Bản đứng đầu là Mỹ yểm trợ. Cuối cùng Mỹ bỏ Miền Nam, thì tất nhiên Miền Nam mất, ta thắng trận. Vậy hễ thắng trận là có chính nghĩa? Kẻ bại trận biến thành ngụy? Trong khi đồng bào nguỵ Miền Nam lại xây dựng một xã hội giàu có, tốt đẹp hơn Miền Bắc phe ta nhiều. Và có tự do, có dân chủ hơn ta."

"Sặc mùi phản động," ông Thiệt lại buột miệng la lớn.

"Phản động? Phản động? Nhưng thôi, thế là đủ rồi. Tốt hơn hết, im lặng."

"Thì cứ nói đi cho rốt ráo chứ. Lại sợ hả? Sợ thì đừng nói. Nhưng không sao, giữa tui với anh thôi mà. Có ai nghe nữa đâu."

Ông Đoàn nhăn mặt, quay qua lấy cái thìa múc một ít ra-gu thịt cừu cho vào chén, như muốn bắt đầu ăn uống, và coi cuộc tranh luận như đã kết thúc. Ông Thiệt thì cầm cái ly nhỏ rượu mạnh hắt hắt vào miệng nhanh, gọn.

Có tiếng xô đẩy từ giữa bàn tiệc. Một chai rượu chát rớt xuống sàn nhà, lăn đến tận chân của ông Thiệt, rượu đổ ra lênh láng. Ông bực mình đá mạnh vào chai. Rượu còn sót trong chai văng ra ướt ống quần của ông. Ông lớn tiếng mắng nhiếc tục tằn. Một thanh niên mặt đỏ kè, coi bộ đã say khướt, sừng sộ chạy tới la hét, tay cầm theo cái chai vỡ ngang cổ. Ông Phong và bà chủ nhà đang mải nói chuyện, không biết điều gì xẩy ra, cũng vội đứng dậy, đi tới. Sau một hồi dàn xếp, mọi việc êm thắm, ai về chỗ nấy.

Ông Thiệt mặt còn tái xanh vì giận, quay qua gây lộn với ông Đoàn:

"Sui gia anh là một lũ thiếu giáo dục."

"Thôi anh, bỏ qua, bỏ qua đi. Mà này, không phải tất cả mọi người đều là thông gia của tôi. Còn bạn bè, khách khứa của họ nữa."

Ông Thiệt nói qua kẽ răng:

"Vậy hả? Đồ cá mè một lứa! Tôi muốn về ngay bây giờ."

"Đang mưa lớn. Hình như bão. Mình đi chung xe với thằng con trai của tôi và hai bạn của nó. Tụi nó đang say sưa bù khú, không chịu về đâu. Tôi muốn đưa anh về ngay, nhưng đêm tối, mưa gió, đèn đường ít, tôi mắt lem nhem. Tôi không lái xe được đâu nhe anh."

"Tui đi bộ vậy."

"Không được đâu, xa lắm. Mà mưa, gió nữa."

"Xa cái con mẹ gì. Mưa gió? Đây đách sợ, đách ngán."

Ông Đoàn nhún vai:

"Tuỳ anh."

Ông Thiệt hậm hực đi lui đi tới một chốc, nén giận rồi trở lại chỗ ngồi cũ, bảo ông Đoàn kéo hai chiếc ghế lui ra xa cái bàn tiệc. Cả hai ngồi xuống. Ông nói nhỏ đủ cho hai người nghe, giọng nói bớt gay gắt:

"Anh Đoàn ơi. Anh có đồng ý với tui rằng bọn thanh niên bây giờ không có lý tưởng như ta ngày xưa. Một lũ hỗn láo, mất dạy. Phải không anh."

Ông Đoàn không trả lời.

"Ủa, anh mời tui tới đây, rồi không thèm nói chuyện với tui?"

"Nói chuyện gì nữa bây giờ?"

"Chuyện hồi nãy."

"Anh kiên trì đến thế là cùng, muốn trở lại câu chuyện chiến tranh, chính nghĩa, thắng bại? Nhưng chúng ta nhìn vấn đề từ những góc độ hoàn toàn khác nhau, cho nên không thể đi đến kết luận nào cả. Cãi vã vô ích."

"Được rồi, không cãi nữa. Cãi là do anh, phải không? Vì anh muốn xét lại, muốn đi sai đường lối, nên tui phải sửa sai. Chứ không phải cãi. Đúng vậy không?"

"Đã nói không thể đi đến kết luận nào cả, thì sao lại có chuyện đúng, sai?"

"Anh lý sự quá. Thôi, anh chỉ cần, chỉ cần nói rõ lập trường của anh. Ta, địch. Rõ ràng, dứt khoát."

Ông Đoàn ngắt lời:

"Chả có gì dứt khoát cả. Đời là thế. Tôi chỉ xin nói vắn tắt thêm vài điều này nữa thôi. Anh có quyền nghe hay bỏ ngoài tai. Một là đất nước này là của dân tộc Việt

Nam, chứ không thuộc về của ai cả. Hai là hiện nay ta có dân chủ, tự do như ta thường nói hay chưa? Và ba là ta ngày càng bị đe doạ ngoại xâm, và càng bị những nước láng giềng bỏ rơi khá xa. Tại sao? Đấy là chưa so sánh với những nước tiên tiến."

Cái gọi là "Bữa Tiệc Đoàn Viên" đã chấm dứt trong tiếng reo zdô, zdô, zdô càng lúc càng yếu dần của đám thanh niên nam nữ, và tiếng cãi vã càng lúc càng mệt nhọc của hai ông già.

TẾT TRONG TÙ

Tôi đã "Ăn Tết" bao nhiêu lần rồi? Thật khó trả lời. Tháng năm chồng chất, trùng điệp, lẫn lộn, lặp đi lặp lại. Và đâu phải Tết nào cũng y như Tết nào? Vậy tôi thử nhớ dăm ba chi tiết nổi bật của mỗi cái Tết từ trước đến giờ, chẳng hạn Tết thời thơ ấu, thời niên thiếu, thời đã có gia đình vợ có con, thời ở tù, và cuối cùng thời sống lưu vong. Tết nào để lại nhiều kỷ niệm khó quên nhất?

Hồi thơ ấu, chưa biết gì, chú bé đã thích Tết.

Khi mẹ đi chợ về rồi đi chợ nữa, như vậy nhiều lần, mua nhiều đồ ăn, và chị người làm bận tay hoài trong nhà bếp. Khi bố cầm chổi quét nhà rồi sân, rồi lau bàn ghế. Khi được mẹ bảo vài hôm nữa cho mặc quần áo mới, mang giày mới, và bố sẽ đưa đi hớt tóc. Chú bé lờ mờ nhớ ra rằng cái ngày gì đó sắp xẩy ra. Nó hỏi cho rõ thêm; chị nó trả lời, Tết gần tới rồi.

Đêm 30 nghe lóm bố mẹ bàn chuyện thức khuya cúng giao thừa, đón giao thừa, nó cũng đòi thức, đòi đón, tuy chẳng biết giao thừa là cái gì. Nhưng rồi nó đi ngủ lúc nào chẳng hay. Buổi sáng tức tối hỏi mẹ sao không kêu nó dậy để đón cái gì đó, rồi mếu máo khóc. Mẹ nói nhỏ bên tai:

"Đầu năm con phải ngoan. Khóc là xui cả năm đó nghe."

Nó chưa đi học nên ngày nào cũng là ngày "đi chơi", nhưng ngày Tết vẫn là ngày "đi chơi" vui sướng nhất. Như cái mầm non vừa nhú ra khỏi cành cây tha hồ đón gió và nắng, Tết nó tha hồ đón bánh kẹo để đầy bàn, lấy lên ăn, thay cả bữa ăn sáng, không sợ bị mắng ăn nhiều đồ ngọt sâu răng như nó thường bị mắng.

Sáng mồng một Tết bố kêu hai chiếc xe kéo. Mẹ và chị một xe, bố và nó một xe, đi chùa lễ Phật đầu năm. Bố mẹ và người lớn gặp nhau ai cũng hớn hở chào nhau,"Chào anh chị năm mới, hay chào cô chú năm mới. Năm mới cháu mấy tuổi, cháu ngoan quá." Năm mới là cái gì mà người ta nói luôn miệng vậy, nó ngạc nhiên. Rồi tiền lì xì trong bao thơ màu đỏ. Không biết tiền là gì, nó đưa hết cho mẹ.

Nhưng cũng có cái khác nữa mà nó không hiểu. Tại sao đốt pháo? Xâu pháo đỏ, dài treo trước cửa nhà. Bố cầm cây diêm quẹt dí vào đầu dây pháo. Pháo bỗng nổ ghê khiếp. Nó vội đưa hai ngón tay bịt tai, nhắm mắt, chạy vào nhà, mếu máo khóc. Mèo chó trong nhà cũng chạy trốn biệt. Mẹ vào bồng nó lên cười ngặt nghẽo, bố cười theo, chị thì khi nào cũng vậy, được dịp là chọc quê nó.

Rồi pháo cứ nổ mãi, nạt nộ, vang dội khắp nơi, để lại xác pháo đỏ phủ kín các vỉa hè, các lối đi. Chẳng thấy ai lo quét dọn.

Mấy hôm sau pháo thưa dần rồi tắt hẳn. Tết cũng hết.

Chú bé bỗng ngơ ngác, nhớ tiếc.

Tết đến thật là rộn ràng, vui vẻ, và lạ lùng như trong "chuyện ngày xưa". Rồi Tết đột ngột bỏ đi như pháo, khi nào mới trở lại. Phải chi Tết đến nhiều hơn nữa.

Những Tết năm sau càng vui. Ngoài những vui cũ, còn có vui mới. Trước hết là được nghỉ học khá lâu. Nó không sợ pháo nữa, trái lại thích. Pháo nổ vang trời, dậy đất, như thúc giục, như hứa hẹn cái gì đó, khiến nó nôn nao chờ đón. Rồi cùng với lũ trẻ hàng xóm tranh nhau những chiếc pháo bung ra khỏi dây pháo chưa kịp nổ, đem về nhà cầm cây nhang đốt chơi từng chiếc một.

Nó bắt đầu để ý đến hoa, nhất là những cành mai vàng. Thỉnh thoảng có mai trắng còn gọi là bạch mai. Hoa quả tươi thắm được sắp cân đối trên bàn thờ Phật, bàn thờ Ông Bà, bên cạnh đèn cầy thắp sáng suốt ngày đêm, khói nhang trầm tỏa ra nghi ngút, ngào ngạt hương thơm và ấm. Một chậu hoa lớn, cao hơn nó, đứng tại một góc phòng khách. Bánh kẹo đầy bàn, có thêm bánh tét, bánh chưng, dưa món, nem, chả, mứt, và hột dưa. Cắn hoài hột dưa, rát miệng, đỏ môi. Tiền lì xì nó không đưa cho mẹ nữa. Nó được giữ một con heo bằng đất nung, trên lưng có một cái khe nhỏ dùng để nhét tiền lì xì vào. Mẹ dặn khi heo đầy bụng, đập vỡ ra lấy tiền ra đưa mẹ cất giùm cho nó xài khi cần.

Vào trung học, mới năm đầu tiên, đã có chuyện khác thường. Trước hết, học trò, bắt chước nhau, kết thành từng nhóm bạn 3 người hoặc 4 người, vì không phải tất cả mọi người trong một lớp đều là bạn thân của nhau. Những nhóm bạn đó có cùng sở thích, hoặc hạp tính tình, hoặc nhà ở gần nhau. Khi Tết đến, có nhớ thì gởi cho nhau chút quà nhỏ, quên thì thôi, không sao cả. Nhưng quà Tết sẽ gởi cho nhiều Thầy mới là chuyện khó nghĩ.

Khác với thời tiểu học chỉ có một thầy hay một cô cho mỗi lớp. Tết đến thầy hay cô nói vài lời dạy bảo và chúc mừng trước đám học trò ngồi yên ngoan ngoãn lắng nghe. Rồi ai về nhà nấy ăn Tết.

Vào trung học, mỗi môn học do một thầy dạy. Hồi đó chưa có cô giáo dạy tại trương dành cho nam sinh. Cả lớp bàn cãi mãi vẫn không biết mua món quà Tết như thế nào cho vừa với túi tiền còm hùn lại. Cuối cùng đành mua nhiều tấm thiệp (để gởi cho nhiều thầy). Dù có những câu chúc Tết in sẵn trên thiệp, học trò vẫn hội ý viết thêm những bài văn khá dài, sửa đổi đôi chút cho hợp với môn thầy dạy, trong đó kể lể công ơn trời biển của thầy.

Vào giờ cuối cùng trước khi nghỉ Tết, thầy trò vào

lớp như thường lệ, nhưng thầy không giảng dạy, trái lại vui vẻ nói chuyện với học trò. Một ít bánh kẹo và hột dưa được phép mang ra ăn cho có vẻ "tiệc tất niên" và "Mừng Năm Mới". Tiếc là không có bình trà. Thầy vui vẻ đến bàn trò nhón tay cầm một lát bánh, một cây kẹo; trò cảm kích xiếc bao. Khác hẳn mọi ngày, thầy không nghiêm khắc, không xa cách. Có thầy còn mang chuyện nhà, hoặc chuyện học hành của thầy ngày xưa kể cho trò nghe, khiến trò vô cùng kinh ngạc và cảm động.

Rồi trưởng lớp trịnh trọng bước đến trước bàn thầy, hai tay cầm tờ giấy nghiêng mình run run đọc bài văn "kể lể" công ơn thầy, nghe trầm bổng du dương (nhờ được dượt trước), nhưng thường thì sáo và rỗng.

Lớn lên thêm, lại thêm những thú vui mới lúc xuân về. Nhớ nhất, sáng 30 Tết, nhà đã bắt đầu chuẩn bị nồi bánh tét cho kịp chín cúng giao thừa. Đêm 30, tối đen như mực và lạnh cóng, nhưng ở ngoài vườn đã lấp loáng ngọn lửa từ nồi bánh tét. Chốc chốc chú bé, ô nay cậu ta lớn sầm sầm rồi, chạy ra sau vườn xem chị Cháu, người làm, hoặc bà o, ngồi bên lửa ấm, khi thì cho thêm mấy khúc củi to vào lò bếp, khi thì đổ thêm nước vào cái nồi to sôi sùng sục nước sắp cạn. Và cậu ta hỏi mấy cái bánh tét lẻ đã chín chưa. Bánh tét lẻ nhỏ xíu nên mau chín (Đậu xanh, nếp, thịt còn dư được gói thành những cái bánh tét tí hon cho nấu chung vào nồi bánh tét lớn).

Ăn bánh tét lẻ trong đêm khuya, lạnh, ăn từ trên nồi ăn xuống, trước mọi người và trước cả cúng giao thừa. Ngon lắm. Ăn xong, chạy vô trong nhà coi các người bà con nghèo ở xa về ăn Tết họp nhau đánh *Bài Tới*[1]. Những người có tuổi chờ qua tối Mồng Một, Mồng Hai, Mồng Ba đổ *Xăm Hường*[2].

Cũng có khi cậu ta là tôi đánh Bài Tới hay đổ Xăm Hường khi thiếu tay. Nhưng hai món này và trò chơi Bài

1 Một lối đánh bài đơn sơ đã có từ lâu đời nay vẫn tồn tại, và chỉ chơi trong mấy ngày Tết ở Huế. Ăn thua không bao nhiêu. Ăn thì phải đổi tay cái, mà cái thường thắng. Cho nên các tay bài thường thay nhau ăn thua. Con bài làm bằng giấy dày dài độ nửa gang tay, bề ngang độ 2cm, đầu trên có chữ Hán, chữ Nôm giản lược, thiếu nét, đoạn giữa là hình vẽ rất quái lạ, khiến ta nghĩ đến tranh lập thể khi vẽ người, tranh tượng trưng khi vẽ đồ vật hay thú vật. Tên những con bài cũng rất ngộ nghĩnh: *con rún, con gối, con nghèo, con tám gióng, con sáu hột, con nhọn, con ngủ trưa, con gà, con mõ, con tử, con voi, con xe, con ầm, con bạch tuyết, con nọc đượng (hai con sau cùng* ám chỉ bộ phận sinh dục nam, nữ*), v.v...* Đây là loại văn hoá dân gian (folklore) mô tả sinh hoạt đồng quê, thôn dã, rất gần gũi, rất sinh động.

2 Cũng tại Huế chơi vào dịp Tết. Một bộ thẻ bằng tre, gỗ, hay ngà voi gồm có thẻ nhất hường (tú tài), nhị hường (cử nhân), tứ tự (phó bảng?), tam hường (tiến sĩ), tứ hường (trạng nguyên). Và một bộ 6 con súc sắc, mỗi con 6 mặt có số từ 1 đến 6.. Người chơi nắm trong tay tất cả 6 con súc sắc đổ vào cái tô lớn, tô sứ cổ loại tốt để phát ra tiếng reo thanh và cao. Súc sắc quay trong tô trong khoảnh khắc thì dừng lại hiện lên những con số khác nhau hoặc giống nhau từ 1 đến 6, và số 4 quan trọng nhất. Chẳng hạn hiện lên 1 số 4 thì gọi là nhất hường, 2 số 4 là nhị hường v.v... và người đổ sẽ lấy những cây thẻ tương ứng nói trên. Hên sẽ lấy được nhiều thẻ hoặc thẻ cấp lớn, và thắng. Thường chỉ người có tuổi hoặc khá giả mới đổ xăm hường. Về sau, phổ biến nhiều trong dân chúng. Tiếng đổ *Xăm Hường* từ những ngôi nhà vườn reo lên văng vẳng vào ba Ngày Tết nghe thật êm ả, ấm cúng.

Vụ[3], hiền lành quá. Tôi thích Các Tê, Xì Lát hơn.

Vào giai đoạn này đã có bạn. Tết tại nhà xong, thường rủ nhau đạp xe đạp dạo quanh thành phố xem múa lân, hội chợ, lễ lạc, đình đám, hay ghé nhà của nhau thăm viếng, chúc Tết. Cao hứng thì vào một quán cà phê. Người nào đủ tiền trong túi sẽ mang ra bao tất cả, không có thói quen tính toán phần ai nấy trả như về sau.

Đó là những năm thái bình ngắn ngủi, những năm thuộc nửa sau của thập niên 1950, và gần 1 triệu người từ Miền Bắc di cư vào Nam sau khi Hiệp Định Genève 1954 được ký kết. Miền Nam thịnh vượng. Mưa thuận gió hoà, được mùa lúa liên tiếp nhiều năm. Cá đầy biển khơi, đầy sông, đầy đồng, cơm với cá như mạ với con. Buổi chiều tối chim bay về tổ kín cả góc trời.

Đời sống sung túc, dễ dãi. Giá sinh hoạt rất thấp. Chẳng hạn, tại Nam Kỳ Lục Tỉnh, mua một chục được tính thành 16, hay 18. Mua 10 hột gà, được người bán

---

3 Bài Vụ của nhà cái gồm có: 1 tấm giấy hay ván mỏng trên đó có những ô vẽ hình con gà, tôm, cua, cá ..., và 1 con vụ hình trụ 8 mặt khắc hay dán vào những hình vẽ gà, tôm, cua cá ... tương ứng. Nhà cái dùng ngón tay cái và ngón tay trỏ xoắn mạnh cán vụ, cây vụ sẽ xoay tròn trên chân vụ. Nhà cái úp cái chén nhỏ lên con vụ khi nó đang quay trong khi người chơi đặt tiền vào ô nào tuỳ ý. Nhà cái giở chén ra khi con vụ đã hết đà nằm xuống chìa 1 trong 8 mặt lên. Người chơi đặt trúng với mặt chìa lên đó là thắng cuộc, được chia tiền. Trò chơi này rất đơn giản, tiền thân của trò Bầu Cua bây giờ.

Đây chỉ là vài thông tin sơ lược về 3 loại giải trí đặc biệt ở Huế. Tất nhiên còn có những chi tiết và quy luật khác của Bài Tới và Xăm Hường.

gói cho 16 hay 18 hột. Lương một thầy giáo, cô giáo dạy tiểu học, hay một thiếu úy vừa mới tốt nghiệp trường quân sự cũng đủ nuôi cả nhà 6 hoặc 7 người.

Rồi tới giai đoạn lập gia đình riêng, có vợ, có con. Người ta, có tôi trong đó, tự cảm thấy cái Tết dành cho con cái hơn là cho bản thân mình.

Nhưng vào cuối thập niên 1950 và đầu thập niên 1960, chiến tranh bắt đầu xẩy ra. Miền Bắc không để cho Miền Nam yên sống. Miền Nam, quen "sướng" rồi, không dồn hết mọi nỗ lực vào chiến tranh như Miền Bắc, trái lại cố gắng xây dựng đất nước, và hễ có dịp là "thưởng thức cuộc đời". Trong khi chiến sĩ ở ngoài tiền tuyến đang chiên đấu bảo vệ từng tất đất, thì hậu phương vẫn nôn nao đón Tết.

Tôi, một quân nhân biệt phái làm việc tại thành phố, lúc Tết sắp đến, vẫn lo sắm sửa mọi thứ cần thiết, lái xe tới Giồng Ông Tố ngoại ô Sài Gòn mua nếp ngon về nấu xôi, nấu bánh tét. Chiều 30 Tết dù nhà đã có hoa mai, hoa cúc, vẫn xuống Bình Quới gần Thủ Đức mong gặp may mua thêm vài cành hoa tươi đẹp còn sót lại. Và cũng không quên mua vài dây pháo.

Người thành phố ở xa vùng xôi đậu, vùng hoả tuyến, vẫn vô tư sống như trong thời bình. Buồn bã chăng, lo âu chăng, đau khổ chăng là những ai có thân nhân là quân nhân đang chiến đấu ngoài mặt trận, hay bị thương tích được đưa vào các Quân Y Viện nằm rải rác khắp bốn vùng chiến thuật. Hay tử trận.

Trên đây chỉ là dăm bảy nét đơn sơ về những cái Tết mà gia đình tôi đã trải qua.

Mãi đến lúc Miền Nam mất, người Miền Nam mới sáng mắt ra. Và tuyệt vọng. Chỉ còn một lối thoát: vượt biên. May sống rủi chết. Trong những năm vô cùng hoang mang và hoảng hốt này, không một ai còn lòng nào nghĩ đến thú vui, giải trí, hay lễ hội. Nói gì đến chuyện Tết nhất.

Nhưng lần hồi, đối với những người đã rời bỏ quê hương, ngày tháng trôi qua như dòng sông chảy siết kéo theo những đám bèo lềnh bềnh, có đám tấp vào một bến bờ nào đó, có đám biệt tich. Với những ai sống sót tới được đất liền, Tết vẫn đeo đẳng, dai dẳng như con sâu nằm yên tại một nơi kín đáo trong đáy tim, trong trí óc, trong ký ức, chờ dịp thuận tiện là xác nhận sự có mặt. Những cái Tết lưu vong đầu tiên trên đất khách thật là ảm đạm, lạnh lẽo. Dù vậy người tỵ nạn cũng đã tìm được chút an ủi, hay nói cho đúng hơn, tìm thấy căn cước của mình. Và cái Tết truyền thống là một chứng tích.

Sau đó, tại nhiều nước trên thế giới, họ xây dựng những cộng đồng tỵ nạn vững mạnh dần. Họ trân quý lá cờ mà họ mang theo lúc bỏ nước ra đi, mang theo trong lòng, hoặc giấu kín trong mớ hành lý rách nát trên đường đào thoát. Dần dà lá cờ đó đã được những nước sở tại thừa nhận.

Nhưng mất quê hương là mất hết, một số người quan niệm như thế. Những người đó tìm quên, quên ngày tháng, quên Tết, quên người thân, người yêu còn sót lại tại quê nhà. Họ muốn quên quá khứ, quên tất cả. Sống ù lì như gỗ đá. Lại có người mang tâm trạng bất cần đời, như trong câu chuyện nhỏ này. Một người "đi cày" sau nhiều năm dành dụm tiền tậu một chiếc xe hơi cũ để đi làm, nhưng chỗ ở thuê mướn không có ga-ra cho xe, phải đậu xe ngoài đường. Xe bị trộm lấy mất.

"Này, bây giờ đi làm bằng gì?"

"Thì chịu khó đi sớm về trễ bằng *bus* như trước."

"Tiếc không?"

"Nước mất còn không tiếc, tiếc gì ba cái lẻ tẻ."

Tôi đã kể lại sơ lược nhiều cái Tết, nhưng chưa nói đến Tết trong tù. Vì quên? Không bao giờ. Ngược lại mới đúng. Tết trong tù mới là cái tết khó quên nhất.

Tôi có tật nhớ dai? Hiện đang ăn Tết tại một nơi an bình lại đi nhớ những chuyện cũ xa xưa. Sao không chịu sống với hiện tại? Người ta thường nói quá khứ đã qua, quên nó đi, vì nó quấy rầy kéo lùi bước tiến của hiện tại. Tương lai chưa đến, đừng bận tâm đến nó, vì nó là câu hỏi không có câu trả lời. Chỉ có hiện tại là đáng kể.

Nhưng quá khứ cũng là tiền đề của hiện tại, góp phần làm nên diện mạo của hiện tại. Câu nói "Ôn cố tri tân" vẫn có giá trị. Có người còn bảo rằng con người không quá khứ thì chẳng khác gì cây không gốc, không rễ. Cũng thế, quá khứ và hiện tại gộp nhau lại làm bàn đạp cho tương lai. Cho nên không thể bỏ quên quá khứ được.

Nhưng vẫn có người muốn quên quá khứ vì lý do riêng. Hay là có những chế độ vì quyền lợi phe nhóm muốn xoá bỏ quá khứ, hoặc xuyên tạc lịch sử để có thể ngụy tạo một loại quá khứ khác, lịch sử khác, thích ứng với tham vọng của họ.

Sau khi Miền Nam sụp đổ, lần đầu tiên tôi ăn Tết xa gia đình, xa xã hội, xa văn minh của loài người. Tết trong tù.

Khoảng giữa năm 1975, khi được lệnh gọi đi học tập cải tạo, tôi cùng với người bạn thân, BXN, rủ nhau đến ghi danh tại trường Gia Long vừa được thiết lập thành một trong những trung tâm tiếp nhận người trình diện thuộc địa phận Sài Gòn. Sau 10 ngày, tưởng là được trở về với gia đình như được thông báo[4], bạn tôi bị đưa về Long Giao thuộc tỉnh Long Khánh, tôi bị đưa đi Trảng Lớn thuộc tỉnh Tây Ninh.

Từ đấy, cuộc sống mới trong tù bắt đầu. Ở tù chắc chắn là nhọc nhằn, gian khổ, buồn chán, đó là lẽ tất nhiên, không cần phải than thở hay phàn nàn. Nhưng thỉnh thoảng cũng nên nhắc lại kẻo quên, quên cái lý do tại sao ngày hôm nay mình sống lưu vong nơi đây. Nói cách khác, nhắc lại không nhằm củng cố thêm lòng căm thù, mà để ghi nhớ một giai đoạn khốn đốn của lịch sử

4 Nếu tôi nhớ không lầm, thông báo mập mờ rằng những ngườii trình diện phải mang theo thức ăn dùng đủ 10 ngày. Mọi người suy luận rằng như vậy chỉ đi học tập cải tạo trong 10 ngày.

bị xuyên tạc. Ghi nhớ như một chứng nhân.

Chiều 30 Tết, những đoàn tù đi lao động các nơi trở về lán[5]. Mùa đông trời tối nhanh. Họ là những cái bóng co ro, gầy gò, rách rưới, lem luốc, đi loạng choạng trên con đường đê lồi lõm bề ngang chỉ độ hai gang tay, cỏ mọc đầy vướng chân. Thỉnh thoảng có người vấp ngã, lồm cồm dậy, đi nhanh cho kịp đoàn người.

Một vài câu đối thoại xì xầm:

"Ngày mai chắc được nghỉ lao động."

"Nói cái gì vậy, mai đâu phải là ngày Chủ Nhật."

"Nhưng mai Tết."

"Tết cũng phải lao động."

Một người nói to, chẳng biết đùa hay thật:

"Đúng quá. Lao động là vinh quang. Không có Tết cái quái gì cả, không được nghỉ."

Tù cải tạo mỗi tuần lao động 6 ngày, nghỉ ngày Chủ Nhật. Nhưng thỉnh thoảng dù là vào ngày Chủ Nhật đi nữa, tù cũng phải học bồi dưỡng thêm về đường lối,

5 Những trại gia binh cũ của binh sĩ Việt Nam Cộng Hoà trong Trảng Lớn, Tây Ninh, sau khi Miền Nam sụp đổ , được dùng để giam giữ tù cải tạo, gọi là lán. Đó là những dãy nhà lợp tôn dài, sơ sài, nhiều dãy bị pháo kích lỗ chỗ dấu đạn, mái tôn cháy sém cong queo, đổ nát. Có lẽ chữ "gia binh" không đúng như thường được gọi, vì gia binh là binh sĩ hầu cận của một gia đình quan lớn ngày xưa. Trong khi đó, đây là cái trại dành cho gia đình, vợ con, binh sĩ.

chính sách của Cách Mạng, của Đảng. Đặc biệt là phải biết tự thú nhận tội lỗi của mình, và thành khẩn khai báo. Ban đêm, ăn tối xong, trước khi đi ngủ, thường có kiểm điểm, phê bình và tự phê bình, rút tỉa kinh nghiệm, điểm mạnh, điểm yếu. Mỗi người phải tự giác kiểm điểm bản thân và tố giác hành động sai trái của người khác.

Ăn tối nhanh lắm. Lán có nhiều phòng. Mỗi phòng chia ra làm những nhóm 4 người cùng ăn với nhau. Mỗi ca-rê 4 người (*carré,* tiếng Pháp) được phát một chén cơm hẩm nhỏ độn khoai mì, chút rau xanh thu hoạch từ mảnh đất quanh lán do tù trồng lấy, và một chén gọi là nước mắm (nước muối pha loảng trộn thêm nước màu vào trông giống nước mắm). Cái gì cũng quá ít, tranh ăn coi kỳ, đành chia ra làm 4 phần trước khi ăn. Nhưng các phần chia không thể nào bằng nhau. Một bạn trong ca-rê của tôi chế ra cái cần quay có mũi tên rất đơn sơ đặt giữa 4 phần ăn. Trước khi cầm đũa, quay mũi tên. Nó dừng lại chỉ người nào thì người đó sẽ chọn lấy phần ăn của mình, người kế tiếp lấy phần tiếp theo. Làm như vậy có vẻ bần tiện quá, nhưng tránh được sự phân bì nhiều ít dù không ai nói ra. Sực nhớ câu nói miếng ăn là miếng tồi tàn.

Trong ca-rê của tôi có một anh chàng khi mới vào ở tù rất to con, cao hơn 1,8 mét. Sau vài ba tháng, ai cũng gầy gò, nhưng anh này trông thảm hại nhất. Mọi người mới cầm đũa, anh đã nuốt chửng hết phần ăn của mình, ngồi im nhìn bạn ăn. Thường thường những người còn lại trong chúng tôi khều chút khoai mì tặng anh, dù chúng tôi đói thường trực. Chỉ vài phút, bữa ăn chấm dứt.

Gần một năm sau mới được thăm nuôi, nhờ vậy có thêm chút chất đạm và chất ngọt. Nhưng "nước mắm thiệt" vẫn được mọi người thích nhất. Đó là chuyện ăn uống.

Chuyện lao động cũng đáng nhớ. Người tù nào có "tay nghề", chẳng hạn bác sĩ thì làm việc tại trạm xá, chữa bệnh cho tù, có khi chữa cho gia đình cán bộ; biết cưa, bào, đục, thì làm việc tại xưởng mộc; biết nấu ăn, thì làm anh nuôi. Đại đa số là những kẻ "bất tài" và "vô tích sự"như tôi thì "lao động tổng quát". Cái tên nghe kêu. Vào hết rừng này, đến bãi nọ đốn cây, đốn tre, đốn nứa, cắt tranh, đánh tranh, tuốt dây mây. Hoặc canh tác thì trồng khoai, sắn (khoai mì), ngô (bắp), bí, bầu, v.v..., làm cỏ, cuốc đất, gánh nước tưới cây, gánh phân tươi (phân người từ các hố xí) đem đi ủ thành đống, làm phân bón rau quả.

Mỗi sáng sớm những toán lao động rời khỏi lán túa ra đi các nơi khác nhau, mỗi toán được 1 quản giáo dẫn đầu, 2 bảo vệ vác súng đi theo sau cùng. Bảo vệ ai vậy? Hay sợ tù nổi loạn?

Tối 30 Tết, sau khi cơm nước xong, B trưởng[6] lên trên Khung[7], được cho biết ngày mai nghỉ lao động để

6 B trưởng là người tù cầm đầu 1 trung đội tù khoảng trên 30 người.

7 Ban chỉ huy trại tù.

đón Tết. Và được hỏi "các anh" thích ăn Tết món gì.

Sau khi bàn tán sôi nổi, mọi người đồng ý xin được ăn khoai lang. Khung liền phê bình: Tết lại đòi ăn khoai lang. Muốn bang bổ Cách Mạng chăng? Tết phải ăn thịt!

Thật ra chúng tôi thèm chất ngọt quá. Suốt hơn nửa năm từ ngày vào tù không hề thấy một chén chè. Cơm hẩm và rau xanh ít ỏi không đủ để tạo chất ngọt. Các món ăn theo thứ tự sang trọng từ cao đến thấp: cơm, bắp, khoai, sắn (khoai mì). Đòi ăn thêm cơm vào ngày Tết là chuyện khó nghe, bắp rất hiếm chưa hề được ăn, chỉ có khoai lang dễ trồng, lại ngọt. Nhưng củ khoai khó có lắm. Là vì đọt khoai, lá khoai mới nhú lên khỏi thân chưa đủ lớn đều bị vặt sạch, cho nên những đốt khoai nằm bên dưới đất chỉ sản xuất ra những dây rể dài, nhỏ, quăn queo, chứ không phải củ.

Cuối cùng, ngày Tết chúng tôi được ăn thịt heo. À ra thế, mỗi lán lâu nay được phép cử một người phụ trách "vỗ béo" một con lợn nhốt trong cái chuồng nhỏ lợp tranh nằm kế rảnh nước cuối dãy nhà xập xệ. Tưởng nuôi heo để làm gì, hoá ra để làm thịt ăn Tết. Phải thừa nhận rằng Khung cũng có quan tâm đến Tết nhất của tù. Nhưng khi Tết đến, con heo chưa được "vỗ béo" kịp, nhỏ và gầy quá vì nó cũng thiếu ăn, mà số người của mỗi lán gầy hơn heo nhưng lại quá đông. Chia ra mỗi người được tí thịt heo nhỏ hơn một ngón tay.

Lán chúng tôi liền có sáng kiến. Gom lại tất cả các phần thịt được chia cho mỗi người, cùng với gạo, thay vì nấu cơm, nấu một chảo cháo heo to tướng, không hành, không tiêu, trắng xoá bềnh bệch. Chiều Mồng Một Tết, mỗi người tù đứng một nơi co ro vì lạnh, tô cháo nóng lỏng bỏng sưởi ấm hai bàn tay, không cần đũa hay muỗng, tay nâng tô lên, kề miệng vào tô húp rột rột, nuốt chầm chậm sợ mau hết. Thịt đã tan biến đi đâu hết, nhưng khói từ cái tô bốc lên phả vào mặt, vào mũi, vẫn thoang thoảng cái mùi thơm tho ngây ngất.

Tết phải có giải trí. Mọi người được lệnh phải tham gia. Một quản giáo trước giờ có tiếng là ít nói nhưng có vẻ cảm thông với phe ta, tức là phe tù, bỗng trở chứng lên giọng sắt máu khiến mọi người ngỡ ngàng: Ngày mồng một Tết mà anh nào còn nằm dài trong lán thì sẽ bị lôi đầu ra ném vào giữa sân. Hay tống cổ lên lầu nước nằm phơi nắng. Cái lầu nước (château d'eau) tại Trảng Lớn vẫn còn đứng đó. Tôi cố nhìn xem có dấu đạn bắn lạc vào hay không, nhưng xa quá, không trông thấy. Có lẽ đấy là lầu nước đã bị phế bỏ như những nhà kho đổ nát cạnh phi trường.

Giải trí gồm có: Đá banh, Cách Mạng gọi là Bóng đá, cờ tướng, và hát.

Một bạn tù được bầu làm nhạc trưởng ôm cây đàn ghi ta tự chế tạo, tiếng kêu rổn rãng lơ lớ, tập họp những ai thích hát thành một ban *tốp ca*. Hát bài gì? Nhạc vàng của Nguỵ tất nhiên bị cấm. Còn lại là *"Như Có Bác Hồ Trong Ngày Vui Đại Thắng..."* Hai bản nhạc *"Dậy Mà Đi"* (*Dậy mà đi, dậy mà đi. Ai chiến thắng không hề chiến bại, ai nên khôn không khốn một lần. Dậy mà đi, dậy mà đi. Dậy mà đi hỡi đồng bào ơi ...*) và *"Kết Đoàn"* (*Kết đoàn chúng ta là sức mạnh. Kết đoàn chúng ta là sắt gang. Đoàn kết ta bền vững, dù sắt hay là gang, còn kém bền vững...*) được hát trong mấy tháng mới vào tù, nay cũng bị cấm nốt.

Không lẽ cứ hát hoài *Như Có Bác Hồ*... chán phè. Tôi và một bạn tù đứng riêng một chỗ vắng hát thì thầm *Ly Rượu Mừng: "Ngày xuân nâng chén ta chúc nơi nơi. Mừng anh nông phu vui lúa thơm hơi. Người thương gia lợi tức. Người công nhân ấm no. Thoát ly đời gian lao nghèo khó ..."* Một người tù từ B khác tới hỏi han:

"Hai bạn nhạc vàng hả? Chớ! Chớ! Đừng! Đừng! Nghe tôi đây: '*Như có chú Cháo trong đêm buồn đại bại.' Cháo thịt heo đó mà ...*"

Hát xong anh ta quay người đi lẫn vào trong nhóm Cờ Tướng. Khá nhiều bàn cờ tướng bằng giấy đặt trước hiên lán, hay ngoài sân đất bên gốc cây.

Ban "tốp ca" èo uột quá, đành giải tán. Kẻ thì nhập vào ban Cờ Tướng. Không ngồi đánh cờ cũng phải đứng quanh coi và cổ võ. Kẻ thì vào đội đá banh hoặc coi đá banh. Nói đúng ra cũng có người giải trí bằng cách khác mà không bị gọi đến "làm việc" với quản giáo. Họ mang bao cát ra may thêm áo quần mới, áo 3 lỗ, quần xà lỏn, hoặc những người khéo tay lấy nhom[8] mài, dũa, gò thành

8 Tại phi trường Trảng Lớn có một chiếc máy bay phế thải nằm gần nhà kho cũ. Tù đến gỡ nhom mang về lán. Họ có nhiều sáng kiến. Từ những miếng nhom cong queo, họ chế thành những "mỹ phẩm". Một gốc trúc có thể biến thành cái ống điếu rất đẹp; tôn bị cháy sém, mài, tẩy, gò thành chiếc va-li samsotôn (nhại chữ va-li

những mỹ phẩm: lược, vòng, con rồng, con phượng, con cá, con cọp, con ngựa. Trông vui mắt. Có người tụm năm tụm ba đi vòng vòng quanh lán nhiều lần, nói chuyện thì thầm với nhau. Hoặc chẳng nói năng gì cả, mặt mày đăm đăm.

Tôi thích đá banh. Không đủ người nên mỗi đội chỉ có khoảng 6, 7 cầu thủ. Đội của tôi ở trần, chưa ra sân tôi đã cảm thấy lạnh, đội kia mặc áo bao cát[9]. Sân banh vốn là một khu đất hoang đầy cỏ cú, cỏ trinh nữ nhiều gai, đá nhọn. Lại đá chân không, chắc chắn trước sau gì cũng toạc móng chân cái. Cho nên tôi đành xin rút lui, giã từ những cầu thủ gầy còm, hốc hác, ở trần giơ xương sườn, xương sống, và cái sân banh lôi thôi, nham nhở. Ngoài ra còn một lý do nữa. Bụng đói, liệu có chạy nổi hết nửa hiệp đầu hay không.

Thế tôi phải làm gì bây giờ? Nhập vào ban Cờ Tướng vậy. Tôi biết tôi có thể, vào thời điểm đặc biệt này, ngồi lâu một chỗ dí đầu dán mắt vào bàn cờ, quân cờ, nước cờ, chai lì đánh cờ từ sáng đến chiều, không sốt ruột, không nao núng vì bất cứ cái gì cả, cũng không nhúc

samsonite), hay hộp đàn ghi-ta.

9 Trảng Lớn có sân bay, đường bay, và nhiều ụ công sự phòng thủ chất bao cát chung quanh. Chúng tôi xổ cát ra, lấy bao cát may làm áo quần sử dụng suốt ngày đêm, năm này qua năm khác. Bộ quần áo mang theo từ hồi trình diện đi tù cải tạo vẫn giữ nguyên vẹn trong nhiều năm cho đến ngày "ra trại", tức là ngày được phóng thích. Chúng tôi thừa biết thân nhân của mình bên ngoài nhà tù cũng đói rách, thiếu thốn, cho nên không muốn họ phải tiện tặn mua sắm thêm áo quần cho thân nhân ở tù.

đầu, đau óc, sẽ bỏ quên cả bữa ăn trưa, mà ăn cái gì nhỉ vào trưa ngày Tết này, chiều đã có cháo rồi, mà cần gì ăn, lần đầu tiên tôi quên cơn đói xốn xang, thường trực. Quên nhiều thứ khác nữa, quên hết, quên vợ con đang bơ vơ trong thành phố thân yêu xa xôi đó hiện giờ chẳng biết ra sao, cái thành phố Sài Gòn nay không biết nằm phương nào.

Rồi Tết cũng hết, chỉ nghỉ Tết một ngày. Đêm lại về.

Đêm mùa đông mênh mông, tối tăm, về với những cái lán dài lợp tôn cháy sém nằm song song bên nhau mà có vẻ như bị hầm hố bao quanh ngăn cách. Song song nên không bao giờ gặp nhau, vâng, quan hệ giữa các lán tuyệt đối bị cấm chỉ. Không tiếng cười nói, vui đùa, không một tiếng khua động nào, tịch lặng như bãi tha ma. Đêm mồng một Tết không đèn, không lửa, không nhang, không khói. Nhưng có nhiều người với những dáng vẻ khác nhau. Kẻ thì chồm hỗm trong bóng tối thì thầm bắt chuyện, nói chuyện, kẻ thì ngồi riêng một góc lâm râm tụng kinh, đọc kinh, hay độc thoại, kẻ thì quay ra nằm ngủ trên những chiếc sạp gỗ mối mọt, xiêu vẹo, không mền, không chiếu, thỉnh thoảng ú ớ nói trong mơ.

Tôi không ngủ được. Nghĩ đến gia đình là bế tắc ngay. Vợ con có còn khả năng ăn Tết hay không? Có còn tiền để mua sắm, chuẩn bị đón năm mới? Vợ từ trước đến giờ ở nhà làm nội trợ đảm đang, lo săn sóc cho chồng và 4 đứa con, đứa lớn nhất đang học tiểu học, đứa nhỏ nhất mới 4 tuổi. Việc "kiếm cơm" là của người chồng, nay ở tù vô thời hạn. Hàng trăm nghìn gia đình "Ngụy" khác có lẽ cũng chẳng khá gì hơn. Họ có thể nào sống sót cho qua cơn đại hồng thủy này?

Như con đà điểu sa mạc vùi đầu vào cát để khỏi thấy cái nguy hiểm sắp xẩy đến, người ta nói thế, tôi cũng bắt chước nó, nhất quyết chặn đứng những ý nghĩ đen tối trên kia lại, cố chuyển qua chuyện khác sáng sủa hơn. Làm như thể trong đầu có nhiều ngăn kéo, mỗi ngăn kéo chứa đựng mỗi suy nghĩ riêng, được sử dụng khi cần đến.

Tại sao mình lạc bước vào nơi này? Tôi nghĩ đến những bài học "bồi dưỡng chính trị" trong đó kẻ chiến thắng đã trả lời tại sao, theo ý họ. Rồi bắt buộc chúng tôi, những kẻ chiến bại, những tên tù bị tước đoạt hết mọi khả năng chống trả, phải tự thú, tự giác nhìn nhận tội lỗi của mình, và công trạng của họ. Mà tội ác và hình phạt gắn liền với nhau.

Cả một giai đoạn lịch sử ngổn ngang, rối bời và đầy đau thương[10] hiện ra trước mắt. Sau này, khi đã rời khỏi

10 Hãy bình tâm xem lại một giai đoạn lịch sử cận đại. Lịch sử từ xưa đều do kẻ chiến thắng viết theo chủ quan và ý đồ của họ. Họ tô son điểm phấn những gì họ làm và mạt sát kẻ chiến bại. Nay là thời đại của tin học. Nhờ có thông tin nhanh chóng, đa dạng, đa chiều, ta có thể nhận diện lịch sử một cách dễ dàng hơn, và chính xác hơn.

Ngay sau khi Nhật đảo chánh Pháp ngày 9 tháng 3 năm 1945, vua Bảo Đại xóa bỏ Hoà Ước Giáp Thân năm 1884 (Hoà Ước Patenôtre ký kết giữa triều đình Việt Nam với Pháp), và tuyên bố nước Việt Nam độc lập. Ông Trần Trọng Kim được mời lập chính phủ. Chính phủ Trần Trọng Kim dù chỉ tồn tại trong 4 tháng, được Nhật hậu thuẫn, nhưng hoạt động hoàn toàn độc lập, và đã để những nền chốn tù tội, tôi có dịp tìm hiểu thêm.

móng đáng trân trọng cho các chánh quyền về sau.

Ngày 14/8/1945, Nhật thua trận, đầu hàng Đồng Minh, chính phủ Trần Trọng Kim sụp đổ, vua Bảo Đại thoái vị. Mười ngày sau, Chính phủ Cách Mạng Lâm Thời ra đời vào ngày 24/8/1945, với sự hợp tác của những chính khách thuộc các đảng phái, hoặc không đảng phái, trong đó Việt Minh mạnh nhất. Cựu Hoàng Bảo Đại và Giám Mục Lê Hữu Từ được mời làm cố vấn tối cao. Việt Minh với sự yểm trợ của cả một khối Cộng Sản quốc tế Nga và Tàu nên tổ chức chặt chẽ, có kế hoạch lâu dài, có nhiều kinh nghiệm chiến đấu, lật đổ, cướp chánh quyền, trong khi đó những đảng phái quốc gia hoạt động rời rạc, cô lập.

Tháng 3, 1946 Hiệp Định Sơ Bộ được ký kết giữa Hồ Chí Minh và Jean Sainteny xác nhận sự hiện diện của Pháp tại Việt Nam. Không còn phải đương đầu với Pháp, Việt Minh khởi sự thanh trừng những thành phần đối lập, hoặc khác chánh kiến, hoặc không thuộc về đảng của họ. Sau một thời gian, nhận thấy Việt Minh là Cộng Sản, một số nhân vật trong Chính Phủ Cách Mạng Lâm Thời đã trốn ra nước ngoài hoạt động, trong đó phải kể đến Nguyễn Hải Thần, Phó Chủ Tịch, Nguyễn Tường Tam (nhà văn Nhất Linh), Bộ Trưởng Ngoại Giao, Nguyễn Tường Long (nhà văn Hoàng Đạo), Bộ Trưởng Kinh Tế, Vũ Hồng Khanh, chính khách, và Bảo Đại, cố vấn.

Chẳng bao lâu, chiến tranh Việt-Pháp bùng nổ. Trong giai đoạn đầu, Việt Minh không chống nổi, phải rút vào chiến khu. Việt Nam lâm vào tình trạng vô chính phủ. Nhân đó, cựu hoàng Bảo Đại được một số chính đảng và Pháp ủng hộ mời về nước. Hiệp Ước Vịnh Hạ Long sơ bộ được ký kết giữa cựu hoàng và Pháp năm 1947, tiếp theo là Hiệp Ước Vịnh Hạ Long năm 1948, xác nhận Việt Nam độc lập và thống nhất. Như vậy, cái gọi là Nam Kỳ Tự Trị mà Pháp muốn xây dựng để cải biến thành thuộc địa của Pháp cũng phải trao trả lại cho Việt Nam. Kể từ đấy, nước Việt Nam thống nhất từ bắc tới nam trừ một số vùng do Cộng Sản kiểm soát, đấy là: vài khu vực phía bắc tiếp giáp với Tàu; Thanh Nghệ Tĩnh, một phần của Quảng Nam, và Quảng Ngãi, Bình Định.

Họ thắng là nhờ vào sự viện trợ lớn lao, bền vững, và

Nhưng khác với người Anh (Đế quốc Anh rộng mênh mông bao trùm Mỹ châu, Phi châu, Á châu, Úc châu. Sau Thế Chiến II, nhận thức rằng chính sách thực dân, thuộc địa đã hoàn toàn lỗi thời, nhu cầu giải thực nở rộ trên khắp thế giới, người Anh không chút ngần ngại trả lại độc lập cho tất cả các nước bị Anh đô hộ.) người Pháp không thật lòng. Trước sau gì cũng phải rút lui về nước, Pháp vẫn cố bám lấy một số quyền lực, do đó đã gây nên nhiều hệ lụy cho giải pháp Bảo Đại, và cho cả lực lượng chiếm đóng của Pháp.

Sau khi đánh bại Trung Hoa Dân Quốc năm 1949, và kết thúc chiến tranh Triều Tiên năm 1953, Trung Cộng rảnh tay ồ ạt trợ giúp Cộng Sản Việt Nam, và kết quả là Cộng Sản Việt Nam đã đại thắng quân Pháp tại Điện Biên Phủ, đưa đến việc ký kết Hiệp Định Genève ngày 20/7/1954, chia đôi nước Việt Nam, lấy vĩ tuyến 17 làm ranh giới. Việt Nam Cộng Sản ở bắc vỹ tuyến nằm trong khối Cộng Sản quốc tế với Trung Cộng, Liên Xô, và những nước Đông Âu. Việt Nam Cộng Hoà ở nam vỹ tuyến thuộc phe Tư Bản với Mỹ và những nước đồng minh Tây Âu. Pháp hoàn toàn rút khỏi Việt Nam. Việt Nam Cộng Hoà hoàn toàn độc lập.

Nhưng Hiệp Định Genève, hay những gì ký kết sau này với Việt Nam Cộng Hoà và Đồng Minh, đối với Cộng Sản Việt Nam, đấy chỉ là những giao ước tạm thời chờ dịp xé bỏ. Họ luôn luôn nuôi tham vọng thôn tính Miền Nam, rồi từ đó, cùng với Cộng Sản quốc tế nhuộm đỏ luôn những nước Đông Nam Á theo thế chẻ tre mà Tây phương gọi là thế cờ Domino. Chiến tranh Nam Bắc bùng nổ. Mỹ và Đồng Minh giúp Miền Nam tự vệ chống Cộng xâm lăng, luôn luôn giữ thế thủ. Miền Bắc được Trung Cộng và Liên Xô viện trợ, luôn luôn ở thế công. Không những thế, họ gài người vào Miền Nam quấy phá, bạo loạn, ám sát.

Tuy nhiên, một số dư luận trong và ngoài nước Mỹ cùng với giới truyền thông thiên tả thường lên án Mỹ đã vô cớ can thiệp sâu vào nội tình của một nước xa xôi ở Đông Nam Á là Việt Nam. Thật ra Mỹ không có nhu cầu chiếm đất. Họ giúp Miền Nam chặn đứng làn sóng đỏ. Chỉ nỗ lực này mà thôi cũng đủ biện minh cho sự hiện lâu dài của Tàu, Nga, và những nước Đông Âu. Nhưng thử hỏi đấy có phải là viện trợ suông, không hoàn trả? Hay đó chỉ là cái bẫy nợ, nếu không trả đủ sẽ bị mất đất, mất đảo, mất biển, không khéo sẽ mất nước.

Ta bại khi đồng minh cắt viện trợ khiến ta không có đạn dược, súng ống, để chống lại sức mạnh của cả khối Cộng Sản.

Họ bảo họ có chính nghĩa vì đã giải phóng đất nước và du nhập chế độ Cộng Sản.

Ta bảo ta có chính nghĩa vì đã bảo vệ đất nước được

---

diện của Mỹ tại Miền Nam Việt Nam. Các quốc gia ở Đông Nam Á cũng nhờ vậy mà khỏi sợ bị Cộng Sản thôn tính, yên tâm xây dựng đất nước, trở nên hùng mạnh về kinh tế lẫn quân sự.

Nhưng khi đã bắt tay hữu nghị với Trung Cộng năm 1972, Mỹ nhận thấy, một là không cần phải chống cộng bằng vũ lực nữa, hai là trước một nước với lãnh thổ mênh mông và dân số trên 1 tỷ người, nhiều nguồn lợi có thể khai thác, Mỹ bèn chọn giải pháp cùng tồn tại hoà bình (peaceful coexistence) với Cộng Sản. Cho nên Mỹ liền bỏ rơi đồng minh Việt Nam Quốc Gia, cắt hết mọi viện trợ quân sự lẫn kinh tế. Trong khi đó, khối Cộng Sản vẫn tiếp tục tăng viện cho Bắc Việt gấp bội với cả quân sĩ (trên 300 nghìn quân Trung Cộng trong những đơn vị tiếp vận, và một số quân Liên Xô chuyên về phòng không) lẫn vũ khí hiện đại hơn, chẳng hạn như xe tăng, súng ống, máy bay. Một mình Miền Nam không thể nào chống cự nổi, gượng gạo chiến đấu thêm vài ba năm, và sụp đổ. Nhiều người uất ức thốt lên: Việt Nam Cộng Hoà đã bị đồng minh Mỹ "bức tử".

Cả triệu người Miền Nam vào nhà tù của Cộng Sản. Hơn 1 triệu người Miền Nam vượt biển, vượt biên tìm tự do, trong số đó một nửa bỏ mình trên biển cả hay trong rừng sâu núi thẳm. Thế giới kinh hoàng.

độc lập, và góp phần vào công cuộc chống Cộng của Thế Giới Tự Do.

Vậy ai có công? Ai có tội? Thắng, có công? Bại, có tội?

Một câu hỏi khác có thể đến với người Việt Nam lưu vong: Thế Giới Tự Do có mang một trách nhiệm nào đối với Việt Nam Cộng Hoà bị bức tử?

*

Quên bữa ăn trưa, chỉ có một tô cháo cho bữa ăn tối, cho nên vào giờ này tôi đói cồn cào. Đã khuya. Mọi người trong phòng đã yên ngủ. Tôi nằm trằn trọc mãi. Bây giờ thì chỉ nghĩ đến miếng thịt heo nhỏ tan biến hết trong nồi cháo. Rồi nghĩ đến con heo nhỏ và gầy nuôi vội trong cái chuồng xiêu vẹo ở cuối lán, mà thỉnh thoảng đi lao động về tôi ghé thăm nó xem nó có lớn lên được chút nào. Hôm nay nó đã được hóa kiếp.

Lại thao thức tiếp tục nghĩ đến chuyện ăn uống, càng đói càng ăn uống bằng tưởng tượng, và nhớ đến hai bạn tù bàn về thịt heo. Một bạn say sưa nói ăn thịt heo như thế này mới ngon. Luộc chín tới cái đùi trước, đùi sau nhiều xương không ngon bằng. Cầm con dao thật bén, cắt cái đùi thành từng lát nhỏ không dày không mỏng, đủ da, đủ thịt, đủ mỡ, thịt ba chỉ, đặt lên trên mỗi lát thịt một hai con tôm chua đã ngức đầu ngức đuôi, vài lát khế chua, chuối chát, ớt đỏ, rau thơm, rồi lấy bánh tráng mè nướng nhúng nước cuốn lại thành những cuốn tròn nhỏ bằng ngón chân cái, vừa một miếng ăn. Lũm hết vô miệng, trợn mắt nhai ngấu nghiến, nuốt ực, sùi bọt mép. Tiếp theo, vài ngụm bia ướp lạnh thông cổ.

Một bạn khác phản đối cho rằng đã ở tù mà còn làm rườm rà chi lắm thế. Dù chỉ trong mơ ước, nghe cũng điên cái đầu, đau cái bụng. Tôi thì hãy cho tôi một cục thịt heo luộc to bằng nắm tay có nhiều mỡ, một con dao, cũng thật bén, và một nhúm muối tiêu. Thế là đời lên tiên.

Dường như tiếng pháo xa xa văng vẳng đến. Pháo Tết chăng, tôi thảng thốt lắng nghe, quên ngang chuyện ăn uống trong tưởng tượng. Không, không phải pháo. Loạt mưa hạt nhỏ rơi rất nhẹ trên mái tôn nghe rì rào từng chặp. Rồi nhiều loạt mưa nữa sẽ theo gió bay từ lán của tôi qua những lán khác, rồi bay ra khỏi những dãy hàng rào trùng trùng vây quanh Trảng Lớn, và bay mãi, bay mãi, cho đến chân núi Bà Đen nằm mờ mịt trong sương khói. Bỏ lại tôi nơi này.

1/1/2024

NGƯỜI RẦU MẶT DẠN

Trên nhiều trang báo giấy hay báo mạng, thỉnh thoảng có những tấm hình gây xúc động mạnh. Những khuôn mặt dạn dày, mệt nhọc, bơ phờ, râu ria lởm chởm, đôi mắt lặng lẽ và buồn buồn. Vai thì súng ống nặng trĩu, mình thì áo giáp, áo trận trùm kín. Hình ảnh đó dễ khiến ta liên tưởng đến mấy câu thơ trong *Chinh Phụ Ngâm*:

Hơi gió lạnh người rầu mặt dạn
Dòng nước sâu ngựa nản chân bon

Đấy là hình ảnh của những người lính chiến Ukraine đang lấy sinh mạng của mình chống lại quân xâm lăng hung tàn. Quả là có vài ba nét tương đồng giữa những người lính đó với bất cứ người lính chiến nào, kể cả người chinh phu trong *Chinh Phụ Ngâm* cách đây hơn 200 năm.

Tuy nhiên sự khác biệt cũng rất lớn. Là vì, trong cái dáng dấp *"người rầu mặt dạn"* nơi người chiến sĩ Ukraine hôm nay có ẩn giấu nhiều nét ưu tư, và cả hoang mang lẫn căm thù. Vâng, tại sao, vào thế kỷ 21 này của loài người, lại có cuộc tiến quân xâm lăng "quá đột ngột, quá phi lý, quá quái đản" từ một nước láng giềng lớn mạnh gấp mấy mươi lần? Bỗng dưng, không một lời tuyên chiến, chúng kéo qua gần hai ngàn xe tăng, xe bọc sắt, tràn ngập con đường rất dài từ biên giới phía bắc đến gần sát thủ đô, cùng với gần 200 nghìn quân với súng đạn, khí giới trang bị đến tận răng. Như bão táp, như sóng dữ, như lửa thiêu. Phi lý, điên cuồng, hung tàn.

Chúng muốn gì? Muốn ngoạm lấy thủ đô của một nước nhỏ trong vài ba ngày, muốn ăn tươi nuốt sống cả nước đó trong vài ba tuần, như chúng luôn miệng hô hào, gào thét? Loài người đã biến thành loài thú dữ trong rừng hoang, lớn ăn bé, mạnh giết yếu?

Vậy nước bị xâm lăng phải xoay xở cách nào đây để tìm cho ra con đường sống sót? Đất nước khỏi bị xóa sạch khỏi bản đồ thế giới? Khó khăn lắm thay! Cho nên họ lo âu, hoang mang, căm thù.

Cũng may nhân loại vẫn có nhiều nước, nhiều người còn nhân tính, lòng tốt. Họ sẵn sàng ra tay viện trợ nước bị xâm lăng, dù chỉ giúp về mặt khí tài, theo cách hành xử thông thường trong bang giao quốc tế. Họ muốn tránh một cuộc chiến lan rộng có thể biến thành thế chiến thứ 3 trong khi cái nước vô cớ xâm lược đó có thủ sẵn rất nhiều đầu đạn nguyên tử.

Nhưng liệu lòng tốt ấy kéo dài được bao lâu? Họ có

đủ kiên nhẫn viện trợ cho một cuộc chiến đấu đầy cam go và trường kỳ hay không?

Và đây mới là vấn đề sinh tử. Nước nhỏ, người thưa, của ít. Xương máu khô cạn dần. Dẩu cho có đủ khí giới được bạn bè năm châu viện trợ, nhưng những bắp thịt rắn rỏi, những quả tim cháy bỏng, có thể nào tồn tại mãi mãi. Cho nên nét ưu tư luôn luôn in hằn lên khuôn mặt của người lãnh đạo kiệt xuất (trước đây không lâu, đó là một nghệ nhân về hài kịch, luôn luôn mang lại tiếng cười cho đời), và của những chiến sĩ gan dạ, anh hùng. Cầu mong cuộc chiến mau chấm dứt trong vinh quang cho nước bị xâm lăng, trước khi người Ukraine yêu nước bị xuất huyết đến cùng cực, trước khi những tay súng cuối cùng gục ngã.

*

Trong *Chinh Phụ Ngâm* có hai câu thơ thật hay. Ý đối ý, lời đối lời, âm đối âm. Đối nhau từng chữ một từ đầu câu đến cuối câu, từng nhóm hai hay ba chữ cũng đối, để kết hợp lại thành hai câu thơ đối nhau rất chặt chẽ, tài tình, nói lên hai cảnh đời hoàn toàn đối nghịch của chinh phu và chinh phụ ngày xưa. Chàng thì ruổi ngựa xông pha ngoài ngàn dặm mây trời che phủ, thiếp thì chỉ luẩn quẩn dạo hài trên lối cũ ít khi được đặt chân tới nên còn rêu bám đầy:

Chàng ruổi ngựa dặm trường mây phủ
Thiếp dạo hài lối cũ rêu in

Những lúc nhớ chồng, quanh quẩn mãi trong nhà

cũng buồn, mà ra ngoài một mình càng thấy cô đơn hơn, cho nên rất hiếm khi nàng bước ra khỏi cửa. Làm nhớ hai câu thơ trong *Truyện Kiều,* cũng *rêu phong đầy sân*:

Sân rêu chẳng tỏ dấu giày
Cỏ cao hơn thước liễu gầy vài phân

Lại khiến nhớ luôn mấy câu thơ trong *Trường Can Hành* của Lý Bạch ra đời cách đây hơn 1200 năm:

Môn tiền cựu hành tích
Nhất nhất sinh lục đài
Đài thâm bất năng tảo
Lạc diệp thu phong tảo

Khái Hưng dịch:

Ngoài cửa thưa chân bước
Rêu xanh mọc thành hàng
Rêu đầy không thể quét
Lá rụng gió thu mang

Thiếu phụ Phương Đông, từ ngàn xưa, không muốn hoặc ngại ngùng bước ra khỏi cửa khi lang quân của mình đi xa, nhất là khi đi chinh chiến. Người chinh phụ Ukraine của thời nay hẳn không có cái cung cách đó. Họ bạo dạn hơn, xông xáo hơn, tự do hơn. Nếu muốn, nàng có thể đi tìm kỷ niệm, tìm *những lối cũ* đã cùng sánh vai đi dạo với chàng khi đất nước chưa bị xâm lăng.

Nhưng lối cũ đâu còn nữa. Nơi cư trú an toàn ở hậu phương đâu còn nữa. Với kỹ nghệ chiến tranh của thời đại này, quân xâm lăng đã có thể và đã san bằng nhiều thành phố. Nhiều thị trấn bị xoá sạch, không còn dấu vết, không còn tìm thấy được trên bản đồ. Trong chiến tranh hiện tại, bất kỳ một nơi nào của nước bị xâm lăng đều có thể bị bom đạn, hoả tiễn bay vèo vèo đến tiêu diệt. Nói gì đến những *"lối cũ rêu in"*.

Người chinh phụ Ukraine bây giờ phải trải qua quá nhiều đau thương so với chinh phụ ngày xưa. Hàng triệu nàng chinh phụ đã phải bồng bế con thơ bỏ nhà cửa, bỏ làng xóm, bỏ thành thị, bỏ quê hương đi lánh nạn tại một đất nước xa lạ, có khi cách quê hương ngàn vạn dặm. Phải như thế nàng với đứa con yêu mới có thể sống sót, và chàng mới yên tâm ở lại quyết chiến với quân thù. Nhiều cảnh biệt ly đau đớn xẩy ra. Chàng tiễn nàng tại sân ga đưa nàng ra nước ngoài trước khi chàng lên đường ra trận. Hoặc nàng đứng trước nhà chuẩn bị di tản, vói tay vẫy tiễn đưa chàng đang ngồi trên chiến xa trong đoàn quân xa nối đuôi nhau chạy. Có ai dám hẹn ngày tái ngộ. Biệt ly hay vĩnh biệt?

Nhưng không phải chỉ có biệt ly mà thôi. Không phải chỉ có "tán", mà còn có "tụ". Đấy là chuyện hiếm có. Có những chàng và nàng chưa phải là chinh phu chinh phụ. Họ là những người tuổi trẻ yêu nhau, vừa mới được huấn luyện lái máy bay chiến đấu. Họ không chia tay trong nước mắt. Trái lại họ vội vàng làm đám cưới. Cưới nhau xong, nàng vội vàng lên máy bay lao vào không gian mênh mang hung hiểm quyết chiến với quân thù. Chàng cũng bị hung hiểm không kém, trong một chiến đấu cơ khác trong không gian bao la. Mong họ không bị bắn rơi để còn sống mà gặp lại nhau. Để tiếp tục những phi vụ khác.

Người Ukraine anh hùng. Thế giới loài người không thể bỏ rơi họ, không thể để họ chiến đấu một mình trước quân xâm lăng bạo ngược. Hơn nữa, nếu Ukraine bị thôn tính, sẽ đến phiên những nước khác chịu chung số phận. Đó là quy luật. Giúp Ukraine đồng thời tự cứu lấy chính mình, họ ý thức được điều đó. Cho nên Ukraine vẫn đứng vững sau gần 5 tháng kịch chiến. Và Ukraine sẽ phản công lấy lại những phần đất bị quân thù chiếm đóng. Những lời hăm he rằng sau vài ba ngày chúng sẽ chiếm được thủ đô, sau vài ba tuần chúng sẽ chiếm trọn đất nước, đã biến thành lời nói nhảm nhí không đáng làm trò cười cho thiên hạ.

Thế giới loài người yêu chuộng tự do đang chăm chú nhìn những tấm gương lẫm liệt của Ukraine.

7/2022

Viết thêm.

Bài nói trên được viết cách đây gần 3 năm. Hiện thời tình hình thế giới đã thay đổi nhiều.

Trái với dự đoán của Nga rằng thủ đô Ukraine sẽ bị chiếm lấy trong vòng vài ba ngày, cả nước Ukraine sẽ bị thôn tính trong vòng vài ba tuần. Nay sau hơn 3 năm, trước cuộc kháng chiến dũng mãnh và bền bỉ của Ukraine với sự viện trợ khí tài lớn lao từ châu Âu, và Mỹ dưới thời Tổng Thống Biden, Nga chỉ lấy được 4 tỉnh miền đông của Ukraine, tức là khoảng 20% diện tích của cả nước. Ngược lại, Ukraine cũng đang chiếm cứ một phần đất nhỏ của Nga sát vùng biên giới. Cuộc chiến đang diễn ra khốc liệt. Số thương vong của hai bên lâm chiến lên tới hàng trăm nghìn người.

Cuộc bầu cử tổng thống tại Hoa Kỳ vừa rồi đã có ảnh hưởng lớn đối với tình hình chiến sự nói trên. Ông Donald Trump thắng cử, lên làm tổng thống. Ông có thể cắt hoặc rút bớt viện trợ quân sự cho Ukraine.

Thoạt tiên Tổng thống Trump tuyên bố chấm dứt viện trợ quân sự, và ngưng chuyển thông tin tình báo cho Ukraine. Nếu thế, Ukraine sẽ lâm nguy. Liên hiệp châu Âu, đứng đầu là Anh và Pháp, lập tức phản ứng, triệu tập tất cả các nước thuộc Liên Âu, đưa ra nghị quyết viện trợ quân sự tối đa cho Ukraine. Và nếu cần, Anh, Pháp sẽ điều quân tới Ukraine. Thủ tướng Anh Keir Starmer còn tuyên bố rằng Ukraine là tuyến phòng thủ bảo vệ nước Anh. Nói khác đi, nếu Ukraine thua trận, các nước còn lại của châu Âu cũng sẽ bị Nga xâm lăng. Sau đó Tổng Thống Hoa Kỳ đã thu hồi quyết định chấm dứt viện trợ quân sự và ngưng chuyển thông tin tình báo.

Trong khi đó, nhiều cuộc họp mặt thượng đỉnh của các vị nguyên thủ quốc gia đã diễn ra liên quan đến chiến sự giữa Ukraine và Nga. Họ mong tìm kiếm một giải pháp hòa bình nào đó. Chẳng hạn cuộc họp mặt giữa Tổng Thống Hoa Kỳ và Tổng Thống Ukraine; Tổng Thống Hoa Kỳ và Tổng Thống Pháp, Thủ Tướng

Anh; cuộc điện đàm giữa Tổng Thống Hoa Kỳ và Tổng Thống Nga. Như vậy đủ thấy tình thình hiện nay vô cùng nghiêm trọng.

Tuy nhiên ánh sáng cuối đường hầm chưa thấy xuất hiện. Đề nghị ngưng bắn của Ukraine chưa được Nga chấp thuận. Cả thế giới đang hồi hộp chờ đợi.

Mong rằng Liên Âu và Mỹ tiếp tục viện trợ cho nước yếu bị xâm lăng.

20/3/2025

KINH NGẠC

Độ này bỗng dưng có rất nhiều điều gây kinh ngạc cho nhiều người bạn của tôi, và nhất là cho tôi.

Trước hết, câu chuyện về một người bạn đã lớn tuổi. Tại sao hắn đau đã ba tháng rồi mà chưa lành? Trước kia, dù tuổi đã cao, hắn khỏe mạnh, linh hoạt, lạc quan. Tất nhiên cũng có lúc trái gió trở trời hắn bị bệnh, kéo dài lâu lắm là một tháng, rồi bình phục. Nay dây dưa mãi, tay chân yếu dần, cơ bắp teo tóp lại, đi lảo đảo, ăn không vô, ngủ không yên. Bác sĩ tìm không ra nguyên do. Hắn buồn rầu bảo với bạn bè rằng nếu một tháng nữa tình trạng đó vẫn không thay đổi, hắn sẽ chuẩn bị cho một chuyến đi xa không bao giờ trở lại. Nếu vậy, cuộc sống của con người là một thất bại. Chẳng khác gì "cái quay" như nhà thơ cổ điển Nguyễn Gia Thiều từng nói trong *Cung Oán Ngâm Khúc*: *"Cái quay búng sẵn lên trời/Lờ mờ nhân ảnh như người đi đêm."* Vâng, sống đó, chết đó, như bọt nước, như mây nổi bèo trôi. Đáng kinh ngạc đấy chứ.

Lại có cái kinh ngạc không đáng kinh ngạc một chút nào cả. Tại sao cây cối mọc rể cứ đứng mãi tại một chỗ cho đến chết nếu không được người ta di chuyển đi nơi khác? Tại sao dám khẳng định rằng gỗ đá vô tri? Tại sao ngọn lửa đỏ rực làm chói mắt khi tắt thì nó biến đi đâu, về đâu? Tại sao, cũng vậy, một tiếng nổ làm đinh tai nhức óc rồi im bặt, chẳng nghe thấy tăm hơi đâu cả? Nhưng chuyện này thì lại khiến tôi kinh ngạc hơn cả. Tại sao, một hôm, lúc đó đã chạng vạng tối, một hiện tượng vô cùng lạ lùng xuất hiện trên bầu trời: vòm trời biến thành cái vung trùm lên mặt đất trên đó hàng trăm đường cong trông giống như những dải lụa khổng lồ phát xuất từ trung tâm điểm của vòm cao buông tỏa xuống. Những dải lụa màu xám nhạt đó nằm cách nhau rất đều đặn. Hiện tượng đó chỉ kéo dài trong mấy phút. Tôi hỏi người bạn cùng đi, nó nói chẳng thấy gì hết. Vô lý. Hay là tôi bị ảo giác, mộng mị? Tôi bị ai thôi miên? Hay là bị quỷ ám? Nhưng quả thật tôi không bịa đặt câu chuyện để làm quà nhảm nhí cho bạn đọc.

Những câu hỏi vớ vẩn và ngớ ngẩn ấy có lẽ đã được khoa học trả lời rồi chăng?

Và tại sao loài người bây giờ lại đua nhau nói láo ghê khiếp đến thế? Trước đây mươi năm thôi, chuyện đó đâu có xẩy ra. Đặc biệt có những đấng tai to mặt lớn, những nguyên thủ quốc gia, lại có thể nói láo, hoặc vu khống, hoặc bịa chuyện hết sức ngang ngược, trắng trợn. Tin tức do họ tung ra thường do óc tưởng tượng, giả tạo, "hư cấu". Để bôi nhọ người bất đồng ý kiến, để hãm hại đối thủ.

Trước kia bị mắng "đồ nói láo" là một sỉ nhục không thể chấp nhận được. Đấu súng! Một chết một còn! Nay lời mắng đó như nước đổ đầu vịt.

Nhưng tại sao những dối trá, vu khống, ngược ngạo, đổi trắng thay đen, vẫn được loài người thông minh biết phân biệt đúng sai, phải trái, lại dễ dàng làm ngơ, hoặc tha thứ, hoặc toa rập? Hay chí ít giữ im lặng. Khiến cho những kẻ thiếu thông tin, thiếu suy xét, bị đánh lừa, bị lôi kéo vào những âm mưu đen tối, những tội ác khủng khiếp, đưa loài người tới bờ vực của chia rẽ, hỗn loạn, chém giết, hủy diệt. Nhất là khi lời nói láo được tung ra bởi một người có quyền lực trước một đám quần chúng cuồng tín, dễ bị dụ dỗ, lung lạc.

Người nói láo bị lên án đã đành, người toa rập đáng lý ra cũng cũng phải lãnh một phần trách nhiệm trước luật pháp do con người đặt ra, và trước tòa án lương tâm mà con người mặc nhiên chấp nhận. Thế người giữ im lặng trước sự dối trá, gian lận, lừa gạt là người vô can chăng? Có một câu phát biểu nổi tiếng của Napoléon Bonaparte: Thế giới chịu đựng nhiều đau khổ không phải vì bạo lực của kẻ xấu, mà vì sự im lặng của ngươi tốt (The world suffers a lot, not because of the violence of bad people, but the silence of good people)

Tôi bỗng nhớ trên báo chí đã lâu lắm vô cùng xôn xao về một chương trình truyền thanh trực tiếp có tính cách giải trí, chẳng khác gì chương trình ca nhạc, thoại kịch v.v... trên đài phát thanh. Chuyện này cũng có ít nhiều liên quan tới thời sự bây giờ, tức là thời của hư cấu, bịa đặt, giả mạo, lừa gạt, AI. Người dẫn chương trình là Orson Welles.

George Orson Welles là một người Mỹ tài giỏi. Là một ngôi sao điện ảnh, một nhà sản xuất phim, một nhà truyền thông, một nhà văn. Mới 21 tuổi ông đã vừa là nhà sản xuất, vừa đóng vai chánh trong phim *Citizen Kane* nổi tiếng, được xem như là một trong những phim giá trị nhất của nền điện ảnh Hoa Kỳ từ trước đến giờ. Năm 23 tuổi, ông trực tiếp truyền thanh câu chuyện người Sao Hỏa tấn công địa cầu, phỏng theo một tiểu thuyết của H. G. Wells.

Orson Welles đã trình diễn trên đài phát thanh một cách hùng hồn, lôi cuốn, và vô cùng sinh động. Thính giả nào được nghe từ đầu với đầy đủ lời giới thiệu thì biết được đấy chỉ là chuyện hư cấu. Nhưng có nhiều người không nghe được phần giáo đầu, tưởng là chuyện có thật, thế là hoảng hốt chạy trốn, dày xéo lên nhau, hỗn loạn, thương tích, chết chóc.

Tuy nhiên sự kiện này mới gây kinh ngạc. Nhiều người đã biết đấy là một chương trình truyền thanh giải trí, và đã nghe được từ đầu. Nhưng khi thấy người ta đua nhau chạy, trong khi tai vẫn nghe Orson Welles gào thét trên đài, thì lại nghĩ rằng biết đâu người Sao Hỏa quả đã thực sự vừa mới ập xuống Trái Đất, trong lúc chuyện hư cấu vẫn đang được trình diễn mua vui. Vậy thì trong ba mươi kế, chạy là thượng sách. Họ hoảng hốt không kém, cắm cổ chạy thục mạng theo đám người thiếu thông tin nói trên.

Có lẽ những đấng chuyên môn nói láo rất am hiểu tâm lý người nghe, cho rằng họ là bọn người dễ tin, dễ bị thuyết phục, dễ bị đánh lừa.

Ngoài ra người nói láo biết rằng cứ việc kiên nhẫn, dai dẳng nói láo, lâu ngày lời nói láo "tự nhiên" biến thành lời nói thật. Lượng với thời gian biến thành phẩm? Lại nữa có khi người nói láo bị bắt quả tang, "chí nắm đè tay", vẫn tiếp tục nói láo một cách trân tráo, không buồn cải chính. Tại sao vậy? Thứ nhất, luật pháp không trừng trị tội nói láo. Thứ nhì, chuyện nói láo khi bị kiểm chứng phát hiện thì có người nghe được, có người không. Vậy cứ việc nói láo, người nào không nghe được phần kiểm chứng sẽ tin là thật. Ngay cả khi người nói láo buộc lòng phải cải chính - chuyện hiếm khi xẩy ra - cũng vậy, có người nghe được lời cải chính, có kẻ vì bận công này việc nọ cho nên không biết gì thêm, thì tên nói láo sẽ cười thầm trong lòng rằng số người nghe cải chính hôm nay chắc chắn không nhiều bằng số người nghe nói láo hôm qua. Làm một phép toán trừ đơn giản, hắn cho rằng nói láo vẫn có lợi hơn.

Và điều này cũng đáng gây kinh ngạc. Có người suy nghĩ một cách "vô tư" rằng đã lỡ nghe nói láo thì phải sẵn sàng nghe tiếp không chút thắc mắc. Phóng lao phải theo lao mới là hành động chân chính, quân tử. Đấy là chưa kể vì quyền lợi tiêng tư, vì tánh khí giống nhau, hãy thỏa hiệp với tên nói láo.

Cái gì liên quan đến loài người đều quá đỗi phức tạp, rối rắm, hỗn loạn, phi lý, sẽ không bao giờ lý giải cho hết được. Hay là hãy thử để mắt nhìn vào chuyện loài vật cho khỏe trí hơn. Súc vật không biết nói láo, "thương thì nói rằng thương, ghét thì nói rằng ghét". Chuyện sư tử, và mèo chẳng hạn. Nhưng nỗi kinh ngạc sẽ vẫn đeo đẳng, kinh ngạc một cách thoải mái, vui mừng, xúc động.

Một chuyện nhiều người đã biết. Một người nuôi một con sư tử từ bé. Lúc nó lớn lên độ năm, sáu tuổi, có đủ sức mạnh và sự khôn ngoan cần thiết để sống tự lập, anh ta thả nó vào một rừng hoang. Vài ba năm sau, anh có dịp đi đến một khu rừng khác khá xa, bỗng một con sư tử to lớn từ đâu chồm tới vồ lấy anh. Anh vô cùng hoảng sợ. Nó đứng thẳng người lên, cao hơn anh, hai chân trước quàng quanh vai anh, không giương móng vuốt ra, dụi đầu vào anh như đứa bé dụi đầu vào lòng mẹ. Đến lúc đó anh mới biết đấy là con sư tử anh đã nuôi nấng thuở nó còn bé.

Một chuyện khác lạ hơn. Một con sư tử đầu đàn, to lớn, dũng mãnh, chộp được một con beo, cắn vào cổ họng, sắp xé xác ra để ăn thịt. Bỗng bốn năm con sư tử cái nằm gần đấy phóng tới tấn công nó, con sư tử đực đành phải nhả con mồi ra, chạy giật lui từng bước gượng gạo. Lại cái trò giành mồi, tranh ăn chứ gì. Nhưng không phải thế, mấy con sư tử cái đều thủng thẳng bỏ đi nơi khác. Con báo vẫn cứ nằm tại chỗ, nằm ngửa mình, bốn chân quờ quạng, chưa dám nhổm lên chạy. Con sư tử đực đứng phân vân trong chốc lát, rồi từ từ quay trở lại, hai chân trước nhanh nhẹn vồ vào con mồi. Mấy con sư tử cái không để yên, lại can thiệp, lần này càng quyết liệt hơn lần trước. Con sư tử đực đành phải bỏ đi hẳn.

Chuyện đáng kinh ngạc là làm thế nào mà bốn năm con sư tử cái đều đồng loạt nhảy vào bảo vệ con báo? Chúng nó hội ý nhau lúc nào vậy?

Nhưng trường hợp này còn ly kỳ hơn nữa. Một con sư tử cái ở châu Phi chịu đói chịu khát suốt mấy tuần lễ vì muốn che chở cho một con nai mới ra đời khi mẹ nó đang bị những con sư tử khác ăn thịt cách đấy không xa.

Con nai con chập chững đi trước, con sư tử đi theo sau canh chừng, luôn luôn đi sau, không rời nửa bước. Con nai con lớn lên nhanh, đi đứng khỏe lên nhanh, biết dừng lại nơi nào để ăn cỏ, lá cây non, và uống nước tại những cái vũng nhỏ ven đường. Nó quấn quýt bên con sư tử như con đối với mẹ. Con sư tử nhịn đói vì không dám chạy đi săn mồi một mính, sợ thú rừng ăn thịt con nai.

Nhưng một hôm nhịn khát không nổi, ven đường không gặp được một vũng nước nào, nó đưa con nai con đến một gốc cây, rồi đi xuống dòng suối. Lúc quay lại, không thấy con nai đâu cả. Chẳng khác gì người mẹ tìm đứa con thơ thất lạc, nó đi sục sạo tìm con nai con khắp nơi, càng ngày nó càng càng phờ phạc, ốm nhom, tiều tụy.

Giống sư tử vốn nhiều tình cảm, nhưng con sư tử này quả là khác thường. Nó không chỉ sống theo bản năng, theo thói quen lâu đời truyền lại từ thuở hồng hoang. Tình cảm của nó sâu xa, lòng thương xót của nó bao la, khác hẳn nòi giống của nó. Nó là con sư tử duy nhất có đức tính vừa nêu chăng? Có lẽ không phải thế. Trong rừng sâu chưa có vết chân người, biết đâu thỉnh thoảng xuất hiện giống sư tử đó. Hoặc giả đấy cũng chỉ là một con sư tử bình thường như ngàn vạn con khác, nhưng trong một hoàn cảnh đặc biệt nào đó, hay trong một phút thức tỉnh, hay để dùng chữ của nhà Phật, trong một sát na đốn ngộ, tâm tính nó chuyển hóa?

Những câu chuyện nói trên được xem trên mạng *YouTube*. Chuyện dưới đây mới là chuyện người viết chứng kiến tận mắt. Xin khẳng định rằng người viết không cường điệu một chút nào cả. Tất nhiên bạn đọc có thể nghĩ khác, tùy ý.

Hồi còn sống trên quê hương trước năm 1975, nhà tôi có nuôi chó và mèo. Tôi và thằng con trai thích chó hơn, trái lại vợ tôi và ba đứa con gái thích mèo hơn.

Con mèo tam thể mới lớn, dịu dàng, xinh đẹp, trông như một nhánh hoa rực rỡ. Ba màu trắng phau, đen nhánh, đỏ hồng, đứng cạnh nhau nổi bật. Nhánh hoa tươi thắm đó lúc thì được chưng trên mặt bàn, lúc thì nở rộ nơi góc tường, khi thì nép mình dưới kệ sách, khi thì khoe sắc cạnh cửa ra vào. Không nuôi nó để bắt chuột, mà để vui nhà vui cửa. Để trang hoàng nữa chứ.

Nó được yêu mến, cưng chiều vô cùng. Nó không hề đi ra khỏi nhà, cùng lắm đứng ngồi thơ thẩn trước hàng hiên như nàng khuê nữ lơ đãng nhìn ngắm phố phường.

Thế mà một hôm không thấy nó đâu cả. Mấy đứa con gái chạy qua hàng xóm hỏi han, rồi quan sát mặt đường xem có dấu vết nó bị xe cán chăng. Không tìm thấy. Có lẽ nó bị người ta bắt cóc. Mấy đứa con gái, đứa nào cũng rưng rưng nước mắt.

Chỉ một tuần sau, vợ tôi xin được một con mèo còn nhỏ, lông trắng, đầu hơi to, mắt vàng khè, chân dài. Một con mèo đực không dịu dàng chút nào cả.

Mấy đứa con tôi vốn thích mèo nhưng có vẻ không mặn mà với con mèo trắng này cho lắm. Làm sao quên ngay được những kỷ niệm đối với con mèo vừa mất để có thể hân hoan đón mừng con mèo mới, nhất là khi con mèo mới này không thể nào sánh với con mèo tam thể đẹp như hoa, sang trọng và nhõng nhẽo như mấy "cô gái trong nội". Nhưng nó cũng được hỏi han, vuốt ve chiếu lệ. Cho nên con mèo vẫn rụt rè, bỡ ngỡ, không tỏ vẻ thân thiện với những người chủ mới. Rồi ai nấy vội vàng trở lại với công việc của mình, quên bẵng con mèo. Đến giờ ăn trưa, sực nhớ, thì nó đã biến đi đâu mất. Cả nhà đi tìm khắp nơi, không thấy.

Đứa con gái út đưa ra ý kiến rằng từ sáng đến giờ nó chưa được cho ăn, chắc đói lắm. Vậy hãy trộn chén cơm nhỏ và nóng với cá rán, lấy muỗng gõ cóc cóc vào chén, miệng kêu to meo meo, dụ nó ra khỏi chỗ trốn. Cũng vô ích. Cuối cùng đành bảo nhau rằng nó đã theo chân con mèo tam thể bỏ nhà đi biệt.

Sau bữa ăn tối, vợ tôi mở máy may ra định xuống lai quần tây dài của thằng con trai. Khi lần tay vào cái hộc bên dưới máy may hở hai đầu để tìm cái kéo, thì đụng phải con mèo. Nó nằm tròn mình dưới mấy lớp vải dày. Ba đứa con gái la ồ lên ngạc nhiên.

Như để chuộc cái lỗi đã không tiếp nhận nó một cách niềm nỡ, ba đứa bé cuống quýt, vồn vã phục vụ con mèo tìm thấy lại. Chén cơm trộn cá được hâm lại cho nóng thêm một chút, lại có một tách sữa nhỏ, đặt trước con mèo. Ba đứa trẻ ngồi quanh chăm chú nhìn. Con mèo tỏ vẻ hài lòng ngồi ăn thủng thẳng, thoải mái, dạn dĩ dần. Nhưng chỉ ăn hơn một nửa chén cơm, nó ngừng lại lim dim mắt nhìn quanh, rồi tiến đến lần lượt cọ đầu vào chân hết đứa này qua đứa khác.

Tôi nói con mèo này coi bộ thông minh lắm, biết nghe lời, biết "nịnh" người chăm sóc nó. Để tôi làm thử cái này xem. Tôi liền bồng nó đặt trước chén cơm, khe khẽ bảo nó rán ăn cho hết đi, chóng ngoan nào. Nhé! Nhé! Ba đứa con gái phản đối nói rằng ăn như mèo ăn, nghĩa là ăn ít lắm, bố không thể ép nó ăn thêm được nữa đâu. Thật không ngờ, con mèo vừa nhìn tôi vừa từ từ ăn hết chén cơm.

Đến giờ đi ngủ, đứa gái út giành bồng nó lên giường, đặt cạnh.

Trước kia, một con chuột cống đêm nào cũng từ lỗ cống bò lên tới khoét một lỗ nhỏ nơi bao gạo ăn vụng gạo. Người làm phải khiêng bao gạo từ nhà bếp lên lầu.

Không ăn thua, con chuột lại bò lên lầu dễ dàng. Nó không sợ con mèo tam thể, không ngán cả con chó. Hay là con chó biết rằng việc bắt chuột không phải là nhiệm vụ của nó nên không xía vào?

Nửa khuya hôm bắt đầu có con mèo trắng, bỗng xẩy ra một trận "ác chiến" khiến mọi người thức dậy bật đèn lên. Một con chuột cống lông xám đen, to hơn con mèo trắng, chạy trước xuống lầu, con mèo đuổi theo sau. Gạo từ miệng chuột vung vãi lên trên các bậc cấp. Tới sàn nhà, con chuột chui nhanh xuống lỗ cống. Con mèo đành đứng lại hậm hực, máu me đầy cổ. Nó bị con chuột cắn, bị thương khá nặng. Ba đứa con gái vội vã lấy thuốc trụ sinh xứt và băng bó vết thương. Từ đó về sau con chuột cống không dám bén mảng tới nữa.

Bình phục mau lẹ, vết thương lành da, con mèo lớn nhanh như thổi. Cứ năm, ba ngày, mấy đứa trẻ đặt con mèo lên cân một lần.

Nhà không có cửa lưới, ruồi vào ra thoải mái, lũ trẻ thỉnh thoảng rình đập ruồi, thường trật. Con mèo thấy thế tham gia bắt ruồi. Tay (hay chân trước) nó nhanh như chớp, tung đòn một cái, chụp được ruồi ngay. Nó giở tay lên, con ruồi đã bị chết dí. Nó không hài lòng. Tiếp theo nó nhẹ tay chụp ruồi, giở tay lên, con ruồi bay mất. Tiếp đến nữa, khi chụp được ruồi xong, nó đưa bàn tay khe khẽ chà lên con ruồi, cho nên con ruồi vẫn sống nhưng không bay nổi, để nó đùa giỡn một chốc chơi.

Bỗng có tiếng thằn lằn kêu, làm phá cuộc vui của nó.

Con thằn lằn bò ngược trên trần nhà, chân bám trần, lưng quay xuống. Con mèo bèn dí mạnh tay làm chết con ruồi, rồi hai con mắt màu vàng long lên sòng sọc, nó gào lên một tiếng, tức thì con thằn lằn rơi xuống sàn nhà. Nó vồ lấy ngay. Vợ tôi bảo nó là con "linh miêu" và nói thêm rằng nếu nó là con mèo đen mắt vàng, tức là mèo mực, thì nó càng linh hơn nữa. Người ta đồn rằng mèo mực mắt vàng nhảy qua xác chết thì cái xác đó ngồi nhổm dậy ngay.

Từ khi có nó, nhà hết chuột, hết ruồi. Nó cũng không để yên chim chóc đậu trên mái nhà. Nó thường nhảy lên mái nhà bắt chim sẻ, bồ câu vô tình bay tới đậu. Thỉnh thoảng có trận ác chiến trên mái nhà mà nó luôn luôn chiến thắng. Nó tấn công những con mèo nào dám tới tranh bắt chim của nó.

Nhưng chuyện này lạ hơn. Nó biết đấm lưng. Ta nằm sấp trên tấm phản, nó ngồi trên cái gác lửng gần đó. Bảo nó nhảy xuống, nó hiểu ý nhảy xuống ngay, hai chân trước của nó chạm vào mặt phản kêu cái bóc. Bảo nó trở lại lên gác, chỉ vào lưng, nó hiểu ý làm ngay, nhảy xuống, hai chân trước chạm lưng một cách êm ái. Đã lắm. Bảo nó tiếp tục làm nữa, thỉnh thoảng nó trở chứng làm biếng nhảy lên cái gác, thì chịu khó bồng nó đặt lên gác, nó sẵn sàng nhảy xuống đấm lưng theo cài cách đó nhiều lần.

Và chuyện này còn đáng kinh ngạc hơn cả. Thật khó tin nổi.

Như đã nói trên, con mèo rất được ba đứa con gái cưng như cưng trứng, và ngược lại nó cũng thương yêu ba đứa đó, nhất là cô gái út. Một hôm hai chị em, áp út và út, ngồi trên phản chơi đánh thẻ với nhau. Con mèo ngồi cạnh đấy theo dõi trái banh vồng vồng, chốc chốc đưa bàn tay khều một vài cái thẻ chơi. Chẳng biết vì lý do gì, hai đứa bé giành nhau trái banh, không ai chịu nhường nhịn ai. Cuối cùng đứa út giành không nổi, ngồi khóc tấm tức. Con mèo liền nhảy tới. Tôi ngạc nhiên chờ xem nó tính làm gì. Nó đưa một tay níu vào tay áo của đứa bé út, rồi vừa kêu meo meo, vừa nhìn vào mắt cô bé, vừa kéo cô bé đi chỗ khác. Cô bé nín khóc ngay, sửng sốt nhìn con mèo. Chị nó cũng sửng sốt không kém, liền buông trái banh ra, và chồm tới ôm chầm lấy con mèo vuốt ve từ đầu đến đuôi.

Vậy nó là con mèo khôn ngoan, và biết điều, độc nhất trên đời này? Chắc là không phải. Có lẽ hầu hết giống mèo đều thông minh, có trí tuệ và tình cảm, gần như nhau. Nhưng chúng chưa có dịp bày tỏ những đức tính đó vì nhiều lý do khác nhau. Hoặc vì cả thẹn, nhút nhát; hoặc vì chưa được thương yêu đầy đủ; hoặc vì tiềm năng của nó bị thui chột do sự đối xử thiếu tế nhị của loài người, v.v ...

Trong quan hệ đối với loài vật, dường như loài người đặt nặng vấn đề làm sao ăn thịt chúng nó một cách "nhân đạo". Thay vì dùng dao nhọn đâm vào cổ họng, dùng búa tạ đập vào đầu, thì dùng dòng điện mạnh dí vào chẳng hạn. Rồi dày công nghiên cứu tìm xem nào là thịt con bò, con heo nơi nào ngon nhất, ngon nhì, ngon ba; nào là thịt tay gấu có ngon hơn não khỉ hay không, thịt nhím chắc chắn thơm hơn thịt gà, thịt bồ câu ra ràng rất bổ dưỡng cho người già yếu, thịt chim sẻ làm tăng cường khả năng sinh lý của đàn ông, thịt chó rựa mận thơm phức khiến cho người đang nằm bệnh lâu ngày nhờ một cơn gió tình cờ mà ngửi thấy sẽ vùng dậy tỉnh táo ngay, vân vân.

Con mèo có số hên hơn một chút, bớt bị ăn thịt hơn. Không phải vì thịt của nó dở hơn thịt chó, mà nhờ câu nói dân gian: "Ăn con mèo nghèo ba năm."

Lại có người không thèm thịt loài vật cho lắm cũng say máu lặn lội trong rừng tìm cách giết chết thú rừng một cách bừa bãi. Hươu, nai, gấu, beo, heo rừng, sơn dương, chẳng hạn. Có lẽ từ thuở xa xưa khi con người còn ăn lông ở lỗ, bị thú rừng lấy mất mạng, cho nên bây giờ, theo luật nhân quả, hậu bối của họ quyết phục hận. Và khi giết được chúa sơn lâm là sư tử châu Phi, hay cọp châu Á, những hậu bối đó, những thợ săn, cho đấy là chiến công vô cùng oanh liệt. Chém giết, săn bắn, lâu ngày được xem như là môn giải trí cao nhã của giới thượng lưu trong xã hội.

Tuy nhiên công bằng mà nói, có một số ít loài thú vẫn được loài người quý mến. Voi, ngựa, vào sinh ra tử với chủ nhân của chúng ngoài chiến địa; lạc đà đi trên sa mạc nóng cháy chuyên chở đồ đạc và bản thân những người Ả-rập; con trâu ngoài đồng ruộng lầy lội cùng với nông dân cày bừa dãi dầu mưa nắng. Hay con chó coi nhà, con mèo bắt chuột ...

Theo một tài liệu khoa học, 99,9% loài vật đã bị tuyệt chủng trên quả đất ta đang sống, phần lớn do sự phát triển văn minh vật chất nhanh chóng của loài người. Một số sinh vật còn lại cũng đang đối mặt với nguy cơ tuyệt chủng. Và oái oăm thay, nhân loại không khéo cũng bị tuyệt chủng nốt chính vì những tiến bộ khoa học kỹ thuật của họ, những kho bom nguyên tử đang chực kích nổ.

Cho nên con người thông minh đang làm bá chủ hành tinh này có lẽ phải mau mau bình tâm lại để có thể có những nhận định đúng đắn về vai trò của mỗi người trong cộng đồng loài người lẫn loài vật. Bớt dối trá đưa đến xung đột, hủy diệt; thêm thành tâm tiến tới hòa hợp, xây dựng. Đồng thời đời sống tình cảm và lý trí của loài vật nói chung cũng nên được quan tâm nhiều hơn. Có thế người ta mới nhìn thấy rõ hơn, để kinh ngạc và thán phục, rằng loài vật là những người bạn đồng hành đầy thương mến của loài người từ thuở nào. Thiếu chúng, những loài vật còn sống sót với ta mà cũng bị tuyệt chủng, con người sẽ cô đơn biết là dường nào.

5 tháng 10, 2024

HOME

Nhật mộ hương quan hà xứ thị

Thôi Hiệu

Trong một căn hộ nhỏ ở tầng hai của một chung cư, một buổi trưa.

Ông già đang "vui đùa" với đứa cháu ngoại. Ông đã già lắm rồi, tóc bạc phơ, đi đứng lụm cụm. Đứa cháu mới khoảng 6 tuổi, trông thông minh, nghịch ngợm, dễ thương. Bà ngoại vừa đón nó đi học về. Nó sẽ ở lại đấy với ngoại cho đến chiều, rồi bố hoặc mẹ của bé, sau ngày làm việc, sẽ đến đón bé về nhà của bố mẹ gần đấy.

Vừa mở cửa để vào nhà, bé đã cúi xuống cổi giày ngay và nói lí nhí, tiếng lơ lớ, ngọng nghịu:

"A ngoai."

Ngoại mắng:

"Ạ ngoại thì phải nhìn ngoại mà ạ, chứ sao lại nhìn

giày. Muốn ạ giày sao?"

Nó chạy vội tới hôn vào má ông ngoại, xí xoá. Ông hỏi tiếp:

"Bà ngoại đâu?"

"Xe."

Năm trước học lớp mẫu giáo, nó khá tiếng Việt hơn nhiều. Ở nhà, bố mẹ nó luôn luôn chịu khó nói tiếng Việt với nó, và bắt buộc nó cũng phải trả lời bằng tiếng Việt. Năm nay nó lên lớp Một, nói toàn tiếng Anh với bạn bè tí hon, và với thầy giáo, cô giáo, thì đồng thời nó cũng dần dần quên cái thứ tiếng mà bố mẹ và ông bà mong nó nhớ mãi. Nó quên tiếng "mẹ đẻ" thì cũng khó nhớ đến quê hương cũ, ông già ngẫm nghĩ. Mà quê hương cũ của ai? Nó sinh tại Mỹ, sống tại Mỹ, quốc tịch Mỹ. Vậy quê hương của nó nơi nào? Ông già cau mày, thở dài, vội nghĩ qua chuyện khác.

Trước đây nó đã được bố mẹ mang về thăm ngoại mấy lần khi nó còn bé tý. Nay nó ở gần ngoại, hay nói đúng hơn, ngoại dọn nhà về ở gần bố mẹ nó. Và tuy ngoại, cả hai ông bà, không nói ra nhưng bố mẹ nó biết ngoại ở xa con cháu thì ngoại không vui, nếu không muốn nói là buồn. Buồn lắm. Cho nên hễ bố mẹ nó dời chỗ ở đến nơi đâu cho thuận tiện công ăn việc làm, không sớm thì muộn ông bà ngoại cũng tìm cách dọn nhà tới ở gần. Đã mấy lần bố mẹ nó mời ông bà ngoại về ở chung, nhưng ông bà từ chối, bảo rằng khi nào chỉ còn một trong hai người, nghĩa là có một người qua đời, người còn lại sẽ đến ở với con cháu.

Thật ra, bé có hiểu đôi chút, hoặc đoán được những gì ông ngoại nói, nhưng không trả lời được. Bố mẹ nó vẫn mong cơn đại dịch cô-vít qua mau để cho nó đi học thêm các lớp tiếng Việt do Chùa, Nhà Thờ, hay Cộng Đồng tổ chức. Từ khi có cô-vít, bố mẹ vẫn phải đi làm suốt ngày, lại không thuê được người trông nom nó, đưa đón nó đi học. Cho nên ông bà ngoại tình nguyện làm công việc đó – bà ngoại đưa nó đến trường, ông ngoại đón về nhà. Mà đấy là chuyện cũ, nay đã khác rồi, ông già nói bầm bầm.

"Hôm nay con học cái gì?" ông ngoại chậm rãi hỏi.

"*Nothing*."

"Không được. Phải trả lời bằng tiếng Việt."

"Ngoai, khong hoc cai gi."

"Không được nói bậy. Đi học suốt nửa ngày mà không học cái gì hả? Thế tới trường chơi thôi à? Coi chừng nhe."

Ông già với tay lấy cái phích rót lưng ly nước uống từng ngụm nhỏ, mệt nhọc. Ông nói tiếp:

"Đừng trả lời ẩu, ngoại khẻ tay bây giờ." Nói xong ông già cầm cây thước kẽ nhịp nhịp lên bàn kêu cộp cộp. Thằng bé nhanh nhẹn liếc mắt nhìn ngoại, rồi nhìn cây thước, rồi trả lời liền:

"Co hoc *reading*."

"*Reading* là cái gì? Phải nói bằng tiếng Việt."

"Biêt."

"Sao lại biết? Muốn nói không biết, phải không? Mà *Reading* là gì? Hôm kia ngoại đã nói rồi, mau quên vậy hả?"

Thằng bé lúng túng. Ông già nhắc lại:

"*Reading* là đọc. Phải nhớ đó nghe."

Thằng bé gật đầu. Ông già lờ đờ nhìn bé:

"Không được gật đầu. Phải nói thành tiếng cho quen lưỡi, quen miệng."

"*Yes,* ngoai."

Ông già ngập ngừng trong giây lát, ho khan mấy tiếng, nói thì thầm một mình, Cái thằng này ẹ quá. Thôi, thủng thẳng rồi chỉ vẽ cho nó sau. Ông nhéo nhẹ vào tai nó. Nó biết ngay cái nhéo đó có nghĩa là chấm dứt cuộc hỏi han, "tra khảo". Nó nhoẻn miệng cười thành tiếng. Ông ngoại vui vẻ:

"Này, ngoại cắt lê con ăn đây."

Thằng bé hớn hở nói:

"*Thank you very much.*"

Ông già gầm gừ trong cổ họng:

"Lại, lại, lại ... Thằng nhỏ khó dạy kia, phải nói tiếng Việt."

"*Yes*, cam on qua."

"*Qua* là cái gì. Phải nói *quá*. Mà cũng trật. *Very much* không phải là *quá*. Nói lại. Lần này mà còn trật, ngoại khẽ - không phải, khẻ – khẻ vô cái, cái ..."

Thằng nhỏ tinh nghịch giật cây thước trong tay ông và bỏ chạy vào phòng trong. Chắc chắn ông không thể nào đuổi kịp nó. Ông uể oải nhìn theo, không buồn kêu nó trở lại để "nói cho ra lẽ". Và giấc ngủ mệt nhọc đến với ông thật bất ngờ. Ông vẫn có cái tật đó. Nhiều lúc đang trong câu chuyện với bạn bè hay con cháu, ông ngủ thiếp một giấc ngắn trước ngạc nhiên của mọi người.

Đứa cháu gái lớn nhất lại khác hẳn. Cô gái là con của dì nó, em gái của mẹ. Em nhưng lấy chồng trước, sinh con sớm. Nay đứa cháu đó đã vào Đại Học mấy năm.

Hồi còn nhỏ, chưa vào mẫu giáo, bé gái nói tiếng Việt hoàn toàn như trẻ con người Việt. Là vì gia đình bé sống tại một vùng người Việt cư ngụ. Nó còn nhỏ quá, ở trong nhà với ông bà nội suốt ngày, hoặc thỉnh thoảng được cho đi chơi gần nhà với trẻ con hàng xóm, đều chỉ biết tiếng Việt mà thôi. Buổi chiều bố mẹ đi làm về lại cũng chỉ nói tiếng Việt với nó. Bé có năng khiếu nói, nói tiếng Việt lưu loát, nhanh nhẹn, ngay từ bé. Năng khiếu đó càng phát triển khi nó lớn lên.

Nhớ hồi nó còn nhỏ xíu, độ bốn tuổi, có lần được cho đi thăm ngoại, và ở với ngoại hơn nửa tháng. Láng giềng của ngoại là người Mỹ trắng, cũng có đứa con gái sàn sàn tuổi nó. Hai đứa bé gái làm quen nhau mau lắm, chiều nào cũng dắt tay nhau đi chơi quanh quẩn trong khu cư xá như hai đứa bạn thân nhau lâu ngày, nói chuyện với nhau tíu tít. Ông ngoại ngạc nhiên hỏi cháu gái:

"Con học tiếng Anh khi nào vậy? Con nói tiếng Anh với nhỏ đó hả?"

"Con không biết tiếng Anh."

"Lạ chưa. Vậy thì nhỏ đó biết tiếng Việt sao? Nó nói tiếng Việt với con?"

Bé gái cười ngặt nghẽo:

"Không phải. Nó nói tiếng Anh chứ, con biết mà. Nghe vui tai quá, con bắt chước nói lại. Nghĩa là con bịa ra nói đại, không ra cái thứ tiếng gì cả. Nó tưởng con nói một thứ tiếng nào đó. Vậy là hai đứa đều giành nhau nói trước, nói nhiều, chứ có nghe được nhau gì đâu. Đó là cũng là một thứ trò chơi của tụi con nít đó ngoại."

Ông già không nín cười nổi:

"Thế là chẳng ai hiểu ai nói gì cả?"

"Dạ, dạ. Nhưng, thật ra, tụi con cũng hiểu nhau khá nhiều mới lạ chơ. Con nói thiệt đó, ngoại có tin thì con nhờ. Không tin thì ... thôi." Nói xong nó cười thiệt dễ thương.

Chỉ sau mấy tháng vào mẫu giáo, bé chuyện trò bằng tiếng Anh một cách dễ dàng với những đứa bạn tí hon. Qua lớp Một, nó nói như trẻ con Mỹ. Đồng thời cuối tuần nó được cho đi học những lớp tiếng Việt về hai môn đọc và viết. Nghe và nói thì nó quen thuộc quá rồi, khỏi cần học. Bây giờ cô đã trở thành một thiếu nữ duyên dáng, xinh đẹp. Đi học xa gia đình, cô nói tiếng Anh hoàn toàn như người Mỹ, cả dáng điệu lẫn ngôn ngữ. Nói tiếng Việt thì ai cũng tưởng rằng cô vừa từ Việt Nam qua đây thăm bà con, hay du lịch.

Năm nào cô gái cũng về thăm ông bà nội và bố mẹ vài ba lần tại San Jose, Bắc Cali. Cũng có về thăm ông bà ngoại tại Orange County, Nam Cali, nhưng không thường xuyên bằng.

Cô gái về thăm ngoại là cả một "biến cố". Trước hết, được đưa đi ăn nhiều nơi, nhiều món ăn Việt Nam mà cô bé rất ưa thích. Cô nói cô thèm lắm. Học tận miền Đông Bắc, ăn uống theo lối Mỹ lạt miệng, nhàm chán, làm cô nhớ ray rứt các món ăn Việt Nam, nhất là bánh bèo, bánh ướt, chả giò, bún thịt nướng. Phở hay bún bò Huế cô cũng thèm. Hủ tiếu nữa chứ."

"Thế bánh mì Việt Nam?" ông ngoại hỏi.

"Con không thích lắm. Nhưng tụi Mỹ lại thích như mấy món con vừa kể. Tụi nó kêu là "ba-mi." Ngẫm nghĩ. "Này ngoại có biết không? Chó ở bên này mà được ăn thức ăn Việt vài ba tháng là chê đồ ăn Mỹ luôn, con nói thiệt đó."

Cô lại được mấy đứa cháu ngoại khác còn bé bỏng của ông bà già tôn lên làm Chị Hai mặc dù, đúng theo phong tục Việt Nam, chẳng hạn đối với thằng bé nói trên, cái thằng nghịch ngợm "giật cây thước trong tay ông ngoại", cô gái phải gọi là anh -- ông anh nhỏ hơn em 16 tuổi. Được đàn em đón mừng, quấn quýt, thương yêu. Chị Hai là nguồn vui, là người biết nhiều chuyện của nước Mỹ mà ông bà nội, ông bà ngoại, và cả bố mẹ có khi mù tịt. Chị Hai còn kể chuyện hay, biết nhiều bài hát, lại hát hay, nhảy múa cũng đẹp. Lâu lâu chị mới về một lần nên được cho phép tha hồ nói tiếng Anh với tụi em. Tụi nhỏ nghe như mật rót vào tai, đối đáp ro ro như nước chảy, chứ không "khổ sở" như khi phải "hầu chuyện" với ông bà ngoại. Và khi tiếp xúc với ngoại, chị lại nói tiếng Việt "như sanh như sứa". Mà "sanh", "sứa" là cái gì, chúng hỏi mà chị không chịu cắt nghĩa cho chúng biết.

Hôm nay chị Hai về thăm ngoại. Người con gái trên 20 tuổi, xinh xắn, cặp mắt hơi xếch, trong veo, người cao dong dỏng, giọng nói nhịp nhàng âu yếm. Bọn nhỏ gọi giọng Chị Hai là cái giọng *singsong*:

"Ngoại ơi, ngoại ơi, ngoại nhớ con không? Mà ngoại có hơi ốm đi rồi đó, hơi gầy đi rồi đó, ngoại ơi." Nói xong, cô kéo cái ghế đến ngồi cạnh ông già.

"A, a, con đã về hả? Cứ tưởng chiều con mới về."

"Máy bay đổi giờ, tới sớm. Nhưng ngoại có nhớ con không cái đã?" Người con gái tươi cười nhắc lại. Ông già vội đáp trong tiếng ho ngắt quãng:

"Sao ... sao lại không nhớ. Mà cả ... cả hai thứ nhớ."

"Ủa, ngoại nói cái gì vậy?"

Ông già uống mấy ngụm nước trước khi trả lời:

"Một là không quên, hai là nhớ. Là cái gì nhỉ, nhớ tiếc chăng? Không phải, nhớ thương. Cũng không đúng."

Cô cháu vội đỡ lời:

"Tức là *miss* phải không ngoại? Con cũng nhớ ngoại ... như vậy đó. Hai thứ nhớ."

Cô nắm chặt lấy bàn tay gầy guộc của ngoại, mỉm cười, nhìn quanh:

"Về đây, lần nào cũng vậy, con thấy lại mọi thứ như cũ. Không có gì thay đổi cả. Vậy mà vui mắt ghê. Đây này. Cái ghế hai chỗ ngồi rất xưa này vẫn nằm trước cái TV; cái ghế nệm dài kia vẫn kê dọc bức tường để ngoại nằm đọc sách, hay nghỉ trưa; bàn thờ Phật và Tổ Tiên thì vẫn ở phía bên trái, hai bóng đèn nhỏ màu đỏ luôn luôn thắp sáng, và nải chuối, và bình hoa. Mà ngoài kia nữa kìa, trên cái ban-công vẫn mấy chậu Aloe vera thiếu nước lá tím cong queo. Đúng rồi, năm nay vùng này của ngoại không mưa. Mà ngoại quên tưới nước chứ gì. Hay ngoại mệt, không tưới được? Mọi thứ đều như xưa, vui quá, dễ thương quá, ngoại ơi. Chỉ có ngoại ... ngoại ..."

Ông già thoáng chút ngạc nhiên:

"Con nói đi, ngoại thế nào?"

"Con có nói lúc nãy rồi, ngoại gầy. Sao vậy ngoại? Con có đem thuốc bổ về đây. Mà bà đâu hả ngoại?"

"Bà vừa đón thằng nhỏ về, rồi lái xe đi có chút việc."

"Thế nó đâu?" Cô buông tay ông ra, đứng dậy, nhìn đây, đó. "Ryan đâu?"

Ông già che miệng, kín đáo khẽ ho:

"Nó mới chạy trốn ngoại đó mà. Nghe tiếng chị Hai, nó chạy ra ngay cho mà coi."

Đúng như ông già nói, thằng nhỏ tay cầm cây thước chạy trở lại, miệng la to:

"A, a, chi Hai, chi Hai."

"Không phải. Sao lại chi Hai. Chị Hai chứ. Bé nói như Mỹ con, thua xa con hồi đó, phải không ngoại? Mà Ryan cũng chưa tới hôn chị đấy nhé."

Thằng bé bèn "ra giá". Nó có thói quen người nào muốn nó làm gì thì phải làm trước điều nó muốn:

"Keo, keo. *Then* hôn."

Chị Hai vừa mở ví lấy kẹo ra vừa nói:

"Chị có nhớ mua kẹo ngon cho Ryan đây. Mà Ryan đâu nhớ chi chị. Chỉ nhớ kẹo thôi."

Thằng bé vội vàng lột kẹo ra ăn, cũng chưa chịu hôn chị, đưa mắt nhìn tinh nghịch như thách thức, như muốn nói, Vâng em chỉ nhớ kẹo thôi, cho thêm kẹo nữa em mới hôn, mới nhớ chị. Cô gái chẳng hiểu đâu vào đâu, nhìn bé chờ đợi, trong khi bé đi thụt lùi, "thụt cà lùi". Ông già sống cạnh bé nhiều, nên biết rõ hơn, ông thầm nghĩ. Ông nhớ lại mấy hôm nay khi nghe nói cô gái sẽ về thăm ngoại, ngày nào bé cũng nhắc tên cô gái. Ngoại hỏi nhớ chị Hai lắm hả, nó đáp *nho qua*. Ông thấy vui vui trong lòng, thế ra bọn nhỏ cũng biết thương nhau mà cứ "làm bộ". Nhưng ông lại nghĩ thêm trẻ con luôn miệng nói thế thôi, họa chăng chỉ nhớ mẹ, nhớ bố nếu bố không quá nghiêm khắc, và nhớ anh chị em ruột. Ngoài ra, chắc là ... nhớ đó, rồi quên đó, rất hồn nhiên, cho đến một tuổi nào đó lớn lên bỗng biết thương, biết nhớ, biết "tương tư."

Tự nhiên ông cảm thấy mệt mỏi quá chừng. Ông lẩm bẩm tự hỏi, Thế mình bây giờ thì sao nhỉ, có còn nhớ ... nhớ cái gì ... nhớ ai? Nhớ nhớ, quên quên, lãng đãng, mơ hồ, chập chờn, sương khói.

Như
Một Thoáng[1]
Của năm tháng sao đã vội phôi pha
Của mấy mùa không rớt lại
Đêm
Đốm lửa hắt hiu
Một nơi nào trong trí nhớ mê mải lang thang
Lời ca là con mắt
Điệu nhạc ngón tay buông
Nụ cười không dĩ vãng
Những tà huy
Gió cuốn đâu đây theo về cuối ngõ
Con đường mịt mờ
Biển xa

---

1 Nhan đề tập thơ của Vũ Hoàng Thư – Quê Mẹ – Paris - 2019

...

"Ngoại ơi, ngoại ơi," tiếng người con gái lạc giọng. "Con đang nói đây nè."

Ông già thảng thốt:

"Ờ, ờ. Ngoại, ngoại đang nghe con nói."

Người con gái cố nén lòng xuống:

"Vậy con nói cái gì?"

"Hả?" Ông già hơi ngượng, chậm rãi. "Độ rày ngoại hơi thiếu tập trung."

Cô gái phụng phịu:

"Tự nhiên ngoại bỏ lửng. Bỏ con lại một mình. Ngoại quên con."

"Này, con đừng giận ngoại. Ngoại độ rày ... như vậy đó. Để ngoại kể ..." Ông già ho lên sù sụ. "Để ngoại kể chuyện này cho con nghe ..."

Người con gái chặn lời:

"Từ từ rồi ngoại kể cũng được. Hay là khi nào ngoại khoẻ rồi kể chuyện cho con nghe. Bây giờ con đưa ngoại vô giường nằm nghỉ một chốc nhé."

Ông già cười buồn:

"Cháu của ông ngoại tập làm người lớn đó chắc?"

"Con đã lớn rồi chớ còn tập tành gì nữa. Nhưng với

ngoại, con vẫn luôn luôn là bé tí thôi nhé. Ngoại nghe lời con đi, vô nghỉ một chút xíu. Để con đi bắt nước ..."

"Ngoại không sao đâu, thiệt mà. Nhưng độ rày ngoại vậy đó. Để ngoại ... thủng thẳng kể cho nghe chuyện này. Chịu khó nghe đi cháu."

Cô gái vẫn nhìn ngoại lo lắng.

Ông già, giọng rầu rầu, chen lẫn tiếng ho nhẹ.

"Một hôm lái xe đón Ryan về vào buổi chiều – thỉnh thoảng nó được trường cho đi đá banh ngoài giờ học, vào lúc 5 giờ chiều -- tự nhiên ngoại lại lái xe chở nó đi đâu đâu chẳng biết. Có lẽ đi lâu lắm, đi tìm cái gì cũng chẳng hay, mà cứ đi hoài. Thì ngoại lơ mơ nghe nó nhắc, *home, home*. Hai cái tiếng đó làm ngoại chợt nhớ bài hát ngày xưa, xưa lắm. Bài này ra đời cách đây hơn 200 năm thì phải, khi quê nhà của ông bà cha mẹ còn là nơi về của những đứa con, đứa cháu, ở phương Tây cũng như phương Đông mình. Nghĩa là đi đâu, đi lang bạt nơi nào, rồi cuối cùng cũng nhớ tìm về. Như chim bay đi suốt ngày đến chiều lại nhớ quay về tổ. Bài hát đơn sơ mấy chữ thôi, ngoại biết từ hồi con học Trung Học. Dễ, dễ ... nhớ lắm."

Cô gái mắt xôn xao, pha chút lo âu, nói trong tiếng cười e dè:

"Vậy à? Chuyện ngoại chưa kể hết mà con nghe đã kỳ lạ lắm đó, ngoại ơi. Mà bài hát tên gì? Ngoại hát cho con nghe đi."

Ông già lắc đầu:

"Không hát nổi đâu. Ráng lên giọng lỡ 'đứt dây chằng' sao. Nó có tên *Home Sweet Home*. Ngoại nói thôi nhé, chứ không hát được đâu. Tiếng Anh nó như thế này, *Mid pleasures and palaces, though we may roam/Be it ever so humble, there's no place like home/ A charm from the sky seems* ... Bài hát có mấy câu thôi, nhưng càng nghĩ đến nó, ngoại càng lái xe đi xa hơn, tai nghe văng vẳng, như trong khi đang chập chờn ngủ, tiếng hò, tiếng hát những ngày xa xưa khi ngoại chưa tới nơi này, và nó lẫn lộn trong tiếng gọi nho nhỏ *home, home* của thằng bé. Bỗng tiếng *cell phone* của ngoại réo lên, rồi tắt. Rồi lại réo lên dài. Mấy lần. Bà ngoại kêu. Thất thanh. Ngoại sững sờ tỉnh người hẳn. Và hoảng hốt. Từ đó bà ngoại giành luôn việc đưa và đón bé."

Cô gái có vẻ xúc động, mắt ướt, lặng lẽ với tay rút chiếc khăn nhỏ từ trong ví ra, ngập ngừng không biết để làm gì. Ông già âu yếm nhìn cháu, nói tiếp:

"Từ đó, từ khi không được lái xe đón bé về, ngoại xuống sức thấy rõ. Ngồi xuống thì không muốn đứng dậy. Mà muốn đứng dậy, hai tay phải vịn vào thành ghế để đỡ cho đôi chân yếu, run. Đi bộ một mình ra đường cũng không dám. Ăn không muốn nhai, không muốn nuốt. Thế mà thỉnh thoảng cái chuyện xẩy ra trong lần cuối cùng ... tức là lần tới sân banh chở bé về lại quên về ... Nó ám ảnh, nó hiện lên trong trí nhớ. Và, và ..."

Cô gái đỡ lời:

"Và rồi ngoại nghe bé nhắc *home, home.* Phải không ngoại?"

Ông già im lặng.

Cô gái dường như muốn thay đổi cái không khí ảm đạm đang bao trùm, liền mỉm cười, nói nhỏ nhẹ:

"Không, ngoại không yếu đâu. Trông ngoại còn mạnh lắm. Còn rất thanh niên. Ngoại hãy đứng dậy, để con đỡ ngoại đứng dậy, đo với con xem thử bây giờ ai cao hơn ai. Chắc cuối năm này con mới cao hơn ngoại. Ngoại coi chừng sắp thua con rồi đó."

Bé Ryan ngồi yên từ nãy đến giờ, miệng ngậm kẹo, mắt hết nhìn chị đến nhìn ngoại, chẳng biết có hiểu gì không. Thỉnh thoảng nó lấy cái thước khẻ thật nhẹ vào lưng ông già chọc ghẹo. Bỗng nó chen vào một câu, chẳng đâu vào đâu:

"*Home, home. Home* la nha, *I know*."

"Ryan giỏi quá. Chị sẽ mua một cái *home* nhé, rồi chị đem em tới chơi." Quay qua ông già. "A, ngoại ơi, con cũng muốn có cái nhà. Nhờ Ryan nhắc con mới nhớ hỏi ý kiến ngoại."

"Ngoại sẵn sàng nghe đây." Cười xoà. "Ngoại nhất định sẽ không tự nhiên bỏ lửng câu chuyện nữa đâu."

"Học xong, con đi làm để dành tiền rồi mua nhà." Khe khẽ hát, cố làm như trong lòng đang có điều gì vui lắm."*Oh, give me a home where the buffalo roam.* Ngoại biết bài hát đó không, bài *Home on the Range*?"

"Ngoại không biết. Vậy cái nhà của con phải nằm tại vùng núi đồi, hay truông trảng vắng vẻ, có trâu rừng đi lang thang?"

Cô gái cố cười thật tươi:

"Không phải đâu ngoại ơi. Con theo cái đà vui miệng hát chơi thôi. Con thích một ngôi nhà trên đỉnh đồi. Thỉnh thoảng có mây bay qua chạm vào chứ không như nhà ở dưới thấp. Chiều xuống, điện thắp sáng. Đi làm về từ xa lộ xa xa nhìn lên đã thấy nhà mình rực rỡ cả một vùng. Thích lắm." Nghĩ ngợi. "Mà nhà cạnh bờ sông, bờ suối cũng được. Có dòng nước chảy. Con thích cái chuyển động. Và sắm thêm mấy chiếc thuyền nhỏ và *jet ski*. Ngoại thấy sao? Được không?"

"Chắc chắn là được rồi. Vậy là con không thích nhà nằm giữa đồng bằng?"

"Không thích bằng. Nhưng nếu ở đồng bằng thì quanh nhà phải có vườn rộng trồng nhiều hoa khác nhau, và nhiều loại cây như nho, táo, hạnh đào. Xoài, ổi nữa để nhớ quê hương cũ của ngoại. Và có chuồng bò sữa. Và có ngựa."

"Nghĩa là con muốn làm điền chủ?"

"Không phải. Nhà nhỏ chứ không phải đồn điền. Sau này con sẽ làm dược sĩ cho một cơ quan hay công ty nào đó tại một thành phố lớn, đông đúc, chen chúc. Mỗi cuối tuần hay cuối tháng về thăm nhà một lần. Trên ngọn đồi, cạnh dòng sông, hay giữa đồng bằng như vừa nói. Đâu cũng được. Đó là con thích, mà có được hay không là chuyện khác. Thật ra cái thích đó cũng không xa vời lắm đâu, phải không ngoại?"

Cái không khí nặng nề trước đây đã vơi đi nhiều. Ông già băn khoăn:

"Nhưng ở nơi nào trên đất Mỹ này?"

Cô gái im lặng suy nghĩ khá lâu trước khi đáp:

"Con thấy ở đâu cũng được. Rồi con sẽ có gia đình. Ngoại ơi, con sẽ giới thiệu người đó với ông ngoại nghe. Và trước sau gì rồi cũng sẽ mua nhà. Sẽ mời ba má, ông bà ngoại và ông bà nội nữa, thỉnh thoảng về thăm nhà con khi nào con được nghỉ phép nhiều ngày. Trên xứ Mỹ này, đâu đâu cũng đầy đủ tiện nghi. Ở đâu cũng được. Như người ta thường nói, *'Bốn biển là nhà'*, phải không ngoại. Miền Đông, miền Tây có biển, có đại dương; hay miền Bắc lạnh, miền Nam ấm; con nghĩ con đều sống được. Chắc chắn thế. Rồi ở lâu ngày, gìn giữ, chăm nom. Nó sẽ biến thành ngôi nhà *Home Sweet Home*."

Ông chăm chú nghe, quên mệt nhọc, đăm đăm nhìn đứa cháu gái với chút ngạc nhiên, thích thú. Bỗng ông nghĩ, lúc ấy mình đã ra đi. Mong bố mẹ nó còn sống đi theo nó, đi tìm quê hương mới an vui.

Bây giờ, đối với ông, căn hộ tiều tụy này sẽ là *home, sweet home* cuối cùng trong cuộc đời nhiều biến cố của mình. Ông cảm thấy như thế cũng yên một bề, và hài lòng khi nhận ra rằng cháu gái mới đó mà đã trưởng thành, đã có cái nhìn bình thản vào cuộc sống trước mắt.

Còn ông? Bình thường thì cũng không khác gì cháu gái mấy, cũng tạm gọi là an nhiên tự tại. Nhưng thỉnh thoảng, khi cơn "mơ ngày, mộng mị, mê sảng" xẩy ra, thì miên man nhớ, nhớ mông lung, để cuối cùng nhớ câu thơ cổ, nhớ "cổng làng". Chẳng biết cái nhà ở nơi đâu khi chiều xuống, hoàng hôn, tranh tối, tranh sáng. Vâng, cái thời khắc tranh tối tranh sáng đó lạ lắm. "Tranh" lúc bình minh, dần dần trời sáng thêm, thấy lòng mình vẫn tạm yên ổn, tạm vui vui. Nhưng "tranh" lúc hoàng hôn, khi cái tối càng lúc càng lấn lướt, cái buồn rầu, nhớ nhung sẽ lan toả ra rộng khắp. Thà tối hẳn, đèn sẽ lên.

Hồi còn trẻ ông không có tâm trạng đó.

Ông lại nghĩ tiếp, mình có lẽ khác cô kỹ nữ suốt đời cô đơn, sầu muộn của nhà thơ mà mình yêu quý. Khi tỉnh giấc, cô giật mình đau xót:

Khi tỉnh rượu lúc tàn canh
Giật mình mình lại thương mình xót xa[2]

Ông thì không phải thế. Khi "mê sảng", mới thấy bơ vơ./

12/2021

2 Đoạn Trường Tân Thanh – Nguyễn Du

TRUYỆN BỘ BA

CÂU CHUYỆN CỦA NÓ

Nhóm chúng tôi thường gặp nhau nói chuyện gẫu vào ngày chủ nhật. Những ngày khác lao động liên miên từ sáng sớm đến chiều tối đâu có thì giờ rảnh rỗi để tụ tập. Càng tốt nếu buổi sáng đó có chút mưa, ngồi tụm năm tụm ba riêng một góc "hội trường" khỏi bị ai quấy rầy.

Hội trường là một ngôi nhà lợp tranh trống trải, khá rộng, với dăm bảy cột tre khẳng kheo, không có vách bao quanh, nền đất lồi lõm, mái nhiều chỗ dột nát, và không có lấy một chiếc bàn hoặc một chiếc ghế. Ngồi trệt giữa đất vậy. Tên nào nhanh chân giành được một cái cột tre dựa vào thì khỏe cái lưng.

Một nhóm khác kẻ đứng người ngồi vây quanh một bàn cờ tướng đặt trên lưng cái chậu to làm bằng tôn lợp nhà chăm chú theo dõi hai cao thủ quần nhau từ sáng sớm lúc vừa mới ngủ dậy. Dăm ba tên khác nữa đem một ít thức ăn thăm nuôi ra nấu nướng ở cuối hội trường kế với nhà bếp: luộc khoai lang, khoai mì, nướng khô cá sặt, khô mực, nhậu suông với lá ớt, đọt sắn. Lại còn vài tên "vô sản", tức là không có người thăm nuôi, hết chỗ ăn ké, buồn tình nướng cào cào, châu chấu, mùi thơm tỏa ra làm điếc con ráy. Chúng nó cho vào mồm nguyên con nhai luôn cả cánh lẫn chân cháy sém.

Chút mưa nhỏ cố nhiên là gây được cái không khí xúm xít nhau ấm cúng. Trời không mưa không nắng mây xám âm u cũng xui chúng tôi đi quẩn quanh nhiều vòng trên sân trại, chân xủi bụi bay lên thành đám nhỏ. Đi chán rồi cuối cùng cũng tụ tập lại nơi hội trường ngồi trệt xuống đất tán nhảm với nhau.

Chỉ trừ khi trời nắng. Nắng lên, túa ra cái giếng nước đỏ ngầu chen nhau lấy gàu múc nước dội vào những thân hình ốm tong teo.

Đó là ban ngày. Còn ban đêm ? Tối đến ngủ sớm như gà để lấy sức cho ngày mai. Ngay cả tối thứ bảy muốn thức khuya cũng không được phép. Mới sáu giờ đã phải vào phòng mà chúng tôi gọi là chuồng, không đèn đóm, cửa bị khóa trái ở bên ngoài, leo lên chõng tre nằm yên, giữ im lặng, không được nói năng " linh tinh". Thao thức hoài rồi giấc ngủ cũng đến lúc nào không hay.

Nghĩa là chỉ có ngày chủ nhật là rảnh rổi. Rảnh rổi nếu không gặp lúc phải lao động khẩn trương thêm; không có lệnh đem "bày hàng", tức là bày đồ đạc linh kỉnh lấy ra từ những cái bị treo lòng thòng trong lán, để cán bộ khám xét đột xuất; không học tập bổ sung cho thông suốt đường lối chính sách; không khai báo phụ đính bản trích dọc, trích ngang v.v ... Thì chúng tôi được sinh hoạt tự do như đã nói trên.

Riêng nhóm chúng tôi là những tên ưa đấu láo, và đề tài hấp dẫn nhất vẫn là ăn nhậu. Nhưng hôm nay, chỉ hôm nay thôi, mọi người hạ quyết tâm không nhắc đến chuyện ăn uống nữa. Nhắc hoài thêm thèm thuồng chỉ tổ làm cho cái bụng càng thêm mau đói. Thử chuyển đề tài.

*

"Tao thì nhớ con mèo. Quấn quýt dưới chân meo meo, nhảy lên đùi, ngả ngớn trên tay, rù rù bên tai những giấc ngủ trưa. Đi ăn đâu tao cũng để dành đem về cho nó một vài miếng thứ nó thích. Lấy miếng giấy nhỏ gói miếng da vịt chiên, sụn gà hấp, đuôi tôm xào, đầu cá nướng... Meo meo, meo meo mừng rỡ. Khi nào có bầu rồi chuyển đẻ, không nhảy lên nóc nhà tìm tác giả của nợ mà cứ quấn lấy chân tao. Tao lót cho cái ổ dưới giẻ rách trên giấy bổi khô ráo. Đẻ xong nó không ăn nhau, mang tới cho tao lấy hên. Tụi mày biết không, lấy nhau mèo ngâm rượu phơi cho khô rồi khâu nó vào trong miếng vải nhỏ làm thành cái bùa đeo lên ngực, hay cất kỹ vào một nơi kín đáo. Hên lắm.

Tao thương nó, có khi thương quá hành hạ nó một chút thử coi. Đánh nó, đánh khá đau. Đó là cái tật xấu của tao, tao biết nhưng không bỏ được. Tụi mày coi chừng tao thương nhé! "

Người lớn tuổi nhất trong bọn có ý kiến:

"A, tao biết rồi. Vậy là mày có cái bệnh...bệnh gì tao quên mất. Chắc là bệnh bạo dâm? Ưa hành hạ người yêu? Tiếng Pháp gọi là..."

Người vừa kể chuyện ngắt lời:

"Thôi đi bồ! Đầu óc méo mó rồi. Không lẽ tôi yêu con mèo theo cái nghĩa của bồ? Tôi nói tôi thương nó mà. Thương và yêu khác nhau! Nhất là con mèo này có bốn chân đàng hoàng. Mèo hai chân thì may ra. Nhưng các ông phải để yên cho tôi kể ... cho có đầu có đuôi. Không được ngắt lời. Nghe chưa! Kể ngang đâu rồi? À, à đánh nó ...

"Đánh, nó không chạy, cụp tai, cụp đuôi co mình nằm yên, chịu đòn. Tao đi đâu về nhà mà không phải từ quán nhậu, nó cũng biết, để tao yên. Nhưng nhậu nhẹt xong trở về quên phần nó, nó cự nự, meo meo, meo meo, quấn lấy chân tao, đeo như đỉa đói. Nó đánh hơi được mùi thức ăn tao đã nuốt vô bụng, và mùi la-de. Làm tao nổi cáu. Này này, mày cứ quấn vào chân tao đi, tao không đuổi, không đánh mày đâu, cũng không thèm tỏ vẻ khó chịu gì cả. Mình quên đem đồ ăn về là có lỗi mà. Phải công bằng với nó chứ. Cho nên tao đứng lại nhìn nó một cách dịu dàng. Rồi quay mặt bước đi. Đường tao tao đi không mắc mớ tới ai. Ai cản đường, người đó có lỗi, sẽ lãnh đủ. Nó quấn dưới chân bị những cú đá " vô tình " của tao, ráng chịu nhé. Những cú đá thoạt đầu nhẹ, nghĩa là chưa vô tình cho lắm, nó chưa đau. Vậy mình hãy đi nhanh hơn, chân khua mạnh hơn. Hự! Sạ...ạc! Con mèo văng vào góc nhà. Thấm đòn chưa cưng! Không thèm nhìn tao cũng biết. Không thấy tiếng nó chạy theo. Tao đi lui lại xem thử ra sao. Thấy thế nó tưởng bở, nhìn tao dè dặt rồi lại meo meo. Rồi lại nhổm dậy quấn lấy chân tao. A! cái điệu này phải cho mày nếm mùi đau khổ. Vướng chân, tao lấy sức đá thật mạnh. Nó gào lên một tiếng.

"Tao sực nhớ nó lại đang có bầu. Chết cha! Tao hoảng hốt nhìn nó. Nó nằm im, thở dốc, lim dim cặp mắt ngạc nhiên nhìn lại. Ô, nó khóc, nó biết khóc. Nước mắt chảy xuống ướt vạt lông gần lỗ mũi. May quá, nó không chết. Tao ân hận quá. Tao vuốt đầu nó, hai tai nó cụp xuống cảm động, suy nghĩ mình phải làm gì đây gọi là để 'đái công chuộc tội'. A, nhớ rồi. Tao liền xách xe chạy mua cho nó một hột vịt lộn, thứ nó thích nhất mà trước giờ chỉ được chia cái bao trứng. Tụi mày biết cái bao trứng không? Bên trong vỏ trứng gà, trứng vịt có cái bao dai dai đó mà. Mua về, tao ngâm cái trứng nóng hổi vào tô nước lạnh cho mau nguội, lột vỏ ra cho nó, đưa đến tận miệng nó. Nó nhìn tao, đi thụt lùi, không dám ăn. Ăn đi mà! Không ai bẫy mày đâu! Nó vẫn không ăn, ngồi yên, lim dim đôi mắt. Thì tao phải ăn vậy, và chia cho nó cái bao trứng như mọi khi. Nó mừng rỡ vồ lấy.

"Trời, tao nhớ nó quá! Tao ở đây lâu ngày, ở nhà có ai biết ý nó đâu, có ai biết mà cho nó ăn thứ nó thích, có ai săn sóc nó. Bốn năm tháng tao mới có một lá thư mà chẳng thấy ai nhắc tới nó. Chắc nó cũng nhớ tao chờ mãi không được bỏ nhà đi kiếm tao rồi! Hay nó đi lạc đường? Hay nó đã chết ?"

Một người tò mò hỏi:

"Vậy mày chỉ nhớ con mèo thôi sao?"

"Hỏi gì khỉ vậy! Ờ... mà cũng có thể. Hai đứa em gái cà chớn cứ bắt bẻ tao hoài. Tao làm gì nó cũng chê, cũng kê tủ đứng trước mặt. Tao ở tù khuất mắt chắc chúng hài lòng lắm. Nhớ tụi nó làm gì cho nhọc xác. Ô, mà cũng có nhớ chứ. Còn con bồ thì...Nhưng thôi..."

Một anh chàng xương xẩu, cao lỏng khỏng, vội vàng lên tiếng:

"Chuyện của mày xong chưa? Vậy thôi hả? Bây giờ tới phiên tao."

"Chưa. Tao chưa kể hết. Tao còn đoạn chót. Như thế này. Một đêm cách đây không lâu, nó mò đến tìm tao. Tao muốn nói con mèo..."

Mọi người cùng ồ lên một tiếng. Một tên đứng dậy gân cổ cãi:

"Vô lý, vô lý. Nhà cậu cách nơi này ít nhất là ... là hàng mấy trăm cây số. Đường sá rối rắm. Cậu ở Sài Gòn chứ gì. Ngả tư, ngả năm, ngả bảy, rồi quốc lộ, rồi vô rừng. Thế mà con mèo của cậu mò lên đây được! Nói cho có sách chứ."

Người kể chuyện lắc đầu chán nản đưa hai tay khoác khoác:

"Cái gì mà nhao nhao vậy? Nghe cho hết đã nào! Làm tao cụt. Để thủng thẳng tao nói cho mà nghe, được không?

"Đêm đó có trăng, tao nằm nhắm mắt đã lâu dỗ giấc ngủ mãi không được. Dưới ánh trăng ngoài mép rừng qua khe cửa, mọi thứ trông trắng bềnh bệch, tai tái, như da người bệnh. Trăng cũng chiếu loang lổ vào nền nhà bằng đất qua các lỗ thủng trên mái lá. Tao cứ trở người qua trở người lại làm cho thằng Cự nằm kề càu nhàu chưởi thề ĐM, ĐM. Còn tất cả những thằng khác đều ngủ mê mệt. Mỗi thằng ngủ mỗi cách. Có thằng co quắp như cái xác chết, có thằng nói ú ớ trong cổ họng, có thằng cười rú như điên, có thằng bặm môi bặm miệng như muốn ăn tươi nuốt sống ai, có thằng khò khè ngột ngạt hơi thở không thoát ra khỏi cổ trông giống như con cá ngáp ngáp nằm trên thớt, hay con heo bị chọc tiết máu đã ra gần hết sùi bọt. Nhưng lạ thật, tao không hề nghe tiếng ngáy pho pho. Bọn tù ốm đói chúng mình hình như quên tiếng ngáy rồi.

"Chán chê những cảnh tượng ấy quá, tao mở mắt nhìn thẳng lên trần nhà. Lại gặp những cái bị đựng gia tài của chúng mình. Những cái bị rách nát hơn bị ăn mày treo lòng thòng từ trần nhà tránh chuột phá. Ngu quá. Thật ra chuột biết trèo dây, vẫn tới tấn công như thường. A, phải rồi, tránh kiến.

"Ban ngày những cái bị ấy thấy cũng vậy vậy, nghĩa là chỉ thiếu chút mỹ thuật mà thôi. Thế nhưng ban đêm loang loáng dưới ánh trăng chúng hiện hình thành những con vật quái đản. Chúng nó là những con vật sống, đứa co ro, đứa phưỡn ngực, đứa khúm núm, đứa kề vai thích cánh vào nhau, hoặc châu mỏ thì thầm bàn tán, hoặc có lúc khoái chí gục gặc cái đầu to tướng, hoặc nổi hung nghiến răng trèo trẹo, đu đưa thân hình dị dạng, hoặc ngổng cái cổ cò dài ngoằng ngong ngóng những cơn gió đi ngang về tắt từ ngoài rừng lẻn vào cùng nhau thì thầm bàn tán âm mưu.

"Nhìn những cái bị quái đản đó mãi lại cũng chán, tao quay người nằm nghiêng xây lưng về phía thằng Cự định bụng lần này nhất định ngủ. Bỗng tao thấy hai chấm sáng phản chiếu ánh trăng. Tao giật mình, nín thở, chú mục nhìn. Khi đã quen mắt, tao biết đó là hai con mắt mèo. Lạ thật ở đây hơn một năm, có bao giờ tụi mình thấy mèo chó nào đâu. Chó dĩ nhiên không dám bén mảng tới. Con nào vô phúc lạc bước tới thì đã bị hoá kiếp nằm yên trong bụng tụi mình rồi. Phải không tụi mày?

"Nhưng còn mèo? Mèo trốn tránh giỏi, và chỉ đi mò mẫm trong đêm tại những cái lán tù ở này. Nó tìm gì? A, chắc là tìm chuột. Con mèo nào đây? Dường như nó biết tao vừa biết nó có mặt ở đây, nó quay người lặng lẽ như chiếc bóng chuồn mất vào trong đêm.

"Từ đó những đêm không ngủ được, tao mở mắt nhìn quanh. Con mèo ở đâu đây? Đôi khi tao thấy được hai chấm sáng hướng về tao. Tao hồi hộp quá đỗi, muốn kêu to lên meo meo nhưng sợ tụi mày ngủ không được chửi bới om sòm. Biết đâu lại có thằng mang chuyện này đi báo cáo ... Không bao giờ báo cáo hả, không ăng - ten hả? Càng tốt.

"Chắc là con mèo cưng của tao mò lên đây tìm tao. Tao ước mong như vậy. Ước mong là quyền của tao, tụi mày đừng la ó.

"Một buổi trưa Chủ Nhật, một mình tao cầm một cây gỗ to bằng cổ tay dài khoảng nửa thước chuốc nhọn một đầu, đi đào hà thủ ô ở gần một trảng tranh rậm rạp. Không có cuốc, tụi mình cấm có cuốc mà, nhưng nghe nói hà thủ ô kỵ sắt, dùng cây gỗ đào là hết sẩy. Tao khoét cái lỗ sâu hoắm đứng ngập tới háng lần theo rể cái mãi vẫn chưa thấy củ. Tao mừng quá, rể càng sâu, củ càng to. Cái củ này phải to bằng trái chuối sứ không chừng. Ôi, thủ ô ngàn năm ăn vào tăng cường nội lực ngàn lần! Sách võ thuật của Tàu từng ghi chép như vậy. Biết đâu, biết đâu. Hai tay mỏi nhừ, lưng muốn gãy làm đôi, tao bước lên khỏi lỗ, ngồi bệt xuống đất định nghỉ mệt một lát rồi đào tiếp. Bỗng tao thấy nó, con mèo..."

"Ồ, ồ...ồ..."

"Tụi mày kỵ mèo chắc? Nghe nói con mèo là ồ ồ. Thì cứ để tao nói tiếp cái đã nào! Lẽ dĩ nhiên không phải con mèo tao nuôi ở nhà, mà là một con mèo mun lông đen tuyền, mắt vàng khè, gầy như que củi, chắc vì thiếu ăn như bọn mình. Mèo hoang? Nó ngồi sau một bụi cây nhỏ nhìn tao trừng trừng. Tao nhìn lại nó. Gặp con mắt tao, nó lim dim vờ vĩnh, giống y chang con mèo cưng của tao. Bỗng tao thấy nhớ con mèo của tao đến thắt ruột rồi đâm ra thương con mèo này quá. Tao meo meo với nó. Nó từ từ đứng dậy, vươn vai, chổng cái đuôi dựng đứng, đi lui đi tới, cọ đầu vào một bụi cây nhõng nhẽo. À ra con mèo cái, cô này muốn làm quen với mình. Hẳn đây là con mèo đêm khuya thỉnh thoảng tìm đến thăm mình. Tao vốn hạp với mèo. Tao vừa cười vừa meo meo rồi đưa tay vẫy nó lại. Nó dè dặt, đề phòng, tiến tới từng bước một, làm bộ đưa bàn tay sè vuốt khều cục đất, hất cục sỏi, từ từ bước, cái đuôi dài vẫy qua, vẫy lại, thong thả, thoải mái.

"Khi nó đến vừa tầm tay của tao, tao chợt nghĩ ra. Ô! Nguy quá! Chết mẹ mày rồi! Tao vồ lấy cây gỗ vụt vào lưng nó. Trúng! Nó hoảng hồn phóng nhanh. Tao vùng đứng dậy, rượt theo, không kịp mang dép râu vào. Tao biết rằng chạy chân không nơi rừng rú như thế này nguy hiểm lắm, đá nhọn, gai gốc, mảnh đạn còn sót, nhưng tao cố gắng chạy thật mau, mau hết sức. Nó chạy mau hơn tao, tao cũng cứ cắn răng đuổi theo, vừa đuổi vừa quát tháo vừa vung cây gỗ lên túi bụi. Cuối cùng tao vấp phải gốc cây té lăn cù. Con mèo biến mất dạng."

Cả bọn đang ngồi chăm chú nghe, la lên:

"Mày bết quá! Hoài của quá! Thế là đi đoong bữa tiệc thịt mèo!"

Một tên phản đối:

"Ăn con mèo nghèo ba năm. Đừng có ham!"

Một tên khác bẻ lại ngay:

"Khỏi lo. Bọn mình chín, mười, thằng, ăn một con mèo thì mỗi đứa chỉ nghèo ... cỡ bốn tháng thôi. Uổng quá! Phí của trời!"

Tên vừa kể chuyện tỏ vẻ bực dọc:

"Phần nào thôi, mấy cha nội! Chỉ vì tụi mày mà tao muốn thương con mèo cũng không xong. Tao đâu quên được những lần đi cắt tranh ngoài trảng, mỗi khi nghe những tiếng gào "Thỏ! Thỏ! Thỏ!", thế là cả bọn vứt hết liềm hái xuống đất vùng chạy đuổi theo con thỏ rừng bất kể vướng vào cây, vấp vào đá. Thỏ rừng chân dài, lông nâu xám, chạy nhanh như gió chứ đâu phải rù rờ như thỏ nhà, dễ gì bắt được nó. Họa hoằn con nào chạy hoảng xui đụng vào gốc cây nằm quay đơ, thì cả bọn mới vồ được nó. Thằng nắm tai, thằng lôi chân, thằng rờ đuôi, gọi là xí phần, mặt mày hí hửng như bắt được vàng, đem về cho vào nồi hầm thật rục, chia nhau đớp mỗi đứa được một miếng nhỏ xíu không đủ xức răng. Ăn xong thòm thèm nhìn lại nhau. Đứa thì sứt đầu u trán, đứa thì té lọi giò, đứa thì tróc ngón chân cái. Thịt thỏ còn mê đến thế huống là thịt mèo. Cho nên tao làm bộ hung dữ đuổi nó đi biệt tích. Cho nó biết thân. Cho nó tản thần hồn. Cho nó không bao giờ dám bén mảng tới gần tao, nhất là gần tụi mày.

"Từ đó tao không dám nhớ con mèo của tao nữa. Lỡ tao nhớ nó, nó mò tới, chúng mày thịt."

Anh chàng gầy đét cao lỏng khỏng tiếp lời:

“Mày đúng là thằng vớ vẩn, vô tích sự. Tao cứ tưởng... Nhưng thôi, tới phiên tao kể chuyện được chưa? OK?

“Tao không nhớ mèo như mày. Tao nhớ thứ khác. Nhớ da diết. Khi nào được về, dành dụm một ít tiền, một buổi sáng để bụng thật đói, tới một tiệm phở nổi tiếng trong thành phố, kêu một tô ‘hàng không mẫu hạm,’ không, một tô ‘xe lửa’, xe lửa dài hơn, bự hơn hàng không mẫu hạm nhiều, gạ gẫm thêm chút mỡ gầu rẻo, hay tủy xương ống, thêm nước lèo, thêm hành chần nước béo, nhưng xin đừng bớt bánh ... Còn rau, giá, chanh, tương, ớt, thì tha hồ gắp ...”

Có tiếng phản đối:

“Ê, ê trật chìa rồi ông bạn ơi. Lần này không được nói chuyện ăn nhậu! Đã giao hẹn, phải theo đúng. Nói chuyện khác đi, tía.”

“Ừ nhỉ. Quên mất. Nhưng các ông làm tôi cụt hứng. Biết nói gì đây. Thôi, chú em này, nói thay cho anh đi!”

Chú em này còn trẻ lắm so với nhiều chú, nhiều bác đã ở tù cải tạo năm, bảy năm rồi. Chắc chú bị dính vào một tổ chức phản động, vừa bị điều về nơi này chứ gì?

“Xin mấy bác, mấy chú tha cho. Cháu chưa chuẩn bị, và nói dở lắm. Cháu bị ở nhà đặt tên là Mủ Mít.”

“Không cần hay, dở. Có chuyện để nói là OK thôi.”

“Dạ, dạ. Cháu xin hứa lần sau cháu kể chuyện tếu.

Chuyện tiếu lâm."

"Chớ, chớ. Kể chuyện tiếu lâm phạm nội quy."

"Tiếu lâm thì vui, sao lại phạm ... phạm ...?

"Tại sao hả? Là bởi vì nương vào đó nói bóng nói gió cách mạng tra tự điển tim không hiểu hết nghĩa đen, nghĩa bóng."

"Dạ, thì, thì cháu sẽ ..."

Anh chàng gầy đét thèm phở cướp lời:

"Sẽ cái gì mà sẽ! Thôi được, cứ chuẩn bị câu chuyện đi, chú em. Bây giờ ông bạn mặt mày muôn năm rầu rĩ này hãy tạm thay tôi nhe, nhe! Kể chuyện đi. Chuyên gì cũng được. Càng dở càng thích."

Quả thật đó là một anh chàng mặt rầu, tóc bờm xờm, cái miệng hình chữ V lật ngược, đặc biệt là hai con mắt nhiều tròng trắng mệt mỏi và tối hù.

"Hả? Tôi hả? Tôi... tôi thì tôi nhớ vợ tôi ..."

Một tên thúc giục:

"Ô, quá hấp dẫn. Nhớ những cái giống gì nào?"

"Đừng nghĩ bậy. Tôi ... tôi chỉ nhớ có vậy thôi!"

"Cụt ngủn như thế không được! Bộ muốn ăn gian hả?"

"Cho tôi khất vậy. Hôm nay rầu quá, kể chuyện gì nổi."

Anh chàng lớn tuổi nhất và ồn ào nhất lên tiếng:

“Được, tao cho mày khất vào kỳ sau. Tao áp chót. Sau tao là, ..., là chú em nhé. Lo chuẩn bị đi là vừa. Nhớ không được kể chuyện tiếu lâm. Tao thì...cái cảnh này ám ảnh tao mãi. Ghê quá tụi mày ơi. Hồi đó tao làm việc ở phi trường quân sự Nha Trang phụ trách tiếp tế xăng cho máy bay nhà binh. Tao nói linh tinh chuyện cũ là vi phạm nội quy quy định, tụi mày đừng có ngứa miệng làm ăng-ten báo cáo nghe!

“Chiều nào tao cũng muốn về sớm một chút để kịp ra Ninh Hòa thăm bồ. Thường buổi chiều ít có máy bay về lấy thêm xăng bay tiếp. Muốn bay tiếp phải về sớm, khoảng hai ba giờ chiều là đã trễ. Những chiếc về trễ hơn đôi khi cũng lấy xăng rồi đậu qua đêm, sáng ngày mai bay. Đậu qua đêm tụi Mỹ gọi là RON. RON là cái con khỉ gì hả, là *remain overnight.* Tao có tiếp tế xăng cho hãng máy bay *Air America* gần nửa năm nên tao biết mấy chữ đó. Đối với những chiếc máy bay trễ, đôi khi tao có thể sắp đặt để hôm sau châm xăng thật sớm cũng được. Khỏi chờ. Chờ máy bay về trễ sốt ruột lắm.

“Hôm đó vào lúc ấy lẽ ra tao phải tắm rửa xong, lái xe *Jeep* phóng nhanh về hướng đèo Rù Rì. Vượt đèo, qua khỏi eo biển Lương Sơn, dông thêm mấy đoạn đường nữa là tới. Tổng cộng mất chưa đầy một tiếng là cùng. Thế mà có lệnh phải chờ. Đứng lì tại phi trường ngóng ngóng mới khổ chớ. Nhìn đồng hồ mãi đâm sốt ruột, tao ngó mông qua bên kia sân bay, qua mấy dãy nhà ngói lụp xụp, qua đám nhà tranh tồi tàn, rồi phóng cái nhìn xa hơn, xa mãi, đến tận dãy núi ở chân trời. Đó là vùng Đồng Bò. Khói từng ụ bốc lên lờ vờ nơi chân trời. Thế là có đánh lớn nơi đó. Không nghe tiếng bom đạn. Xa quá hoặc bị ngược gió?

"Mãi vẫn chưa thấy chiếc máy bay nào về. Buồn miệng muốn châm một điếu thuốc, sực nhớ thuốc lá, hộp quẹt, đã để lại ngoài cổng gác. Có một lần tao suýt bị đổi đi đơn vị chiến đấu vì cái tội hút thuốc lá trong kho xăng.

"Bỗng, kìa, một chấm đen xuất hiện trên không. Có thế chứ. Chiếc máy bay đang lao tới. Châm xăng cho chiếc máy bay này xong là mình nhất định về. Ô, sao nó không chịu giảm độ cao để đáp xuống? Bánh xe chưa chịu nhú ra? Kẹt bánh xe phải đáp bằng bụng nguy hiểm lắm. Tao chăm chú nhìn theo. Và hoảng hồn. Một cái dù vướng vào đuôi máy bay. Dù và người xoắn tít như chong chóng. Chiếc máy bay tiếp tục bay qua khỏi phi trường, mất dạng sau dãy núi chắn ngang ven bờ biển. Chỉ mươi phút sau chấm đen lại xuất hiện trên không, rõ dần. Chiếc máy bay đã quay lại, sau đuôi vẫn là cái dù và thân người xoắn tít. Viên phi công tính toán gì đây? Cầu cứu ? Nhưng còn có cách nào để tiếp cứu trong hoàn cảnh này? Máy bay tiếp tục bay rồi lại quay vòng bay lui.

"Làm nghề tiếp liệu xăng cho máy bay lâu ngày, tao biết những chiếc máy bay nào đã dự trù đáp ở một địa điểm nhất định nào đó sẽ không có nhiều xăng dự trữ để bay lui bay tới nhiều lần. Cứ bay mãi hết xăng là tiêu tùng!

"Lẽ dĩ nhiên nếu phi công cho máy bay đáp xuống phi đạo, anh chàng nhảy vướng dù đó sẽ bị nện xuống nền xi măng cốt sắt nát thây. Bị xoay tít như thế hắn bị tắt thở rồi cũng nên. Nhưng lỡ hắn còn sống? Tao cảm thấy cái khó xử của anh phi công. Không biết xoay xở làm sao đây. Nếu các ông ở địa vị viên phi công, các ông tính sao? Hoặc ở địa vị tôi, các ông có rán đứng lại chờ xem cái phần kết thúc?"

Đám người ngồi nghe xì xầm bàn tán. Người thì bảo phi công phải đáp máy bay xuống ngay, hết xăng chết cả lũ, kẻ bảo còn nước còn tát, bay thêm vài vòng nữa xem sao, biết đâu trực thăng có cách cứu. Còn cái vụ đứng lại chờ xem phần kết thúc...Bỗng một tên nóng nảy đứng dậy la lớn:

"Ông anh ơi, cuối cùng thế nào, kể phứt đi. Tui sốt ruột lắm."

"Cuối cùng một cảnh tượng ghê rợn xảy ra, nó ám ảnh tôi mãi. Các ông có thể nghĩ ra cái cảnh đó được mà. Đừng bắt tôi nhắc lại chuyện kinh hoàng đó! Tôi nhất định không nói hết ra đâu."

*

Nửa buổi sáng đã trôi qua. Bầu trời nhiều mây trắng. Rồi mây đen kéo tới. Mưa. Mưa to. Những người đi quanh quẩn ngoài sân một số chạy vào hội trường, số còn lại trở về lán. Mưa càng nặng hạt. Nhóm chúng tôi ngồi phải chỗ bị dột, kéo nhau qua góc khác. Mấy tên nấu nướng củi lửa tắt ngấm, mặt nhăn như khỉ.

Chỉ có bọn chơi cờ tướng là bình chân như vại. Chúng nó có kinh nghiệm xí chỗ tốt tránh được mưa rò hoặc tạt vào.

Không đầy năm phút sau, mưa tối trời tối đất, gió nổi lên ào ào, cây cối ngả nghiêng, lá rừng bay tán loạn. Cái cổng tre nóc lợp tranh cùng hai cây bút bút cổ thụ ở hai bên cổng, và tất cả những hàng rào chông vót nhọn bao quanh trại tù, nghĩa là những gì rất gần chúng tôi, đều dần dần lẫn trong mưa mù. Không còn thấy gì nữa, chúng tôi tưởng như đang sống trên một ốc đảo xa hẳn xã hội loài người.

Những ngọn đồi kế tiếp, cánh rừng, trảng tranh, truông cỏ, cũng đã biến mất khỏi tầm nhìn của chúng tôi từ bao giờ trong cơn thịnh nộ của trời đất. Tôi có cái cảm tưởng rằng sau cơn mưa dữ dội này vật sẽ đổi, sao sẽ dời, mọi chuyện sẽ khác hẳn. Và nhân đó tôi sẽ có cách thoát ly ra khỏi nơi đây. Rồi sẽ đi đâu? Còn nơi nào để đi? Về Sài Gòn, về Gò Đen, Mỹ Tho? Hay về miền Tây? Hay lại ra ngoài Trung xa xôi, nghèo đói?

Dù sao tôi cũng đã thoát khỏi cục nợ ngay trước mắt. Không lẽ người kể chuyện phải gân cổ hét thật to cho át tiếng mưa, tiếng gió? Sức nghỉn đâu nữa mà la hét. Nhưng trước sau gì cũng đến phiên tôi kể chuyện. Tôi lại là thằng mủ mít. Hơn nữa, tôi chẳng biết kể chuyện gì ngoài mấy chuyện tiếu lâm tào lao, nhạt nhẽo, đã kể đi kể lại nhiều lần cho mấy chú, mấy bác, nằm ngủ cạnh tôi.

Tôi cố đào bới trong trí óc, cố nhớ trong đời mình có xẩy ra chuyện gì có thể lôi cuốn được người nghe. Chả có chuyện gì hay ho cả. Đời của tôi không vui. Hay là cứ đem đại cái chuyện này ra kể. Chuyện "nó." Mà "nó" có là một câu chuyện đáng kể ra hay không? Đã nhiều lần tôi muốn sắp đặt "nó" cho gọn gàng, mạch lạc, có đầu có đuôi, có lý có sự. Nhưng tôi biết là tôi sẽ chẳng thể nào làm được cái việc ấy.

Tôi đã gặp "nó" mấy lần. Lại cũng có thể gặp "nó" dài dài sau này. Thật ra chuyện này khá mơ hồ. Nhưng nó cứ cù nhầy, dai dẳng, bám lấy tôi mãi.

Đó không phải là những mẩu chuyện bay vèo qua trí nhớ tôi rồi bay đi mất như một câu nói của một người nào đó trong cơn mê sảng tôi tình cờ nghe; như một tiếng cười trong đêm vắng khi không lọt vào tai tôi lúc tôi rảo bước trên đường khuya; như cái dáng dấp thơ ngây của một thằng bé con chạy quanh một mình trong sân trường, hai bàn chân lia lịa như hai bánh xe, một trưa chủ nhật tôi đi ngang qua đó thấy. Những chuyện không đâu vào đâu ấy thỉnh thoảng đến với tôi rồi đi nhanh có khi không để lại một vết tích gì. Còn cái chuyện này khác lắm, vẫn nằm phục kích trong ký ức của tôi chờ có dịp là lộ diện.

Một lần, hồi đó, đánh liều vào tiệm nhảy mong may ra gặp Phượng, người yêu. Người yêu đã vội vàng bỏ tôi mà đi một buổi sáng sớm có chiếc xe gắn máy chờ sẵn trước nhà. Thật ra có phải đó là người yêu của tôi hay không? Sao lại không phải, dù yêu một chiều. Biết đâu Phượng cũng có... cũng có ... để ý tới ... Mà yêu một chiều cũng là yêu, tôi ngẫm nghĩ. Tìm Phượng tại nhiều nơi Phượng và tôi thường lui tới, không gặp. Nay vào vũ trường tìm. Dáo dác nhìn quanh tìm tòi dù biết rằng chẳng khác gì tìm dấu chim bay. Đành móc túi xem còn đủ tiền hay không. Rồi gọi một vũ nữ.

Hôm đó đông quá, đêm giao thừa tây thì phải, tôi gặp "nó". Trông cái dáng hao hao giống mình trong bóng tối của một bản *"slow"*. Không như nhiều người khác trong đêm giao thừa thắng bộ đồ vét, "nó" cũng mặc sơ-mi hở cổ như tôi. Tôi vô tình nhìn nó cười, nó cười lại. Tôi đánh bạo đưa bàn tay phải đập đập nhẹ lên cái vai trần của cô gái, nó cũng làm như thế. Ngộ quá! Đúng là thứ chịu chơi! Và vui tính!

Thường tôi hay bị bắt nạt hoặc khinh nhờn. Anh chàng này lại hưởng ứng theo tôi. Được thể, tôi thử làm thêm một cử chỉ nữa xem sao. Tôi đưa nghiêng nghiêng cái cằm cho chạm lướt lên mái tóc bồng bềnh của cô gái nhảy. Trong bản *"slow"*, nhiều người, thất tình chăng, đang gục đầu lên vai vũ nữ, hai tay thì ôm choàng lấy cái eo ếch cô nàng. Tôi kín đáo quan sát nó. Hình như, hình như thôi, nó không gục đầu như những kẻ khác, trái lại làm theo tôi, đưa nghiêng cái cằm ...

A! Phải làm quen với anh chàng này. Tôi dìu cô gái nhảy tiến đến gần nó. Sàn nhảy chật quá. Cứ đến điệu *"slow"* mọi người đổ xô ra đầy sàn. Không phải để nhảy mà để ôm nhau cứng như keo sơn. Trừ tôi ra. Chật như nêm. Đám người nhích lui nhích tới từng bước ngắn lùa tôi và cô gái trong tay đi hướng khác với chàng ta, "nó". Và lạc mất. Trở về bàn đảo mắt nhìn không thấy nó đâu cả. Ngồi chờ sàn nhảy vắng, nhìn quanh các bàn, lại cũng không thấy "nó". Lo gì, cái anh chàng chịu chơi này thế nào cũng mò tới tiệm nhảy thường xuyên. Sẽ gặp nhau sau cũng không muộn.

Đêm đó về nhà khi đã bớt hơi rượu, tôi bần thần suy nghĩ. Ngày mai lúc hãy còn ban ngày, mình tìm cách nói quanh với nơi làm việc để kiếm chút thì giờ chạy tới tiệm nhảy xem sao. Tôi vẫn ngờ ngợ. "Nó" lạ quá. Nó khác tất cả những người mà tôi đã gặp, nghĩa là nó gần gũi với mình lắm chứ không như những tên khác mình thường gặp xưa nay. Chắc chắn khi gặp lại nhau, nó và tôi sẽ trở thành bạn thân ngay, sẽ là một cặp ăn ý như đã biết nhau từ kiếp nào. Nhưng tôi vẫn ngờ ngợ. Đêm đó mình đâu có uống nhiều rượu, tiền đâu mà kêu hết ly này đến ly khác như các công tử bột. Và thật ra tôi có phải là dân rượu chè đâu, nói chi đến chuyện say túy lúy, nhìn gà hoá cuốc.

Nhưng sao trên đời này lại có một thằng "nó" như nó vậy. Tôi phải đến tiệm nhảy đó vào lúc ban ngày. Tất nhiên không phải tìm "nó" tại tiệm nhảy lúc ban ngày khi tiệm chưa mở cửa. Tôi muốn tìm cái khác, cái chuyện làm tôi ngờ ngợ mãi. Ban đêm, dưới ánh đèn mờ, dễ lẫn lộn. Tôi nhắc đi nhắc lại cái ý định tìm cho ra manh mối.

Phải chăng ngay trên tường của vũ trường có một

tấm gương lớn? Mình nhìn mình mà cứ tưởng nhìn ai. Chẳng khác gì con thú dữ tình cờ thấy chính nó trong gương, hoảng hốt bỏ chạy, hoặc nổi điên thì chồm tới nhe răng tính chuyện cấu xé.

Bởi cái tính lần khân hẹn rày hẹn mai, tôi chưa thực hiện ý định nói trên thì đùng một cái, tôi biết là tôi không thể làm được điều ấy, nghĩa là trở lại tiệm khiêu vũ xem thực hư ra sao. Bởi vì chẳng bao lâu sau đó, trong một lần ẩu đả, tôi bị đem đi nhốt, rồi bị kết tội là thành phần đáng nghi, là phản động. Lại không có giấy tờ hợp pháp được phép cư trú tại Sài Gòn. Thế là vào tù cải tạo. Tôi có phản động hay không, chính tôi cũng không hiểu rõ.

Bây giờ trong tù, nghĩ đến chuyện đó tôi vẫn thấy bần thần không biết múi mớ nơi nào. Không lẽ có một tấm gương lớn dựng ngay trên tường nơi hông sàn nhảy để mình thấy mình mà cứ tưởng là thấy "nó". Mình trong gương chắc? Thật không thể nào biết được! Nhưng từ cái đêm tôi thấy "nó" trong tiệm nhảy trở về sau, "nó" trở nên có thanh thế lớn đối với đời tôi, xui cho tôi dễ dàng thấy những thằng "nó" khác, không phải trong tiệm nhảy, mà ngay cả ở ngoài đường. Ngoài trời thì làm gì có tấm gương lớn dựng sẵn để tôi hù doạ tôi. Như vậy, có lẽ tôi đã gặp "nó" hôm đó. Rồi, thật là lạ lùng, tôi lại gặp "nó" những lần sau đó nữa.

Như thường lệ, mỗi cuối tuần tôi xuống Mỹ Tho dạy nhạc vài ngày tại một trường nhỏ. Độ ấy thiếu thầy lắm, đặc biệt là thầy dạy nhạc, nên tôi mới được cho dạy. Thật ra tôi biết đánh trống lai rai, biết qua loa nhạc lý, và thuộc nhiều bài hát, hầu hết là những bài hát "nguỵ". Trường cũng rất cần thầy dạy vẽ, tiếc thay tôi không biết vẽ.

Lần đó trở về Sài Gòn. Chiếc xe đò chạy tới Tân An thì hỏng máy. Hành khách lục tục xuống xe tìm bóng mát đứng chờ xe sửa. Vài người có việc gấp thuê xe nhỏ hay xe ôm đi nốt đoạn đường còn lại. Dường như tôi không bận bịu vì chuyện gì cả nhưng cứ bươn bươn đi hỏi các xe đò khác xem có còn chỗ trống nào cho tôi về Sài Gòn ngay hay không. Ô, chắc là phải có chuyện chi gấp chứ, nhưng tôi quên khuấy đi mất.

Đang lúc tôi đang hớt hơ hớt hải dòm ngó hết xe đò này đến xe đò khác, thì "nó" đột ngột xuất hiện. Tôi kinh ngạc nhưng tôi nhận ra nó ngay.

Nó ngồi sau tay lái của một chiếc xe hơi láng cóong màu trắng đậu quay đầu về phía Mỹ Tho, tức là ngược hướng Sài Gòn, bên cạnh một dọc hàng bán thơm, bán dứa, khóm miếng Bến Lức, và vài loại trái cây khác như cam, quýt, bưởi, xoài, mãn cầu, sầu riêng, v.v... Tay trái nó cầm điếu thuốc lá đang cháy dở buông thỏng ra ngoài cửa xe, chốc chốc lấy ngón tay trỏ đập nhẹ vào điếu thuốc cho tro tàn rơi xuống đất, tay phải để hờ trên cái vô-lăng, mắt lơ đãng nhìn người qua lại.

Trông nó rất "điệu nghệ". Nhất là nét mặt êm ái, thanh thản, vô tư. Ngồi bên cạnh nó, một cô gái đang quay đầu ra phía lề đường nói năng gì đó, có lẽ đang mặc cả mua trái cây. Không thấy rõ mặt người con gái đó, nhưng tôi biết chắc rằng cô này đẹp. Cái dáng dấp đó bắt buộc phải đi đôi với khuôn mặt giống như khuôn mặt của Phượng. Chiếc áo xoa bông bông mỏng dính, hở cổ; đôi vai trần thon, tròn; mớ tóc cột hờ theo kiểu đuôi ngựa đu đưa theo cái đầu ngún nguẩy một cách ngây thơ duyên dáng; mấy sợi tóc mai tơ như râu bắp non chảy dài xuống một bên má phớt phấn hồng.

Cô này đã hẳn không phải là Phượng của mình, nhưng nó đúng là thằng "nó". Tôi có cùng một cảm giác như khi gặp thằng "nó" kia trong tiệm nhảy đêm hôm ấy. Thân thiết, bồi hồi, và một chút xót xa. Tại sao vậy, tôi chẳng biết. Như có thần giao cách cảm, bỗng dưng nó quay nhìn tôi. Tôi thoạt tiên ngoảnh nhìn nơi khác ngay, tôi vốn có tánh e ngại, sợ "nó" biết mình nhìn trộm. Nhưng rồi tôi hối hả nhìn lại nó. Chúng tôi nhìn nhau trong một khoảnh khắc rất ngắn mà đã tìm thấy trên mắt của nhau điều đó: "Nó". Vâng, nó và tôi là "nó" của nhau. Trong hai cặp mắt của chúng tôi đã có sự thỏa thuận ngầm như thế.

Có tiếng còi xe hơi giục sau lưng. Nó quay nhìn cô gái xinh đẹp xem đã mua xong mớ trái cây hay chưa, dùng ngón tay giữa búng tàn thuốc lá văng xa, rồi rút tay vào, đề xe nổ, rồi nhìn thoáng lại tôi một lần chót, cười vu vơ. Chỉ cười thôi. Tôi biết nụ cười đặc biệt đó nó để dành cho riêng tôi. Chiếc xe lăn bánh từ từ chạy, như thể không muốn chạy mau, nhưng cuối cùng cũng mất hút ở cuối đường, để lại tôi đứng một mình khá lâu nơi đó cùng với cái ý nghĩ nửa vui nửa buồn rằng thế ra trên đời này tôi có thêm một thằng “nó” nữa. Nhưng nó lại vừa bỏ tôi mà đi. Tôi tự nhủ trong cuộc đời còn lại của mình, có bao giờ mình gặp lại thằng “nó” này nữa hay không. Và tôi cảm thấy bơ vơ thêm một chút.

*

Nếu mưa tạnh mà ngày chưa hết, có thể chúng tôi còn muốn tụm nhau lại kể tiếp chuyện cho nhau nghe, hoặc cũng có thể chúng tôi mất hứng đổi ý đi quanh quẩn nhiều lần trên cái sân bây giờ đã đầy bùn nước ngập ngụa -- tên nào “vô ý” láng cháng bước qua các vũng nước ra khỏi cái cổng tre hoặc lớp hàng rào bao quanh sẽ bị bắn bỏ liền tay -- cốt làm sao cho qua hết ngày chủ nhật quá dài. Hoặc đi lấy quần xà lỏn, áo cụt cánh ba lỗ may bằng vải bao cát đem ra vá chùm vá đụp cho đỡ lòi “da thịt”. Chỉ một chốc ngắn thôi là xong việc may vá, thì cũng có thể tới phiên tôi phải kể chuyện.

Cùng quá, nếu bí đề tài, tôi đem câu chuyện “nó” ra kể. Cố nhiên tôi sẽ thêm bớt một số chi tiết cho câu chuyện thêm phần hấp dẫn và nghe sao cho có lý. Dù vậy chăng nữa, tôi đoán biết, nghe tôi kể xong, mấy chú, mấy bác kia sẽ nhao nhao chọc quê tôi. Xạo, vớ vẩn, bịa đặt, giả tạo, vô duyên, vô lý, lập dị, vân vân ...

Thằng “nó” trong tiệm nhảy là thằng “nó” trong gương, tức là chú em, chứ ai vào đấy. Có gì lạ đâu mà cứ “lãi nhãi cái luận điệu đó hoài”. Còn cái thằng trên xe hơi có con bồ đẹp chẳng qua là giấc mơ của chú em. Ai cũng có quyền mơ ước khi “lâm vào cảnh khốn cùng”.

Nhưng nếu lúc ấy tôi nói tôi cũng sống tạm tạm qua ngày, có gì là "lâm vào cảnh khốn cùng" đâu, thì họ lại "cả vú lấp miệng em" bảo rằng có thể chú em mong được sống một cuộc đời khác, có vợ đẹp, con ngoan, xe hơi, nhà lầu, như thằng ngồi trên xe. Một chú khác sẽ lên tiếng ra vẻ bênh vực tôi, bảo rằng, "Thấy sang bắt quàng làm họ" là chuyện thường tình trong thiên hạ, nên được thông cảm.

Tôi sẽ cãi lại không phải thế. Các chú, các bác biết không, sau này tôi còn gặp mấy thằng "nó" khác nữa, mà là những thằng nó khốn khổ hơn tôi nhiều. Cho nên làm gì có chuyện mơ ước, mong mỏi trong đó! Không lẽ tôi mơ làm anh chàng bị xoắn tít trong chiếc dù sau đuôi máy bay.

Mấy chú, mấy bác nghe ngang đó sẽ ngẩn người không hiểu tôi muốn nói cái gì. Tôi sẽ nói chẳng hạn khi nghe bác này đây kể chuyện xẩy ra ở phi trường Nha Trang hồi đó, tôi cũng cảm thấy rằng anh phi công ấy chính là thằng "nó" của tôi, mà cái anh chàng xấu số vướng dù cũng là "nó" luôn.

Một chú sẽ bảo rằng tôi mát dây trầm trọng, hoặc nếu không thì cũng giở trò bịp bợm nói càn dở cho xong câu chuyện nhảm nhí. Một chú khác sẽ nhắc chuyện con mèo bị đánh ẹo xương sống mới đích thị là thằng "nó", tức là thằng "tôi" đây.

Tôi sẽ không thèm cãi cù cưa với bọn họ làm gì, nhưng tôi vẫn nghĩ rằng một ngày nào đó không xa, họ cũng sẽ thấy những thằng "nó" như tôi đã thấy.

MỘT THỜI HOANG DÃ

Nó rán sức bước từng bước một. Khó khăn vô cùng. Người bạn đồng đội trên vai nó bỗng quẫy nhẹ, nó lảo đảo muốn ngã nhưng hai tay vẫn cố nắm chặt vai áo của bạn. Máu từ vết thương, từ vai áo ấy chảy ri rỉ từng hồi xuống hai cùi chỏ của nó, rồi nhỏ giọt xuống đường đi làm thành một dòng ngoằn ngoèo theo bước chân của nó. Mưa lớn. Tóc nó dính nhớp nháp vào tai, vào mắt. Qua màn mưa, hoà chút máu của bạn, trước mắt nó hiện lên con đường đỏ hồng chạy dài như vô tận. Nó gần như kiệt lực. Chân phải bắt đầu run rẩy và đau khủng khiếp, đau tới tim, tới óc. Cái thân người mà nó đang cố hết sức mang đi bỗng nhiên rủ xuống như cái mền ướt. Nó hoảng hốt ngã vật xuống đường. Cái thân thể đó ngã theo, đánh thịch một tiếng, nằm sấp bất động.

Không, không, mày không đến nỗi nào chứ? Mày đừng chết, đừng chết nghe! Nước mắt nó ứa ra nong nóng trên má. Và nó lăn ra bất tỉnh.

Tỉnh dậy, nó ngơ ngác nhìn. Căn phòng khá rộng,

nhiều giường bệnh nằm song song với nhau. Thương binh la liệt như cá nằm trên lớp nước đá trong các siêu thị. Mùi cồn, mùi thuốc, lẫn mùi máu mủ tanh tưởi toả ra nồng nặc. Tiếng rên khe khẽ không bao giờ dứt. Đây là bệnh viện, nó tự hỏi? Nó cũng không biết ai đã đưa nó vào đây. Một bạn đồng đội nào còn sống sót? Cơn đau nhói lên, nó nhìn xuôi xuống hai chân. Máu thấm ra ướt đỏ lấm tấm trên những lớp băng quấn quanh khoảng giữa đầu gối chân phải. Nó cố trở mình. Cạnh giường nó, một nữ y tá, mặt mày phờ phạc, tóc tai bù rối, đang cầm kéo cắt băng cho một thương binh.

Căn phòng cửa đóng, âm u không đèn. Đang vào buổi sáng hay trưa hay chiều, nó tự hỏi.

Bỗng cánh cửa mở toang ra. Gió ùa vào cùng một lúc với một toán người nam nữ tiếng nói ồm ồm gắt gỏng chen lẫn the thé chối tai. Nghe quen quen như trên đài phát thanh địch. Nó bàng hoàng sửng sốt. Đấy là quân thù? Đấy là bọn người mà nó và đồng đội tìm đủ mọi cách tiêu diệt trong những trận đánh dữ dội ngoài chiến trường? Và ngược lại? Nay họ xuất hiện đột ngột ngay trước mắt nó, nón tai bèo, quân phục ka-ki xanh, dép râu, súng ngắn bên hông. Như bị điện giật, nó cố ngồi dậy, rồi tự nhiên thả người nằm phịch xuống giường trong khi mắt nó chạm vào những cái nhìn lạnh tanh, sắt máu.

Thế là hết! Thế là hết! Những âm thanh đó nhọn bén như nhưng mũi dao đâm xuống, rút lên, rồi lại đâm xuống. Một nỗi thê lương trùm lên nó.

Một người trong bọn họ hất hàm nói lầm bầm gì đó với cô y tá, rồi kéo cô đi nhanh ra khỏi phòng. Cánh cửa không đóng lại. Ngoài kia, trên thềm mái hiên, một vạt nắng vàng của buổi chiều còn nán lại.

Khoảng nửa giờ sau, đã xế chiều, những người bị thương nặng được cán khiêng đi. Một số khác bị thương nhẹ hơn lần từng bước, tay vịn vào các thành giường, vào tường, đi theo toán người được cán khiêng. Họ bị đưa đi đâu chẳng biết. Nó và năm bảy người khác, mỗi người được trao một cặp nạng gỗ, cũng được lệnh rời khỏi nơi này ngay lập tức. Căn phòng trong phút chốc trở nên trống trơn. Một thương binh luống cuống hỏi:

"Thưa, thưa, đi đâu?"

"Không được hỏi. Đi theo tôi. Khẩn trương, khẩn trương."

Nó và mấy người chống nạng bị dẫn tới cổng sau của bệnh viện. Khi người cuối cùng ra khỏi cổng, hai cánh cửa của cái cổng sắt lớn đóng sầm lại. Tiếp theo, tiếng lách cách của dây xích sắt luồn vào song cửa sắt.

Đã chạng vạng tối. Họ khập khiểng chống nạng lê lết đi. Có người chỉ đi được một quãng ngắn, đứng lại, rồi ngồi bệt xuống đất. Vài ba người khác đứng lại chờ.

"Tụi mày cứ đi đi. Ngồi đây không tiện. Tao sẽ đi ngay."

"Không sao. Tụi tao cũng đi không nổi, ngồi nghỉ một chốc chờ mày."

Nó không quen biết với mấy người đang ngồi nghỉ, rán đi theo những người còn sức tiếp tục bước. Đi được mươi bước, đau quá, nó đứng lại. Hai nách, hai tay đè nặng lên cặp nạng gỗ, cố giữ chân phải đu đưa không chạm lên mặt đất. Mồ hôi tươm ra ướt đẫm mái tóc, ướt luôn chiếc áo trận dơ bẩn, máu me.

Trời tối dần. Mấy người ngồi nghỉ lúc nãy đã tiến tới. Có người lên tiếng:

"Em đang chờ đó hả? Đi theo bọn anh ngay".

Nó đi không nổi, không muốn làm phiền ai, không biết nói lời từ chối, đành gật đầu, dạ, dạ. Và đứng yên nhìn theo. Họ đi xiêu xiêu, chậm chạp, khó khăn. Chốc chốc họ đứng lại, rồi thoáng một cái, biến mất trong bóng tối như ma.

Họ đi đâu? Nước mắt của nó tự nhiên ứa ra. Nó ngạc nhiên. Trước kia, từng chứng kiến biết bao cảnh ngộ khủng khiếp hơn thế nhiều, nó vẫn cứng cỏi, nếu không muốn nói là bình thản. Nay chỉ có vậy, lại khóc lóc như con nít sao? Không, nó không được tỏ ra yếu đuối, nhưng nước mắt tự nhiên chảy ra không thể nào ngăn lại nổi.

Nó cố gắng chớm đi một bước, đau thốn. Đành rán ngồi bệt xuống đất, một chân co, chân kia đau quấn trong băng thẳng đơ. Chỉ vài giây sau, cặp nạng cùng với nó ngã kềnh lên bãi cỏ bên đường.

Sài Gòn Tháng Năm, ban đêm không lạnh. Nó ngủ

thiếp lúc nào không hay.

Chợt có người lay nhẹ. Nó choàng tỉnh dậy. Trời mờ mờ sáng. Một người đàn ông đứng tuổi xốc nó lên chiếc xe ba gác. Hơn một tiếng đồng hồ sau, nó được đưa về nhà ông ấy, cách Tổng Y Viện Cộng Hoà không xa lắm, vùng Hạnh Thông Tây.

Nó được săn sóc lâu lắm. Cả tháng chăng? Nó không trả lời được câu hỏi ấy. Nhà chú xe ba gác nghèo xơ xác, chú vẫn tìm mua được một ít thuốc men đem về chữa cho nó. Thêm một miệng ăn, thêm quá bận bịu vì nó, khiến nó áy náy vô cùng. Dù chưa khoẻ hẳn, nó xin đi. Cứ đi cái đã, mọi chuyện khác tính sau. Cùng lắm ngủ đường ngủ chợ. Nhưng lấy gì ăn? Ý nghĩ đó chợt hiện đến làm nó chột dạ. Chú hỏi liền mấy câu:

"Mà mày đi đâu? Mày sẽ ở với ai? Mày đã mạnh chưa?"

Nó không biết sẽ đi đâu cả. Nghĩ đến mẹ bặt âm vô tín. Nhớ đến người thân duy nhất còn lại là ông chú ở ngoài Trung, nó đáp liều:

"Cháu đi ra Trung. Chú thím cuả cháu ở ngoài đó."

"Chà, chà. Ngoài Trung xa lắm phải không? Mà thời buổi giặc giã. Mày có tin tức gì ngoài đó không? Còn ai không?"

Nó ngơ ngác. Qua bao biến động, ngôi nhà đó nay ra sao? Chú thím còn ở đó hay đã chạy loạn nơi nào rồi? Kể từ khi nó trốn nhà bỏ đi cho đến nay mới hơn một năm mà nó tưởng như đã trải qua cả một kiếp người. Cuộc sống cũ dường như thuộc về một quá khứ xa xôi mù mịt mất tăm. Chú xe ba gác có lẽ thấy nét mặt kỳ cục của nó, vội vàng nói tiếp:

"Thôi, thôi, mày đừng đi đâu cả. Cứ ở đây với tao cho tới khi hết bịnh. Không chết đói đâu mà sợ."

Giọng nói đầy chân tình làm nước mắt nó muốn chảy ra. Nó tự trách tại sao mình ưa khóc dữ vậy. Từ hôm bạn nó chết trên vai nó, lòng nó mềm nhũn, dễ xúc động, nước mắt như luôn luôn chực sẵn để tuôn thành dòng. Không được! Con trai ai lại thế! Coi kỳ lắm! Nó cố trấn áp nó. Rồi nó nghĩ ngay qua chuyện khác cho nguôi ngoai.

Từ khi trốn nhà ra đi, nó gặp nhiều người tốt bụng. Bác hàng xóm, những người bạn đồng đội, ... và nay chú xe ba gác không hề quen biết này. Cho nên đòi đi mà được giữ lại, nó sung sướng vô cùng. Vậy là mình giả bộ đòi đi hay sao, nó tự hỏi. Và nó biết là nó không giả dối chút nào.

Muốn tỏ lòng biết ơn, nhưng nó thấy khó nói quá. Mủ mít. Bà thím ngoài Trung từng bảo nó thế. Mủ mít? Nó nhớ chuyện cũ. Những trưa mùa hè ve kêu vang. Một tay cầm cây trúc, một tay cầm con dao nhỏ, tới gốc cây mít chém nhẹ vài nhát. Mủ trắng sền sệt tươm ra. Lấy ít mủ quấn vào ngọn cây trúc, rồi đảo mắt nhìn lên những cành cây trong vườn xem ve ve đậu nơi đâu. Con ve ve màu nâu dễ lẫn với màu thân cây. Nhưng nhìn kỹ theo tiếng ve kêu, nó nhận ra hai cái cánh to, dài, trong, rung rung cùng với tiếng râm rang. Liền lấy cây trúc đầu quấn mủ mít thọc vào con ve. Thế là con ve ve bị mủ mít bám vào dính cứng. Mình cũng bị mủ mít bám dính cứng không mở miệng ra được!

Thím, vợ của chú xe ba-gác, buôn bán ve chai. Bảo là ve chai nhưng gặp thứ đồ cũ nào thím cũng mua, đồ "lặc xon" rẻ rề, mang về chất từng đống cao đến tận mái nhà. Bao ny-lông, cân vệ sinh hỏng, sách báo cũ, dây dừa, dây thép gai, nồi, soong, chậu đất, chậu sành, vỏ đạn, dao, kéo, kính bể, bong bóng xẹp, súng, gươm, xe tăng bằng nhựa đã móp méo, búp bê mất đầu, mất tay, mất chân, v.v... Thím chùi rửa sạch sẽ, làm đẹp lại, xếp thành từng loại, rồi mang ra chợ bán. Hết chợ này tới chợ khác, có xe ba - gác của chú chở. Khi có người nào cần chở đồ, được trả tiền kha khá, chú chở ngay, gác lại việc chở ve chai cho thím.

Chú thím có đứa con trai khoảng 10 tuổi, không được đi học, ngày ngày theo chú hoặc thím.

Chân của nó đã bớt đau. Nó nghĩ đến ông chú của nó say sưa, hung dữ, nhớ đến chuyện mình bỏ nhà trốn đi, nay lại quay về coi sao được. Nó đánh liều "mở miệng" xin ở lại theo chú phụ việc. Buổi tối hay lúc nào rảnh, sẽ dạy ít chữ cho thằng nhỏ. Vợ chồng chú xe ba gác nghe nói thế vui mừng hẳn lên, bằng lòng ngay. Nó được thương yêu quá chừng, được coi như đứa con trai lớn trong gia đình – anh Hai.

Một hôm nó theo chú đi chở hàng về trễ. Nhà đã lên đèn. Thím ra đón ngay trước cửa, mặt mày tái mét.

"Ông ơi, có chuyện rồi."

"Chuyện gì?" Chú bình tĩnh hỏi.

"Vô trong rồi tui nói."

Thằng nhỏ đói bụng đã ăn bữa tối trước, và đã đi ngủ. Thím đóng cửa, cài then, và thì thầm với chú. Nó ngồi bên cạnh chăm chú nghe.

"Ông ơi, công an phường tới. Hỏi hoài về thằng này." Thím quay nhìn nó.

"Bà trả lời sao?"

"Tui sợ quá, không biết trả lời sao cả, nói đại rằng nó là bà con dưới quê lên thăm ít hôm thôi. Nay nó đã đi rồi. Công an hỏi đi đâu, tui nói đại nó đi về quê ở An Giang, Châu Đốc."

Chú giật mình:

"Chết cha tui rồi! Bà nói cái kiểu gì lạ vậy?"

Thím ngồi im thin thít, sợ sệt.

Chú lặng người suy nghĩ khá lâu. Bỗng, như sực nhớ, chú bảo có gì đem ra ăn ngay. Ăn vội vàng. Xong, chú bảo nó lấy hết quần áo cho vào cái bị lát nhỏ mang theo, chẳng có là bao. Thím hiểu ý. Chú cầm tay nó dẫn ra khỏi cửa, và mất dạng trong đêm tối đen.

*

Nó ngồi thu mình trên xe ba gác, chú ngồi sau, hai chân đạp lia lịa. Gặp những ngã tư, ngã năm đèn sáng, chú lẻn nhanh vào những hẻm nhỏ tối tăm tìm lối đi khác. Khi thấy loáng thoáng đằng xa bóng dáng những người mặc đồng phục màu vàng, nghi là công an, chú liền thắng xe lại, ra dấu cho nó nhảy xuống núp sau một gốc cây hay nép mình bên một góc nhà nào đó. Chú đạp xe tới dò xét. Khi thấy yên, chú quay lại với nó, và tiếp tục đạp xe. Cứ thế, lặp đi lặp lại một cách nhanh nhẹn, gọn gàng. Chú im lặng, không nói một câu nào cả; nó cũng câm miệng hến. Chắc chú đã từng đạp xe trốn tránh như thế nhiều lần.

Gần nửa đêm, hai người tới một ngôi nhà ở ngoại ô Sài Gòn, mà sau đó nó được biết đó là vùng Gò Đen, cách Phú Lâm trên 10 cây số. Nhà của người em ruột cuả chú.

Nó cũng gọi họ, em trai và em dâu chú xe ba - gác, là chú thím. Chú thím này có hai con còn nhỏ. Họ làm lụng cực nhọc suốt ngày. Họ nấu rượu chui, rượu lậu, gọi là Rượu Đế Gò Đen, hoặc gọn hơn, Đế Gò Đen, nổi tiếng khắp Lục Tỉnh từ trước 1975.

Chỉ một thời gian ngắn, nó làm được mọi khâu, từ nấu gạo hoặc tấm thành cơm nhão, trộn men vào, ủ, rồi thêm nước, lại nấu, v.v ..., cho đến khâu cuối cùng là cất hơi bốc lên, chuyền qua cái thạp lớn đọng lại thành rượu. Nhà có nuôi heo, và gà vịt, cho ăn hèm vớt ra từ những chảo nấu. Tro trấu lấy từ lò nấu mang đi bán cho người làm rẫy, tức là làm vườn. Không bỏ phí một món nào cả. Người làm vườn thích thứ trấu đó lắm. Tốt lá, tốt củ.

Chú thím làm ăn cần cù, cẩn thận, khéo léo. Rượu Đế Gò Đen của chú thím ngày càng ngon hơn. Người mua đến từ nhiều nơi, nhất là từ Sài Gòn.

Một hôm chú sai nó đi xuống Tân An mua thêm mấy cái can nhựa để đựng rượu. Trên xe đò trở về Gò Đen, tình cờ nó ngồi cạnh một người đàn ông đứng tuổi tóc hoa râm, nét mặt dạn dày. Ông này thật vui tính, hỏi han nó đủ thứ chuyện, rồi kể cho nó nghe cuộc sống chìm nổi của ông.

"Chú em biết không, tui làm được đủ nghề. Cho nên cớ vất tui đi đâu tui cũng sống. Lúc đầu, còn trẻ, lớn hơn chú em một tí, tui theo gánh xiếc, giữ vai phụ hề. Chán thấy mồ. Nửa năm thôi, đi làm nghề khác."

Nó tò mò:

"Phụ hề là cái gì hả chú?"

"Là làm tà lọt cho thằng hề. Loại tà lọt này không phải để sai khiến mà để thằng hề chánh hành hạ. Nó đánh, mình né cho lẹ, hoặc kẹt lắm thì trân người chịu trận. Nó đuổi, mình chạy lăng quăng một chốc, cuối cùng để nó bắt. Nó làm bộ giận dữ, mình làm bộ sợ sệt. Nó giễu, mình cười. Nó cười, mình vỗ tay. Nó khóc, mình tới lau nước mắt. Thiếu đường nó đái, mình cầm ... cho nó đái. Chú em hiểu chớ? Chán thấy mồ. Mà chú em tên chi, để kêu cho dễ."

"Dạ, dạ, ... dạ ..."

"Ủa, muốn giấu tên hả? Sợ cái gì? Sợ tui là công an? Thôi không hỏi tên nữa. Chú em thứ mấy trong nhà? Thôi, cứ gọi là thằng ... thằng Sáu nghe. Còn tui tên Bính. Trông chú em trẻ măng. Mấy tuổi?"

"Dạ 20."

"Xạo. Cái mặt còn non choẹt. Ở đó mà 20."

"Chú giỏi quá. Thật ra cháu 16, hay 17 gì đó, cháu không rõ cho lắm. Năm rồi xin đi lính, lính Cộng Hoà, cháu khai gian cho đủ tuổi."

"Có vậy chớ. Nhưng đừng cháu nữa, kêu anh xưng em cho tui trẻ ra. Mà anh kể ngang đâu?"

"Ngang ... đi đái."

"À, à. Để anh kể tiếp. Nhưng Sài Gòn em ở đâu?"

"Không. Em ở Gò Đen."

"Vậy là sắp tới rồi. Không kịp kể chuyện nữa đâu. Thấy em anh thương quá. Anh cũng có thằng em út nhỏ hơn em, bị đạn trúng ngay vô đầu hôm ba mươi tháng tư. Nó là thằng Sáu. Cặp mắt cũng buồn buồn, mặt mày cũng ngơ ngơ, ngác ngác. Em làm anh nhớ nó quá. Em về làm việc chung với anh ở Sài Gòn đi."

"Làm việc chi vậy chú, vậy anh?"

"Chẳng có việc chi ra hồn cả. Nghĩa là đủ thứ việc."

"..."

"Không nặng nhọc đâu. Lại vui lắm, có hát hò, kèn trống, xôm tụ."

Nó hơi giật mình:

"Sao lại có kèn trống hả anh?"

"Có chớ. Ban ca kịch chui mà. Anh phụ giúp phần cải lương. Em biết ca cải lương không?"

"Không. Nhưng cháu, nhưng em không ở Sài Gòn được."

"Sao vậy?"

"Không có giấy tờ."

"Chứng minh nhân dân hả? Anh cũng không có. Ở chui. Mấy người trong đoàn cũng chui như anh." Anh ta rút trong túi áo cây viết bi, kiếm một miếng giấy nhỏ trong ví tiền. "Địa chỉ của anh đây. Rán thu xếp lên Sài Gòn một chuyến cho biết mùi đời. Thấy chán thì cứ bỏ ngang xương, không sao cả. Em trả lời gấp gấp nghe. Bọn anh đang cần lắm, cần một người hiền lành, thiệt thà như em. Cần lắm lắm."

Ở tại Gò Đen gần một năm kể từ ngày rời khỏi nhà chú xe ba gác, nó như con chim trong bão tố đã tìm được nơi trú ẩn an toàn. Chú thím, bà con cô bác lối xóm, đều dễ dãi, rộng lượng, ngay thẳng, thật thà. Con chó, con mèo, đàn gà, đàn vịt, bầy heo, cũng trở nên quen thuộc, thân yêu. Khung cảnh chung quanh nó cũng thích, cây dừa, cây đước, cây lá, ruộng lúa, ao cá, vàm sông. Sống hồn nhiên như cây cỏ, không băn khoăn lo nghĩ. Mọi việc đều do chú thím lo toan, định liệu, nó chỉ có việc "Chú thím bảo gì mình làm nấy." Khoẻ ru.

Ban ca kịch chui với trống kèn rập rình mà ông Bính nói trên chuyến xe đò, nó tưởng rằng nghe cho có nghe, không quan tâm lắm. Cái kiểu nghe vào tai này, ra khỏi tai kia. Nhưng lần này dường như có cái gì cứ luẩn quẩn trong tâm trí của nó.

Một buổi trưa, nhân lúc rỗi việc, nó vui miệng kể lại với chú câu chuyện trên xe đò. Kể xong, nó nghĩ rằng câu chuyện đến đấy là dứt điểm, như biết bao nhiêu chuyện tầm thường xẩy ra trong cuộc sống hàng này, tình cờ đến, có mặt với ta trong một thời gian, có khi chỉ trong thoáng chốc, rồi tình cờ đi, rồi biệt tích. Không bao giờ trở lại, không để lại dấu vết nào. Và những chuyện tầm thường khác cũng sẽ đến thay thế, rồi cũng sẽ đi. Cuộc sống vốn thế, ngày này qua ngày khác.

Thế mà sau bữa ăn tối, không ngờ chú bảo thím và nó ngồi nán lại một chút, có chuyện nói:

"Tao đã bàn chuyện đó với thím mày đây."

"Chuyện gì hả chú?"

"Chuyện cái ông trên xe đò nói có việc làm cho mày tại Sài Gòn. Tưởng thím mày chỉ biết tới mấy hũ rượu lậu mà thôi, vậy mà bả có lý."

Nó ngạc nhiên nhìn thím. Thím cười chúm chím. Chú vội vàng nói tiếp:

"Tao đồng ý với vợ tao. Mày có chữ nghĩa, mặt mày dễ coi, chắc là con nhà gặp thời buổi khó khăn phải về đây làm việc cực khổ với vợ chồng tao. Thấy thương lắm, không đành. Cho nên làm sao mày có thể ở đây lâu được. Trước sau gì mày cũng bỏ nơi này ..."

Nó ngắt lời:

"Không, không, chú ơi ..."

"Để tao nói tiếp. Là thế này. Nay mày có dịp bay nhảy thì cứ bay nhảy. Đó là dịp may. Dịp may tới mà bỏ đi nó không trở lại đâu. Chắc chắn mày sẽ sung sướng hơn, có tương lai hơn. Lỡ làm việc không giỏi, bị chê, thì lại về đây với tao liền một khi nghe. Như vậy tao mới yên tâm."

Nó lại muốn ứa nước mắt. Chú tiếp:

"Mà mày đã biết Sài Gòn nhiều rồi, phải không? Trở lại đó, mà có công ăn việc làm, còn gì sướng bằng."

Nó ngẩn người. Người ta nói Sài Gòn là hòn ngọc Viễn Đông. Người ta hát, *"Sài Gòn đẹp lắm, Sài Gòn ơi, Sài Gòn ơi ..."*, hay, *"Cùng nhau đi tới Sài Gòn. Cùng nhau đi tới Sài Gòn. Thủ đô yêu dấu nước Nam tự do. Dừng chân trên bến Cộng Hoà, người Trung Nam Bắc một nhà ..."* trên đài, trên Ti Vi mà nó thường nghe trước kia khi mới vào lính. Thật rộn ràng, mê ly. Nó chỉ biết Sài Gòn qua lời ca tiếng hát mà thôi.

Lại nhớ, mới đây thôi, nó từ miền Trung theo đơn vị vào bảo vệ thủ đô. *"Thủ đô, ôi thủ đô! Đoàn quân ta đã về đây"*, tiếng hát văng vẳng trên các đài phát thanh. Tha thiết, hào hùng. Nay thủ đô đang bị tấn công dữ dội ngày đêm. Nó ngạc nhiên đến sững sốt. Và nó sắp tới đó. Bồn chồn, lo lắng, lẫn háo hức, kiêu hãnh.

Đơn vị của nó tiến tới được những nơi cách Sài Gòn vài ba chục cây số, dự vào những trận đánh ác liệt. Bom đạn kinh khiếp, máu đổ nhiều quá nó chưa từng thấy, xác người nằm đầy dưới hầm hố, trên các ụ phòng thủ. Đơn vị của nó bị đánh tan tành. Và cuối cùng, thằng bạn hấp hối trên vai. Nó đã biết gì về Sài Gòn đâu.

Nó vốn quen chịu đựng và vâng lời. Nay chú bảo nên đi, thì nó đi. Năn nỉ xin ở lại coi sao được. Hơn nữa, nó biết chú thật lòng thương nó mới nói như vậy.

Sáng hôm sau, nó xin phép chú ra nhà bưu điện của quận mua giấy, mượn viết, viết một lá thư gởi cho ông Bính.

*

Sài Gòn đó rồi. Nó vô cùng kinh ngạc.

Nhà cửa chen chúc bên nhau san sát, những toà cao ốc vươn lên trời lồng lộng, đường sá đan quyện chằng chịt. Và đặc biệt là cây xanh. Nhiều con đường hai bên là cây cao ngọn giao nhau thành vòm che kín. Những cây me, những cây sao, những cây nó không biết tên.

Nhưng Sài Gòn buồn. Tại vì ít người chăng? Nhiều công viên, bến xe, bến tàu vắng teo. Lại có những cư xá không người ở, những dinh thự trống trơn. Sài Gòn đang hấp hối chết hay đang trải qua cơn bệnh nặng, chưa bình phục.

Trên đường không thấy xe hơi như nó tưởng, như nó nghe nói. Thay vào đó là những dòng xe đạp chạy liên miên bất tận. Họ chạy đi đâu mà chạy mãi thế? Trốn tránh cái gì? Hay tìm kiếm cái gì? Lề đường lác đác người đi bộ. Im lặng. Không chuyện trò, không tiếng cười. Những đám người gầy yếu, vật vờ, áo quần nhếch nhác. Đàn ông áo sơ-mi nhàu nát bỏ ra ngoài chiếc quần tây củ rích, đầu trần hoặc đội nón bèo nhèo, chân mang bata hay xăng-đan cũ, rách. Đàn bà áo bà ba bạc màu, quần vải thô, đội nón lá, nón rách, mang dép đã mòn nhẵn. Vắng bóng chiếc áo dài tha thướt. Không thấy ai mang giày, nam cũng như nữ.

Hai bên những đại lộ rộng thênh thang và dài hun hút, cây cối vẫn xanh tươi, nhưng tuyệt nhiên không thấy một bóng chim, không nghe tiếng chim hót. Trong các công viên cũng thế. Chim sẻ, loài chim quấn quýt với loài người, nơi nào cũng có, cũng thấy nhảy nhót trên các vỉa hè, nay biệt tích. Chúng nó bị người ta bắn, bẫy, giết chết để ăn thịt; họ thiếu chất đạm trầm trọng. Hay chúng sợ cái gì đó nên đã trốn đi nơi khác? Đất lành chim đậu. Hay là đất này hết lành rồi?

Đàn ông, thanh niên không còn lại bao nhiêu. Họ tử trận. Họ vào tù. Vô số tù cải tạo. Hay họ về quê sau khi

Miền Nam thất thủ. Thay vào đó là những công an mặc kaki vàng, hay những bộ đội quân phục xanh. Nón tai bèo, nón cối. Hầu hết mang dép râu.

Nó không thể quên những khuôn mặt của cư dân Sài Gòn mà nó gặp trên đường. Má hóp, trán ưu tư, tóc bù xù.

Nhất là những cặp mắt. Giống nhau ở nét buồn chán, nhưng mỗi đôi mắt mang một vẻ riêng. Đăm chiêu, lạnh lùng, cau có, uất ức, giận dữ, hay tuyệt vọng. Đó là nam giới. Phụ nữ thì khác. Họ lặng lẽ, cam chịu hơn.

Cũng có một số người mới nổi lên được gọi là "cách mạng ba mươi tháng tư". Họ mang băng màu đỏ trên cánh tay áo, có mặt tại những nơi tạm gọi là đông người – vì khắp nơi đều vắng vẻ -- tham gia vào việc giữ an ninh, trật tự. Nổi lên bên cạnh chánh quyền mới quân quản là những cán bộ cộng sản nằm vùng, nay xuất đầu lộ diện. Những người này luôn luôn có dáng dấp "hồ hởi, phấn khởi."

Ban ca kịch chui gồm một số ca sĩ tân nhạc, cổ nhạc. Có ba người cùng hoàn cảnh như nó, tức là không có giấy tờ hợp lệ, nhưng họ có tay nghề: ông Bính là một, một người chơi ghi ta, và một người chơi trống. Thỉnh thoảng một vài ca sĩ hạng hai, hạng ba của Sài Gòn cũ nhập vào đoàn. Khi cảm thấy khán thính giả không còn thích họ nữa, họ lặng lẽ rút lui. Riêng nó làm đủ thứ việc. Phụ bếp nấu ăn, lau nhà, khuân vác, chùi rửa mọi thứ lặt vặt kể cả một số nhạc cụ.

Nó làm việc siêng năng, chăm chỉ, ai cũng thương. Lại thích nghe người ta hát. Trong lúc làm việc, nó lẩm nhẩm hát theo. Bị chê là hát dở, nó cười hiền lành. Không sao mà, nó chỉ hát thì thầm cho chính nó nghe mà thôi. Người nào chú ý nghe nó hát là lỗi của họ. Và nó thuộc lòng khá nhiều bài hát trước 75. Những bài nhạc cũ đó bị cách mạng lên án là nhạc vàng, ủy mị, đồi trụy, nó rất ngạc nhiên. Cấm!

Nhưng nó thích trống nhất. Nó hiểu lờ mờ rằng muốn đàn, phải học hỏi, tập luyện công phu, muốn hát phải được trời cho giọng hát hay. Trống coi bộ dễ học hơn. Lúc nào có dịp là nó mon men đến anh chơi trống bắt chuyện, hỏi han. Lần hồi nhờ anh chỉ vẽ đôi chút, xin anh cho đánh trống thử xem đúng nhịp không, có sáng kiến không, có hồn không. Vì anh bảo muốn chơi trống phải hội đủ ít nhất là 3 yếu tố: kỹ thuật, sáng tạo, cảm xúc. Ngoài ra còn phải biết hoà điệu với những thành phần khác trong ban nhạc bằng tiếng trống, và bằng cả sự giao cảm.

Nó nhớ nằm lòng lời anh ấy dặn. Nhưng nó biết không phải vì tương đối dễ học nên nó thích. Nó thích trống từ lâu. Tiếng trống âm vang, đồng vọng trong tâm hồn nó từ thời nhỏ dại. Trống đình, trống chùa. Và những đêm lạnh nằm co quắp trong chiếc chiếu không thể nào chợp mắt nổi, nó lắng tai nghe. Chìm khuất trong quá khứ mù khơi thuở nó còn nằm nôi, tiếng mẹ ru lẫn trong tiếng trống trôi bềnh bồng xa xôi, tiếng lá rơi rào rạt ngoài vườn, tiếng ễnh ương buồn buồn lan rộng khắp nơi, những đêm mưa trên mái rạ dột nát, nước mưa nhỏ giọt vào gian chái của ngôi nhà tranh, và lời ru, *"Bên ướt mẹ nằm bên ráo con lăn."* Lạ thật, lời ru hồi đó nó chả hiểu gì , nhưng nhớ. Nhớ hơn cả khuôn mặt mẹ.

Ban ca kịch thỉnh thoảng đi lưu diễn những nơi xa thành phố. Ra Trung như Phan Thiết, Tháp Chàm, Phan Rang, có khi ra tận Nha Trang. Về miền Tây như Mỹ Tho, Bến Tre, Gò Công. Rất thiếu xe vận tải, xăng nhớt mắc mỏ, nhiều khi họ phải thuê ghe lườn để chuyên chở sân khấu, cánh gà, phông, và các ca sĩ, đào, kép. Bắt đầu đêm diễn xuất là mấy bài ca cách mạng theo đúng thủ tục. Tiếp theo, mấy bài ca cải lương quen thuộc. Và cuối cùng, phần chính, là những bài nhạc cũ, là nhạc vàng mà khán thính giả mong đợi. Cách mạng cấm hát loại nhạc này, nhưng ban nhạc vẫn hát chui, khán thính giả vẫn nghe chui. Có lẽ cách mạng biết điều đó, nhưng chưa thấy cần phải "ra tay" chăng.

Nhạc vàng! Nhạc thời Việt Nam Cộng Hoà! Nhiều bài hát đã đi sâu vào tim, vào hồn của nó. Và của nhiều người khác. Có những bài hát mỗi lần nghe nước mắt nó rưng rưng. Một thời đại ngắn ngủi, hào hùng và đau đớn, buồn vui lẫn lộn, chìm nổi trong những giai điệu lúc thì chan chứa tình tự dân tộc, rào rạt yêu thương, lúc thì rộn rã niềm vui, lúc thì chán chường ảo não. Đó là thời đại khi Miền Nam bị chấn thương, rồi trọng thương, rồi gục ngã. Còn có thể nào vươn mình đứng dậy nổi hay không, có lúc nó bần thần tự hỏi. Cũng như có lúc nó hỏi lòng nó rằng nhạc bây giờ, tức là nhạc cách mạng, ra làm sao?

Nó chỉ biết lõm bõm mấy bài, mà theo nó đều khó nhớ, khó thuộc, khó cảm.

Lại có bài hát nó chỉ muốn nghe một mình thôi, và hát theo. Không muốn một ai trông thấy nó vừa nghe, vừa hát, vừa thổn thức. Chẳng hạn một bài hát đã vận vào một quãng đời đi lính của bạn nó, thằng bạn nó vác trên vai trong trận cuối. Nó lẩm nhẩm hát câu được, câu mất, nghẹn ngào: "*Từ xa tôi về phép hai mươi bốn giờ ... Chân nghe quen từng viên sỏi đường nhà ... Và người yêu đứng chờ ngoài ngõ bao giờ ...* "[1].

Bạn nó khi còn sống cũng thường về phép thăm người yêu. Đường về cũng xa, mà thời gian nghỉ phép cũng chỉ 24 giờ thôi. Nhưng bạn nó không bao giờ trở lại đơn vị đúng thời hạn. Thì bị phạt. Tái phạm bị trọng cấm. Càng tái phạm, thời gian trọng cấm càng dài. Rồi bị cấm tiệt không được về phép nữa. Thằng khốn khổ đó trông chẳng khác gì con thú dữ trong chuồng sắt. Cuối cùng, trốn. Tưởng trốn biệt, nhưng hơn hai tháng sau tự động trở lại đơn vị, lãnh nhiều hình phạt, nói nhớ đơn vị, nhớ bạn đồng đội quá đỗi, chẳng thua gì nhớ người yêu. Xin được nương tay.

Tình yêu có sức mạnh đến thế sao, nó băn khoăn. Nhưng mình còn nhỏ quá, đã biết yêu là gì đâu? Lại quá nhút nhát trước mấy cô gái lạ lùng, khó hiểu, nhưng có sức cuốn hút thầm kín.

Một cô gái trong đoàn để ý đến nó. Một hôm, một

1 "24 giờ phép" của Trúc Phương. Duy Khánh hát.

buổi sáng sớm. Cô nàng mới xin vào đoàn, đẹp lắm, nhưng tay ngang, phải học ca, học diễn, sao cho duyên dáng, hấp dẫn, và theo cho đúng điệu nhạc, tiếng đàn, tiếng trống. Cô gái được nhận vào đoàn đúng là nhờ sắc đẹp hơn là tài nghệ. Cô hơn nó khoảng vài tuổi, nó đoán. Khoảng mười chín, hai mươi, là cùng. Cô bắt chuyện một cách tỉnh bơ:

"Anh này."

"Dạ?"

"Đừng dạ."

Nó lúng túng:

"Dạ."

"Đã nói đừng dạ mà."

"Dạ, tui không dạ nữa."

"Lại dạ. A, cái anh này. Mà sao anh ít nói vậy. Hổm rày cứ tưởng anh câm. Nhưng không sao, anh không nói bằng miệng, tui cũng đoán được ý anh. Anh nói bằng mắt, anh có biết vậy không?"

Nó chột dạ. Thỉnh thoảng nó nhìn trộm cô ta, thế thôi. Đàn bà ghê gớm thật, mình đã giữ ý đến thế mà cô nàng cũng biết.

Cô tiếp tục hỏi:

"Anh đang có chuyện buồn hả?"

"Dạ, ô, ô, tui quen miệng. Không dạ nữa." Nó ấp úng. "Không, không. Tui không có chuyện chi buồn cả."

"Vậy hả. Này anh, nãy giờ tui hỏi, anh trả lời. Bây giờ anh hỏi tui đi. Tui trả lời."

"Chị, chị ..."

Cô nàng cười, nụ cười càng hút hồn:

"Chị cái gì mà chị, chị, chị. Kêu chi cũng được, đừng kêu chị. Tui tên Phượng."

Nó lúng túng, không biết xoay xở làm sao, có vẻ van lơn. Cô ta biết ý:

"Thôi được rồi, để tui hỏi tiếp. Và anh cũng phải sửa soạn ngay câu hỏi của anh đi. Hình như anh đang sợ? Sợ ai vậy? Sợ cái gì vậy?"

"Không có. Tui có sợ gì đâu."

"Đừng nói láo với tui. Đừng giấu tui. Con mắt anh là con mắt sợ hãi, ngơ ngác, và hơi buồn. Tui thích con mắt của anh lắm đó."

Nói tới đấy, bỗng nhiên cô đứng dậy, quay người đi nhanh, trong khi nó đang ngồi trên một chiếc ghế thấp ngẩn ngơ nhìn theo. Cái mông ngồn ngộn đưa lên ngang đầu nó khi cô đứng dậy. Nó muốn loà cả hai con mắt. Phượng là cơn gió thoảng, mới đến chưa chi cả đã vội ra đi.

Đấy là lần đầu tiên nó tiếp xúc với một cô gái thành

phố, xinh đẹp, tử tế. Chỉ có thế, quá ngắn ngủi, nhưng nó loay hoay mãi. Và nhớ. Nó nhớ mớ tóc uốn cong dài xoả lên cái trán trắng và phẳng che nửa khuôn mặt. Vài sợi tóc đi lạc vắt ngang qua đuôi con mắt bên kia cọ quẹt lên cái má phớt phấn hồng khi cô lắc đầu quầy quậy tỏ vẻ không bằng lòng những câu trả lời cụt ngủn của nó. Nó nhớ cặp mắt đen mịn như nhung, nụ cười lãng đãng, lời nói kỳ cục, đột ngột. Ngơ ngác, sợ hãi và buồn là ai vậy? Lẽ đâu đó là mình? Nó nhớ giọng nói lên xuống trong veo, êm êm, như hát, lẽ ra cô này phải hát hay, nhưng đầy quyền uy. Và mùi son phấn da thịt dịu dàng gần kề. Và hình như cả mùi tóc. Xà bong thơm, hay nước hoa, hay bồ kết. Hay tất cả cái đó dồn lại thành mùi con gái nó nghe thấy lần đầu tiên trong đời. Ngọt ngào hơn hơi thở của trời đất buổi sáng sớm.

Một nỗi buồn không nói thành lời bỗng dưng ập tới. Tới rồi có đi không, hay là sẽ ở lại với nó cho đến bao giờ. Vâng, cái nỗi buồn ấy.

Những lúc rảnh rỗi, khá hiếm hoi, nó đến ngồi một mình trên chiếc ghế thấp của hôm nọ bồn chồn mong đợi, và tưởng tượng. Nó không dám chủ động tìm gặp cô ta. Lỡ cô không nhận ra nó. Có thể lắm. Chắc là cô nàng quên ... chắc là em quên anh rồi. Nó gọi thầm, nhiều lần, Phượng! Phượng!

Tám ngày đã trôi qua. Nó đếm từng ngày một. Một buổi sáng, cũng buổi sáng, sáng thứ chín, cô xuất hiện. Cô đến, trố mắt nhìn nó ngạc nhiên, hỏi bịnh hay sao mà phờ phạc đến thế. Nó mừng rỡ, sung sướng trả lời:

"Chị ..."

Cô nàng ngắt lời ngay:

"Lại chị. Anh có nhớ tui nói gì không. Kêu chi cũng được, nhưng đừng kêu chị. Anh nhớ em nói như vậy chứ?"

Nó bạo dạn dần. Tình yêu đã đến như thế.

Hai người lén lút gặp nhau. Hôm nào hai người không có việc làm, nàng không đi hát hay tập hát, chàng làm xong mọi việc tạp dịch linh tinh, họ kéo nhau đi ăn, đi dạo phố. Quán ăn độ này ít, phố phường độ này vắng, họ càng thích. Thích sống riêng với nhau, không bị ai quấy rầy. Nàng còn rủ chàng vào tiệm nhảy chui. Cũng như nhạc vàng chui, chính quyền biết có mấy tiệm khiêu vũ, nhưng "làm lơ". Vài câu lạc bộ khiêu vũ và vũ trường mới xuất hiện, The Lighthouse Saigon, Quán Bar và Câu Lạc Bộ.

"Cái này chắc không được rồi. Anh không biết nhảy đầm."

"Không sao. Em chỉ anh. *Slow* nhé, dễ lắm. Em cũng không biết nhiều đâu."

Thế rồi, một hôm, Phượng tới. Hấp tấp:

"Anh ơi, nghe em nói. Gấp lắm."

"Chuyện gì vậy?"

"Em thôi việc."

Nó hoảng hốt:

"Tại sao? Tại sao?"

"Em hát mà người ta không vỗ tay, lại còn la ó."

Nó cố tìm cách trấn an:

"Em chịu khó tập thêm ít hôm nữa đi. Ai cũng vậy, hát hay mấy hồi."

"Không. Em chán quá rồi. Không thèm làm ca sĩ nữa. Làm nghề khác. Thôi em đi ngay bây giờ đây."

"Đi đâu? Cho anh đi theo với."

"Không được. Quen anh lâu đến thế là quá lắm rồi đó, lâu nhất đó. Bây giờ em đi. Tui ... tui phải đi ngay."

Nói xong cô ta quay bước nhanh. Nó níu vai. Cô hất tay, có vẻ giận, la lên:

"Đừng, đừng. Đừng làm cái trò đó. Kỳ cục lắm."

Nó ngẩn người. Cô bước nhanh ra khỏi nhà, nó đứng lại sững sốt nhìn theo. Một thanh niên đang ngồi sẵn trên chiếc xe gắn máy chờ, máy đang nổ.

Nó như người mất hồn. Trước hết, một câu hỏi lặp đi, lặp lại nhiều lần. Cái thằng ngồi xe gắn máy chờ là thằng nào? Người tình chắc? Nhưng cũng có thể là bà con. Và cũng có thể là anh em ruột thịt? Nhìn xa không thấy mặt, nhưng cái dáng ngồi cũng giông giống. Thật vậy à? Nửa tháng qua, một tháng qua, không thấy tăm hơi Phượng. Nó buồn rầu ngẫm nghĩ chẳng lẽ mối tình giữa hai người chỉ ngắn ngủi có thế. Rồi xa nhau mãi. Rồi chết yểu.

Trong thời gian hơn một tháng trời mong đợi đó, nó lén lút trở lại những nơi hai người từng đến. Tìm xem còn gì. Nó tới cả tiệm nhảy dù rất e ngại. Nhiều lúc khấp khởi mừng thầm thấy cái dáng đi quen quen, mái tóc buông thỏng che nửa khuôn mặt đẹp na ná, trên đường phố, hay trên sàn nhảy. Nó rảo bước bươn bươn xông tới, qua mặt, quay nhìn lui. Và thất vọng, đau đớn. Nhiều lúc nó sống trong ảo giác. Mộng thực lẫn lộn. Phân thân.

Rồi ngày ngày nó lại phải làm những công việc trước kia nó cảm thấy thích thú khi thỉnh thoảng được nghe tiếng cười, tiếng nói thân yêu ấy lẫn trong tiếng kèn, tiếng trống, tiếng đàn, tiếng hát. Nay, thiếu cái đó, mọi thứ đều trái ngược. Buồn tẻ, chán chường. Nó làm việc uể oải, cẩu thả, quên trước quên sau. Bị rầy rà, nó chấp nhận, nhưng nó không thể chịu đựng những câu nói bóng gió, xỏ xiên của mấy thằng trẻ tuổi trong đoàn.

Chuyện phải đến, ẩu đả, đổ máu. Công an đến. Nó và ba thằng kia bị đưa về phường đội. Không có giấy tờ hợp lệ, nó bị đi tù cải tạo. Không biết số phận ba thằng kia ra sao.

Ở tù. Bị chuyển đến nhiều trại tù khác nhau. Còn trẻ, và đã trải nhiều gian khổ từ thời bé dại, nên nó chẳng có gì để phàn nàn về cuộc sống trong tù bây giờ. Và nó còn được học hỏi nhiều thứ từ những người tù từng trải khác. Hơn nữa nó nghĩ rằng người ta ở ngoài kia, ngoài những lớp hàng rào tre, hàng rào kẽm gai, cũng sống trong thiếu thốn, đói kém. Chiến tranh kéo dài lâu quá mà, sướng sao được. Mất tự do chăng? Cũng bực bội đấy, nhưng nó không coi đấy là vấn đề. Nó đã quen sống trong bó buộc, quen vâng lời, muốn người khác quyết định giùm, nó chỉ có việc tuân theo, khoẻ hơn. Cuộc đời còn dài, sớm muộn gì nó cũng được tha.

Tuy nhiên, mấy chuyện xẩy ra tại hai trại tù dưới đây đã khiến nó lo nghĩ nhiều.

Thứ nhất là trại tù nhốt những người gọi là du đảng, côn đồ, xì ke, ma tuý, tàn dư Mỹ Ngụy. Có những tù nhân quá nhỏ, 11, 12 tuổi, tóc tai bù xù, mặt mày xanh xao, thân thể gầy gò xiêu vẹo, và không biết phép tắc, kỷ luật là gì. La hét, nói tục, chửi bới, ăn cắp, đánh lộn, ù lì, chạy trốn. Nhiều tù thiếu nhi vì thế bị bắn chết. Tuần lễ nào cũng có những xác chết bị bó vội vàng trong manh chiếu rách, manh áo rách, được hai tù bé con khác gánh đi chôn, một lính bảo vệ mang súng đi theo sau chỉ đường. Họ không bao giờ đi trước tù. Trên đường tới chỗ chôn, nhiều khi cánh tay hay bàn chân nhỏ tí teo bung ra khỏi dây buộc, kéo lê trên con đường cỏ mòn. Máu đổ xuống thành những vệt đỏ dài trên cỏ xanh. Ruồi bu.

Họ ác quá, giết người bừa bãi, đành đoạn. Nhất là giết con nít.

Trại tù thứ hai nhốt sĩ quan Cộng Hoà, Cảnh Sát, và một số phần tử "phản động". Nói chung, họ là những người có tư cách, nên được đối xử đàng hoàng hơn. Họ ít nói, không cười. Người nào chống đối lộ liễu đều bị "bạo lực cách mạng trấn áp" bằng cách chuyển đi trại khác hoặc bị thủ tiêu. Có người luôn luôn nói xuôi chiều, lấy lòng kẻ thắng trận. Có người cố gắng "học tập tốt, lao động tốt" mong sớm được cho trở về với gia đình. Cũng có một số, rất ít, làm điểm chỉ, bị bạn tù gọi là "ăng-ten".

Sống với những người tù nói trên, lớn tuổi hơn nó nhiều, kiến thức hơn nó nhiều, nó kính nể như cha, như thầy, như anh. Trong tù, nó học hỏi được nhiều. Học chữ nghĩa, sách sử, học toán, học chữa bệnh bằng thuốc Nam, bằng lá cây, học võ, nhu đạo, hiệp khí đạo, vô vi nam, v.v... Học cả tiếng Anh, dù chẳng biết học để làm gì. Học lén không cho quản giáo biết. Ngày dài tháng rộng, chẳng biết khi nào về, nhưng nó không sốt ruột như những người tù khác. Trái lại nó nghĩ rằng thời gian ở tù là cơ hội cho nó được mở mang trí óc, học hỏi kinh nghiệm sống. Nó biết nó khác trước nhiều lắm.

Có khi nó nhìn lại nó. Ngày vui ít quá, trừ thời gian trong lính, những tháng ở Gò Đen, và nhất là những ngày ngắn ngủi có Phượng bên cạnh, mà nó vừa trân quý như một kỷ niệm đẹp nhất trong đời, vừa cảm thấy cay đắng, xót xa. Nhiều khi nó muốn quên Phượng, quên như quên một gánh nặng đeo trên vai, đè trong lòng.

Nó muốn quên tất cả, nhất là những gì liên quan đến cô ta.

Thế nhưng những đêm khuya thức giấc, nó nhớ lan man hết chuyện này qua chuyện khác. Ông chú say sưa hay đánh đập nó. Nghĩ lại, thương chú. Rượu xui khiến chứ chú đâu muốn thế. Mình bỏ nhà trốn là có lỗi, là vô ơn. Thương thím làm việc quần quật suốt ngày, thương cả hai thằng em họ ngỗ nghịch.

Cũng có khi nó nhớ quê hương da diết. Ngôi đình, những khóm nhà tranh, bụi tre, cây cau, vườn chuối, cánh đồng. Đường xóm vắng, con hói nhỏ, đàn trâu mẹp, chiếc ao bèo, chim bói cá, chuồn chuồn ớt, con bọ mắt. Và thành quách rêu phong. Và những dãy núi chập chùng bên dòng sông xanh biếc, thuyền ngược xuôi lẫn trong sương mù buổi sáng mùa thu. Và tiếng trống xa âm u đêm mưa, tiếng chuông chùa ngân nga sáng chiều. Hè về thì ve kêu ra rả đón mừng. Đến khi mùa đông nước dâng, ễnh ương không ngớt gọi nhau vang lừng suốt ngày đêm. Nó soát lại trí nhớ, thiếu mùa xuân.

Lại nhớ chú xe ba gác xốc nó lên xe gần cổng Tổng Y Viện Cộng Hoà, nhớ chú thím nấu rượu lậu xuề xoà, nhân hậu, dễ dãi. Nhớ cả ba thằng trẻ tuổi trong ban nhạc đó nữa. Chúng nó ganh ghét cũng phải thôi, vì Phượng chỉ cho một mình nó lọt vào mắt xanh. Vậy mà trong lúc điên cuồng, nó cầm cái ấm nước nện vào đầu một thằng. Ba thằng đó có bị ở tù như nó không?

Muốn quên mà không quên được thì nhớ. Nhớ gì nữa? Nhớ ai nữa? Nhớ thêm thằng bạn chết trên vai nhé, dĩ nhiên. Thế là đã kể lể hết mọi chuyện để nhớ rồi, chắc chắn vậy. Nghĩa là không có Phượng trong nỗi nhớ, nó thầm hỏi. Và nghe trái tim nhói đau.

Một buổi trưa nắng cháy như lửa, toán của nó được nghỉ mệt. Người thì ngồi trên những vồng đất mới vun lên để trồng sắn, kẻ thì chống cuốc đứng dưới gốc cây lớn có bóng râm, kẻ khác thì lại nằm dài trên mặt đất lấy tay làm gối, lấy chiếc nón lá rách tươm trùm lên mặt che nắng. Nó ngồi trên một tảng đá phẳng nằm ven một con đường mòn nhỏ, nhổ mấy cọng cỏ gà bên đường thắt thành nút, nhớ thời con nít, chơi đá cỏ gà một mình.

Con đường mòn này chạy từ trại ngoài vào trại trong cách nhau khoảng 2 cây số. Trại ngoài được xây cất trên một ngọn đồi thấp – đồi Phượng Vỹ, gần núi Chứa Chan, tên gọi thời Việt Nam Cộng Hòa trước 1975 – cạnh một con đường nhỏ, cho nên người đi thăm nuôi có thể được xe đưa tới Nhà Thăm Nuôi nằm ngay dưới chân đồi. Trại trong có nhiều lán hơn, chứa nhiều tù hơn, có nhiều tù bị đau ốm hay bị sốt rét hơn, vì nó nằm thỏm trong cái thung lũng bí gió.

Nó chợt thấy từ xa một người đàn bà nách bên hông phải một đứa bé, tay kia bên trái xách một cái bị lớn có vẻ nặng. Nó đoán đấy là người vợ lính còn trẻ, mới có một con. Cô ta bước đi ì ạch, chậm chạp, người xiêu xiêu. Đi một đoạn ngắn, rồi đặt con và cái bị xuống bên con đường đất, và cúi xuống nói gì đó với đứa con. Xong cô đi ngược lại quãng đường vừa đi qua. Đứa bé chưa biết đi, liền bò theo mẹ, lăn nhào, khóc thét. Người mẹ quay lui bồng con tới chỗ cũ, đặt nó xuống đất cạnh cái bị, lại dặn dò, chỉ trỏ, rồi từ từ quay đi, vừa đi vừa ngó lui. Lần này đứa bé, có lẽ hiểu ý, ngồi yên. Người mẹ vội đi nhanh như chạy, trở lui lấy một cái giỏ khác to hơn ở đằng xa, rồi mang tới chỗ đứa con đang ngồi cạnh cái bị cũ. Nghỉ ngơi vài giây, giở nón lá ra quạt cho con, cho mình, lại nách con lên, tay kia xách cai bị cũ, khập khiểng bước tới, để lại cái giỏ to nằm chờ ở đó.

Nó hiểu ngay. Cô này đi thăm nuôi chồng. Cô phải loay loay như thế vì không có xe chở người đi thăm nuôi vào trại trong nơi chồng cô đang bị nhốt. Chắc cô ta thương chồng lắm nên bới xách quá nhiều, quá tải. Nó liền vất mấy cọng cỏ gà, tới xách cái giỏ lớn, chạy theo người đàn bà.

Bỗng một tràng đạn nổ vang. Nó giật mình đứng lại, tay vẫn giữ cái giỏ. Những người tù khác đều nhổm dậy, ngơ ngác nhìn quanh. Người lính bảo vệ ôm súng chồm tới la lớn:

"Bỏ cái giỏ xuống ngay!"

Nó làm theo như cái máy.

"Lần sau bắn chết!"

Quản giáo bảo nó chiều lao động về gặp. Nó bị còng một chân biệt giam 3 ngày trong cái chòi nhỏ lợp tôn.

Nó nằm duỗi thẳng một chân trong cái chòi nhỏ lợp mái tôn, nóng như thiêu đốt, đầu óc hoang mang, bấn loạn. Lúc đêm về, may mắn thay, trời mát dần. Đã khuya lắm, nó vẫn không chợp mắt được. Từ ngày Miền Nam mất, nó buồn bã và căm hờn. Và mang trong lòng một cái gì gần như niềm tuyệt vọng. Thế nhưng, với thời gian, mọi thứ đều nguôi ngoai. Tính nó thế, dễ vui, dễ quên, dễ tha thứ. Căm hờn phai nhạt dần.

Nay tại sao nằm nơi đây, nó ngẫm nghĩ? Giúp đỡ người cần được giúp đỡ là phạm tội? Hay là vì nó đã vi phạm nội quy, theo lời quản giáo, nên bị trừng phạt? Cũng như ngày xưa trốn học là có lỗi nên bị chú đánh đập. Nhưng nó lại nghĩ tiếp lẽ ra quản giáo phải tự tay giúp đỡ người đàn bà, hay chí ít ra lệnh bảo một người tù nào đó làm việc ấy.

Nhớ lại thời gian ở quê nấu rượu lậu, nó ít tiếp xúc với người ngoài. Thời gian sống với ban ca kịch, nó cũng cắm cúi làm việc suốt ngày, không rảnh rang để đi kết bạn kết bè với một ai. Cho đến khi gặp Phượng. Rồi đi tù.

Đời sống trong tù có thể là địa ngục đối với kẻ khác. Riêng nó, đó không phải là chuyện gì ghê gớm. Nó nhìn người bộ đội, quản giáo, bằng con mắt dần dần bớt ác cảm. Nó nhận thấy những người thắng trận, những cai tù, có vẻ cũng chịu cực khổ gần như kẻ bại trận, người tù. Và cùng là người Việt với nhau, sẽ hiểu nhau hơn, thông cảm nhau hơn, nó mong như thế. Hơn nữa, nó vẫn suy nghĩ một cách đơn giản rằng họ đã chiếm lãnh thổ của mình không lẽ lại xử tệ với mình.

Chỉ tiếc là hình như họ thiếu lòng thương người. Tại trại giam trước, họ thẳng tay giết hại trẻ con. Tại nơi này, họ nhẫn tâm đối với đàn bà.

Có lẽ họ là lính, quen chém giết, sắt máu, chai sạn.

Xã hội bên ngoài nhà tù chắc chắn tốt đẹp hơn nhiều, nó mong mỏi.

Sau hơn một năm, nó được tha. Người cộng sản rất khéo dùng chữ nghĩa. Vào tù thì gọi là đi trình diện học tập cải tạo, được phóng thích thì là được ra trại sau khi nhận "Giấy Ra Trại". Nó, gốc Miền Trung, phải về quê cũ.

Quê nhà tiêu điều, tan hoang ngoài sức tưởng tượng của nó. Dân chúng đói trắng con mắt, ngơ ngác, nghi ngờ, sợ sệt đủ thứ. Nó tìm nhà chú thím ngày xưa. Sao lại ngày xưa? Mới đó, mới có vài năm mà nó tưởng như đã sống đến mấy cuộc đời dồn lại, trải qua biết bao nhiêu thay đổi, chịu đựng lắm gian nan. Cái nhà còn nhưng người khác ở. Chú có tham gia một tổ chức "phản động" nên bị bắt đi biệt tích. Thím đem hai đứa con đi lưu lạc nơi nào không ai biết. Hay là được về ở bên ngoại, quê nhà của thím?

Không còn ai thân thích ở nơi này, cuộc sống quá khó khăn, nó tìm cách vào Nam.

Nhớ thời gian trong tù, được nghe những chuyện phiêu lưu, mạo hiểm, trong đó chuyện "nhảy tàu" là chuyện nhỏ. Không tiền mua vé xe lửa, thì chui vào lỗ chó chui vào sân ga, lẻn lên tàu. Tàu chạy, người soát vé tới, thì biến vào cầu tiêu. Trước khi tới ga đến, tàu chạy chậm lại, nhảy xuống dễ dàng ven đường xe lửa. Mà tàu chạy nhanh cũng nhảy xuống được, vì biết cách nhảy võ, chân vừa chạm đất, co chân vào lòng, hai tay ôm đầu, lăn theo đà vài ba vòng, khỏi gãy chân, gãy lưng. Thế là khỏi phải qua trạm kiểm soát vé tại cổng ga đến.

Nó tìm đến chú thím xe ba gác. Không gặp. Nó nghi ngờ rằng công an điều tra biết được nhà chú có chứa chấp nó. Không chừng chú thím bị liên lụy, nó than thầm. Về Gò Đen chăng? Vùng này nhỏ quá. Ở đó trước sau gì cũng bị lộ tung tích khi việc hành chánh ổn định. Thôi thì hãy sống chui tại Sài Gòn một thời gian, xem thử ra sao.

Nó tìm ban ca kịch. Đã đổi chủ. Lại được tin ông Bính đã bị bắt bỏ tù. Tìm Phượng, cũng tin tức biền biệt. Người ta nói cô ấy đã vượt biên, không biết sống chết ra sao. Số người vượt biên càng lúc càng nhiều. Càng có tin chết chóc trên biển, trong rừng, hải tặc, lục lâm, người ta càng tìm cách bỏ nước ra đi, chẳng thèm quan tâm đến những lời cảnh cáo, đe dọa hoặc tù tội.

Túng quá, gặp việc gì nó làm việc nấy, khuân vác, dọn hàng, làm cỏ, quét chợ, gánh nước, làm vườn, giăng câu ... Ăn uống bậy bạ qua ngày, bữa đói, bữa no. Gặp đâu ngủ đó, ghế công viên, xó chợ, bến xe, nhà mồ có mái che ở nghĩa địa. Đấy là vào mấy tháng đầu sau khi được "ra trại".

Lệnh của Cách Mạng: Muốn xin hộ khẩu ở Sài Gòn, phải có việc làm. Muốn xin việc làm, phải có hộ khẩu. Nó không thể đáp ứng đòi hỏi đó. Thì ở chui, làm chui.

Về sau nó được nhận làm lao công cho một chiếc ghe chở hàng từ Sài Gòn đi Bến Tre, Mỹ Tho. Trong ghe có mấy cái khoang chứa hàng lậu. Khi công an tới kiểm soát, nó chui vào đó trốn, ngủ một giấc dài. Khi không đủ hàng, ghe chở thêm hành khách, đôi khi khách du lịch. Ghe qua sông Nhà Bè, xuống sông Cần Guộc, Kinh Nước Mặn, tới sông Vàm Cỏ, rẽ xuống sông Tiền Giang, rồi tới Bến Tre hoặc Mỹ Tho.

Những hôm xa Sài Gòn, bềnh bồng trên sông nước, nó thích lắm. Từ thích đến yêu. Mới hai mươi tuổi mà đã trải qua lắm gian nguy, nay nó sung sướng được sống một cuộc sống không bon chen, không băn khoăn, không lo nghĩ, không sợ hãi. Như bèo trôi, như mây nổi. Sống với những người miền Nam dễ dãi, đơn sơ, thuần hậu. Nay ghé Cần Giuộc, Chợ Đào mua vài chục hột vịt lộn, đong mấy chục ký gạo thơm; mai tới Tân An mua khóm miếng, bánh tráng, tới sông Tiền hái cam, hái mận, bẫy chim, săn chồn. Tôm cá thì ê hề nơi nào cũng có. Cả ghe quây quần ăn uống, cười đùa vô tư.

Nó nghĩ rằng sau vài ba năm là cùng, những ngày đầy biến động và gian khổ sẽ lắng xuống, cuộc sống sẽ yên ổn dần dần. Nhưng tại sao người ta bỏ nước ra đi quá nhiều vậy, nó không thể hiểu nổi.

*

Trong tù, là sắt máu, là tàn bạo, là u ám. Nhưng cũng có chút kỷ cương. Một quy định nào đó đưa ra đều được mọi người tuân thủ. Người thắng trận có thể tin tưởng chế độ của họ là ưu việt, họ là kẻ có công với tổ quốc; chế độ cũ là thối nát, người tù là kẻ có tội cần được cải tạo.

Khoan nói đúng hay sai, nhưng với xác tín hay ngụy tín đó, kẻ thắng trận có lẽ cảm thấy có nhiệm vụ hành xử thế nào cho xứng đáng với cương vị của mình.

Bên ngoài tù, chắc chắn mọi chuyện đều nề nếp, tốt đẹp, tươi sáng hơn nhiều, nó mong mỏi như thế. Nhưng thật oái ăm, ngược lại. Những ngày hoang dã, hỗn mang đang diễn ra trước mắt. Một xã hội điên đảo đầy rẫy dối trá, bất công, lường gạt, áp bức, ngược ngạo, tham nhũng, đểu cáng.

Một hôm ghe chở hành khách về Mỹ Tho. Mọi người lần lượt lên ghe ngồi vào chỗ của mình. Bỗng có mấy người đi trờ tới. Một người đàn ông đứng tuổi trong nhóm, đầu đội nón cối, vai đeo cặp đựng hồ sơ, chân mang giày da, chắc là cán bộ cao cấp, lớn tiếng yêu cầu mọi người đều phải rời khỏi ghe lập tức. Không ai hiểu tại sao, nhìn chủ ghe hỏi han. Chủ ghe cũng ngạc nhiên nhưng nhỏ nhẹ yêu cầu tất cả hành khách hãy rời ghe bước lên bến xem thử có chuyện gì xẩy ra, rồi tính sau. Những người trong nhóm của người đàn ông vừa đến vội vàng lên ghe. Khi họ đã ngồi vào những chỗ vừa ý nhất, người đàn ông lại đứng trên mũi ghe la lớn:

"Bây giờ yêu cầu đồng bào lên ghe ngay. Khẩn trương."

Nó uất ức. Chủ ghe và mọi người im lặng nhìn nhau.

Một hôm khác nó đứng nối đuôi chờ mua vé xe đò về Tân Hiệp, gần Mỹ Tho. Xe 10 giờ khởi hành, nhưng nó phải tới bến xe đứng chờ lúc 6 giờ sáng. Như vậy mới hy vọng có vé lên xe. Cung ít, cầu nhiều. Có người làm nghề "đứng chờ" trong hàng, được một hành khách nào đó trả chút ít tiền. Hành khách đó sẽ tới sau, điền vào chỗ người đứng chờ ấy. Trước nó đã có một dòng người dài gần vài mươi mét. Gần 10 giờ, một bọn ba, bốn người từ đâu đến, lại tới đứng ngay ở đầu hàng người chờ. Tiếng la ó nổi lên. Một cán bộ trong phòng vé bước ra, bọn người đó vẫy tay chào. Một ông già lụ khụ, ăn mặc xuềnh xoàng, lôi thôi, chống gậy bước ra khỏi hàng, tới phân giải:

"Này đồng chí, mấy anh đó không coi ai ra gì cả. Tới sau giành đứng trước. Nhờ đồng chí xử lý."

"Mày là cái gì mà đồng chí với tao? Đi chỗ khác ngay!"

Mọi người sửng sốt. Nó nghiến răng lại để khỏi bật tiếng chửi thề.

Lại một chuyện khác nữa. Chủ ghe mua được mấy chục tấm kính lớn, đem về Bến Tre bán. Kính mỏng dùng làm cửa kính, cửa sổ, kính dày lót bàn ăn trong các nhà hàng. Loại kính này lúc đó hiếm lắm, Sài Gòn mới có. Thằng con của một cán bộ, có lẽ cấp lớn, cùng đi trên ghe, chơi nghịch làm ngã chồng kính từ khoang trên xuống sàn ghe. Tất cả kính đều gãy làm hai, làm ba. Mọi người la lên, thằng nhỏ vênh mặt cười. Cán bộ nghiêm mặt nhìn con, rồi nhìn quanh, chạu mày, hất hàm, hỏi:

"Có gì đâu mà nhặng lên cả thế. Anh chủ ghe, kính của ai đó?"

"Thưa, của tôi."

"Anh mua kính để làm gì? Có giấy tờ không?"

"Thưa, để đem về Bến Tre bán cho mấy nhà hàng... Dạ tui ... đã đóng thuế."

"Mua vốn bao nhiêu? Không được nói dối. Xem nào, biên nhận đâu, đưa coi. Rồi tôi sẽ ... tôi sẽ ..."

Chủ ghe vội vã tiếp lời:

"Dạ, dạ. Cám ơn cán bộ lắm lắm."

"Tôi sẽ ... viết giấy cho anh ... định lại giá kính vỡ này, đắt hơn giá anh mua. Kính vỡ thì dùng vào việc của kính vỡ. Anh cứ giao kính cho họ, kèm theo tấm giấy này có chữ ký của tôi, và thu tiền."

"Thưa, thưa ..."

"Còn đòi hỏi cái gì nữa?"

"Tụi ... tui sợ người ta không chịu trả tiiền."

"Thì báo cáo ngay cho tôi biết. Hài lòng rồi chứ?"

Những chuyện ngược ngạo như thế xẩy ra hàng ngày, chỉ nêu lên vài ba trường hợp mà thôi. Người dân thấp cổ bé miệng uất ức, cắn răng chịu đựng. Nhưng tệ hại nhất là nạn tham nhũng, hối lộ, từ trên xuống dưới. Và hối lộ từ bao thuốc lá, chai bia, bữa nhậu cho đến tiền của, vàng bạc, đô-la. Mọi việc muốn tiến hành trôi chảy phải có đồng tiền đút lót đi trước chẳng khác gì một guồng máy muốn chạy trơn tru phải được bôi nhớt, bôi mỡ.

Nó hiền từ, thật thà, chỉ biết chắc chắn đến như thế thôi, không đủ thông tin để thấy được những chuyện tham nhũng, hối lộ tày trời, "kinh thiên động địa", có tổ chức chu đáo, nằm trong những hệ thống chặt chẽ, ở tầm vóc quốc gia đại sự. Nó có nghe nói thế, nửa tin, nửa ngờ.

Họ thay đổi nhanh chóng quá, nó ngẫm nghĩ. Những ngày quân quản mới tiếp thu, bộ đội, công an trông cũng có vẻ hiền lành, chân thật. Họ thường nắm tay hay choàng vai nhau đi đây đi đó, nói năng tíu tít, mắt mở to ngạc nhiên nhìn cảnh vật mới lạ, lầu đài tráng lệ, phố xá đẹp đẽ.

Bỗng một sáng một chiều, họ sửa lại cử chỉ, thái độ, lời nói, và cách hành xử. Họ trở thành người xa lạ. Càng ngày càng hung hăng, tàn bạo, nham hiểm. Nó nghĩ, nó mong, rằng đấy chỉ là chuyện "hủ hoá" lẻ tẻ của từng cá nhân một. Loa phóng thanh phường khóm, báo chí, vẫn hô hào chính sách sáng ngời "trước sau như một"của nhà cầm quyền cách mạng. Trong sạch, đúng đắn, ngay thẳng, "cần, kiệm, liêm, chính". Nhưng có quá nhiều chuyện xẩy ra chứng tỏ không phải thế. Đổi tiền là một.

Nó nhớ cả ba lần đổi tiền. Lần đổi tiền thứ nhất khiến túi tiền của người Miền Nam bỗng nhiên teo tóp lại khủng khiếp: 1 đồng Cách Mạng đổi lấy 500 đồng Việt Nam Cộng Hoà. Khi nghe tin đồn lại sẽ đổi tiền, mọi người kinh hoảng. Loa phóng thanh liền ra rả ngày đêm lên án bọn lưu manh, phản động đã tung tin thất thiệt làm nhân dân hoang mang, hoảng sợ. Ngay cả tờ báo lớn Tuổi Trẻ cũng hô hào phải bẻ gãy thủ đoạn tung tin đổi tiền của bọn gian thương.

Hai ngày sau đó, trước sự kinh ngạc cùng cực của dân chúng, lệnh thu hồi tiền mới thay bằng tiền mới hơn (1đồng mới hơn bằng 10 đồng mới) được ban hành với mục đích "đem lại lợi ích cho nhân dân lao động". Họ, không phải trường hợp riêng lẻ, mà là chánh quyền, đã dối trá trắng trợn, và quá đỗi khinh thường người mà họ tôn vinh là "người chủ" đất nước, trong khi họ chỉ là "đầy tớ" của nhân dân.

Người dân mất lòng tin. Tuyệt vọng. Quê hương có còn là quê hương? Đây là đất sống hay đất chết? Cho nên không phải vì gian nan, nghèo đói, mà người ta bỏ nước ra đi, dù không biết sẽ tới nơi nào trên thế giới mênh mông này, dù biết rằng sẽ gặp nhiều gian nguy đang chờ đón, hay có thể bị vùi thân trên biển cả, hay trong rừng sâu.

Tất nhiên những người vượt biên, những thuyền nhân cũng không biết nếp sinh hoạt, tập quán, của nơi họ có thể đến nếu họ sống sót. Thế nhưng, khác hẳn phái nam thường liều lĩnh, phái nữ vốn cẩn thận và lo xa. Ngoài hai ngôn ngữ thông dụng là tiếng Anh, và tiếng Pháp, họ cố gắng học thêm nhiều nghề như may vá, đan len, thêu thùa, cắm hoa, nấu ăn, làm bánh, làm việc ở nhà hàng, trang điểm, làm tóc, làm móng tay, làm đồ nữ trang vàng, bạc, trồng hoa, v.v... Một số có khiếu âm nhạc thì học đàn tranh, đàn nguyệt, đàn tì bà. Lại có cả người học khiêu vũ.

Nhiều người làm việc đồng áng cũng không muốn sống trên mảnh vườn, thửa ruộng ông cha để lại. Người làm nghề chài lưới thì sẵn sàng giã từ sông ngòi, biển cả thân yêu, quen thuộc. Những người đó ra đi không chút chuẩn bị, cũng không cần chữ nghĩa. Họ nghĩ rằng dân những nước khác văn minh hơn nước mình, không ưa chuộng những nghề tay chân nặng nhọc, nên họ sẽ dễ có việc làm để kiếm sống qua ngày.

Có lẽ chẳng ai mong ước rằng họ hoặc con cháu của họ sẽ có ngày chen chân vào những nghề nghiệp trong lãnh vực y, dược, nha, luật, khoa học, kỹ thuật, văn học, nghệ thuật, binh bị, vân vân.

Ông chủ ghe, có sẵn ghe, lại càng không muốn ở lại. Cả tháng ông hỏi dò từng người một riêng lẻ, những người làm việc với ông, xem có ai muốn ra đi hay không. Ông cẩn thận như thế cũng phải. Biết đâu có công an trà trộn. Mọi người đều mong lên đường càng sớm càng tốt.

Có nó trong đó, không chút phân vân.

4/2024

TRỐNG

Nó thích nghe trống.

Trống trường một hồi chuẩn bị, hai hồi vô lớp, khi nó còn học tiểu học. Vì nó chăm học nôn nao chờ trống gọi vào? Không phải. Vì nó thích nghe trống mà thôi. Tiếng trống dồn vào tai, dội vào ngực. Làm tim nó đập nhanh hơn, lòng thấy hồi hộp. Rồi tự nhiên hai chân của nó theo tiếng trống thúc giục bước mau đến trường. Nếu không có tiếng trống, chắc chắn nó trốn học nhiều hơn nữa.

Nó rất khổ sở mỗi sáng phải vào lớp. Thì trốn học. Trường học là trường làng ở nhà quê. Đi lêu lổng trong các xóm nhỏ thay vì đến trường chẳng ai để ý đến mình. Con đường xóm ngoằn ngoèo lác đác lá tre khô gió dồn thành ụ nhỏ. Những vườn cây trái chim hót, bướm bay, chuồn chuồn lượn. Con hói nhiều khúc bèo xanh trải thảm, hoa tím lấm tấm. Trên trời bao la thì mây trôi từng đám. Trên đường làng các mụ già, các o gái nách rổ le te đi chợ. Và đồng lúa xanh rì, những đứa bé chăn trâu ngồi trên lưng những con trâu đen bụng to tròn đi thủng thẳng. Cảnh tượng rất quen thuộc, thân yêu.

Mà có buồn ngủ, chuyện này thường xẩy ra, thì chui vào bên trong lòng một bụi tre rậm, kín đáo lắm, ngủ ngồi, dựa lưng vào một gốc tre lớn, hay nằm dài trên lớp lá tre khô êm và ấm.

Khi gặp lũ trẻ nhà nghèo không được đi học đứng câu cá dưới bến hói, nó xin câu ké trong chốc lát. Lũ trẻ thường gặp nó, bằng lòng ngay.

Cá cắn câu, chiếc phao chìm xuống một chút, đọt cần câu hơi rung rung, giật nhẹ lên con cá đã dính vào lưỡi câu vung vẩy trên mặt nước phô cái bụng trắng hếu, kéo cá vào, rồi gỡ cá ra khỏi lưỡi câu nghe nó quẫy mạnh trong lòng bàn tay đê mê. Thích thú vô cùng. Chứ ngồi trong lớp học chống cự giấc ngủ thì thật là khốn khổ.

Bỗng tiếng trống thùng thùng. Nó hồi hộp, nói lên thành tiếng, "Mới đó mà đã trống ra chơi." Vội bỏ cá vô cái oai của lũ trẻ, tất tả chạy tới trường. Không xa lắm. Nhưng tới nơi thì vừa hết hồi trống vào. Học trò đã sắp hàng lần lượt vô lớp. Nó đứng xa tần ngần nhìn. Nó biết nó không thể vào lớp sau hồi trống ra chơi. Cây thước lăm le của ông thầy, và những cặp lấm lét xoi bói của tụi bạn học.

Ngẩn ngơ nhìn trường. Ngôi trường bỗng trở nên lạnh lùng, nghiêm khắc, xa lạ. Nó đành đi lẫn vào một con xóm nhỏ khác, tránh gặp người quen. Rình rập như kẻ trộm.

Học hành như thế nên nó ở lại lớp hai năm thời tiểu học. Cũng biết làm 4 phép toán cộng trừ nhân chia. Thường làm sai vì không tập trung, và không thuộc cửu chương. Viết thì như gà bới, nguệch ngoạc, lem luốc. Đọc thì như gà mổ, lủng ca, lủng củng, nhảy chữ. Những môn như Sử, Địa, Thường Thức, Khoa Học, rất kém. Văn càng tệ. Nghĩa là môn học nào cũng dưới trung bình khá xa. Tuy nhiên nó cũng nhớ lõm bõm vài ba câu trong mấy "bài học thuộc lòng" thầy đem ra giảng dạy. Chẳng hạn:

Thấy người hoạn nạn thì thương
Thấy người tàn tật lại càng trông nom
Thấy người già yếu ốm mòn
Thuốc thang cứu giúp áo cơm đỡ đần

Bài này của ai, hay là ca dao, nó không biết. Chỉ biết rằng mỗi lần lẩm nhẩm đọc lại, nó cảm thấy vui vui, lòng nao nao. Người làm ra bài này chắc hiền lành lắm.

Và nhất là *Lính Thú Đời Xưa*:

Ngang lưng thì thắt bao vàng
Đầu đội nón dấu vai mang súng dài
Một tay thì cắp hoả mai
Một tay cắp giáo quan sai xuống thuyền
Thùng thùng trống đánh ngũ liên
Bước chân xuống thuyền nước mắt như mưa.

Nó nghĩ lan man đến đời lính. Súng, gươm, bao vàng, nón dấu. Oai và đẹp. Lính ngày xưa có khác. Mà sao lại nước mắt như mưa? Vậy chắc cũng có chuyện chi buồn lắm, hắn không nghĩ ra. Và tiếng trống ngũ liên thùng

thùng nghe thật rộn ràng, thúc giục, chắc chắn hay hơn trống trường, trống đình làng, tuy nó không hiểu ngũ liên là gì.

Những hôm không trốn học, vào lớp, nó như gà mắc đẻ. Mắt nhìn quanh dáo dác, tay chân ngứa ngáy liên hồi, hết sờ đầu lại giụi mắt, hết gải tai lại nắn cằm. Để chống cự giấc ngủ đang lăm le tấn công. Nhưng chỉ một chốc thôi, giấc ngủ từ từ tiến đến. Tiếng thầy giáo giảng bài nghe thoang thoảng như cơn gió nhẹ thổi qua cái đầu tóc rối bù, như ai nói thì thào trong mơ. Rồi gục đầu xuống, kê đầu lên hai cánh tay đã ôm choàng lấy mặt bàn từ bao giờ. Thở đều phì phò. Thì cây thước của thầy đánh mạnh vào cánh tay làm nó giật bắn người. Đau buốt. Nó sợ sệt nhìn thầy, chờ thầy răn dạy vài câu, rồi nhìn vết bầm tím hiện lên trên cánh tay. Nó biết lỗi, không oán thầy lắm, nhưng nó không chịu nổi tiếng cười như chuột rúc, và những cặp mắt tinh ma, độc ác của lũ bạn học quỷ quái. Tụi đó hễ có dịp là tìm cách "hành hạ" nó. Bạn chi mà bạn, kẻ thù đó thôi. Cho nên, đối với nó, lớp học là địa ngục.

Tại sao thầy và bạn lại đối xử tệ hại với nó đến như thế, nó không hiểu. Nhiều khi nó nghĩ rằng người ta chẳng khác cọp beo trong rừng là bao, mắt hau háu, dữ dội, gặp nhau là tìm cách loại trừ nhau. Nó là cái gai của bọn học trò cùng lớp, cái bực bội đối với ông thầy, cục nợ của ông chú.

Mồ côi cha sớm, mẹ đi lấy chồng xa. Xa lắm, không biết nơi nào, nó nhớ không tới. Nó ở với chú nó. Chú thím có hai đứa con lẽ ra phải gọi nó là anh. Nhưng chỉ luôn miệng "mi tau, mày tao".

Nhà nghèo. Ban đêm nó và hai thằng "trời đánh" ngủ chung trên cái phản gỗ bị mọt ăn lỗ chỗ. Ba đứa đắp chung một cái mền mỏng, nhưng nó luôn luôn bị hai thằng nhỏ ức hiếp, giành trọn chiếc mền. Vốn ít nói, cuối cùng nó âm thầm kiếm một chỗ ngủ tại nhà bếp gần chuồng heo, nền đất, phên tre. Chiếc chiếu rách cuốn quanh người, nằm co quắp rán chờ giấc ngủ. Ông chú say sưa thì chẳng nói làm gì. Bà thím thấy thế, hỏi qua loa vài câu cho xong chuyện. Nó chưa trả lời hết câu nói, thím đã vội bước đi nơi khác. No´ có linh cảm thím biết chú ưa đánh đập nó, cho nên đối với nó thím không dám tỏ vẻ ân cần, săn sóc. Thím sợ chú.

Sau ngày tựu trường là những tháng mưa giầm gió bấc. Mưa gió luồn qua phên tre, thỉnh thoảng giọt mưa bay tới chỗ nó ngủ. Ban đêm, trong chiếc chiếu rách cuốn tròn trống đầu và hai chân, nó lạnh lắm. Nhiều đêm không ngủ nổi, nó ngồi dậy bó chân nghe mưa gió. Thỉnh thoảng lẫn trong tiếng mưa rơi, tiếng gió gào, là tiếng trống từ những làng xa văng vẳng. Trống cầm canh, trống tiểu khua, như trong các bài học ở nhà trường? Hay trống từ các ngôi đình, ngôi chùa khi có lễ hội? Hay trống báo nước lụt? Hay trống báo cướp? Trống gì đi nữa cũng gieo trong lòng nó nhiều liên tưởng vẩn vơ. Tiếng trống xa trong đêm khuya có khi đổi giọng rầu rầu nghe như lời mẹ ru. Dường như nó nhớ tiếng được tiếng mất lời mẹ ru. Mẹ? Nó vội vàng xua đuổi cái ý nghĩ buồn bã đó. Đêm dài cứ thế qua đi, qua đi.

Nó cũng thích nghe trống chầu hát bội. Tiếng trống nện thùng thùng theo cảm hứng của người đánh trống, thường là một người đã lớn tuổi, có ghế ngồi bên dưới sân khấu trước cái trống to. Nhờ có trống chầu, tuồng hát mới bừng bừng sôi động. Nó thường lắng nghe, nhưng chỉ được một lần vào trong rạp coi tận mắt.

Chú nó vắng nhà suốt ngày, làm thợ mộc cho một xưởng gỗ. Tối về trễ say sưa. Luôn luôn cho nó ăn roi khi biết nó trốn học. Hai thằng em "trời đánh" không bao giờ quên mách lẻo. Về sau, không trốn học nó cũng bị ăn đòn. Thành thói quen nơi chú rồi mà, thích đánh nó. Không đánh đập, chú cảm thấy thiếu thốn một cái gì, ăn cơm không ngon, uống rượu không đã, chứ có phải chú muốn rèn luyện, uốn nắn cho nó nên người đâu như chú nói lè nhè trong cơn say sưa. Hai thằng "trời đánh" thỉnh thoảng cũng bị chú đánh, có lẽ vì đánh một mình nó chú chưa mỏi tay. Nhưng rõ ràng đánh nhẹ tay hơn, nó biết. Đôi lúc nó bị đánh quá tàn bạo. Bà thím nhìn thấy đâm hoảng, nhưng sợ chồng, im thin thít như chiếc bóng. Đã mấy lần chú cầm roi quất thím túi bụi, hai cánh tay của thím quơ quơ chống đỡ làn roi, miệng tru tréo, đầu tóc bung ra xoã kín mặt mũi, người co rúm.

Khi nào chú cầm roi nhịp nhịp, nó cảm thấy yên tâm, nhẹ cả người. Nó biết thế là chú không say quá độ, sẽ đánh nó vào mông, hoặc xui xẻo cho nó, cây roi thỉnh thoảng vụt lạc vào ngang lưng, đau quắn cả người. Được đánh vào mông còn gì may mắn bằng, nghe bốp bốp như tiếng trống cơm, vì trước khi bị ăn đòn, nó mặc hai cái quần cụt có nhiều miếng vá, giữa lót một lớp mo cau mỏng. Chú biết gì đâu, say mà.

Nhưng khi chú say mèm, vô cùng nguy hiểm. Hai bàn tay hộ pháp trông chẳng khác cặp chày giã gạo, nện liên hồi. Hai bàn tay mạnh bạo của người thợ mộc nắm chặt lại thành nắm đấm, xương xóc, gân guốc, dữ dội, dộng vào bụng, vào ngực, vào đầu! Đau thấu tim phổi, đứt ruột. Đau không khóc ra tiếng! Mấy lần nó chết đi sống lại.

Vậy mà nó cũng học hết tiểu học. Sau đấy nó không thi đậu vào trường trung học công lập để khỏi phải trả học phí. Tất nhiên phải thế, vì học lực kém. Nó nghĩ rằng thôi thế là hết, thế là chấm dứt chuyện học hành. Cũng chẳng có gì đáng bận tâm. Nhưng lạ thay, chú cũng cho nó học trường tư thục được hai năm. Trong sâu xa, chú có nghĩ xa, nghĩ gần, đến nó chăng? Xa trường làng, ít bị để ý, nó càng trốn học nhiều.

Nhưng niên khoá tiếp theo, nó không được cho đi học nữa. Cái sung sướng là bớt bị đánh đập, vì không đi học thì không còn bị trị tội trốn học nữa. Ngược lại phải làm việc nhà nặng nhọc quần quật suốt ngày. Gánh nước, giặt giũ, chẻ củi, bứt tót[1], nuôi heo, nấu ăn. Nó làm

---

1 Tót là rạ. Phần trên của nhánh lúa sau khi hạt lúa bị tách ra gọi là rơm. Phần dưới ngắn hơn, nằm ngoài đồng, gọi là tót. Ca dao Huế: *Rồi mùa tót rã rơm khô/Bạn về quê bạn biết mô mà tìm*. Sau muà gặt, là mùa mưa, mùa lụt. Gặt lúa xong, rơm xây thành đụn xong, rơm dành cho trâu bò ăn, thì tót ngoài đồng cũng bị nước mưa ngập, lâu

nhiều việc của thím. Thím xoay qua buôn nón lá để kiếm thêm chút tiền phụ với chú. Thím nhỏ người, ốm o, đội trên đầu một chồng nón lá nặng trĩu, đi lết bết hết chợ này đến chợ khác, thấy thảm thương.

Nó buồn lắm, nhất là mỗi sáng nhìn theo hai thằng em "trời đánh" cắp sách đến trường sau khi ăn bát cháo nóng do nó vừa nấu chín. Cho đến lúc ấy nó mới tỉnh ngộ ra rằng đi học sướng hơn nhiều.

Tiếng trống trường của thời tiểu học, của tuổi thơ, của quá khứ, ngày ngày vẫn vang vọng tới nó, nghe rầu rầu như tiếng mưa rơi trên những đọt lá chuối trong khu vườn vắng teo chỉ một mình nó đứng sững nơi đó như bị "trời trồng", sau khi mọi người rời khỏi nhà. Vâng, từ ngày thím đi buôn nón lá, chỉ còn nó ở nhà một mình.

Tuy nhiên, nó vẫn nuôi hy vọng. Chú đã cho đi học trường tư được hai năm, tức là cũng có thương, hay ít nhất có nghĩ đến tương lai của nó. Nhưng lỗi ở nó, cứ trốn học hoài, nên chú trừng phạt bắt ở nhà làm việc nhà một năm cho nó sáng mắt ra. Nó nghĩ thế. Một năm thôi là quá đủ, phải không thưa chú? Nó lẩm bẩm nói một mình như thế không biết bao nhiêu lần.

Qua năm sau, nó hồi hộp chờ đợi. Vốn "mủ mít" và

---

ngày rã dần làm phân bón cho mùa sau. "Trai bạn"những người đi làm thuê, lúc đó không còn việc gì làm, phải trở về quê cũ. Bứt tót? Không gọi là gặt tót, cắt tót, mà là bứt tót. Những nhà nông nghèo bứt tót mang về làm chất đốt hay phân bón vườn. Không sẵn liềm để cắt sát gốc, thì dùng tay bứt tót lên vẫn lợi hơn, vì có được cả phần rễ của cây lúa chín. Bứt nghĩa là dùng tay giật.

sợ, nó không bao giờ dám mở miệng ra để xin chú cho đi học lại, và hứa sẽ không bao giờ trốn học nữa.

Đến ngày khai trường, nó càng bồn chồn, lo lắng, đứng ngồi không yên. Nhiều lúc hoảng hốt, nhiều lúc rưng rưng nước mắt.

"A cái thằng này," chú lớn tiếng. "Có chuyện chi vậy?"

"Dạ không có chi cả, thưa chú."

"Thì dọn đồ ăn sáng mau lên. Trễ rồi. Hôm nay hai em mi đi học lại. Tựu trường, mi không biết hả?"

"Dạ. Dạ biết."

Chú quắc mắt nhìn. Nó cúi đầu, rồi lãng đi nơi khác. Thế là hết. Thế là chú sẽ trừng phạt thêm một năm nữa chăng? Mình sẽ gian khổ thêm một năm cũng phải rán chịu. Nhưng ... Hay là mình sẽ không bao giờ được đến trường nữa?

Có khi nó tự hỏi tại sao đang được đi học ngon lành lại trốn học. Lười? Chán? Bài vở khó? Không hiểu thầy nói gì? Đâm nản? Hình như không phải hoàn toàn như vậy. Hình như nó có máu xấu, tật xấu, thầy bảo thế.

Mỗi buổi sáng ngồi trong lớp độ nửa tiếng là cơn buồn ngủ ập đến. Chống cự cơn buồn ngủ khó quá. Khó hơn lội qua con sông rộng bị hụt hơi, thở cá. Uống một bụng nước đầy rồi cũng có thể rán sức lóp ngóp vào được bờ. Nó đã trải qua mấy lần bơi qua sông như thế. Còn buồn ngủ? Xin thua. Cơn buồn ngủ chẳng khác gì quân xâm lăng bằng hơi độc. Dần dần cái đầu nó gục xuống lên cánh tay duỗi trên bàn học từ bao giờ không thể nào hay biết được. Cũng không biết đã thở phì phò, ngáy pho pho, như lời lũ bạn học quỷ quái chế nhạo.

Nhưng tại sao buồn ngủ đến thế? Người có máu xấu ngồi yên một chặp là buồn ngủ, rồi ngủ gục. Nó cũng máu xấu chăng? Hay là, hay là vì cái gì khác. Vì ... Thôi, đúng rồi, nó chợt nghĩ ra, vì nhiều đêm lạnh quá không yên giấc nổi, thao thức suốt canh thâu. Buổi sáng tới trường là ngủ. Lâu ngày thành thói quen.

Tiếng trống xa trong đêm khuya lại nghe như lời thì thầm trong đầu, trong ngực, trong bụng, trong tim. Như kêu gọi, như thúc giục, như đe dọa. Như chuyện trò. Có khi nó cảm thấy tiếng trống khuya dành riêng cho một mình nó nghe mà thôi. Nó lẩn thẩn chuyện trò lại. Này trống, có phải chỉ có trống chầu hát bội mới dùng để tung hô, còn lại toàn là trống lệnh.

Trống chầu đánh sau vuốt ve, tán thưởng một câu hát hay, một điệu múa đẹp. Các trống khác đánh trước để giục người ta hành động.

Hồi thơ ấu, trống gọi vào trường. Lớn thêm, nghe nói có trống đuổi bọn cướp vào mùa lụt. Rồi trống hiệu lệnh đóng cửa thành trong các truyện Tàu. Nơi chiến trường, nghe trống phải tiến, nghe chiêng mới lui. Trống ngũ liên trong "Bài học thuộc lòng" là trống kêu gọi lên đường ra trận chăng? Nhưng ghê rợn nhất là trống đánh chặt đầu. Sau ba hồi trống, cây giáo của đao phủ lia ngang, đầu tử tội rơi xuống lăn trên bãi đất đầy oan hồn nơi pháp trường. May mà cũng có trống gọi hồn, giải oan trong chùa chiền, am, miếu. Nhờ vậy hồn ma có chốn về. Bằng không, ma sẽ vất vưởng nơi trần gian, lê la suốt đêm dài cho đến khi gà gáy đuổi ma trở về âm phủ. Nó thường ngồi một mình trong đêm khuya, run rẩy, thao thức, sợ sệt. Cửa nẻo đóng kín, nhưng ma tàng hình đi qua được mọi thứ cửa của dương thế. Nó nghe ngoài vườn chốc chốc có tiếng động. Tàu cau già rụng xuống, gió rít trên ngọn cây, chó hoang, mèo hoang chạy rông. Và ma rình mò bóp cổ. Nó sợ ma hơn cả sợ chú.

Nhưng thứ trống này thì về sau lâu lắm nó mới hiểu được môt phần:

Trống treo ai dám đánh thùng
Khi không ai dám giở mùng chui vô

Đúng, nó ngẫm nghĩ, câu thứ nhất rõ nghĩa. Thấy trống có lẽ ai cũng muốn cầm dùi nện một phát cho sướng tay, sướng tai. Cũng như trái banh nằm trên bãi cỏ, muốn đá một cái. Nhưng muốn là một chuyện, có dám không là chuyện khác. Còn câu thứ hai? Ngoài sự hiểu biết của nó.

Nó ao ước sau này khi lớn lên được làm nghề đánh trống.

Có nghề đánh trống không nhỉ, nó tự hỏi. Phải là nghề thì mới kiếm được miếng cơm, manh áo. Kể cả đi câu cá cũng là nghề. Nó nhớ những lần trốn học đi câu. Hay đánh trống chỉ là nghề phụ. Phụ cho ban ca kịch, phụ cho lính đánh giặc, phụ cho thầy pháp vung tay bắt ấn. Hay tệ hơn nữa, đó không phải là nghề ngỗng gì cả, có cũng được, không cũng được. Vậy mà nó thích trống, chớ không phải chơi. Ngay cái tên "trống" cũng đầy "xui xẻo" rồi. Bởi vì trống nghĩa là rỗng tuếch, tộng bộng, trống không. Ngôi nhà hoang trống vắng, hiu quạnh, cái túi rỗng tuếch không có được một đồng xu.

Nhưng suy đi nghĩ lại cho kỹ, phải nhờ khoảng trống rỗng đó, trống mới kêu thành tiếng rôm rả, giòn giã. Nếu không, chỉ là miếng da bò, da trâu trơ trơ, ù lì, đánh vào nghe bịch bịch. Cũng thế, nhờ có khoảng trống, cái chuông mới ngân vang, cái ly mới đựng được nước. Cái chuông đặc cũng đâu có kêu xa, cái ly đặc thì chỉ là một cục chai thô tháp, vô dụng. Tóm lại cái trống rỗng có thua gì cái đặc sệt. Rắc rối quá, nó lẩm bẩm.

Tất nhiên những điều nói trên không phải do nó nghĩ ra. Một lần nó nghe lóm cái lối nói say cung, say kiện đó từ câu chuyện của bác xóm trên cùng với chú của nó khi chú không say. Bác còn bảo đấy là lời nói quý giá, hay ho, của người xưa để lại. Và nó bị câu chuyện đó ám ảnh hoài.

Chiều hôm đó nhiều hồi trống vang dội từ ngôi Đình Cả. Làng của nó nằm dài theo một con đường cái, gồm có mấy thôn nhỏ, mỗi thôn có một ngôi đình riêng. Đình Cả, lớn nhất, là đình của làng, tức là đình chung cho các thôn.

Nó biết có đám hội. Mỗi năm đều có vài lần hội hè

đình đám được tổ chức tại Đình Cả, không xa nhà nó ở là bao. Hôm có đám hội đó, chú không say rượu lúc đi làm về như mọi khi. Chú cũng còn nhớ được rằng cúng đình xong sẽ tha hồ rượu chè say sưa. Cả nhà đi cúng đình, hai đứa con cũng được cho đi theo cho biết.

"Mi ở nhà coi nhà."

"Dạ."

Nó nghe nói cúng đình sẽ rất long trọng. Bàn thờ được thiết giữa sân đình. Hương trầm ngào ngạt; đèn đóm sáng trưng; cờ đuôi nheo, phướn, nhiều màu, bay phất phới; hoa quả, xôi thịt, rượu chè ê hề. Và mấy giàn trống. Tế lễ xong, người lớn ngồi chiếu trên, chiếu dưới, ăn uống, và rượu. Con nít cũng được chia những nắm xôi trắng, miếng thịt heo nhiều mỡ gói trong lá chuối, nhưng không có chỗ ngồi. Chúng vừa đứng ăn vừa coi cúng quảy, hát múa, và đánh trống. Hình như những đứa con nít khác cũng thích trống lắm, nó ngẫm nghĩ. Trống đánh là dành riêng cho trẻ con không chừng, nó mong thế.

Trống, trống, và trống. Nó chỉ được nghe và thấy trống trường. Được một lần nghe và thấy trống chầu hát bội. Ngoài ra không còn trông thấy trống nào khác nữa. Trống đình chắc chắn khủng khiếp hơn trống trường nhiều, nó đoán.

Lúc trời còn nhá nhem tranh tối tranh sáng, một hồi trống nổi lên. Đùng đùng, vang xa, oai hùng. Tiếng trống bay xuyên qua những rặng tre, bay lướt trên đọt cây, bay là đà trên mái tranh, trên con hói, bay khắp không gian đêm. Chỉ vài phút sau, những hồi trống khác tiếp nối, lúc ào ạt như sấm nổ, lúc khoan thai như mưa rơi. Cuối cùng, nghe như tiếng chim cu gáy kêu xa xa lịm dần khi bị gió đàn. Cứ thế, hết đợt trống này đến đợt trống khác, liên miên bất tận.

Nó bước ra khỏi cửa, đứng giữa cái sân đất, chổng hai tai nghe. Xóm làng vắng teo, mọi người đều đổ xô tới đình. Càng về sau, trống càng dồn dập. Không đừng được, nó định trèo lên cây nhãn nghe cho rõ hơn, nhưng sợ đêm tối vô ý làm gãy những chùm nhãn lồng mà chú thím quý hơn vàng. Nó quay qua trèo lên cây cau cao nhất gần cổng nhà. Trèo lên cho đến tận bắp cau, hai tay níu bẹ cau, hai đùi và chân kẹp cứng vào thân cau, tai nghe trống đánh, mắt nhìn ánh lửa bập bùng sau những hàng cây xanh đen. Nhưng nó không thể nào thấy được những giàn trống lớn nhỏ. Nghe nói năm nay cúng đình lớn, có múa kỳ lân, hát bội, nghĩa là có thêm nhiều thứ trống khác nữa.

Đeo lên cây cau một chốc thôi đã thấy mệt nhoài, nó đành phải trụt xuống. Nó nhớ trong những đêm khuya, tiếng trống xa như lời thì thầm, chuyện trò. Như lời ru. Nay tiếng trống gần quá. Đấy là những tiếng quát tháo, giận dữ, ra lệnh. Trống bảo phải làm cái này, cái kia. Làm gì nhỉ? Ngoài đó, ngoài đình làng, người ta rần rần làm nhiều việc theo tiếng trống thùng thình. Thì một mình trong này, nó cũng phải làm cái gì chứ. Nhưng nó nghĩ mãi chưa ra. Đi lui đi tới, múa may như điên dại, chạy quẫn quanh trong cái sân tối.

Đột nhiên nó nhớ câu nói ngắn ngủi của chú, "Mi ở nhà coi nhà". Ghê gớm thật, lời nói có khác nào dây kẽm gai, hay bức màn sắt vây quanh đời nó. Lời nói là thành lũy, là hầm hố, là gươm giáo tua tuả ngăn chặn không cho nó bước chân ra khỏi sân để lẻn tới đình coi trống. Nó đành quay trở vào nhà bếp, tới gần chuồng heo, uể oải thả người nằm xuống, cuốn mình trong chiếc chiếu rách.

Giấc ngủ chờn vờn tới. Và tiếng trống đi vào giấc mơ quái đản, hãi hùng. Nó mơ thấy nó không tìm ra trường học cũ, cũng không tìm ra đường về nhà, đi lạc vào một nơi xa lạ. Thú dữ, quân cướp, chém giết, quay cuồng như ma trơi nhảy cỡn nhịp nhàng theo tiếng trống trận.

Tiếng nói lao xao của chú, thím, và hai thằng nhỏ đánh thức nó dậy. Thế là hết đình đám, hết trống. Nó nằm trằn trọc mãi cho đến gần sáng trong khi mọi người đều ngủ say.

Lạ quá. Lẫn trong tiếng ngáy đều đều của chú, tiếng chuột rúc thỉnh thoảng nơi xó nhà, tiếng dế ri rỉ ngoài vườn, tiếng trống đình làng vẫn còn lùng bùng dai dẳng trong đầu nó. Nó nghe như có tiếng trống thiệt. Bỗng nhiên, như được lệnh truyền, nó nhổm dậy, bước nhanh ra khỏi nhà, không kịp mang theo cái gì cả. Tay không, chân mang đôi dép mòn nhẵn. Không một đồng xu dính túi. Và cũng không biết nên đi đường nào, hướng nào cho "yên hàn vô sự". Mà "yên hàn vô sự" là cái quỷ quái gì vậy, nó không hiểu nổi, cũng như không hiểu nổi nhiều điều chú nói ngay cả khi chú không bị con ma rượu làm điên đảo. Cái thằng cà chớn tê, chú nói, "yên hàn vô sự rồi hả?"

Lom khom bước ra khỏi nhà đi một quãng ngắn, rồi chui qua khỏi hàng rào hóp chạy dài trên một lối mòn nhỏ, nó bỗng thấy thấp thoáng mấy bóng người dưới ánh trăng nhợt nhạt cuối xóm. Nó lủi ngay vào một cột rơm nằm trong khu vườn của một người trong làng mà nó có biết. Một con chó con bỗng ló ra, đứng xa xa chu mỏ hướng về nó sủa ăng ẳng. Nguy quá, lỡ người trong nhà nghe thấy. Quả nhiên bác hàng xóm từ trong nhà lù lù bước tới, tay cầm cây rựa. Đấy là bác hàng xóm thỉnh thoảng chuyện trò với chú nó. Người nó bỗng tê liệt, không còn hơi sức đâu mà bỏ chạy được nữa.

Bác nhận ra nó ngay. Nó ấp úng giải bày. Nó không có "khoa ăn nói", nhưng bác hiểu nó muốn nói gì. Bác còn có vẻ biết rõ hoàn cảnh khốn đốn của nó từ trước tới nay, ân cần dẫn nó vào trong nhà.

Mọi người chưa ai dậy. Con chó bây giờ đã để nó yên, không sủa nữa, chạy đến ngửi ngửi vào chân nó, rồi cuống quýt chạy qua chân bác.

Bác hỏi nó định đi đâu. Nó lúng túng nói không định đi đâu cả. Bác la, đừng giở trò nói láo, cứ nói thiệt đi. Nó nói nó chẳng biết nơi nào mà đi, trăm sự nhờ bác chỉ vẽ. Bác chau mày, im lặng nhìn nó, không tỏ vẻ giận dữ. Nó không giấu nổi nỗi vui mừng. Nó biết bác nghèo, nhưng bác cho nó một số tiền khá lớn đối với bác, và bảo nó phải đi thật xa, ra ngoài Quảng Trị, hay tuốt vô Quảng Nam, chớ đừng quanh quẩn tại cái đất Thừa Thiên này mà có ngày mang họa. Rồi tìm đến một đồn lính nào đó cũng được. Tới đấy phải nói năng lễ phép với lính canh, xin được vào trong đồn bảo có việc khẩn cấp cần khai báo. Mà không vô ngay được đâu, chắc là phải đứng chờ lâu. Khi vào được, đừng lí nhí cái miệng như rứa, phải chịu khó mạnh dạn nói rõ hoàn cảnh, khai tăng thêm tuổi, và tình nguyện xin vào lính. Bác dặn đi dặn lại thật kỹ, và bắt nó lặp lại những gì cần phải nói.

Nếu đi lính không được, bác nói tiếp, chỉ còn cách tìm đến một ngôi chùa cũng thật xa, xin làm công việc nấu nướng, quét dọn, gánh nước, bữa củi. Hay lần mò tìm xuống các làng đánh cá ngoài cửa biển xin làm dân chài. "Nhưng mi có ăn học, đi lính thì hay hơn."

May mắn thay, cuối cùng nó được nhận vào lính, và trở thành chú lính trẻ nhất trong đồn binh. Đời lính là một lối thoát kỳ diệu đối với nó. Với thời gian, nó trở nên tự tin hơn, bạo dạn hơn, được đồng đội thương yêu và ngược lại. Trong một thờ gian dài, nó sống với gia đình chú thím, nhưng luôn luôn cảm thấy cô quạnh như sống một mình, nay có bạn đồng ngũ, có người để chuyện trò, lại có thì giờ rảnh rỗi để đùa giỡn, vui chơi. Thỉnh thoảng được đá banh, đánh bóng chuyền, tập đánh đàn, thổi sáo. Cuộc sống đã bước sang một trang mới sáng sủa hơn xưa nhiều lắm.

Có điều nó lấy làm tiếc rằng trống canh, trống đồn,

của một thời không xa mấy nay không còn nữa. Ra trận cũng không có trống như trong sách nó đọc. Chỉ còn trống trong các cuộc duyệt binh, được nghe, được thấy trên TV. Và trống trong ban quân nhạc.

Cuộc đời của nó bất hạnh và phi lý. Ở với chú thím, gian khổ, thì kéo dài mười mấy năm trời. Vào lính, như cá gặp nước, thì chỉ hơn một năm rồi tiêu tan như mây khói.

Đất nước đang lâm vào cảnh nội chiến, giết nhau như điên như khùng trong mấy mươi năm liền. Trong một trận đánh lớn cuối Tháng Tư, năm 1975, số thương vong của cả hai bên lên đến con số khủng khiếp. Ta cả ngàn chiến sĩ hy sinh, địch nghe nói chết nhiều hơn. Trong trận đánh đó, đơn vị của nó bị địch quân đông gấp nhiều lần đánh cho tan tành. Nó cố gắng cõng người đồng đội ra trận địa. Kết cục, bạn nó không thoát chết vì mất máu nhiều, nó bị thương nặng, gãy một chân. Liệu thương binh bên thua trận có được săn sóc hay không? Không biết số phận nó ra sao.

Từ đấy, không còn tin tức gì về nó nữa. Hay nó đã qua đời.

*

Hơn nửa thế kỷ sau tại một thành phố nghỉ mát nổi tiếng. Thành phố này nằm trên một hòn đảo trong chuỗi đảo ở Tây Bắc Thái Bình Dương.

Cơn đại dịch COVID khủng khiếp đang dần dần tan biến. Du khách từ nhiều nơi đến, kể cả từ nhiều nước trên thế giới. Một số du khách vẫn cẩn thận đeo khẩu trang dù không còn lệnh phải làm như thế nữa trên hòn đảo này. Khắp các đường phố những dòng người chen nhau đi chẳng khác gì những đàn kiến dài vô tận. Trên lề đường men theo bờ biển, nơi có nhiều bãi biển đẹp, xe hơi đậu kín kéo dài đến gần 20 cây số. Những xe không kiếm ra chỗ đậu nối đuôi nhau chạy chầm chậm xa trông như dòng nước chảy lờ đờ. Sau hơn hai năm bị bó chân bó tay vì cơn đại dịch, người ta như chim sổ lồng tung cánh bay vào trời cao biển rộng.

Tại một góc phố đông đảo, một nhóm người đứng tụ lại tò mò nhìn một cảnh tượng lạ mắt. Một người đánh trống ngồi trước một giàn trống kỳ quặc. Chỉ có ba cái trống cũ kỷ, da mòn nhẵn, sườn móp méo. Một trống lớn, hai trống nhỏ. Trống lớn đường kính cũng chỉ độ nửa mét, hai trống nhỏ trông như đồ chơi của trẻ con. Và đủ mọi thứ lỉnh kỉnh phụ vào: chuông, mõ, khánh; nồi, niêu, soong, chão; chai, chén, đĩa, tách; chậu sành, chậu sứ, chậu đất nung; lon cô-ca, lon bia, lon sữa bò, lon đồ hộp, vân vân. Không thấy cái xập xõa nào cả. Một vài món trong những thứ lỉnh kỉnh đó dùng để thay thế xập xoã chăng?

Người đánh trống gầy gò, dạn dày. Áo quần rằn ri cũ mèm, đầu đội nón da thú đã nhàu nát, chân mang giày ống ngắn, gót cao gót thấp, bụi cát dính đầy. Khó đoán tuổi, có thể từ 70 đến trên 80, mặt mày nhăn nheo, một vết sẹo chạy dài từ mang tai bên trái đến cằm. Đôi mắt giấu sau kính đen. Tại sao đôi giày gót cao gót thấp? Hay vì đôi chân cái dài cái ngắn?

Hai tay ông ta cầm hai dùi trống ngắn, đúng ra là hai cái que nhỏ, đánh lia lịa vào giàn trống trước mặt, thành thạo, điệu nghệ, như làm trò ảo thuật. Tuy không có thêm bộ phận dùng để đánh trống lớn bằng bàn đạp, nhưng những tiếng "nhẹ như bấc nặng như chì" nghe cũng rộn ràng, nhịp nhàng với những "nhạc cụ" lú khú khác.

Những nhịp điệu quen thuộc ngày xưa thường nghe tại những vũ trường Sài Gòn lại có dịp vang dậy nơi một góc phố trên hòn đảo xa xôi này: *rumba, bolero, ballad, pasodoble, tango, disco, calypso, twist, cha cha cha, mambo, soul, swing, bebop, valse, boston, v.v...*

Hẳn là người Việt Nam mới quen những điệu trống nhảy đầm đó chăng? Có lẽ không hẳn thế. Những điệu trống ấy vốn có nguồn gốc từ phương Tây, hay Phi châu, chứ đâu phải xuất xứ từ Á châu, Việt Nam. Vậy hãy nhìn nước da, khuôn mặt người đánh trống? Khuôn mặt khó đoán, da sậm nâu. Vậy cũng có thể là Mễ Tây Cơ, hay Nam Mỹ. Người đánh trống chưa mở miệng nói một tiếng nào, cho nên càng khó đoán gốc gác của hắn. Mà nếu hắn có nói đi nữa, có lẽ cũng lại nói thứ tiếng Anh lơ lớ thôi. Khó biết nguồn gốc của hắn căn cứ vào giọng hắn nói tiếng Anh .

Đôi khi hắn trở chứng không đánh trống theo nhịp

điệu nào cả. Hai dùi trống trong đôi bàn tay phù thuỷ vung vẫy vùn vụt, lướt nhanh lên cái gọi là giàn trống ấy. Có lúc dùi trống bay lượn trong không trung như rời khỏi hai bàn tay. Tiếng trống lần này nghe bi thương, quằn quại. Có khi nó bồng bềnh trôi nổi, có khi nó rên rỉ, nức nở, như khóc, như than. Có khi nghe như tiếng chim đỗ quyên khản cổ kêu gào nhớ nước. Lại có khi như tiếng hú nghẹn ngào trong giông bão, hay tiếng vọng âm u từ những nấm mồ hoang của hồn ma bóng quế không chốn nương thân. Thỉnh thoảng chen vào là những khoảng quãng trống lặng câm thật dài.

Hắn dồn hết tâm hồn vào việc đánh trống, không chút quan tâm đến đám người đang đứng nghe, sững sờ, ngơ ngác.

Sau một hồi trống loạn xạ như thế, hắn ngồi ngã người xuống chiếc ghế vải thấp lè tè gần ngang mặt đất, đầu hơi gục xuống. Mệt rồi chăng? Chiếc kính đen to bảng che kín không cho ai đoán được những rung động gì trên mặt hắn, mắt hắn. Thế nhưng khi có ai ném tiền vào gần hắn – vì hắn không để sẵn cái hộp hay giỏ đựng tiền -- hắn như tỉnh giấc vội vàng nhặt tiền lên và ném trả lại, im lặng không nói một lời nào. Thì ra hắn đánh trống không phải để kiếm tiền.

Có lẽ hắn phải tới những nơi náo nhiệt như thế này mới được tha hồ đánh trống, không bị ai phản đối hay kiện cáo lôi thôi. Ở những nơi khác, dù ở nhà đi nữa, người láng giềng cũng đòi hỏi sự im lặng. Gà gáy còn bị cự nự, huống là.

Hay anh chàng này là thằng "nó" của gần nửa thế kỷ đã qua? Biết đâu. Nó bị thương nặng, gãy một chân, có thể được cứu sống nhưng chân bị khập khiểng. Có thể lắm. Và qua bao nhiêu biến cố đau thương, vô số người Việt Nam lưu vong trôi giạt đi khắp nơi trên thế giới. Nó thì lạc tới nơi đây. Vượt biên chắc?

Vợ con? Có không? Hay là vợ ở nhà lo việc nội trợ? Hay là đi làm việc khác kiếm tiền, để nó được tự do muốn làm gì thì làm.

Trong đám người đứng xem có một cặp vợ chồng trẻ. Người vợ khá xinh đẹp, dịu dàng, vẻ mặt đầy xúc động, đứng nép người bên anh chồng cao lớn đang dáo dác nhìn quanh như muốn kéo vợ đi nơi khác. Người vợ nói thì thầm bằng tiếng Việt Nam, giọng miền Trung:

"Anh ơi, đứng đây thêm một chút nữa đi anh."

"Để làm chi vậy?"

"Thì để nghe trống chớ còn làm chi nữa. Nghỉ mệt xong chắc ông nớ sẽ đánh trống tiếp."

Người chồng chép miệng:

"Nghe chán bỏ mẹ."

"Anh thì cái chi cũng mau chán. Nghe hay đó chớ, anh. Em thích. Ngó ông nớ tội nghiệp ghê lắm."

"Em thật tức cười. Có chi đâu mà tội nghiệp?"

"Rứa mà không tội sao? Chắc nghèo lắm, không

có tiền mua cho đủ một giàn trống mà đánh chơi. Lại không chịu nhận tiền."

Người chồng cười khẩy:

"Thì ai bảo. Không tiền mà làm cao. Anh chẳng hiểu tại sao khi không lại đánh trống khua chiêng rùm beng như vậy. Em biết tại sao không?"

"Em không biết. Có lẽ để cho vui mà thôi. Mình nghe vui mà chắc chính ông ấy cũng thấy vui. A, nhưng không phải, em nói lộn rồi. Điệu trống vừa rồi làm em muốn chảy nước mắt chớ có vui chi mô."

Anh chồng cười hô hố, cao giọng:

"Em mau nước mắt quá. Anh khác. Trống đánh chay không giàn nhạc nghe vô duyên như cơm chay không thịt cá. Lại thêm chai lọ hằm bà lằng làm rối con mắt."

Người vợ bỗng lo lắng, níu vai chồng, nói nhỏ bên tai:

"Suỵt, suỵt, anh nói lớn quá. Lỡ người ta là người mình thì răng."

Người chồng cười phá:

"Người mình là cái chi vậy?"

"Ông dôn tui ơi, mới đó mà đã quên hết tiếng mình rồi hả. Người mình là người nước mình đó anh."

Người chồng hơi thảng thốt, quay mặt chăm chú nhìn người đánh trống. Hắn đang lấy thuốc lá ra hút.

Một số người đứng gần vội vã bước đi nơi khác. Người chồng lấy lại bình tĩnh ngay:

"Em, em này, khỏi lo. Nếu ông đó là người nước mình, chắc chắn đã nghe anh nói hết tuốt luốt từ nãy tới giờ. Bậy, anh nói to. Mà không thấy ông đó có phản ứng nào cả. Cứ trơ trơ như cục ... cục đất. Thôi, đi nơi khác, em."

Trước khi dẫn vợ đi, anh quàng vai vợ, buông thõng một câu:

"Đúng là hết chuyện chơi!"

4/2023

PHẦN 2

KIM LONG-XÍCH PHƯỢNG

Kính thưa Giáo Sư Nguyễn Văn Sâm,

Kính thưa Quý vị,

Tôi rất hân hạnh được nói vài lời về cuốn sách KIM LONG - XÍCH PHƯỢNG (KL-XP: Rồng vàng - Phượng đỏ) do Giáo Sư Nguyễn Văn Sâm (GS NVS) phiên âm và sơ chú.

GS NVS không phải là một nhân vật xa lạ trong sinh hoạt văn học, trong đó có ngành Hán Nôm, ở Miền Nam trước 1975, và nay ở hải ngoại. Ông đã có nhiều đóng góp lớn lao. Nay dù tuổi đã cao, trước sự kinh ngạc của mọi người, ông vẫn kiên trì tiếp tục công việc viết lách, cho xuất bản nhiều tác phẩm giá trị, cuốn KL-XP là một.

Những tác phẩm Hán Nôm trong văn học Việt Nam là dòng nhiệt huyết, là ước vọng, là nỗi lòng, là trải nghiệm, là lời nhắn nhủ của cha ông gởi lại cho con cháu từ nhiều đời, liên tục hết đời nọ đến đời kia. Dòng nhiệt huyết đó xuyên suốt qua nhiều thời gian, không chấm dứt, không gián đoạn, mà nếu ngược lại thì cả một dân tộc sẽ mất quá khứ, sẽ mồ côi, sẽ bơ vơ như bầy gà con mất mẹ. Nhờ có sự liên tục, ta hình dung thấy được tiền nhân qua những tác phẩm cổ điển giá trị như *Chinh Phụ Ngâm, Cung Oán Ngâm Khúc, Đoạn Trường Tân Thanh, Lục Vân Tiên, thơ Nguyễn Trãi, Hồ Xuân Hương, Nguyễn Công Trứ, Cao Bá Quát, Nguyễn Khuyến,* vân vân. Đó là những tác phẩm chữ nôm nổi tiếng được truyền tụng và được nhiều người phiên âm ra chữ quốc ngữ.

Nhưng còn có biết bao nhiêu tác phẩm Hán Nôm khác vẫn chưa được quốc ngữ hóa, hoặc chưa được biết tới. Con số đó rất lớn. Riêng tại Miền Nam Kỳ Lục Tỉnh, theo GS NVS, vì cách xa các trung tâm văn hóa, vì thiếu những nhà cựu học về Hán Nôm, vì không có những tờ báo lớn như Đông Dương Tạp Chí, Nam Phong Tạp Chí, Tri Tân v.v..., việc sưu tầm, nghiên cứu về Hán Nôm càng thiếu sót.

Xưa kia, từ đời vua Lê Thánh Tông cách đây 600 năm, những sách sử trong dân gian viết bằng Hán Nôm đã được truy tìm và đưa vào kho tàng thư tịch của triều đình.

Về sau, những tư nhân như Nguyễn Trãi, Lê Quý Đôn, Phan Huy Chú, ... đều có những đóng góp lớn lao trong việc sưu tầm và bảo tồn di sản Hán Nôm.

Vào Triều Nguyễn, có Thư Viện Hoàng gia lập đời vua Minh Mạng, Sử Quán Thủ Sách đời vua Thiệu Trị, Tập Hiền Viện đời vua Tự Đức, Tàng Thư Lâu đời vua

Thành Thái, Tân Thư Thủ Sách đời vua Duy Tân, Cổ Học Viện Thư Tịch Thủ Sách đời vua Khải Định, Thư Viện Bảo Đại đời vua Bảo Đại.

Ngay ở nước ngoài như Pháp, Trung Quốc, Nhật Bản, Thái Lan v.v... cũng tàng trữ một số sách Hán Nôm của ta.

Tư nhân thì có tủ sách Hoàng Xuân Hãn, Tạ Trọng Hiệp, Nguyễn Trần Huân, Xuân Phúc...

Hiện nay, sách Hán Nôm vẫn được nhiều vùng ở Miền Bắc bảo tồn, như tại Thái Bình, Hải Hưng, Hà Sơn Bình, Vĩnh Phú ... Miền Trung thì có Thanh Hóa, Nghệ An.

Tại cựu đô Huế, có rất nhiều thư tịch Hán Nôm lưu giữ trong triều đình, nhưng số bị mất mát, tiêu hủy vì chiến tranh cũng không ít. Hồi 1945, 1946 ở nhiều ngôi chợ miền quê, người ta bày bán những sách Hán Nôm viết trên giấy hoa tiên quý giá. Để làm gì? Câu trả lời thật phũ phàng, để dùng làm giấy vấn thuốc lá. Điều này chứng tỏ rằng kho tàng sách Hán Nôm đã bị hủy hoại rất nhiều qua bao nhiêu thăng trầm của lịch sử, của chiến tranh. Đó là chưa kể sự tàn phá do thiên tai, lụt lội, hay thiếu sự bảo quản đúng cách từ những thư viện tư nhân.

Tại Nam Kỳ Lục Tỉnh, nổi tiếng nhất là số sách Hán Nôm của Huỳnh Tịnh Của, Trương Vĩnh Ký, Vương Hồng Sển v.v... Nhưng con số này quá it ỏi so với số sách Hán Nôm nằm rải rác trong dân gian chưa hề được biết tới, nói chi tới việc phiên âm ra chữ quốc ngữ.

Điều đó thật đáng tiếc và đáng buồn.

Ngay cả đối với tuồng hát bội KL-XP rất giá trị này, ta cũng không biết ai là tác giả. Một điều kỳ lạ là tuồng hát bội này lại do người Việt ở Chợ Lớn hợp đồng với người Hoa ở Quảng Đông lo việc in ấn. Và kỳ lạ hơn nữa, GS NVS đã tìm thấy tác phẩm này rồi dày công phiên âm và chú thích. Chắc chắn không một ai trong chúng ta có thể phủ nhận tấm lòng tha thiết của GS đối với di sản quý báu của tiền nhân, đồng thời phải nể phục sức làm việc và tài năng hiếm có của GS.

Nhờ vậy, ngay bây giờ đây, tại Viện Việt Học ở Nam Cali này, cuốn sách KL – XP bằng chữ quốc ngữ do GS NVS phiên âm và chú thích đã ra đời và nằm trong tay của quý vị.

KL- XP, theo đúng truyền thống của các tuồng hát bội ngày xưa, đã diễn tả thật lôi cuốn, linh động, những tranh chấp quyền lợi, những giành giật ngôi báu, những chuyện thâm cung bí sử gay cấn, tàn khốc. Cuối cùng, đúng như câu nói, "Thiện ác đáo đầu chung hữu báo", "Ở hiền gặp lành", vở tuồng, với ngụ ý răn đời, đã kết thúc rất có hậu. Nói cách khác, KL-XP không tránh được tính cách ước lệ như trong hầu hết các tác phẩm văn học cổ điển khác, nhưng đây là một tác phẩm có giá trị về mặt văn chương, được viết bằng một nghệ thuật vững vàng, với nhiều tình tiết rất linh động, với nhiều câu thơ hay đầy màu sắc, hình ảnh, bằng một thứ ngôn ngữ mạnh bạo, ngồn ngộn sức sống.

Đây là lời ca tụng của một thể nữ trong cung cấm về sắc đẹp của Minh Châu, người mà nhà vua say mê tuyển về cung làm Thứ Hậu. Thảo nào Hoàng Hậu phải ganh ghét, tìm cách hãm hại. Hình ảnh mô tả thật phong phú, đa dạng, với nhiều chi tiết độc đáo; đối ngẫu chặt chẽ, chính xác; chữ nghĩa vang dội, lôi cuốn (ở một số đoạn khác, nhiều thể thơ được sử dụng, kể cả thơ lục bạt):

Tóc mây dài đuột-đuột, da trắng đỏ au-au.
Con mắt sáng như sao, lông mày cong vòng nguyệt.
Mười ngón tay mũi viết[1]*, hai môi đỏ như son.*
Gò má tợ đào non, bàn chưn như hoa nở[2].

---

1 Ngón tay mũi viết, tức là ngón tay tháp bút, thuôn, nhọn, đẹp. Có nhiều chữ trong vở tuồng này khi gặp, ta như gặp lại người bạn thân thất lạc lâu ngày, vui mừng xiết bao.
- Làn đan: Lần đân. VD: Nó lần đân quá, bảo hoài mà nó vẫn không nghe lời.
- Dùi thẳng (Sợ dùi thẳng khiến nên biếng bước). Dùi nghĩa là không căng, chùng, như trong câu Kiều: Trúc xe ngọn thỏ tơ chùng phím loan. Hay trong ca dao Miền Trung: Bước đi chưn thẳng cẳng dùi/Bâng khuâng nhớ mẹ bùi ngùi thương cha.
- Hủ hỉ (Xưa hôm sớm hai con hằng hủ hỉ, nay tháng ngày một lão rất bơ vơ): sum họp, vui vầy.
-Thất thẻo (Chuỗi sầu càng đuổi càng dài, hơi quyên thất thẻo giữa trời kêu thương). Ca dao Huế có câu: Chim đa đa đậu nhánh cây đa/Nó kêu thất tha thất thẻo.
- Vân vân.

2 Bàn chưn như hoa nở: Điển tích, vợ Đông Hôn Hầu là Phan Phi xinh đẹp, dáng đi uyển chuyển. Ông khen: Bước bước nẩy hoa sen (Bộ bộ sinh liên hoa).

Vạn dân thiên hạ, ngoại quận nội trào,
Ai ai cũng phải đầu, một bà tôi không dám.

Người đẹp đó cũng có thể là một đóa hoa bạch mai cánh trắng, hay hoa cúc nhụy vàng, sắc sảo, xuê xoang, khiến bao nhiêu bướm "*xênh xang lượn lờ*", bao nhiêu ong "*rập rộ tở mở*", tập trung bay về chiêm ngưỡng:

Sắc-sảo mai bông bông bạc, xuê-xoang cúc nhị nhị vàng.
Lượn-lờ cái bướm liệng xênh-xang, tở mở chòm ong bay rập-rộ.

Một kẻ có tài kinh bang tế thế, "lục thao tam lược", lúc vị ngộ ẩn mình nơi chốn sơn lâm "Bàn Thạch" khi còn ở quê nhà, cũng đã tỏ ra là một người con hiếu thảo, phụng sự mẹ già một cách hết sức cảm động – nhớ mẹ thèm một miếng thịt hươu, vội lên núi săn tìm. Đến khi gặp thời, đem tài năng của mình ra phụng sự đất nước:

Chốn Bàn Thạch ẩn mình, Bửu Lâm Sanh chữ đặt.
Dạ cấp-củm để dành ba lược, lòng giồi-mài còn chứa sáu thao
Xót mẹ già tóc hạc tuổi cao, nên con trẻ chơn le chậm bước.
Phút xảy nhớ bữa cơm (KL- 7a) ngày trước, mẹ ước thèm một miếng thịt hươu.
Vội vàng tới sơn đầu, kiếm thịt về cho chóng.

Nhân vật này không khỏi khiến ta nghĩ đến *Kẻ Sĩ* của Nguyễn Công Trứ, *"Lúc vị ngộ hối tàng nơi bồng tất/Hiu*

hiu nhiên điếu Vị canh Sằn"[3]*/ Xe bồ luân*[4] *dù chưa gặp Thang Văn*[5]*/Phù thế giáo*[6] *một vài câu thanh nghị*[7] *...",* mà vẫn không quên trau dồi *"Lục thao tam lược"* để có ngày khi gặp chân chúa, *"Đem hết sở tồn làm sở dụng.*[8]*"*

Hai câu thơ dưới đây:

Hễ phận gái lo bề tần tảo, còn phận trai lo việc học hành.

Khá tìm kinh sử để vào lòng, ắt thấy của tiền bày trước mặt

gợi nhớ tới những câu ca dao ta học từ thuở nhỏ:

Con ơi muốn nên thân người
Lắng tai nghe lấy những lời mẹ cha
Gái thì giữ việc trong nhà
Khi vào canh cửi khi ra thêu thùa
Trai thì đọc sách ngâm thơ
Dùi mài kinh sử để chờ kịp khoa
Mai sau nối được nghiệp nhà
Trước là đẹp mặt sau là ấm thân

---

3 Lúc chưa gặp thời, ẩn náu nơi thôn dã (cỏ bồng, cỏ tất), ung dung câu trên sông Vị (Lã Vọng câu cá trên sông Vị), cày trên đất Sằn (Y Doãn cày ruộng trên đất Sằn).

4 Xe bồ luân: bánh xe có quấn cỏ bồ cho êm.

5 Thang Văn: Vua Thương Thang đón mời ông Y Doãn, vua Văn Vương đón mời ông Lã Thượng.

6 Phù thế giáo: xây dựng, nâng đỡ đạo lý của đời.

7 Thanh nghị: đề cao cái hay, chỉ trích cái dở.

8 Đem hết những gì mình có ra sử dụng.

Tình anh em kết nghĩa, người trấn đóng ngoài biên ải, kẻ phụng sự giữa chốn triều đình, cũng được bày tỏ một cách tha thiết, một mối tình không hề phai lạt, qua lời Châu Võ Tướng nói với Bửu Lâm Sanh:

Võ Sĩ:

Anh tưởng chữ Cối Kê chi ước, em nhớ câu bạch mã chi giao.
Chạnh vì em ải ngoại, anh nội trào, lại lo nỗi dặm quan san đường viễn cách.
Nơi trào nội anh tài bồi xã tắc, chốn quan trung em chống chỏi vững phong cương.
Dầu đá nát nhẫn vàng phai, nghĩa dễ ngui, tình dễ lạt

Thiên nhiên thì có nơi nào tươi đẹp bằng:

Trực chỉ Lãnh Trang ngàn dặm,
Mây ken trời dệt gấm màu tươi.
Trăm hoa hớn-hở đua cười,
Thông reo lạc ngựa đá ngồi hình nghê

Nhưng con người đâu phải luôn luôn được sống trong an vui, hạnh phúc. Trong chiến tranh chẳng hạn, những cảnh tượng cực kỳ khủng khiếp vẫn thường xẩy đến -- một người một ngựa bị thiên tướng thiên binh truy kích đến cùng:

Võ Sĩ:

Văng-vẳng nghe nhạc ngựa vang dầy, xa-xa thấy ngọn cờ lố xố.

Trước một người một ngựa, sau thiên tướng thiên binh.

Và đây, một tướng quân đơn thân độc mã bị lọt vào trùng vây:

Ác đã tàn cung chấn, thỏ chưa lố non đoài.
Đường tăm-tối khôn dời, nẻo mịt-mù khó bước.
Ẻ khôn tới trước, khó nỗi lui sau.
Thăng thiên khiếm vũ mao, quật địa vô nha trảo

Mấy câu thơ trên có chen lẫn khá nhiều chữ Hán dễ hiểu, nên người đọc có thể nắm được ý chính, như sau:

Mặt trời đã lặn, trăng thì chưa lên. Đường đi tối đen mịt mù không biết đâu mà cất bước. Tới không được, lui không xong. Muốn bay lên trời không có cánh, muốn đào đất chui xuống không có nanh vuốt.

Trên đây là trích dẫn mấy đoạn thơ tả người, tả cảnh, tả tình, tả trận địa. Loại mô tả nào cũng đặc sắc, chứng tỏ tài năng kiêm bị của tác giả. Có rất nhiều đoạn thơ hay như thế. Đồng thời cũng không ít những câu thơ chen lẫn khá nhiều chữ Hán "mắc mỏ", khó hiểu, hoặc hoàn toàn viết bằng chữ Hán. Người lõm bõm chữ Hán như tôi thú thật đã gặp nhiều trở ngại khi tiếp cận vở tuồng này. Chẳng hạn:

Hốt quan thử lý, kỳ sự dị nhiên.
Kim phủ hiện nhãn tiền, thạch thần vô hình tại.
Vọng không bách bái, cảm đức tôn linh.
Khất miễn tội tiểu sinh, phàm tục cam thất lễ

Hay là:

Phi kỳ ký phi kỳ ký,
Phấn uy dương phấn uy dương,
Khống thần lực mạc đào tử lộ.
Bố tinh kỳ nan thoát sanh phương

Mong rằng trong lần tái bản cuốn sách, GS NVS sẽ quan tâm nhiều hơn trong phần chú giải.

Đến đây một câu hỏi được đặt ra. Liệu tuồng hát bội *Kim Long – Xích Phượng* có được người bình dân thời đó hoan nghênh hay không, trong khi họ không am hiểu chữ Hán? Câu trả lời là có lẽ họ đã nồng nhiệt đón nhận. Vở tuồng diễn ra trên sân khấu với tiếng trống tiếng chiêng vang lừng, rung chuyển; với diễn viên được phục sức và hóa trang rực rỡ; với những động tác như giao chiến, múa gươm, thúc ngựa đều tuân theo những quy ước nhất định; với những câu đối đáp dù chen lẫn chữ Hán vẫn nói lên được phần nào ý nghĩa của nó; người xem, do đó, có thể đoán hiểu cốt chuyện của vở tuồng. Tuồng diễn luôn luôn dễ hiểu hơn tuồng viết.

Hơn nữa, thời ấy khác bây giờ nhiều. Những phương tiện giải trí rất hiếm hoi, gánh hát bội thường là một trung tâm lớn lao lôi cuốn khán giả. Nhất là mỗi khi có vở tuồng mới, khán giả nô nức đi coi.

Thưa GS NVS, thưa Quý Vị,

Theo chỗ tôi biết, hiện nay, trong các ngành nghệ thuật sân khấu, môn hát bội không được phát triển ở trong nước cũng như ở hải ngoại, nếu không muốn nói nó đang tàn lụi. Tuy nhiên GS NVS vẫn hết sức quan tâm đến những tuồng hát bội cũ. Tại sao? Tại vì dù nay không được đưa lên sân khấu, một tuồng hát bội như KL-XP vẫn có thể hiện diện như một tác phẩm văn học giá trị trong văn học sử, một cái vốn quý giá mà tiền nhân để lại cho chúng ta bây giờ, mà ta phải có bổn phận gìn giữ, và trân quý. Nhưng ta chỉ có thể gìn giữ và trân quý khi những di sản đó được những người có tâm huyết như GS NVS đã dày công tìm tòi, tra cứu, phiên âm, chú giải, và in thành sách.

Xin cám ơn GS NVS và tất cả Quý Vị.

Ngày 1 tháng 12, năm 2024

THỬ NHÌN LẠI *CUNG OÁN NGÂM KHÚC* CỦA ÔN NHƯ HẦU NGUYỄN GIA THIỀU

Cung Oán Ngâm khúc là một hiện tượng lạ trong văn học cổ điển Việt Nam.

Trong một thời gian trên dưới nửa thế kỷ, từ giữa thế kỷ XVIII đến đầu thế kỷ XIX, ba tác phẩm dài bằng thơ rất giá trị đã ra đời: *Chinh Phụ Ngâm* của Đoàn Thị Điểm (1705-1748)[1], *Cung Oán Ngâm Khúc* của Nguyễn Gia Thiều (1741-1798), và Đoạn Trường Tân Thanh, *tức Truyện Kiều* của Nguyễn Du (1765-1820). Kiệt tác *Truy*ện Kiều là một lâu đài đồ sộ, rực rỡ nhất trong văn học Việt Nam, điều đó ai cũng đồng ý, do đó nó được

1 Có thuyết cho rằng Phan Huy Ích (1750-1822) là dịch giả nguyên tác *Chinh Phụ Ngâm* của Đặng Trần Côn (sinh vào khoảng đầu thế kỷ 18 đời vua Lê Dụ Tông)

đề cập đến nhiều nhất, và được dịch ra nhiều thứ tiếng nước ngoài. Cũng có nhiều tác phẩm nghiên cứu, phê bình *Chinh Phụ Ngâm*. Cuốn này cũng được dịch ra tiếng Pháp, Anh, Nhật.

Nhưng với *Cung Oán Ngâm Khúc,* tình hình khác hẳn. Nó chịu số phận khá hẩm hiu, gần như bị quên lãng. Nó không được quảng đại quần chúng đón nhận vồn vã đã đành, trong giới nghiên cứu hàn lâm, cũng có người không mấy quan tâm đến *Cung Oán Ngâm Khúc,* hoặc chỉ đề cập một cách sơ lược.

Chẳng hạn Giáo Sư Phạm Văn Diêu (GS Đại Học Văn Khoa và Đại Học Sư Phạm Sài Gòn) với tác phẩm *Việt Nam Văn Học Giảng Bình*[2]. Tác phẩm này dày trên 670 trang gồm có hai phần: Phần Thứ Nhất bình giảng Các Tác Giả, Tác Phẩm Quốc Âm Tiêu Biểu từ thời Lê Trịnh đến Nửa Đầu Thế Kỷ XX, và Phần Thứ Nhì nói về Văn Xuôi Hiện Đại, trong đó có Nguyễn Văn Vĩnh, Phạm Quỳnh, Trần Trọng Kim, Phan Kế Bính, Nguyễn Bá Học, Tự Lực Văn Đoàn, Thơ Mới, vân vân ...

Trong Phần Thứ Nhất, một số thơ của những thi gia như Đoàn Thị Điểm, Nguyễn Du, Bà Huyện Thanh Quan, Nguyễn Công Trứ, Cao Bá Quát, Cao Bá Nhạ, Nguyễn Khuyến, Nguyễn Đình Chiểu, Trần Tế Xương v.v. đều được nói đến, kể cả mấy bài thơ nôm của Dương Khuê. Một tác giả ít người biết là Dương Lâm, em ruột của Dương Khuê, cũng có bài được bình giảng. Nhưng

2 *Việt Nam Văn Học Giảng Bình* in lần thứ ba, nhà xuất bản Hoành Sơn, Sài Gòn, 1970.

tuyệt nhiên không có một dòng nào về Nguyễn Gia Thiều và *Cung Oán Ngâm Khúc*.

Sự kiện GS Phạm Văn Diêu bỏ sót *Cung Oán Ngâm Khúc*, dù cố ý hoặc vô tình, là một trường hợp hiếm hoi, thế nhưng cũng phần nào nói lên sự thờ ơ của giới nghiên cứu văn học đối với áng thơ đặc biệt đó. Tại sao vậy? Phải chăng tại vì *Cung Oán Ngâm Khúc* có nhiều khuyết điểm?

Thật ra sản phẩm do con người tạo nên không thể nào toàn bích, nhất là trong lãnh vực văn chương. Dưới những góc nhìn khác nhau, việc khen chê tất nhiên cũng khác nhau. Hoặc giả tự thân của một tác phẩm nào đó có nhiều sai sót, cho nên không xứng đáng đứng ngang hàng với những tác phẩm giá trị khác.

Ngay trong *Truyện Kiều* của thiên tài Nguyễn Du, một con đường vạn dặm đầy hoa thơm cỏ lạ với độ dài đến 3254 câu, cũng có mấy đám cỏ dại mọc lên đây đó. Chỉ xin nêu ví dụ sau đây: Lặp lại từ ngữ ngoài ý muốn, và lúng túng trong cách chọn chữ để gieo vần. [3]

---

3 Dùng từ ***ngọc vàng*** trùng lặp vụng về, và không tách khỏi được âm "an": **an, vàng, quan, hàng, nàng, vàng** *:*

Đóng quân làm chước chiêu ***an***
Ngọc vàng *gấm vóc sai* ***quan*** *thuyết* ***hàng***
Lại riêng một lễ với ***nàng***
Hai tên thể nữ ***ngọc vàng*** *nghìn cân*

(người viết bài này tô đậm)

Hoặc trong suốt 12 câu liên tiếp tác giả luẩn quẩn không thoát ra khỏi các âm na ná nhau "ao", "âu": **vào, đào, vào, sâu, lâu, bao, đao, cao, đầu, sau, đâu, Sào, cao, nào**:

Chưa hết, *Truyện Kiều* mượn cốt truyện từ *Kim Vân Kiều truyện* của Thanh Tâm Tài Nhân bên Tàu. Nếu cốt truyện cũng do Nguyễn Du sáng tác, *Truyện Kiều* càng thêm giá trị.

Chinh Phụ Ngâm với số câu ít hơn nhiều - 408 câu - dường như không có khuyết điểm nào đáng kể. Nỗi lòng của người chinh phụ được diễn tả một cách sâu lắng bằng những câu thơ khi êm đềm, khi réo rắt, lúc sầu muộn, lúc mơ màng. Nhưng đó lại là bản dịch từ bản chữ Hán của Đặng Trần Côn, thỉnh thoảng có những đoạn ngắn mô phỏng thơ Trung Hoa, nhất là thơ Đường. Đúng ra, lỗi này do tác giả nguyên tác là Đặng Trần Côn vấp phải. Đoàn Thị Điểm chỉ là người dịch. [4]

Nhân khi bàn bạc gần xa
Thừa cơ nàng mới bàn ra nói ***vào***
Rằng: "Ơn thánh đế dồi ***dào***
Tưới ra đã khắp thấm ***vào*** *đã* ***sâu***
Bình thành công đức bấy ***lâu***
Ai ai cũng đội trên đầu *biết* ***bao***
Ngẫm từ dấy việc binh đao
Đống xương Vô Định đã ***cao*** bằng đầu
Làm chi để tiếng về ***sau***
Nghìn năm ai có khen đâu *Hoàng* ***Sào***
Sao bằng tước lộc quyền ***cao***
Công danh ai dứt lối ***nào*** *cho qua*

(người viết bài này tô đậm)

4 Thơ Lý Bạch:
Hán hạ Bạch Đăng Thành
Hồ khuy Thanh Hải Khúc

Vậy *Cung Oán Ngâm Khúc,* với 356 câu, ngắn hơn *Chinh Phụ Ngâm* 52 câu, do Nguyễn Gia Thiều sáng tạo, không có những câu dịch từ thơ Tàu, không vay mượn cốt truyện ngoại quốc, có những ưu, khuyết gì?

Trước hết, xin tóm tắt diễn tiến trong *Cung Oán Ngâm Khúc.* Rất đơn giản. Người đẹp tài sắc hơn người được tuyển vào cung làm cung nữ. Sau một thời gian được sủng ái, nàng bị chán bỏ. Sống trong cô đơn, nàng đau đớn nhớ tiếc những ngày hoan lạc cũ, buồn khổ than thân trách phận, giận trời oán người, và mong có ngày được nhà vua hồi tâm nhớ lại nàng.

Câu chuyện đơn sơ như thế rất dễ bị nhạt nhẽo, nhàm chán nếu không được viết bởi một ngòi bút lỗi lạc.

Bắt đầu là tám câu dẫn nhập [5] viết rất tài tình về một

(Hán xuống thành Bạch Đằng
Hồ dòm bãi Thanh Hải)
Chinh Phụ Ngâm:
Nay Hán xuống Bạch Thành đóng lại
Mai Hồ vào Thanh Hải dòm qua
Thơ Vương Xương Linh:
Hốt kiến mạch đầu dương liễu sắc
Hối giao phu tế mịch phong hầu
(Chợt thấy đầu đường màu dương liễu
Hối hận đã khuyên chồng đi kiếm Phong Hầu)
Chinh Phụ Ngâm:
Lúc ngoảnh lại ngắm màu dương liễu
Thà khuyên chàng đừng chịu tước phong

5 *Trải vách quế gió vàng hiu hắt*
Mảnh vũ y lạnh ngắt như đồng

người cung nữ, trong một căn phòng lạnh lẽo, bên ngoài gió thu hiu hắt thổi, miên man nghĩ đến thân phận bạc bẽo của mình từ khi bị thất sủng.

Tiếp theo ngay sau đó, tác giả dành một phần rất dài, 124 câu, mô tả tài sắc của nàng cùng những ý nghĩ của nàng về cuộc sống vô thường, bèo bọt, dâu biển.

Đây là một thứ nhan sắc hiếm có khiến cho cỏ cây, chim cá không những đều mê đắm, mà lạ ở chỗ là còn muốn "nổi tình mây mưa" với nàng. Những tuyệt thế giai nhân từ xưa như Hằng Nga,Tây Thi đều phải nể sợ:

Áng Đào Kiển đâm bông não chúng
Khoé thu ba dợn sóng khuynh thành
Bóng gương thấp thoáng sau mành
Cỏ cây cũng muốn nổi tình mây mưa
Chìm đáy nước cá lừ đừ lặn
Lửng da trời nhạn ngẩn ngơ sa
Hương trời đắm nguyệt say hoa
Tây Thi mất vía Hằng Nga giật mình

Còn tài thì sao? Thơ hơn Lý Bạch, vẽ hơn Vương Duy, cờ như Đế Thích, rượu như Lưu Linh. Lại giỏi cả thổi sáo, đánh đàn, ca, múa. Tóm lại cầm, kỳ, thi, họa đủ bộ sậu, và còn thêm tửu, địch, ca, vũ, mọi môn đều đoạt

---

Oán chi những khách tiêu phòng
Mà xui phận bạc nằm trong má đào
Duyên đã may cớ sao lại rủi
Nghĩ nguồn cơn dở dói sao đang
Vì đâu nên nỗi dở dang
Nghĩ mình mình lại thêm thương nỗi mình

giải quán quân:

Câu cẩm tú đàn anh họ Lý
Nét đan thanh bậc chị chàng Vương
Cờ tiên rượu thánh ai đang
Lưu Linh, Đệ Thích là làng tri âm
Cầm điếm nguyệt phỏng tầm Tư Mã
Địch lầu thu đọ gã Tiêu Lang
Dẫu mà tay múa miệng xang
Thiên tiên cũng ngảnh Nghê Thường trong trăng

Nhân lúc cao hứng, tác giả đã phóng bút hơi quá đáng trong lối mô tả mô tả một người đẹp tài sắc vẹn toàn đến khó tin.

Thế nhưng nàng lại sớm bi quan, yếm thế. Với nàng, đời là bể khổ, bến mê. Ngay cả núi sông cũng phong trần, cỏ hoa cũng tang thương:

Phong trần đến cả sơn khê
Tang thương đến cả hoa kia cỏ này
...
Mùi tục vị lưỡi tê tân khổ
Đường thế đồ gót rỗ kỳ khu
Sóng cồn cửa bể nhấp nhô
Chiếc thuyền bào ảnh lô xô mặt ghềnh
...
Tuồng huyễn hoá đã bày ra đấy
Kiếp phù sinh trông thấy mà đau
Trăm năm còn có gì đâu
Chẳng qua một nắm cỏ khâu xanh rì

Qua những phần vừa trình bày, người đọc thấy ngay rằng lời thơ của *Cung Oán Ngâm Khúc* rất điêu luyện, trau chuốt, hàm súc.

Tài và sắc của nhân vật này đều ngoại hạng, thế gian có một không hai. Cho nên biết bao nhiêu người trong nước xôn xao khi nghe nói về nàng.

Trong suốt tác phẩm, tất cả đều nghiêm túc, có khi đanh thép. Nhưng chỉ chi tiết này thôi chứng tỏ tác giả cũng có cái lối hài hước rất đặc biệt. Nói đùa mà mặt mày nghiêm nghị: Chỉ mới nghe nói về người đẹp, người ta đã nổi cơn bệnh Tề Tuyên[6]:

Tài sắc đã vang lừng trong nước
Bướm ong càng xao xác ngoài hiên
Tai nghe nhưng mắt chưa nhìn
Bệnh Tề Tuyên đã nổi lên đùng đùng

Nàng còn có tài uống rượu. Một thiếu nữ tài sắc vẹn toàn đến thế có cần phai kiêm thêm tài uống rượu? Cái tài đó có khiến cho ta thêm ngưỡng mộ nàng hay không? Ngày xưa chưa có ai dám ca tụng tài uống rượu của phái nữ trừ Nguyễn Gia Thiều. Thế bây giờ? Đành rằng vào thời đại nam nữ bình quyền, bình đẳng này, người nữ có thể làm bất cứ chuyện gì người nam đã và đang làm, nhưng do cấu trúc thể chất khác nhau cho nên vẫn có một số lãnh vực thích hợp riêng cho mỗi phái. Ví

6 Vua Tuyên Vương nước Tề khi đàm đạo với thầy Mạnh Tử đã thú nhận: Quả nhân hữu tật, quả nhân hiếu sắc (Tôi có tật xấu, tôi ưa sắc đẹp).

dụ Nam khoe "cơ bắp", nữ khoe "đường cong". Nam thô cứng, Nữ dịu dàng. Có cuộc thi Hoa Hậu thế giới hàng năm, nhưng đàn ông thì thi Lực Sĩ Đẹp. Và cũng chưa thấy Thế Vận Hội nào tổ chức những cuộc tranh tài giữa Nam và Nữ để cổ võ vấn đề Nam Nữ bình đẳng.

Đấy là tài sắc. Thế quan niệm về nhân sinh của người đẹp xuất chúng đó là như thế nào? Mới lớn lên, còn là một thiếu nữ đào tơ khi chưa được tuyển vào cung, đáng lẽ phải nhìn đời qua lăng kính màu hồng, nàng lại chán đời quá sớm. Tất nhiên nàng chưa có thể nếm đủ mùi đời đến chán ngán, chưa có thể đi hết con đường dài đầy chông gai. Vậy sự chán đời do đó không thật.

Ngoài một số chi tiết vừa nêu lên, người đọc còn có cảm tưởng người cung nữ này thiếu nữ tính. Hay là tại vì tác giả vốn thuộc phái nam đã không dằn được "cái tôi" khi sáng tác? Những biểu lộ về tình cảm, những phản ứng trước nghịch cảnh, thường dữ dội, cứng cỏi, đôi khi thô vụng, như thuộc tính của một người đàn ông cục mịch, bạo tàn, tự kỷ, tự đắc, và thích khoe khoang.

Người đẹp tự nghĩ về giá trị cao sang của mình:

Hương trời sá động trần ai
Dẫu vàng nghìn lạng dễ cười một khi

Tự thấy mình có mùi hương đặc biệt:

Hồng lâu còn khóa then sương
Thâm khuê còn rấm mùi hương khuynh thành

Coi đấng tạo hoá như trẻ con:

Trẻ tạo hoá đành hanh quá ngán
Chết đuối người trên cạn mà chơi

Tự đắc khi được vua yêu:

Trên trướng gấm Chí tôn vòi vọi
Những khi nào gần gũi quân vương
Dẫu mà ai có nghìn vàng
Đố ai mua được một tràng mộng xuân

Bị thất sủng, nàng liền tỏ thái độ bất kính, ví nhà vua là cá no mồi khó nhử:

Vốn đã biết cái thân câu trõ
Cá no mồi cũng khó nhử lên

Và nhiếc mắng một cách suồng sã, *sống sượng*, gay gắt:

Khoảnh làm chi bấy chúa xuân
Chơi hoa cho rữa nhụy dần lại thôi

Khi nổi giận nàng, phản ứng của nàng cũng bất thường. Thay vì khóc tấm tức hay "vật mình vật mẩy" như những người con gái khác, đằng này nàng lại hung hăng tay thì muốn giật đứt dây tơ hồng, chân thì muốn co lên đạp tiêu phòng để vượt thoát ra ngoài. Hùng hổ như một kẻ võ biền nổi giận:

Tay Nguyệt Lão chẳng xe thì chớ
Xe thế này có dở dang không
Đang tay muốn dứt tơ hồng
Bực mình muốn đạp tiêu phòng mà ra

Những điều vừa nêu trên có thể xem như khuyết điểm. Ngược lại, ưu điểm trong *Cung Oán Ngâm Khúc* cũng không thiếu.

Đã đành đoạn đề cập đến nhân sinh quan của người cung nữ trước khi vào cung là không thích hợp với tuổi thanh xuân. Trái lại nếu áp dụng vào hoàn cảnh của một vị lão thần bị nhà vua hắt hủi, thì đấy là một thiên đại luận về tính cách vô thường, bèo bọt, khốn khổ của kiếp người:

Cuộc thành bại hầu cằn mái tóc
Lớp cùng thông như đục buồng gan
Bệnh trần đòi đoạn tâm can
Lửa cơ đốt ruột dao hàn cắt da
Gót danh lợi bùn pha sắc xám
Mặt phong trần nắng nám mùi dâu
Nghĩ thân phù thế mà đau
Bọt trong bể khổ bèo âu bến mê

Đoạn trên chỉ là một dẫn chứng về một lối văn chải chuốt, điêu luyện, đầy hình ảnh, súc tích, già dặn, rắn rỏi, và cô đọng. Phong cách đó tràn ngập suốt tập thơ chẳng khác gì những viên ngọc quý đính vào tấm thảm nhung.

Có những câu thơ rất ngắn nhưng cực tả được thân phận nhỏ nhoi, hèn mọn của con người trong vũ trụ bao la:

Cái quay búng sẵn trên trời
Mờ mờ nhân ảnh như người đi đêm

Lại có nhiều câu mở rộng ra và khêu gợi lên biết bao nhiêu là tình ý. Hai câu thơ dưới đây thường được các nhà phê bình văn học nhắc nhở bằng những lời ca ngợi na ná nhau:

Cầu thệ thủy ngồi trơ cổ độ
Quán thu phong đứng rũ tà huy

Riêng GS Nghiêm Toản trong *Việt Nam Văn Học Sử Trích Yếu*[7] đã cao hứng bình luận khá dài về hai câu thơ trên. Xin tóm tắt:

Bên bến đò ngang có cái quán tranh nhỏ, chủ quán là bà già tóc bạc phơ. Những người lỡ chuyến đò thường ghé lại quán nghỉ chân, kẻ ngồi trên phản, người ngồi xuống đất hoặc ngoài hiên, đói thì ăn củ khoai lang, khát thì uống bát chè tươi, rồi rít điếu thuốc lào. Chuyện trò với những người quen cũ hoặc mới quen tự nhiên nổ ra vui như hội. Cảnh tượng thật là thân thương và náo nhiệt. Nhưng rồi chiếc cầu được bắt ngang qua sông, bên dưới nước chảy miên man (thệ thuỷ) như dòng thời gian trôi. Từ đó, bến đò xưa (cổ độ) không người đến, ngồi trơ bên sông. Quán tranh cũ, không ai ghé, đứng rũ dưới bóng chiều để mặc gió thu vào.

Những chuyện phòng the giữa nhà vua và cung nữ được diễn tả tuy bóng gió nhưng rất lộ liễu, bạo dạn, và đầy hình ảnh khêu gợi:

7 Nhà Sách Vĩnh Bảo, 46 Lagrandère – 156 Pellerin, Sài Gòn, ngày 23 tháng Tư năm 1949

Cái đêm hôm ấy đêm gì
Bóng Dương lồng bóng Đồ My trập trùng
Liễu thược dược mơ mòng thụy vũ
Đoá hải đường thức ngủ xuân tiêu
Cành xuân hoa chúm chím chào
Gió đông thôi đã cợt đào ghẹo mai
...
Đệm hồng thuý thơm tho mùi xạ
Bóng bội hoàn lấp ló trăng thanh
Mây mưa mấy giọt chung tình
Đình trầm hương khoá một cành mẫu đơn
...
Khi ấp mận ôm đào gác nguyệt
Lúc cười sương cợt tuyết đền phong
Đoá lê ngon mắt cửu trùng
Tuy mày điểm nhạt nhưng lòng cũng xiêu
Vẻ vưu vật trăm chiều chải chuốt
Lòng quân ương chi chút trên tay
Má hồng không thuốc mà say
Nước kia muốn đổ thành này muốn long

Người đẹp lại còn nhân đó lả lơi, uốn éo, khiến cho đấng quân vương càng mê đắm:

Thôi cười nọ lại nhăn mày liễu
Ghẹo hoa kia lại nhíu gót sen
Thân này uốn éo vì duyên
Cũng cam một tiếng thuyền quyên với người

Đến khi nàng bị thất sủng, người đọc gặp những câu thơ nghe thật bi thiết:

Lầu đãi nguyệt đứng ngồi dạ vũ
Gác thừa lương thức ngủ thu phong
Phòng tiêu lạnh ngắt như đồng
Gương loan bẻ nửa giải đồng xẻ đôi
Chiều ủ dột giấc mai trưa sớm
Vẻ bâng khuâng hồn bướm ngẩn ngơ
Thâm khuê vắng ngắt như tờ
Cửa châu gió lọt rèm ngà sương gieo

Khi nỗi buồn khổ lên đến cực điểm, suốt đêm không ngủ, nương vách quê đi quanh quẩn trong phòng, nàng đay nghiến:

Đêm năm canh lần nương vách quế
Cái buồn này ai dễ giết nhau
Giết nhau chẳng cái Lưu Cầu
Giết nhau bằng cái u sầu độc chưa

Lắm lúc tưởng tượng nhà vua hồi tậm nhớ lại nàng:

Khi trận gió lung lay cành bích
Nghe rì rào tiếng mách ngoài xa
Mơ hồ nghĩ tiếng xe ra
Đốt phong hương hả mà hơ áo tàn
Ai ngờ tiếng dế ran ri rỉ
Giọng bi thu gọi kẻ cô phòng
Vắng tanh nào thấy vân mòng
Hơi thê lương lạnh ngắt song phi huỳnh

Cách đây gần 3 thế kỷ Nguyễn Gia Thiều đã viết hay đến thế, bạo đến thế, tha thiết đến thế. Đúng là một hiện tượng lạ trong văn học Việt Nam cổ điển.

Cho nên những khuyết điểm như đã nêu trên không thể nào lấn lướt được ưu điểm.

Thế nhưng tại sao *Cung Oán Ngâm Khúc* bị lạnh nhạt? Có thể vì hai lý do sau đây.

Thứ nhất, các cụ ta xưa thường lên án hoặc không muốn đề cập tới nhục dục[8], cho đó là chuyện xấu xa, phạm thuần phong mỹ tục. Văn dùng để chuyên chở đạo lý (Văn dĩ tải đạo) chứ không phải dùng để ca tụng xác thịt, vật chất, nhảm nhí. Nguyễn Gia Thiều thì khác hẳn. Như đã nói, tác giả *Cung Oán Ngâm Khúc* không

---

8 Hồ Xuân Hương thì khác. Nữ sĩ này nói đến nhục dục bằng lối văn cười cợt, châm biếm, đả phá, chứ không có ý ca tụng thân xác.

Ngay cả những nhà phê bình thời tiền chiến như Hoài Thanh trong *Thi Nhân Việt Nam*, Vũ Ngọc Phan trong *Nhà Văn Hiện Đại* đều tỏ ra dị ứng với những câu thơ "vẩn đục", "suồng sã" của Hàn Mạc Tử.

Hoài Thanh viết: "*Trong thi phẩm Hàn Mạc Tử có lẽ tập này (Duyên Kỳ Ngộ và Quần Tiên Hội- NT chú thích) là trong trẻo hơn cả. Còn từ thơ Đường luật với những câu:*

Bóng nguyệt leo song sờ sẫm gối
Gió thu lọt cửa cọ mài chăn

cho đến Gái Quê, Thơ Điên, Xuân Như Ý và các tập khác, lời thơ thường vẩn đục."

Vũ Ngọc Phan nhận định về *Gái Quê*: "*Đến bài Hát Giã Gạo (Gái Quê trang 31) của ông thì lời suồng sã quá, thứ tình yêu ở đây đầy đặc vật chất, làm cho người ta phải lợm giọng.*"

chút ngại ngùng, đã đem tài ba kiệt xuất của mình diễn tả thú yêu đương chăn gối với tất cả niềm sảng khoái, mê ly, hăm hở, khêu gợi.

Nguyễn Gia Thiều, với những câu thơ liên quan đến thú nhục dục, đã đi trước thời đại hơn 2 thế kỷ. Hơn xa Hoài Thanh, Vũ Ngọc Phan của thế kỷ XX (Xin xem chú thích 7). Ngay cả Nhất Linh với sự nghiệp văn học lớn lao, cũng phải chờ đến hai tác phẩm cuối đời là *Bướm Trắng, Xóm Cầu Mới* mới phần nào mạnh dạn mô tả cái thú yêu đương xác thịt. Hiện nay "Ca Tụng Thân Xác", lấy từ nhan đề một tác phẩm của GS Nguyễn Văn Trung, không còn là điều cấm kỵ.

Thứ nhì, tư cách của người cung nữ cũng bị chê trách. Khi nàng được sủng ái thì thoả thích, tự đắc quá đáng. Khi bị chán bỏ thì giận dữ, gay gắt cũng quá đà. Nhưng trong thâm tâm vẫn mong có ngày được hưởng ân huệ cũ. Người cung nữ như thế bị lên án là giả dối, trơ trẽn.[9]

9 GS Hà Như Chi (Nguyên GS trường Quốc Học - Huế) trong *Việt Nam Thi Văn Giảng Luận,* sách dày trên 850 trang (in lần thứ năm, Nhà Xuất Bản SỐNG MỚI, 30 B Phạm Ngũ Lão Sài Gòn, 24-11-70) đã viết một bài đặc sắc về *Cung Oán Ngâm Khúc.*Trong phần nhận định giá trị của *Cung Oán Ngâm Khúc* về các mặt kết cấu, tâm lý nhân vật, văn chương, khi bàn về người cung nữ, Giáo Sư viết như sau:

Khi bị chán bỏ, nàng trách móc nhà vua rất nặng nề, giọng điệu rất mỉa mai, chua chát, nàng đã tỏ ra oán ghét thậm tệ cái địa vị cao sang, thế mà cuối cùng vẫn có một lời hy vọng ngấm ngầm mong mỏi được hưởng cái ân huệ đã mất ... Thái độ của nàng chỉ là thái độ hèn kém của hạng người thiếu suy nghĩ, được sung sướng thì khen lơn, bị khổ cực thì lập tức hờn ghét, không đắn đo sau

Tuy nhiên tư cách người cung nữ không nhất thiết làm tổn hại giá trị của tác phẩm. Có thể tác giả đã cố ý muốn tả người cung nữ "xấu tính" như thế đấy. Thế mới là hiện thực. Con người thông thường mà tay đã nhúng chàm thì buông thả luôn, hiếm khi gượng lại được. Họ có những hành động trái với bản chất ban đầu của họ.

Trong văn học Việt Nam hay thế giới, những tác giả lừng danh không phải chỉ viết về những nhân vật thánh thiện, đạo cao đức trọng, hoặc những bậc anh hùng, liệt nữ. Nhân vật phản diện cũng được nói tới. Nguyễn Du từng mô tả Tú Bà, Sở Khanh lừa gạt, độc ác trong *Truyện Kiều*, hay Gustave Flaubert trong kiệt tác *Madame Bovary* dựng nên nhân vật nữ Emma Bovary muốn sống xa hoa, cao sang, vượt ra ngoài tầm tay của mình, muốn thoát ly ra khỏi những nhàm chán của đời sống tỉnh lẻ, rồi ngoại tình, rồi cuối cùng đi đến cái chết. Khi được hỏi Bà Bovary là ai vậy? Là một nhân vật có thật hay hư cấu? Tác giả trả lời ngay: Bà ấy chính là tôi.

Tóm lại, nếu *Truyện Kiều* là một lâu đài đồ sộ, nguy nga, lộng lẫy, *Chinh Phụ Ngâm* là một suối nguồn tình cảm tuôn chảy như không bao giờ dứt, thì *Cung Oán Ngâm Khúc* đứng sừng sững như một pho tượng cổ cô đơn, tuyệt đẹp, làm bằng một thứ ngọc quý chạm trổ công phu, tinh vi.

6/2022

---

trước, giả dối và trơ trẽn.

NGHỊCH LÝ

Phong trào Thơ Mới (1932-1945) là một hiện tượng, một trổi dậy, một cách mạng thi ca vô cùng mãnh liệt, vô cùng ngoạn mục, trong lịch sử văn học Việt Nam.

Phong trào Thơ Mới, theo tôi, đã để lại một số thi sĩ có thể chịu đựng được thử thách của thời gian trong đó có Hàn Mạc Tử, Xuân Diệu, Huy Cận, Nguyễn Bính, và Vũ Hoàng Chương. Sau 1945, Hàn Mạc Tử đã qua đời, Nguyễn Bính viết ít, ba nhà thơ cũng thuộc phong trào Thơ Mới là Vũ Hoàng Chương, Chế Lan Viên, và Đinh Hùng đã cùng với Xuân Diệu và Huy Cận đi trên những con đường riêng biệt thật dài của mình, cho dù Xuân Diệu, Huy Cận, và Chế Lan Viên nặng về tuyên truyền nên nhiều tác phẩm về sau của họ có sút kém về mặt nghệ thuật.

Trong bài viết này tôi chỉ nêu lên một một vài khía cạnh về thơ của Xuân Diệu và Huy Cận trong giai đoạn phong trào Thơ Mới. Họ là những nhà thơ lớn. Một bài viết ngắn không thể có cái nhìn bao quát vào những sự nghiệp lớn lao của họ.

Xuân Diệu thường băn khoăn trước thời gian. Thời gian trôi nhanh, tuổi trẻ chóng tàn, nhà thơ đâm ra hoảng hốt. Bài thơ *Vội Vàng* là tiếng kêu thảng thốt, quay quắt của thân phận con người ngắn ngủi trước thời gian vô cùng vô tận:

Tháng giêng ngon như một cặp môi gần
Tôi sung sướng nhưng vội vàng một nửa
Tôi không chờ nắng hạ mới hoài xuân
Xuân đang tới nghĩa là xuân đang qua
Xuân còn non nghĩa là xuân sẽ già
Mà xuân hết nghĩa là tôi cũng mất
Lòng tôi rộng nhưng lượng trời cứ chật
Không cho dài thời trẻ của nhân gian
Nói làm chi rằng xuân vẫn tuần hoàn
Nếu tuổi trẻ chẳng hai lân thắm lại
Còn trời đất nhưng chẳng còn tôi mãi
*Nên b*âng khuâng *tôi tiếc cả đất trời*
Mùi tháng năm đều rớm vị chia phôi
Khắp sông núi vẫn than thầm tiễn biệt
...

(Vội Vàng)

Trong một bài thơ khác, nỗi băn khoăn, lo âu đó cũng không kém phần da diết:

Mau với chứ vội vàng lên với chứ
Em em ơi tình non sắp già rồi
Con chim hồng trái tim nhỏ của tôi

Mau với chứ thời gian không đứng đợi
Tình thổi gió màu yêu lên phấp phới
Nhưng đôi ngày tình mới đã thành xưa
Nắng mọc chưa tin hoa rụng không ngờ
Tình yêu đến tình yêu đi ai biết
Trong gặp gỡ đã có mầm ly biệt
...

(Giục Giã)

Nhà thơ tiếc ngẩn ngơ từng giây phút gặp gỡ, từng cái nhìn ướm thử, từng lúc đứng *chờ ngây*. Và mong thời gian ngừng trôi, đừng vội đi *làm quá khứ*:

Trời xuân thế hàng cây thơ biết mấy
Vườn non sao đường cỏ mộng bao nhiêu
Khi Phạm Thái gặp Quỳnh Như thuở ấy
Khi chàng Kim vừa được thấy nàng Kiều

Hỡi năm tháng vội đi làm quá khứ
Trở về đây và đem trở về đây
Rượu nơi mắt với khi nhìn ướm thử
Gấm trong lòng và khi đứng chờ ngây[1]

---

1 Bài thơ *Le Lac* của nhà thơ lãng mạn Pháp Lamartine (1790 - 1869) có những câu:

Ô temps! Suspends ton vol, et vous, heures propices!
Suspendez votre cours:
*Laissez - nous savourer les rapides de*lices
Des plus beaux de nos jours!

Tạm dịch:

Hỡi thời gian! Hãy ngừng trôi, và những giờ khắc êm đềm!
Hãy đứng lại:

Nhưng thơ Huy Cận là thơ của không gian. Không gian mênh mông, trống trải, lạnh lùng, bàng bạc. Trong không gian đó, con người biến thành nhỏ nhoi, lẻ loi, lạc lõng. Mưa đêm, trong căn phòng ấm áp, người ta có cái thú lắng nghe mưa rơi ngoài kia khi chờ giấc ngủ tới. Mưa khác nào tiếng ru. Hoặc quây quần bên lò sưởi chuyện trò. Nhưng trong đêm mưa, Huy Cận nhớ không gian, trằn trọc lắng nghe trong tâm tư, trong liên tưởng những *bước chân xa vắng lẻ loi trên những dặm mòn.* Những bước chân của ai vậy? Của những người lỡ độ đường, những người nghèo khổ, cô đơn, không nhà lầm lũi đi trong đêm tối bao la. Và có lẽ của cả những người hoạt động cách mạng trốn tránh trong đêm khuya; hay như nhân vật Dũng trong Đôi Bạn của Nhất Linh "*... thốt nhiên nghĩ đến cảnh một người phiêu lưu ngủ trọ trong quán hàng nước ở một bến đò xa vắng, đêm khuya lạnh, sực thức dậy nghe tiếng mưa rơi trên sông và nhớ tới người yêu ở quê cũ.*"

Đây Huy Cận với Buồn Đêm Mưa:

Đêm mưa làm nhớ không gian
Lòng run thêm lạnh nỗi hàn bao la
Tai nương nước giọt mái nhà
Nghe trời nặng nặng nghe ta buồn buồn
Nghe đi rời rạc trong hồn
Những chân xa vắng dặm mòn lẻ loi
Rơi rơi dìu dịu rơi rơi
Trăm muôn giọt nhẹ nối lời vu vơ

Hãy để cho chúng tôi được tận hưởng niềm vui ngắn ngủi
Của những ngày đẹp nhất trong đời!

Tương tư hướng lạc phương mờ
Trở nghiêng gối mộng hững hờ nằm nghe
Gió về lòng rộng không che
Hơi may hiu hắt bốn bề tâm tư

Không gian cũng tràn ngập trong bài thơ *Tràng Giang* nổi tiếng.

Bài thơ gồm có 4 khổ, mỗi khổ 4 câu. Khổ thơ đầu là nỗi buồn trước cảnh tách biệt, chia lìa, *Thuyền về nước lại sầu trăm ngả.* Khổ thơ cuối là nỗi nhớ quê hương, *Không khói hoàng hôn cũng nhớ nhà.* Trong khi đó, hai khổ giữa hoàn toàn dành để chỉ không gian, Sông dài *trời rộng bến cô liêu ... Lặng lẽ bờ xanh tiếp bãi vàng.* Không gian bao la, bát ngát khiến con người không khỏi cảm thấy nhỏ nhoi, như bẹo giạt, như mây trôi, hoang mang, khiếp sợ. Dưới đây là toàn bài Tràng Giang.

Sóng gợn tràng giang buồn điệp điệp
Con thuyền xuôi mái nước song song
Thuyền về nước lại sầu trăm ngả
Củi một cành khô lạc mấy dòng

Lơ thơ cồn nhỏ gió đìu hiu
Đâu tiếng làng xa vãn chợ chiều
Nắng xuống trời lên sâu chót vót
Sông dài trời rộng bến cô liêu

Bèo giạt về đâu hàng nối hàng
Mênh mông không một chuyến đò ngang
Không cầu gợi chút niềm thân mật

Lặng lẽ bờ xanh tiếp bãi vàng

Lớp lớp mây cao đùn núi bạc
Chim nghiêng cánh nhỏ bóng chiều sa
Lòng quê dờn dợn vời con nước
Không khói hoàng hôn cũng nhớ nhà.

Mặt khác, Xuân Diệu vẫn được xem như nhà thơ của tuổi trẻ, của tình yêu, với những ý tưởng táo bạo rất Tây phương, với lối diễn đạt chịu ảnh hưởng khá rõ ràng từ thi ca của Pháp. Chẳng hạn sự hoà điệu nhịp nhàng trong thiên nhiên được Xuân Diệu mô tả rất linh động, rất mới mẻ:

Một tối bầu trời đắm sắc mây
Cây tìm nghiêng xuống cánh hoa gầy
Hoa nghiêng xuống cỏ trong khi cỏ
Nghiêng xuống làn rêu một tối đầy[2]
(Với Bàn Tay Ấy)

Huy Cận, trái lại, là nỗi buồn xa xôi, mênh mang -- *Một chiếc linh hồn nhỏ/Mang mang thiên cổ sầu* -- nỗi buồn Đông Phương thường thấy trong nhiều bài thơ

2 Văn hào Chateaubriand (1768 - 1848) người dẫn đầu trào lưu lãng mạn Pháp đầu thế kỷ 19, trong *Le génie du christianisme,* có đoạn nói đến sự hoà điệu đó. Khi ngàn cây đâm bông thì hàng ngàn con chim khởi sự làm tổ. Toán này bay đi nhặt cánh hoa rơi, toán kia chiếc lá rụng. Lại có con tha về những nhúm lông mà đàn cừu bỏ sót trên nhành gai. Nhưng những nhà thơ, nhà văn Pháp mà Xuân Diệu chịu ảnh hưởng nhiều, theo Hoài Thanh trong Thi Nhân Việt Nam, là Baudelaire, de Noaille, và Gide.

Đường. Lẫn trong những câu thơ, có rất nhiều khoảng trống và lạnh:

Buồn gieo theo gió ven hồ
Đèo cao quán chật bên đò lau thưa
Đồn xa quẩn quại bóng cờ
Phất phơ buồn tự thời xưa thổi về

(Chiều Xưa)

Tả mùa thu, Xuân Diệu sử dụng nhiều chi tiết nhỏ cụ thể và rất nên thơ. Chữ dùng mạnh mẽ, kết cấu chặt chẽ. Và cũng không quên nhắc tới thời gian, *chiều lỡ thì, mới* tạnh mưa trưa chiều đã tà. Một mùa thu linh động, tươi thắm:

Nõn nà sương ngọc quanh thềm đậu
Nắng nhỏ bâng khuâng chiều lỡ thì
Hư vô bóng khói trên đầu hạnh
Cành biếc run run chân ý nhi

Gió thầm mây lặng dáng thu xa
Mới tạnh mưa trưa chiều đã tà
Buồn ở sông xanh nghe đã lại
Mơ hồ trong một tiếng chim qua

Bên cửa ngừng kim thêu bức gấm
Hây hây thục nữ mắt như thuyền
Gió thu hoa cúc vàng lưng giậu
Sắc mạnh huy hoàng áo trạng nguyên

(Thu)

Thu của Huy Cận thì mơ màng, *buồn bã, lạnh lùng, hiu quạnh, tiêu điều*. Và thu dàn trải khắp nơi, trên không gian buồn bã, dưới mây bay lũng thấp, ở mặt đất thì con đường rừng lẫn trong sương mù che hết gót con nai. Không một lời nhắc đến thời gian:

Bỗng dưng buồn bã không gian
Mây bay lũng thấp dăng màn âm u
Nai cao gót lẫn trong mù[3]
Xuống rừng nẻo thuộc nhìn thu mới về
Sắc trời trôi nhạt dưới khe
Chim đi lá rụng cành nghe lạnh lùng
Sầu thu lên vút song song
Với cây hiu quạnh với lòng quạnh hiu
Non xanh ngây cả buồn chiều
Nhân gian e cũng tiêu điều dưới kia.

(Thu Rừng)

*

Hai nhà thơ, như đã nêu trên, có nhiều nét dị biệt, nhất là những gì liên quan đến yếu tố không gain và thời gian. Điều đó có lẽ nhiều người đã nhất trí. Tuy nhiên còn có vấn đề khác có thể gây tranh luận.

Xuân Diệu, thường được tôn là nhà thơ của Tuổi Trẻ, của Tình Ái, và rất Tây. Thế nhưng, ngoại trừ bài thơ *Xa*

3 Trong Đi Vào Cõi Thơ, Bùi Giáng cho rằng gót con nai cao, và ngắt câu thơ thành: *Nai cao gót, lẫn trong mù.* Tôi nghĩ khác. Sương mù xuống đầy, che kín đến gót con nai. Vẫn thấy nai nhưng không thấy chân nai. Nếu muốn ngắt câu: *Nai cao, gót lẫn trong mù.*

Cách, hầu hết những bài thơ khác khi nói đến tình yêu trai gái đều khá nghiêm túc, đứng đắn, so đo, hoặc e dè. Không những thế, Xuân Diệu có vẻ muốn tránh chuyện *ca tụng thân xác*, để dùng chữ của GS Nguyễn Văn Trung.

Yêu, thì không dám "xáp lại gần" dù hợp với nhau *như một cặp vần*:

Con đường nho nhỏ gió xiêu xiêu
Lả lả cành hoang nắng trở chiều
Buổi ấy lòng ta nghe ý bạn
Lần đầu rung động nỗi thương yêu

Em bước điềm nhiên không vướng chân
Anh đi lững thững chẳng theo gần
Vô tâm – Nhưng giữa bài thơ dịu
Anh với em như một cặp vần

(Thơ Duyên)

Lại so đo tính toán "cho và nhận":

Yêu là chết ở trong lòng một ít[4]
Vì mấy khi yêu mà chắc được yêu
Cho rất nhiều nhưng nhận chẳng bao nhiêu
Người ta phụ hoặc thờ ơ chẳng biết.

(Yêu)

Và để hồn bay theo mây gió. Thì làm sao chạm được nhan sắc của người đẹp:

---

4 Nhà thơ Pháp Edmond Haraucourt (1856 - 1941) có bài thơ nhan đề: *Partir, c'est mourir un peu.* (Tạm dịch: Ra đi là chết một ít.)

Làm sao cắt nghĩa được tình yêu
Có nghĩa gì đâu một buổi chiều
Nó chiếm hồn ta bằng nắng nhạt
Bằng mây nhè nhẹ gió hiu hiu

(Vì Sao)

Trong tương tư, thương nhớ, cũng khá khuôn sáo, ước lệ:

Hôm nay lạnh mặt trời đi ngủ sớm
Anh nhớ em em hỡi anh nhớ em
...
Thôi hết rồi còn chi nữa đâu em
Thôi hết rồi gió gác với trăng thêm
Với sương lá rụng trên đầu gần gũi
Thôi đã hết hờn ghen và giận dỗi
Được giận hờn nhau sung sướng bao nhiêu
Anh một mình nghe tất cả buổi chiều
Vào chầm chậm ở trong hồn hiu quạnh
Anh nhớ tiếng. Anh nhớ hình. Anh nhớ ảnh
Anh nhớ em anh nhớ lắm em ơi[5]

---

5 Bài thơ *Tương Tư Chiều* có những câu hay. Nhưng để diễn tả nỗi nhớ mà cứ lặp đi lặp lại *Anh nhớ em* thì quả là gượng gạo, và vụng về. Lời nói vừa phát ra là mất tất cả hàm ý, con chữ vừa rời ngòi bút là chết đứng. Nói cách khác, đấy không phải là ngôn ngữ thơ. Kim nhớ Kiều tha thiết bồi hồi tuy không hề nhắc đến chữ nhớ: *Dường như bên chái bên thềm/Tiếng Kiều đồng vọng bóng xiêm mơ màng.* Nỗi nhớ trong *Chinh Phụ Ngâm* nhiều lúc thể hiện qua hình ảnh chốn gặp gỡ cũ: *Tìm chàng thuở Dương Đài lối cũ/Gặp chàng nơi Tương Phố bến xưa.* Nhà thơ Phạm Tiến Duật muốn xua đi nỗi nhớ – tự đánh lừa mình -- nhưng đã làm tăng nỗi nhớ lên bội phần: *Anh lên xe trời*

(Tương Tư Chiều)

Nhưng trong thơ tình của Huy Cận, người đẹp hiện lên ngồn ngộn, quyến rủ. Đây, em tôi *má tròn, trán vừa cao, ngực trắng, hàm răng lựu, mắt rượu, tóc hương, và cặp đùi tròn như cột:*

Ai biết em tôi ở chốn nào
Má tròn đương nụ trán vừa cao
Tiếng mùa về gọi lòng em dậy
Lơ đãng lòng tôi chẳng kịp rào

Ai biết người yêu nhỏ của tôi
Người yêu nho nhỏ trốn đâu rồi
Bảo giùm với nhé em tôi đó
Tròn trĩnh xinh như một quả đồi

Ngực trắng dòn như một trái rừng
Mắt thì bằng rượu tóc bằng hương
Miệng cười bừng nở hàm răng lựu
Sáng cả trời xanh mấy dặm đường

Anh khắp rừng cao xuống lũng sâu
Tìm em đi hái lộc xanh đầu
Trồng đâu chân đẹp tròn như cột
Em đẹp son ngời như cổ lâu

(Hồn Xuân)

Trong *Áo Trắng,* nhiều câu thơ thật trong sáng, thật đẹp để tả người đẹp rất tỉ mỉ. Đẹp từ con mắt, gót chân,

---

đổ cơn mưa/Cái gạt nước xua tan nỗi nhớ.

bàn tay, ngón tay, đôi má, làn tóc, tà áo, lẫn lời ăn tiếng nói. Cái trong sáng diễm ảo đó còn được thiên nhiên phụ hoạ bằng gió biếc, nắng thơ, lá nhỏ:

Áo trắng đơn sơ mộng trắng trong
Hôm xưa em đến mắt như lòng
Nở bừng ánh sáng. Em đi đến
Gót ngọc dồn hương bước toả hồng

Em đẹp bàn tay ngón ngón thon
Em duyên đôi má nắng hoe tròn
Em lùa gió biếc vào trong tóc
Thổi lại phòng anh cả núi non

Em nói anh nghe tiếng lẫn lời
Hồn em anh thở ở trong hơi
Nắng thơ dệt sáng trên tà áo
Lá nhỏ mừng vui phất cửa ngoài

Đôi lứa thần tiên suốt một ngày
Em ban hạnh phúc chứa đầy tay
Dịu dàng áo trắng trong như suối
Toả phất đôi hồn cánh mộng bay
(Áo Trắng)

Và thật bất ngờ, câu thứ hai trong khổ thơ cuối cùng của bài thơ trên đây khiến người đọc bỡ ngỡ: *Em ban hạnh phúc chứa đầy tay*. Là gì? Nhà thơ không chịu nói rõ nhưng người đọc có thể đoán. Đầy tay? Tay của ai? Chắc không phải của em, thì của anh vậy. Làm ta nhớ đến hai câu trong bài thơ *Thiếu Nữ Ngủ Ngày* của Hồ Xuân Hương*: Đôi gò Bồng Đảo hương còn ngậm/Một lạch Đào Nguyên suối chửa thông.*

Bài *Ngậm Ngùi,* cũng thế, cũng khiến nhiều câu hỏi được nêu lên. Có người bảo rằng cái tình huống được mô tả trong bài thơ thì đơn giản thôi. Huy Cận có người em gái chết sớm. Một buổi chiều nhà thơ tìm thăm mộ em trong vườn hoang, và ngậm ngùi tưởng nhớ. Thực hư thế nào không rõ, nhưng căn cứ vào văn bản, người đọc có thể nghĩ khác. Bài thơ là tiếng thở dài ảo não ngậm ngùi của chàng đối với nàng:

Nắng chia nửa bãi chiều rồi
Vườn hoang trinh nữ xếp đôi lá rầu
Sợi buồn con nhện dăng mau
Em ơi hãy ngủ anh hầu quạt đây
Lòng anh mở với quạt này
Trăm con chim mộng về bay đầu giường
Ngủ đi em mộng bình thường
Ru em sẵn tiếng thùy dương mấy bờ
Cây dài bóng xế ngẩn ngơ
Hồn em đã chín mấy mùa thương đau
Tay anh em hãy tựa đầu
Cho anh nghe nặng trái sầu rụng rơi.

(Ngậm Ngùi)

Một cặp tình nhân dìu nhau vào một vườn hoang một buổi xế chiều. Vườn có nhiều loại cỏ người Huế gọi là cỏ hổ ngươi, nghĩa là cỏ biết hổ thẹn, lá lớn bằng hai ngón tay, bị chạm vào, hai cánh sẽ khép nép xếp lại, và cành rủ xuống đến tận đất. Tiếng văn chương gọi là cỏ trinh nữ. Thế thì trong câu thơ *Vườn hoang trinh nữ xếp đôi lá rầu,* ta phải hiểu đấy là cỏ trinh nữ hay người trinh nữ? Và nếu là người trinh nữ, thì *xếp đôi lá rầu* có hàm ý gì? Lại nữa, tại sao người nam vỗ về "ru em ngủ" vào thời điểm bất thường như thế? Không phải là giấc ngủ nướng vào buổi sáng, hay giấc ngủ trưa ngắn ngủi, hay giấc tối như thói thường, mà lại là ngủ nơi vườn hoang lúc xế chiều để cho chàng nằm đưa tay cho nàng tựa đầu vào, và chàng lắng nghe tiếng sầu rụng xuống như tiếng thổn thức tiếc thương cho một cái gì quý giá vừa bị mất đi nơi người trinh nữ. Cho nên lời ru dù tha thiết, êm ái, lẫn năn nỉ đến đâu cũng không thể đem lại sự bình yên trong lòng người nữ. Phải trông chờ cả tiếng ru của hàng thuỳ dương:

Ngủ đi em mộng bình thường
Ru em sẵn tiếng thuỳ dương mấy bờ
Cây dài bóng xế ngẩn ngơ
Hồn em đã chín mấy mùa thương đau

Hai thi sĩ cùng sinh ra từ quê hương Hà Tĩnh, lại là bạn chí cốt của nhau suốt đời, đã từng sống cạnh nhau trong một thời gian khá dài, và mỗi người tiến xa trên con đường nghệ thuật riêng biệt của mình. Đấy là điều hiếm thấy. Nhưng điều này quả là nghịch lý. Xuân Diệu được mệnh danh là nhà thơ mới nhất của phong trào Thơ Mới, nhà thơ của tuổi trẻ và tình yêu, nhưng lắm khi lơ đãng trước nhan sắc người đẹp, trong khi Huy Cận, hiện thân của nỗi buồn Đông Phương muôn thuở, lại vô cùng sôi nổi, âu yếm, sâu sắc, và rất cụ thể, rất chi tiết trong mô tả tình yêu nam nữ./

2/2023

BIỆT LY

(Đôi Bạn)

Biệt ly! Hai chữ ngắn ngủi này xuất hiện rất nhiều trong văn, thơ, nhạc. Và dĩ nhiên trong tiếng nói hàng ngày. Đông, Tây, Kim, Cổ đều có nó. Nó là nỗi ám ảnh dai dẳng của con người, khi ẩn khi hiện, nhưng không bao giờ dứt. Nó đan quyện, chằng chịt, đổ vỡ, đứt lìa, nối tiếp. Biệt ly tuổi thơ ..., biệt ly tình yêu ..., biệt ly quê hương ..., biệt ly thời gian, không gian. Cuối cùng biệt ly cuộc sống để đi vào một cõi vĩnh hằng, hay một chốn vô định nào đó.

Cần gì phải đến sân ga, bến xe, bến đò, sân bay mới *gặp biệt ly*. Biệt ly vẫn diễn ra ngay trên con đường, trên dòng sông, trong đám bèo nổi mây trôi, trong chiếc lá rụng, trong tiếng chim kêu. Ngay cả trong cơn gió, đám khói, đợt sóng. Có chuyển động là có biệt ly.

Gặp biệt ly? Một lối nói nghịch lý? Không, không phải thế. Khoảng 80 năm về trước, trong thơ của Xuân

Diệu, một nhà thơ nhiều sáng tạo, đã có những câu:

Tình yêu đến, tình yêu đi, ai biết
*Trong **gặp gỡ** đã có mầm **ly biệt***

(người viết tô đậm)

Hay rõ hơn:

*Tôi dạo tìm thơ **gặp biệt ly***

(người viết tô đậm)

Người viết bài này đã có lần đề cập đến biệt ly trong thơ cổ, trong *Chinh Phụ Ngâm, Đoạn Trường Tân Thanh*, và trong *Thơ Mới tiền chiến.* Nay xin mạo muội nói thêm.

Trước hết, xin đề cập đến Tản Đà với biệt ly giữa người tiên và kẻ tục.

Biệt ly diễn ra ở cõi tiên khá lạ lùng.

Có lẽ vì thẹn thùng, hay muốn làm ra vẻ cao đạo, hay phong tục có khác, cung cách có khác, khi biệt ly, những nàng tiên không đích thân tiễn đưa, không một giọt nước mắt, không bịn rịn chia tay. Tuy thế cũng kín đáo rắc lá đào xuống lối đi làm dấu cho hai chàng Lưu Nguyễn có nhớ cảnh tiên mà trở lại thì sẽ dễ tìm đường. Rồi sai dòng suối trôi theo tiễn, chim oanh bay theo đưa. Và cho *"Cái hạt bay lên vút tận trời"* để có thể nhìn xa theo dõi hình bóng hai chàng đang lầm lũi quay về một cõi tục nào đó. Ngàn năm sau có buồn nhớ mối tình xưa thì đã có ánh trăng suông sánh vai làm bạn:

Lá đào rơi rắc lối Thiên Thai
Suối tiễn, oanh đưa, những ngậm ngùi
Nửa năm tiên cảnh
Một bước trần ai
Ước cũ duyên thừa có thế thôi.
Đá mòn, rêu nhạt
Nước chảy, huê trôi
Cái hạc bay lên vút tận trời
Trời đất từ đây xa cách mãi
Cửa động
Đầu non
Đường lối cũ
Nghìn năm thơ thẩn bóng trăng chơi.
(Tống Biệt – Tản Đà)

Biệt ly nơi cõi tục gần gũi với ta hơn. Nỗi đau rất thầm lặng, kín đáo trong thời chiến của hai vợ chồng yêu nhau mà không được gặp nhau, chỉ có ngôi Vườn Xưa làm chứng nhân – những chiếc lá như môi thầm gọi, nước giếng sâu như gương soi lẻ bóng – nhưng lại lan tỏa ra khắp không gian, tạo nên mối cảm xúc lai láng, bồi hồi như không bao giờ dứt. Lời thơ tuồng như thản nhiên, lạnh lùng, mà lại vô cùng xót xa, hiu hắt:

một ngày xuân em trở lại nhà
nghe mẹ nói anh có về anh hái ổi
em nhìn lên vòm cây gió thổi
lá như môi thầm thĩ gọi anh về

lần sau anh trở lại một ngày hè

nghe mẹ nói em có về bên giếng giặt
anh nhìn giếng, giếng sâu trong vắt
nước như gương soi lẻ bóng hình anh
...
(Vườn Xưa - Tế Hanh)

Nhưng không phải chỉ trong tình yêu đôi lứa mới có biệt ly. Mẹ xa con, tiễn con đi lấy chồng, "*Đưa con ra đến cửa buồng thôi*", đó cũng là biệt ly. Khuyên con đừng khóc, nhưng mẹ?

Gái lớn ai không phải lấy chồng
Can gì mà khóc, nín đi không!
Nín đi, mặc áo ra chào họ
Rõ quý con tôi! Các chị trông!
...
Đưa con ra đến cửa buồng thôi
Mẹ phải xa con, khổ mấy mươi!
Con ạ, đêm nay mình mẹ khóc
Đêm đêm mình mẹ lại đưa thoi.
(Lòng Mẹ – Nguyễn Bính)

Nhìn vào lịch sử nước nhà, cũng gặp nhiều biệt ly, những biệt ly không kém phần bi thiết. Trường hợp Công Chúa Huyền Trân là một. Hơn 700 năm về trước (1306) công chúa xa lìa cung khuyết ngàn dặm ra đi đem thân đổi lấy Châu Ô, Châu Ri của Chiêm Thành. Câu chuyện đó đã được hậu thế từ đời này qua đời khác nhắc nhở, biết ơn, thương cảm. Trong một bài ca Huế, không biết ai là tác giả, theo điệu Nam Ai ra đời cách đây trên dưới một thế kỷ, lời ca và điệu nhạc quyện vào nhau thành tiếng than vãn não nùng:

Nước non ngàn dặm
Ra đi
Cái tình chi
Mượn màu son phấn
Đền nợ Ô, Ly
Đắng cay vì đương độ xuân thì ...
...
Má hồng da tuyết
Quyết liều như hoa tàn trăng khuyết
Vàng lộn theo chì
Khúc ly ca
Sao còn mường tượng nghe gì
Thấy chim hồng nhạn bay đi ...

Trên đây là biệt ly trong quá khứ, trong những bài thơ vốn mang sẵn cái điệu buồn muôn thuở quen thuộc. Nay trong thơ tự do, thơ không vần, thơ tân hình v.v ... biệt ly vẫn là đề tài thường được nhắc đến. Nhưng, như có luồng gió lạ thổi vào, ngôn ngữ của biệt ly nay khác hẳn xưa. Nó mới mẻ, sinh động, sắc bén, đa dạng.

Thơ Thanh Tâm Tuyền chẳng hạn. Trên một quê hương thống khổ, điêu linh, tan tác, trước một cuộc sống bấp bênh, vô vọng, bế tắc, biệt ly và chia lìa, tan vỡ trở thành một ám ảnh không rời. Đang quấn quýt bên nhau, đã sợ xa nhau:

Anh sợ những cột đèn đổ xuống
Rồi dây điện cuốn lấy chúng ta

Bóp chết mọi hy vọng
Nên anh dìu em đi xa
Đi đi chúng ta đến công viên
Nơi anh sẽ hôn em đắm đuối
Ôi môi em như mật đắng
Như móng sắt thương đau
....
Anh là thằng điên khùng
Ôm em trong tay mà đã nhớ em ngày sắp tới.[1]
(Dạ Khúc – Thanh Tâm Tuyền)

Nguyên Sa thì biệt ly trong hụt hẫng, ngơ ngác, băn khoăn. Bỗng nhớ nhan đề một bài thơ, rất tiếc không nhớ ai là tác giả: *Anh đi giời xưa đổ.* Vâng, người đi mang theo tất cả, mang cả tôi theo, và cả một trời xưa cũng không còn. Tiễn người, tôi biệt ly tôi:

Người về đêm nay hay đêm mai
Người sắp đi chưa hay đi rồi
Muôn vì hành tinh rung nhè nhẹ
Hay ly rượu tàn run trên môi
...
Tôi muốn hỏi thầm người rất nhẹ:
Tôi đưa người hay tôi đưa tôi?
(Tiễn Biệt – Nguyên Sa)

---

1 Câu thơ được nhắc đến nhiều *"Ôm em trong tay mà đã nhớ em ngày sắp tới"* gợi nhớ đến 2 câu thơ của Xuân Diệu của thời *Thơ Mới* thập niên 1930 *"Chưa đi mà đã thấy xa nhau/Lúc biệt ly rồi xa đến đâu."* Ý nghĩa có chút gần gũi nhau, nhưng câu thơ của Thanh Tâm Tuyền khua động hơn, gây ấn tượng mạnh hơn.

Và dưới đây là biệt ly trong một bài thơ tân hình thức. Trong cái hỗn loạn, náo nhiệt của đô thị, những dòng xe chen chúc, *xe nào anh trong đó*, trên những xa lộ dài dằng dặc, dưới ánh mặt trời nung nấu, nỗi cô đơn càng hiện lên rõ rệt. Vâng, không phải chỉ sống nơi vắng vẻ mới cảm thấy lẻ loi. Lắm khi càng đông, càng cô đơn, nếu thiếu một người. Dường như nhà thơ lãng mạn Pháp Lamartine đã nói gần như vậy. Những câu thơ ngập ngừng, đứt quãng, gián đoạn, nghe như những tiếng nấc thổn thức cố nén mà không được. Những thanh âm nghẹn ngào ấy đã được diễn tả rất linh động bằng thủ pháp chấm câu đột ngột, và lối vắt dòng[2]. Dưới đây là toàn bài thơ đặc biệt này:

Buổi sáng, trên xa lộ
dài và rộng, không còn
anh bên cạnh, những dòng
xe tấp nập, những con
đường đi về đâu mà

thênh thang nỗi nhớ. Phía
trước mặt, màu đỏ của

---

2 Lối vắt dòng (enjambment/enjambement) đã được sử dụng trong thơ Việt Nam từ thời Thơ Mới. Chẳng hạn Thế Lữ trong *Giây Phút Chạnh Lòng*:

Cát bụi tung trời – Đường vất vả
Còn dài – Nhưng hãy tạm dừng chân,

Hay Xuân Diệu trong *Trăng:*

Ngơ ngác hoa duyên còn núp lá,
Và làm dang dở nhịp trăng đang
Dịu dàng đàn những ánh thơ xanh,

mặt trời đốt cháy nỗi
cô đơn cực nóng, những
đam mê một thời khao
khát, anh ở đâu? Có
hay một người đang tìm
anh, tìm lại hạnh phúc
của đời mình đã để

vụt bay. Xa lộ, đoàn
xe nối nhau bất tận,
những màu xe vượt qua
mặt, xe nào anh trong
đó, vùng nào anh đang
đi sao nỡ vội xa
nhau ...?
(Mai Phương - Đi Tìm Nơi Mặt Trời Mọc)

Đấy là biệt ly trong một số thơ, và một thoáng nhạc trong một bài ca Huế. Rất nhiều ca khúc tân nhạc cũng lấy biệt ly làm đề tài.

*

Thế trong văn xuôi?

Cùng với thế hệ của người viết bài này, và cả mấy thế hệ trước và sau, có lẽ không ai không nhớ một bài văn xuôi lớp Sơ Đẳng, tức lớp Ba bây giờ, trong *Quốc Văn Giáo Khoa Thư* ra đời cách đây gần một thế kỷ (Hầu hết các bài học trong bộ *Giáo Khoa Thư* giá trị ấy đều để lại dấu ấn sâu đậm trong lòng chúng ta). Đó là bài *"Kẻ ở người đi".*

Hồi còn học lớp ba, bé bỏng, có biết biệt ly là gì đâu. Đọc bài văn đó cảm thấy buồn buồn, hay hay, và cũng thích thú khi ngắm nghía bức hình minh họa: Con đường đất trong làng nằm ven sông, phía trái là lũy tre, phía phải là hai chiếc thuyền nhỏ đang cắm sào, và ở giữa là một gia đình đông đảo gồm cả "kẻ ăn người ở trong nhà", tất cả nhìn theo chiếc thuyền xa xa đã giương buồm. Và những cánh tay vẫy, đặc biệt có cánh tay tí hon của em bé đang được mẹ "bồng nách" cũng vẫy theo.

Dưới đây là đoạn kết:

"Thuyền nhổ sào, ai nấy đều chúc cho tôi được thuận buồm xuôi gió, bình yên khỏe mạnh. Thuyền đã đi xa, mà tôi còn đứng nhìn trở lại, nhìn cho mãi đến lúc không trông thấy nhà nữa mới thôi. Ôi! Cái cảnh biệt ly sao mà buồn vậy!"

Những năm lên trung học, bắt đầu làm quen với Tự Lực Văn Đoàn, những Văn Đoàn khác, và một số tiểu thuyết tiếng Pháp, tiếng Anh, tầm nhìn được mở rộng thêm. Thì gặp Đôi *Bạn*. Trong Tự Lực Văn Đoàn có hai truyện dài, nhưng đều khá mỏng, có thể xem như những áng thơ xuôi trường thiên, hồn thơ man mác, bàng bạc từ đầu truyện đến cuối truyện. Đó là *Hồn Bướm Mơ Tiên* chỉ hơn 100 trang của Khái Hưng, và Đôi Bạn chưa tới 200 trang của Nhất Linh.

Đôi Bạn là cuốn sách mà tôi đã hơn một lần quay trở lại tìm đọc. Mỗi lần quay lại, thấy nó khác trước. Nó buồn hơn, hoang mang hơn. Nhất là cái nhan đề "Đôi

Bạn". Đôi bạn thông thường là chỉ dấu của sự gần gũi, khăng khít, gắn bó, của hai người. Nhưng ở đây "Đôi Bạn" lại là biệt ly. Hầu như đoạn nào trong cuốn sách đó cũng đều nói lên nỗi biệt ly. Hầu như nhân vật chính là Dũng luôn luôn có dáng dấp của một người sắp lên đường.

Nhưng Đôi Bạn là ai? Là hai người yêu nhau, là Dũng và Loan. Loan, người yêu của mối tình đầu, của quê hương, của tuổi thơ mộng, của Dũng.

Dũng không thể nào quên Loan. Khi biệt ly, vì thế, nỗi buồn đau càng tăng thêm gấp bội. Bởi vì Dũng đã yêu Loan như yêu quê hương:

Chàng mỉm cười nói đùa:

- Phải đi về vì hai hôm đã nhớ nhà rồi.

Câu nói đùa nhưng cũng là câu nói thật. Dũng nghiệm ra rằng lần nào cũng vậy, hễ đi đâu một vài ngày là chàng đã thấy nẩy ra cái ý muốn về nhà để được gần cạnh Loan. Gia đình, quê hương chàng yêu mến chính vì nơi đó là nơi chàng với Loan trong bao lâu đã cùng thở một bầu không khí, đã cùng ngắm những cảnh sắc thay đổi hết mùa này sang mùa khác, năm này sang năm khác.

Quê hương và tuổi thơ là chất keo buộc chặt tình yêu đôi lứa. Điều đó được nhiều lần nhắc đi nhắc lại trong cuốn truyện. Làm nhớ Hàn Mạc Tử với *"Tình Quê"* trong đó ngay cả đối với những ai đã vì một lý do gì phải *cách nhau ngàn vạn dặm*, dù muốn quên tất cả lời thề ước dưới trăng, quên những lúc bên nhau *trên bờ liễu, dưới cành lê*, dù *cố quên tình phu thê,* nhưng trong đáy lòng cũng cảm thấy đau đớn não nề khi quê hương lên tiếng gọi lặng lẽ, thì thầm mà sâu lắng, như *tiếng buồn trong sương đục, tiếng hờn trong lũy tre*. Dưới đây là trọn bài *"Tình Quê"* của Hàn Mạc Tử:

Trước sân anh thơ thẩn
Đăm đăm trông nhạn về
Mây chiều còn phiêu bạt
Lang thang trên đồi quê
Gió chiều quên ngừng lại
Dòng nước luôn trôi đi
Ngàn lau không tiếng nói
Lòng anh dường đê mê
Cách nhau ngàn vạn dặm
Nhớ chi đến trăng thề
Dù ai không mong đợi
Dù ai không lắng nghe
Tiếng buồn trong sương đục
Tiếng hờn trong lũy tre
Dưới trời thu man mác
Bàng bạc khắp sơn khê
Dù ai trên bờ liễu
Dù ai dưới cành lê
Với ngày xanh hờ hững
Cố quên tình phu thê
Trong khi nhìn mây nước
Lòng xuân cũng não nề

Huống chi là đối với Đôi Bạn yêu nhau tha thiết, mà phải xa nhau, thương nhớ nhau. Chàng vì nước ra đi không biết sẽ phiêu bạt tới chân trời góc bể nào, sống chết sẽ ra sao, và nàng phải sống mỏi mòn nơi quê cũ.

Xin mở dấu ngoặc. Đôi Bạn ra đời dưới thời Pháp thuộc với guồng máy cai trị vô cùng khắc nghiệt. Đôi Bạn đã được in thành sách, như thế có nghĩa rằng tác giả của nó có thể bị chánh quyền cai trị kết tội là kẻ "phản động" để tống giam. Cho nên Nhất Linh đã buộc lòng không nói rõ ràng lý do Dũng phải lên đường. Và có lẽ vì e ngại cái nội dung "phản động" ấy, Vũ Ngọc Phan cũng không đề cập gì đến Đôi Bạn, và cả Đoạn Tuyệt, trong *Nhà Văn Hiện Đại* xuất bản năm 1942. *Thi Nhân Việt Nam* của Hoài Thanh cũng xuất bản năm 1942 có đăng bài thơ *Giây Phút Chạnh Lòng* khá dài của Thế Lữ, nhưng có lẽ vì e ngại nên không viết một lời bình luận nào cả. Bài thơ đó lấy cảm hứng từ hai nhân vật Dũng và Loan trong Đoạn Tuyệt và Đôi Bạn.

Hãy trở lại với Biệt ly trong Đôi Bạn.

Ngay lúc vào truyện, hình bóng của Biệt Ly đã xuất hiện thấp thoáng. Và cả âm thanh nữa. Cái đĩa hát "ngày xửa ngày xưa" về nàng công chúa Huyền Trân, như đã được đề cập ở phần trên, nghe vang dội như khúc nhạc dạo đầu cho bản trường ca Biệt Ly sắp diễn ra:

Dũng đã thoáng nhận thấy vẻ nghi ngại trên nét mặt của cụ chánh, nên vội đùa với Loan:

- Có mỗi việc quay cái máy hát cho anh em nghe mà các

anh ấy bàn mãi chưa biết cử ai.

Loan vui mừng:

- Phải đấy. Cử tôi cho.

Cận nói:

- Nhưng chỉ có một cái đĩa.

Loan nói:

- Chắc lại vẫn cái đĩa Nam Bằng ngày xửa ngày xưa chứ gì?

Nàng vừa quay máy vừa hát khe khẽ:

- Nước non ngàn dặm ra đi ...

Một lúc tiếng hát nổi lên; trừ Dũng ra, còn người nào cũng chú ý lắng nghe .

Loan nói:

- Em thích cái đĩa hát này lạ.

...

Dũng ngâm theo đĩa hát:

-Thấy chim hồng nhạn ... bay đi.

Loan không nói gì, vin một cành khế đầy hoa hồng và lấm tấm những quả khế xanh non, ngước mắt nhìn ra vẻ tìm xem có quả nào to ăn được chưa. Mùi hoa khế đưa thoảng qua thơm nhẹ quá nên Dũng tưởng như không phải là hương thơm của một thứ hoa nữa. Đó là thứ hương lạ để đánh dấu một khoảng thời khắc qua trong đời: Dũng thấy trước rằng độ mười năm sau, thứ hương đó sẽ gợi chàng nhớ đến bây giờ, nhớ đến phút chàng đương đứng với Loan ở đây. Cái phút không có gì lạ ấy, chàng thấy nó sẽ ghi mãi ở trong lòng chàng cũng như hoa khế hết mùa này sang mùa khác thơm mãi trong vườn cũ.

Cho nên khi chưa xa nhau, Dũng rất mong có những giây phút sống cạnh Loan, Loan mà Dũng xem như là nàng tiên đến với chàng trong chốc lát rồi đi:

Trong đời chàng, chàng ước ao có nhiều lúc như lúc này, đương mong Loan lại được Loan đến với chàng, đến như một nàng tiên ở nơi xa xăm về an ủi chàng trong chốc lát rồi lại bay đi ...

Dũng vào ngồi bên cạnh Loan. Bà hàng mở vung múc nước chè, một làn hơi nóng thoảng qua mặt Dũng. Dũng không nghĩ đến Thái nữa, những người bạn ngồi quanh chàng, người nào lúc đó nét mặt cũng lộ vẻ bình tĩnh. Dũng có cảm giác êm ả lạ lùng và cái quán hàng trong đó có Loan ngồi chàng tưởng như một chốn ấm áp để chàng được cách biệt hẳn cuộc đời mà chàng thấy nhiều phiền muộn, buồn bã như buổi chiều mờ sương thu ngoài kia.

Đôi bạn từng sống gần nhau từ thuở nhỏ, cho nên kỷ niệm êm đềm của thời thơ ấu thường xuyên trở lại trong trí nhớ của hai người:

Dũng nhìn lên mặt trăng cao mà tròn khuất sau lá cây. Ở thành phố nên Dũng thấy mặt trăng có vẻ buồn bã hình như đương nhớ những quãng rộng rãi ở các vùng quê xa xôi, nhớ những con đường vắng gió thổi cát bay lên trắng mờ mờ như làn sương, nhớ những con đom đóm bay qua ao bèo, lúc tắt lúc sáng như những ngôi sao lạc biết thổn thức ... Chàng dịu dàng nói với Loan:

-Thế mà mới độ nào, cô còn nhớ không, những đêm trăng sáng chúng mình còn ngồi ở sân đợi có đom đóm bay qua rồi đứng lên reo đom đóm xuống đây ăn cơm với cá.

Loan nói:

- Hình như nó biết chúng mình đánh lừa hay sao nên nó lại bay cao. Lạ thật, đến khi lớn lên thì mình không biết là có đom đóm nữa.

Tình yêu trai gái nồng nàn, và thèm muốn nhục dục cũng có khi xẩy đến với Dũng. Tuổi trẻ mà. Nhưng Dũng cố kiềm chế. Sự ức chế càng khiến cho tình yêu ấy thêm tha thiết, ray rứt, mãnh liệt:

Ánh trăng đương mờ bỗng sáng hẳn lên. Gió đưa tà áo Loan khẽ chạm vào tay khiến Dũng sực nghĩ mình đi sát gần bên Loan quá. Chàng nhớ đến hôm lễ thọ và cái mơ ước được đi chơi với Loan trong vườn cỏ thơm, gió đưa tà áo nàng phơ phất chạm vào tay êm như một cánh bướm ... Dũng không dám quay mặt nhìn Loan; chàng chỉ thấy bên chàng có một bóng trắng hoạt động nhẹ và thơm, lúc sáng hẳn lên dưới ánh trăng, lúc mờ đi trong bóng cây lưa thưa. Dũng nghe rõ tiếng chân bước của Loan nhịp nhàng xen với tiếng chân chàng bước. Quả tim chàng đập mạnh ... Chàng trông thấy trước mặt bàn tay hơi run run của Loan, hôm nào, cời những quả đậu non trong rá, chàng nhớ đến cái cảm tưởng ngây ngất được thấy đôi môi Loan mềm và thơm như hai cánh hoa hồng, bao nhiêu thèm muốn ngấm ngầm bấy lâu trong một phút rạo rực nổi dậy. Bốn bàn chân vẫn bước đều đều ... Chàng nghĩ nếu lúc đó ngừng lại; chàng sẽ đưa cánh tay đỡ lấy Loan và miệng chàng sẽ nói câu mà chàng vẫn thầm nhủ với Loan đã bao lần trong giấc mơ:

- Anh sẽ yêu em trọn đời.

Phong cảnh bến đò nơi "*Loan* đã nhiều lần đi qua" chắc hẳn là hình ảnh yêu dấu đã nằm sâu trong lòng Dũng. Vâng, *Loan đã nhiều lần đi qua đó*, câu nói thật kín đáo và đầy âu yếm. Chẳng khác gì trong ca dao: *"Thương ai thương cả đường đi ..."* Nhưng, như Dũng đã trả lời bạn, cảnh bến đò cũng là hình ảnh của biệt ly:

Dũng nhìn ra phong cảnh bến đò nơi mà Loan đã nhiều lần đi qua. Chàng định khi về sẽ mua ít bánh gai biếu bà Hai.

- Chắc Loan vui lòng lắm.

Tiếng hát sẩm và tiếng nhị trên mặt sông vẳng đến tai Dũng. Trúc chạy ra, tay cầm chiếc bánh gai bóc dở. Chàng cắn một miếng to, gật đầu khen:

- Ngon lạ ... Phải mua chục chiếc làm quà cho anh Thái ... Cảnh bến đò bao giờ cũng buồn, không hiểu tại sao?

Dũng đáp:

- Có lẽ nó gợi ý nghĩ đến sự biệt ly.

Biệt ly đối với Dũng đã biến thành nghiệp dĩ. Yêu mến cuộc sống bên cạnh Loan nơi quê hương, tuy nhiên,

“ Phải đi! Phải đi!” Hai tiếng đó là hai nốt nhạc buồn được lặp đi lặp lại nhiều lần trong một bản nhạc sầu muộn kéo dài. Không nói ra cho Loan biết quyết định ra đi, nhưng thái độ của Dũng đã vô tình tố cáo. Những câu, *“Có lẽ phải xa nhau rồi mới gần được”*, *“Có buồn đi xa rồi mới có mừng được về, gần nhau mãi không biết rằng những lúc ở gần là quý”* thật ra Dũng nói để tự đánh lừa, tự trấn an, hơn là nói cho Loan nghe:

Dũng nói:

- Bây giờ nghĩ đến nhà quê thật là xa lắc. Giá cứ thế này đi không về nữa thì hay đến đâu.

- Sao lúc nào em cũng thấy anh nói đến đi.

Dũng mỉm cười:

- Ở nhà tôi có nói đến đi bao giờ đâu?

Loan nói:

- Anh không nói đến đi, nhưng trông nét mặt anh lúc nào em cũng thấy anh khó chịu, hình như chỉ có đi là thoát.

- Sao cô lại tưởng thế?

...

Ngẫm nghĩ một lúc rồi Dũng nói tiếp:

- Có lẽ phải xa nhau rồi mới gần được.

...

Nàng chép miệng nói tiếp theo, mắt vẫn nhìn Dũng:

- Đi bao giờ cũng buồn. Nhưng người đi không buồn lắm, buồn nhất là người ở nhà.

Dũng hiểu ý Loan, chàng nói:

- Nhưng ở đời tránh thế nào được những sự biệt ly. Có buồn đi xa rồi mới có mừng được về, gần nhau mãi không biết rằng những lúc ở gần là quý ...

Loan tiếp theo:

- Miễn là đừng đi xa mãi mãi cả đời.

Có khi mềm lòng, ai mà chẳng có lúc như thế, nghĩ đến cuộc sống êm đềm cạnh Loan, rồi liên tưởng đến những người bạn cùng chí hướng đã ra đi vĩnh viễn -- tận cùng của biệt ly -- Dũng không khỏi hình dung đến cái kết thúc của chính cuộc đời mình. Khi ấy, bên mộ chàng, hình ảnh nàng sẽ xuất hiển, *tà áo trắng của nàng phấp phới trước gió*. Khiến chàng đau đớn hay đó là một niềm an ủi? Đấy chỉ là sản phẩm của lãng mạn mà thôi, hay còn mang ngụ ý nào khác? Chẳng hạn đấy là số kiếp không tránh khỏi được của người làm cách mạng.

Chàng thốt nghĩ đến Loan và tự nhiên nhớ đến một hôm, đã lâu lắm, nhìn Loan mặc áo trắng đi qua vườn trong ánh nắng thu, lần đầu chàng cảm thấy cái vui thấy mình sống. Chàng không dám nghĩ đến một đời ở xa Loan, nay đây mai đó như Tạo, rồi một ngày kia cũng như Tạo chết một nơi xa lạ nào, nằm trong áo quan tối, trong khi Loan đứng bên mồ, dưới ánh nắng, tà áo trắng của nàng phấp phới trước gió.

Trúc ngửng nhìn Trúc và lấy làm ngạc nhiên thấy Dũng

mắt có ngấn lệ.

Tuy nhiên, Dũng không hề cho Loan biết quyết định ra đi. Tại sao? Dũng vẫn đang còn phân vân giữa ra đi và ở lại? Hay chưa muốn "bạch hóa" một quyết định vô cùng quan trọng đối với đời của mình? Càng quan trọng, càng khó giải bày rạch ròi cho Loan hiểu và thông cảm. Hay Dũng vẫn có thói quen bỏ lửng câu chuyện khó nói ra? Nói ra sợ Loan buồn? Nhưng Loan, với linh tính bén nhạy của phái nữ , nhất là khi đang yêu, đã đoán già đoán non:

Đột nhiên Loan hỏi Dũng:

- Anh định sắp đi đâu?

Cả hai người cùng ngửng lên một lúc. Dũng ngạc nhiên vì câu hỏi bất ngờ, nhìn Loan dò xét. Loan cúi xuống tìm nhặt những bông hoa cỏ may vướng trên vạt áo; nàng nói tiếp:

- Hình như anh sắp đi đâu xa, xa lắm.

Nàng vẫn cúi người, nghiêng đầu nhìn Dũng. Dũng nói:

- Có lẽ. Nhưng ... sao cô biết.

Loan mỉm cười:

- Thế ra thật à?

Dũng cũng cười:

- Thế ra cô bắt nọn tôi?

Loan nói trạnh ra ý khác ...

Tuổi trẻ và ái tình vẫn gắn liền với đam mê, lãng mạn. Ngay cả khi nếu chẳng may phải từ giã cõi đời, Dũng vẫn mong có người yêu đến bên mồ như đã được nói đến ở đoạn trên. Sống thì dù phiêu bạt tới phương trời nào Dũng cũng không thể nào quên được người yêu ở quê xa. Càng tốt nếu lỡ bước ngủ trong quán trọ nằm nghe mưa rơi để tha hồ thương nhớ. Tình yêu của Dũng quả thật bền vững và sâu xa, và Loan đã từ lâu nằm sâu trong trái tim của Dũng. :

Dũng khẽ nói với Loan:

--Mưa thế này thì cô về sao được?

Dũng lấy làm lạ rằng khi hỏi câu hỏi rất thường, giọng chàng đổi khác hẳn đi. Loan áp hai bàn tay vào má, hai ngón tay út khẽ đập trên thái dương, thẫn thờ nói:

--Thì cứ ngồi đây suốt đêm.

Một lúc sau, nàng mỉm cười tiếp theo:

--Ngồi nghe mưa rơi.

Tiếng nói của Loan nghe trong căn phòng ấm áp, thốt nhiên gợi Dũng nghĩ đến cảnh một người phiêu lưu ngủ trọ trong quán hàng nước ở một bến đò xa vắng, đêm khuya lạnh, sực thức dậy nghe tiếng mưa rơi trên sông và nhớ tới người yêu ở quê cũ.

Vì vậy Dũng không thể nào sống trong hồn nhiên, yên vui, như những người anh em ruột thịt hay những ai quen biết quanh mình. Lo nghĩ, băn khoăn, sầu muộn luôn luôn đeo đẳng:

Tay nàng lùa vào trong giàn đậu nhanh nhẹn như con chim non tìm mồi nhưng qua lá cây Dũng thấy hai con mắt nàng đương long lanh nhìn chàng dò xét. Loan hạ thấp giọng để bà Hai nghe không rõ, bảo Dũng:

--Lúc nào em cũng thấy anh buồn.

Rồi nàng vờ như không để ý đến câu nói của mình, kiễng chân với một cành cao, vui vẻ nói:

--Cành này vô số là quả nhưng cao quá anh Dũng ạ.

Dũng hiểu, nói:

--Ý cô muốn tôi giúp cô.

Người làm cách mạng sẵn sàng chấp nhận tù đày và cái chết. Trong một xã hội bế tắc, khốn quẫn như xã hội ta thời nô lệ Pháp, chết là thoát ly, là biệt ly vĩnh viễn. Một số bạn của Dũng đã chết, nghĩa là đã được thoát ly, Dũng từng nghĩ như thế. Hơn nữa, Dũng còn cảm thấy như chính mình được thoát ly, nghĩa là mình cũng chết theo, hay chí ít nơm nớp đợi đến lượt mình từ giã cõi đời. Không phải chỉ biệt ly, mà biệt ly tang tóc, vĩnh biệt:

Đính nói:

--Cái anh Thái ấy hình như bắn xoàng. Bắn ông phủ hai phát không trúng, bắn mình một phát lại trúng ngay...

Dũng đứng lên, bước vội ra sân. Chàng lấy làm lạ rằng

mình chỉ bàng hoàng ngây ngất như người mới nhận một tin đột ngột quá, chứ không thấy đau khổ, không thấy thương xót người bạn mới khuất. Sau một hồi khích động mãnh liệt, Dũng thấy dần dần thấm vào trong lòng một nỗi êm ả xưa nay chưa từng thấy. Chàng có cái cảm tưởng rằng mình sắp thoát một nơi u ám, nặng nề và một sự gì mới mẻ sắp nẩy nở ra trong tâm hồn. Cái chết của Thái đối với Dũng chỉ là một sự thoát ly nhưng Dũng thấy rằng người được thoát ly là chàng chứ không phải Thái. Nhiều ý nghĩ trái ngược hỗn độn hiện ra một lúc khiến Dũng không biết rõ hẳn lòng mình ra sao: chàng cũng không muốn nhân cái chết của một người bạn để suy nghĩ về mình và tìm tòi cho mình...

Các bạn chàng đối với nhau chỉ có mỗi một dây liên lạc chung là tình bạn hữu, còn ngoài ra mỗi người đi theo một ngả đường, sống theo một cảnh đời riêng, yếu ớt, rời rạc. Thỉnh thoảng lại nghe tin một người trong bọn chết đi hay bị tù tội, rồi ai nấy, trước số mệnh, chỉ việc cúi đầu, yên lặng, nơm nớp đợi đến lượt mình.

Tuy vậy, trải qua nhiều quãng thời gian sống gần gũi bên Loan, Dũng vẫn không chịu thổ lộ tình yêu bằng lời nói hoặc bằng hành động. Tại sao? Phải chăng tại vì Dũng biết trước rằng tình yêu đó sẽ không đi đến đâu, vì chàng phải xa nàng, không có ngày về, nên không muốn tạo nên những ràng buộc làm khổ nàng về sau? Hay cũng có thể theo kiểu cổ điển phương Đông, không để tình yêu xác thịt chen vào khi chưa là vợ chồng? Hay Dũng muốn người yêu của mình luôn luôn đẹp như đoá hoa hàm tiếu đang ngậm sương, hay như một chiếc bình quý giá đừng làm cho nó bị rạn nứt, hay như một mối tình lý tưởng, phải gìn giữ nó cho được luôn luôn nguyên vẹn, tươi thắm, để nâng niu, để tôn thờ. Dù gì đi nữa, Dũng vẫn tỏ ra là một con người khá lạ lùng.

Cuối cùng, do một tình cờ, đôi bạn lặng lẽ bày tỏ tình yêu cho nhau biết. Không bằng lời nói hay một cử chỉ nào khác, mà bằng cặp mắt – *hai người yên lặng nhìn nhau*:

Dũng vòng hai tay ra phía sau làm gối ngửa mặt nhìn lên. Ánh nắng trên lá thông lóe ra thành những ngôi sao; tiếng thông reo nghe như tiếng vọng xa, đều đều không ngớt; Dũng có cái cảm tưởng rằng cái tiếng ấy đã có từ đời kiếp nào rồi nhưng đến nay còn vương lại âm thầm trong lá thông.

Không nghe tiếng Loan và Thảo nói chuyện nữa, Dũng nghiêng mặt về phía hai người. Chàng thấp thoáng thấy hai con mắt đen của Loan. Thấy Dũng bắt gặp mình đang nhìn trộm, Loan vội nhắm mắt lại làm như ngủ; song biết là Dũng đã trông thấy rồi, nàng lại vôi mở mắt ra, rồi qua những ngọn lá cỏ rung động trước gió, hai người yên lặng nhìn nhau.

Loan chắc Dũng có ý nghĩ gì đổi khác hẳn trước nên mới nhìn nàng như nhìn một tình nhân mà không tỏ ý ngượng; Loan sinh liều, âu yếm nhìn lại Dũng. Giây phút thần tiên của đôi bạn vẫn yêu nhau từ lâu nhưng lần đầu dám lặng lẽ tỏ ra cho nhau biết.

Khi vừa vượt qua khỏi biên giới đến được vùng an toàn là đất Tàu, khi mọi cạm bẫy, hiểm nghèo không còn là mối bận tâm nữa, khi những lo âu không còn dấy động, khi lòng lắng xuống, bình thản, thì hồi ức trổi dậy. Lần này càng tha thiết. Dũng nghĩ ngay đến *"người của quê hương cũ, người của tuổi thơ"*, và tưởng nhớ "*cái vui sướng đầu tiên khi biết mình yêu Loan*", thế mà bây giờ đã *"Cách nhau ngàn vạn dặm"*:

Dũng thốt nhiên thấy quả tim đập mạnh: chàng nghĩ đến cái vui sướng một ngày kia, một ngày xa xôi lắm và không chắc còn có không, lại được gặp mặt lại Loan, người của quê hương cũ, người của tuổi thơ mà chàng biết không bao giờ có thể quên. Dũng nhớ lại cái vui sướng đầu tiên khi biết mình yêu Loan bốn năm trước đây. Một buổi sáng đi chơi về nhìn qua vườn, chàng thấy sân bên kia có tấm lụa trắng còn mới nguyên phơi trên dây thép, gió đưa bay tha thướt trong nắng. Chàng lấy làm lạ nhìn tấm áo một lúc lâu rồi sực nghĩ ra:

"Loan ở tỉnh đã nghỉ học về."

Tìm ra được điều ấy, chàng lấy làm ngạc nhiên sao mình có thể vui sướng đến như thế, chàng đứng lặng người đi ít lâu và từ lúc đó chàng biết rằng trong đời chàng đã có một người yêu.

Kể từ giây phút đặt chân lên trên một đất nước xa lạ ngoài quê hương của mình, cuộc sống của Dũng rẽ qua một bước ngoặt mới. Chưa biết sẽ làm gì, đi về đâu, mọi hoạt động đều chứa đầy phiêu lưu, hiểm nghèo. Mà cũng đầy thương tiếc, nhớ nhung. Dũng muốn trốn thoát, thoát khỏi những gì, Trúc, người bạn thân của Dũng, đã đoán biết. Vâng, nói như Trúc, trốn thoát chưa đủ, còn phải thoát khỏi những ràng buộc cũ:

Dũng và Trúc không bảo nhau, cùng đi rẽ sang con đường leo lên đỉnh đồi. Tới một khoảng rộng hai anh em ngừng lại nhìn bốn phía. Trúc giơ tay bảo Dũng:

- Mai chúng mình đi về phía kia.

Dũng nói:

- Sao anh biết là phía ấy?

- Đoán thế, vì phía ấy nhiều núi, có vẻ nguy hiểm tợn.

Những quả núi đá màu lam thẩm, chen nhau hỗn độn ở chân trời hình như không bao giờ hết.

Trúc nói tiếp:

- Rồi chúng ta cứ đi, đi mãi không quay đầu nhìn lại phía sau.

...

Dũng cau mày lấy ngón tay đập mạnh điếu thuốc lá cho rơi tàn và nói:

- Miễn là thoát được.

Trúc đoán được những ý nghĩ của Dũng ngụ trong câu nói vắn tắt. Trốn đi thoát không đủ, còn phải thoát được hết những dây ràng buộc mình với đời cũ.

*

Hãy trở lại với dòng đầu tiên rất ngắn của cuốn sách.

Chỉ bốn chữ. Và kết thúc là một câu khá dài buồn mênh mang.

Đôi Bạn bắt đầu bằng bốn chữ:

Trời muốn trở rét.

Bốn tiếng ngắn ngủi, Trúc, người bạn thân nhất của Dũng, nói một mình -- mình nói mình nghe -- như vô tình buột miệng khi thấy một mùa đang về. Mùa thu. Nhưng đúng ra những tiếng tưởng là vô tình ấy quả đã báo trước những gì sắp xẩy ra trên con đường dài của cuộc đời lạnh lùng, rét mướt, quạnh quẽ, của bạn mình. Thông thường những tác phẩm lớn bắt đầu bằng câu đầu tiên như muốn nói gần hết ý nghĩa của những gì sẽ xẩy ra trong suốt chiều dài của cuốn truyện. Vài dẫn chứng: Truyện Kiều của Nguyễn Du, "*Trăm năm trong cõi người ta/ Chữ tài chữ mệnh khéo là ghét nhau*"; Anna Karenina của Leo Tolstoy, "*Tất cả những gia đinh hạnh phúc đều giống nhau; mỗi gia đình bất hạnh thì bất hạnh theo cái lối của mình*" (All happy families are alike; each unhappy family is unhappy in its own way). Cung Oán Ngâm Khúc[3], Chinh Phụ Ngâm[4] cũng thế.

Trời muốn trở rét. Chữ thứ nhất âm bằng, nối tiếp bằng ba chữ âm trắc, vang lên réo rắt, nghe như tiếng chim báo bão cho những năm tháng sắp tới cô liêu, kéo

---

3 *Trải vách quế gió vàng hiu hắt*
Mảnh vũ y lạnh ngắt như đồng

4 *Thuở trời đất nổi cơn gió bụi*
Khách má hồng nhiều nỗi truân chuyên

dài thành một xâu chuỗi nối tiếp nhau mãi bằng những mảnh vỡ của chia lìa, của biệt ly, của mùa thu, của băn khoăn, của hoang mang. Để kết thúc bằng một điệu buồn miên man bất tận như một nỗi nhớ xa xôi không bao giờ dứt, trong câu cuối cùng của Đôi Bạn:

Trước mặt hai người, về phía bên kia cánh đồng, ánh đèn nhà ai mới thắp, yếu ớt trong sương, trông như một nỗi nhớ xa xôi đương mờ dần ...

Trên đây chỉ là những trích dẫn thiếu sót, không thể diễn tả đầy đủ mọi điều tác giả muốn nói trong một tác phẩm gần 200 trang giấy mà hầu như trang nào cũng chứa đựng không ít thì nhiều những khía cạnh khác nhau của Biệt Ly.

Nếu Kiều trong Đoạn Trường Tân Thanh[5] của Nguyễn Du là hiện thân của đau khổ, nước mắt, bẽ bàng[6], kể cả khi Kiều được tái ngộ với người tình cũ, thì

5 Từ một tiểu thuyết của Tàu, *Kim Vân Kiều truyện* của Thanh Tâm Tài Nhân, một tác phẩm bằng **văn xuôi** không có có giá trị đáng kể, Nguyễn Du đã viết lại thành một **áng thơ** tuyệt tác đầy sáng tạo, thấm đẫm tâm hồn dân tộc, và, theo Đào Duy Anh, đã *phát triển, hoàn chỉnh và thống nhất hai thành phần quan trọng của Ngôn ngữ Văn học Việt Nam, yếu tố Văn học Dân gian và yếu tố văn học chữ Hán để tạo nên một ngôn ngữ Văn học mới dồi dào, uyển chuyển* (Từ Điển Truyện Kiều. Đào Duy Anh. Nhà Xuất Bản Giáo Dục Việt Nam. 2009). Áng thơ tuyệt tác đó có nhan đề mới, Đoạn Trường Tân Thanh (Tiếng Mới Đứt Ruột). Thế nhưng theo thói quen, hay muốn được ngắn gọn, hậu thế dùng nhan đề *Truyện Thúy Kiều*, hay *Truyện Kiều*. Có lẽ nên trở lại với nhan đề nguyên thuỷ của chính tác giả Nguyễn Du.

6 Kiều trong những bước chìm nổi lưu lạc, thường nhớ đến cha mẹ,

Dũng trong Đôi Bạn của Nhất Linh là sứ giả của Biệt Ly, Tang Tóc, Băn Khoăn, Sầu Muộn. Mặt khác, chất thơ, chất nhạc, bàng bạc khắp nơi, và xuyên suốt câu chuyện có không ít những đoạn rất đẹp mô tả mối tình im lặng, kín đáo, ngập ngừng, e ấp. Và Dũng, nhân vật chính của Đôi Bạn, dù có khi đã tỏ ra là một con người kỳ dị, có phần khó hiểu, có phần phi lý, có phần lãng mạn, vẫn không thiếu phần quyến rũ.

---

hai em, người yêu cũ, và cố hương. Do đó luôn luôn mơ tưởng đến ngày về, và "khi về". Khi còn sa chân lỡ bước trong chốn thanh lâu, có lúc nghĩ đến cảnh ngộ người yêu cũ trở lại vườn Thúy mà không gặp được mình, Kiều cảm thấy bẽ bàng và hình dung nỗi đau đớn của Kim Trọng (*Khi về hỏi Liễu Chương Đài/Cành xuân đã bẻ cho người chuyên tay*). Cuối cùng, ngay cả "khi về" tái ngộ với Kim Trọng, theo tôi, Kiều lại càng bẽ bàng hơn. Thử tưởng tượng một nàng Kiều xinh đẹp mới trên 30 tuổi (*Hoa tàn mà lại thêm tươi/Trăng tàn mà lại hơn mười rằm xưa*) phải kéo lê cuộc đời còn lại bên lề gia đình êm ấm của em gái với người yêu cũ của mình. Có lẽ Kiều sẽ trở lại với tấm áo cà sa.

NGÀY XUÂN ĐỌC THƠ

Tôi thích thơ.

Khi nói thích, cái thích rất chủ quan, nhất là trong lãnh vực thơ. Trong một bài viết ngắn, không thể nào kể ra cho hết những bài thơ ưa thích. Và có thể một số bài được ưa thích hơn lại bị bỏ quên. Ngoài ra có nhà thơ được đề cập nhiều hơn nhà thơ khác, nhưng tất nhiên không thể dựa vào sự "nhiều ít" đó để bảo rằng ai được ưa thích hơn ai, hoặc ai có giá trị hơn ai. Bài viết này chỉ mong nêu lên một phần nào cái hay, cái đẹp của những vần thơ được trích dẫn.

Thơ, thật ra, xuất hiện bàng bạc khắp nơi. Trên màn sương, trong ráng chiều, trên ánh mắt, trong nụ cười, trong lời nói, trên chữ viết ... Ở đây ta thử tìm thơ trong hò ru em, trong ca dao, và trong những bài thơ cũ, mới.

Hò ru em nghe từ thuở nhỏ, lớn lên tình cờ nghe lại, vẫn thấy bồi hồi. Đây là "Chị ru em":

Hai tay cầm bốn tao nôi
Tao thẳng tao dùi tao nhớ tao thương

Hay:

Hai tay cầm bốn tao nôi
Em nín chị ngồi em khóc chị đưa
Em ngủ thì chị thêu thùa
Mẹ cha lặn lội nắng mưa dãi dầu

Và đây, "Bà ru cháu":

Cái ngủ mày ngủ cho sâu
Mẹ mày đi cấy ruộng sâu chưa về
...
Cái ngủ mày ngủ cho say
Mẹ mày vất vả chân tay ngoài đồng

Dân quê không chỉ sinh sống với đồng ruộng, với sông nước nữa chứ. Một cảnh tượng thật sinh động: một con đò nhỏ có tay chống tay chèo đang đi ngược dòng một con hói hay con sông nước chảy siết:

Ru hời ru hởi là ru
Bên cạn thì chống bên su (sâu) thì chèo
Bên cạn thì chống cheo leo
Bên su thì chèo hò hụi hò khoan

Đến ca dao, thì rất phong phú, hồn thơ lai láng, mênh mang. Chỉ xin nêu lên một ít dẫn chứng.

Đời sống dân quê, tình cảm dân quê, được diễn tả trong những vần thơ êm đềm, mộc mạc.

Một người đi xa lâu ngày trở lại quê hương:

Ngày đi trúc chửa ra măng
Ngày về trúc đã cao bằng ngọn tre
Ngày đi lúa chửa chia vè
Ngày về lúa đã đỏ hoe đầy đồng
Ngày đi em chửa có chồng
Ngày về em đã tay bồng tay mang

Một người rời khỏi quê hương, thương nhớ:

Anh đi anh nhớ quê nhà
Nhớ canh rau muống nhớ cà ngâm tương
Nhớ ai dãi nắng dầm sương
Nhớ ai tát nước bên đường hôm nao

Người vợ theo chồng không quản đói khổ, gian nan:

Đi mô cho thiếp theo cùng
Đói no thiếp chịu lạnh lùng thiếp cam
...
Lên non thiếp cũng lên theo
Xuống thuyền thiếp cũng cheo leo mạn thuyền

Lại muốn đi lính đỡ chồng:

Lính vua lính chúa lính làng
Nhà vua bắt lính cho chàng phải ra
Giá vua bắt lính đàn bà
Để thiếp đi đỡ chàng và bốn năm

Thuở ấy, một cô gái quê tương tư. Chưa được phép cha mẹ mà đã yêu đương là trái luân thường đạo lý. Thì phải thầm yêu trộm nhớ. Một mình giọt ngắn giọt dài trong đêm khuya với chiếc khăn. Và "đổ hô" (vu oan) khăn thương nhớ chứ cô gái quê đâu dám tương tư:

Khăn thương nhớ ai khăn rơi xuống đất
Khăn thương nhớ ai khăn vắt lên vai
Khăn thương nhớ ai khăn chùi nước mắt ...

Thuở ấy người và loài vật sống quanh nhau, hiểu biết nhau. Như trong chuyện thần tiên, loài vật biết nghe, biết nói tiếng người:

Cái cò cái vạc cái nông
Sao mày giẫm lúa nhà ông hỡi cò
Không không tôi đứng trên bờ
Mẹ con cái vạc đổ ngờ cho tôi
Chẳng tin thì ông đi đôi
Mẹ con nhà nó còn ngồi đây kia

Hơn thế nữa, vật dụng cũng được đối xử như con người. 4 câu ngắn dưới đây có đủ bộ ba là con người, thú vật, và vật dụng, cùng nhau chung sống:

Cám ơn cái cối cái chày
Nửa đêm gà gáy có mày có tao
Cám ơn cái cọc cầu ao
Nửa đêm gà gáy có tao có mày

Tuy nhiên bức tranh quê không phải luôn luôn chỉ gồm những hình ảnh êm đềm. Rải rác đây đó cũng có những màu sắc u ám. Đấy mới là hiện thực.

Chẳng hạn cảnh mẹ chồng nàng dâu:

Mẹ anh nghiệt lắm anh ơi
Biết rằng có được ở đời với nhau
Hay là vào trước ra sau
Cho cực lòng thiếp cho đau lòng chàng

Chẳng hạn cảnh mẹ góa con côi. Người mẹ muốn đi một bước nữa, đứa con cay đắng chịu đựng:

Dượng chưa qua mần gà chi mạ
Dượng qua rồi bắc trạ lên hon
Miếng mô ngon ngon để dành cho dượng
Miếng mô sượng sượng mạ con mình ăn

Chẳng hạn người mẹ bị sa cơ thất thế vẫn cố gắng bảo toàn cho con cái khỏi bị vạ lây:

Con cò mà đi ăn đêm
Đậu phải cành mềm lộn cổ xuống ao
Ông ơi ông vớt tôi nao
Tôi có lòng nào ông hãy xáo măng
Có xáo thì xáo nước trong
Đừng xáo nước đục đau lòng cò con

Trước khi bước vào lãnh vực Thơ Mới, một cuộc cách mạng thi ca, xin đọc lại vài bài thơ cũ theo thể Đường luật.

Vào hè (không rõ tác giả):

Ai xui con cuốc gọi vào hè
Cái nóng nung người nóng nóng ghê
Ngõ trước vườn sau um những cỏ
Vàng phai thắm nhạt ngán cho huê

Đầu cành kiếm bạn oanh xao xác
Trong tối đua bay đóm lập lòe
May được nồm nam cơn gió thổi
Đàn ta ta gảy khúc Nam nghe

Đây là lời than thở vì cái khắc nghiệt của thời tiết mùa hè? Có lẽ không phải chỉ đơn giản có thế. *Cái nóng nung người, vàng phai thắm nhạt, oanh xao xác, đóm lập lòe* ... có tác dụng như hạt tiêu, lát ớt, múi chanh, củ hành, củ tỏi, những gia vị cay chua, nhằm giúp cho món ăn chính thêm phần thơm tho, đậm đà. Món ăn đó là cái thú gảy đàn. Bài thơ chấm dứt bằng một câu thật bất ngờ và sảng khoái:

Đàn ta ta gảy khúc Nam nghe

Bài Đường luật tiếp theo là *Thu Điếu* của Nguyễn Khuyến. Nhan đề dùng từ Hán Việt nhưng toàn bài tổng cộng là 56 từ chỉ 3 từ có gốc chữ Hán – *thu, thuyền, trúc*. Đây là một trường hợp lạ lùng. Một bài thơ cổ theo Đường luật của một vị đại nho lại chứa đầy thứ ngôn ngữ rất "nôm na". Cũng thế, tựa đề là *Thu Điếu* (Mùa thu câu cá) nhưng chuyện câu cá không hề được quan tâm. Trái lại ngư ông ngồi trên chiếc thuyền con mải trầm tư theo *gợn sóng, lá vàng, tầng mây, ngõ trúc, vắng teo* -- phải chăng trầm tư về thân phận "bé tẻo teo" của con người giữa trời đất bao la -- cho đến khi cá đớp động dưới chân bèo như nhắc nhở mới sực nhớ công việc của mình là ngồi câu:

Ao thu lạnh lẽo nước trong veo
Một chiếc thuyền câu bé tẻo teo
Sóng biếc theo làn hơi gợn tí
Lá vàng trước gió khẽ đưa vèo
Từng mây lơ lửng trời xanh ngắt
Ngõ trúc quanh co khách vắng teo
Tựa gối ôm cần lâu chẳng được
Cá đâu đớp động dưới chân bèo

Như đã nói trên, *Thơ Mới* là một cuộc cách mạng thi ca. Trong vòng 10 năm của thập niên 1930, *Thơ Mới* đã bước đi bằng đôi hia bảy dặm trong thần thoại. Nhiều nhà thơ có tài xuất hiện. Dưới đây là sơ lược về một số nhà thơ tiêu biểu.

Hàn Mặc Tử.

Hàn Mặc Tử chánh quán làng Thanh Tân, huyện Phong Điền, Thừa Thiên - Huế, sinh quán tại Quảng Trị lúc thân sinh làm chủ sự sở Thương Chánh ngoài đó. Ông có nhiều bút hiệu. Bút hiệu thường dùng là Lệ Thanh (lấy chữ đầu sinh quán Lệ Mỹ ở Quảng Trị và chữ đầu chánh quán Thanh Tân ở Huế), rồi Hàn Mạc Tử, và cuối cùng đổi thành Hàn Mặc Tử. Đời sống của ông quá ngắn ngủi, chỉ 28 năm (1912 - 1940). Mới 15 tuổi, ông đã làm thơ, 28 tuổi qua đời vì chứng bệnh nan y. Ông lâm bệnh cuối năm 1936, mất vào năm 1940.

Hàn Mặc Tử là một trường hợp hết sức đặc biệt. Khác với phần lớn các nhà thơ trong phong trào *Thơ*

Mới, trong 13 năm sống với thơ, ông không ngừng chuyển biến. Thơ ông, về mặt thể loại, khởi đầu bằng thơ Đường luật, rồi qua thơ mới; về mặt nhận thức, từ lãng mạn qua hiện thực, tượng trưng, và đi đến cả địa hạt siêu thực. Loại nào cũng hay. Vào những năm cuối đời, khi bệnh tình ông đã trầm trọng, ông vẫn không thôi làm thơ, và thơ ông càng đặc sắc.

Bài thơ dưới đây, theo thể thơ Đường, được viết lúc ông 15 tuổi, nhưng đã khá già dặn:

Vội vàng chi lắm

Vội vàng chi lắm nhạn lưng mây
Chầm chậm cho mình giữ mối dây
Về đến Thần Kinh khoan nghỉ đã
Ghé miền Gia Hội tỏ tình ngay
Suốt năm canh mộng hồn mê mỏi
Chỉ một lòng son muốn giãi bày
Này nhạn ta còn quên chút nữa
Con tim non nớt tặng nàng đây

Bài kế tiếp, tất nhiên vẫn bị gò ép trong niêm luật chặt chẽ của thơ Đường, nhưng rất phóng túng với nhiều hình ảnh linh động, chữ nghĩa mạnh bạo, mới mẻ, gợi ý:

Thức khuya

Non sông bốn mặt ngủ mơ màng
Thức chỉ mình ta dạ chẳng an
Bóng nguyệt leo song sờ sẫm gối
Gió thu lọt cửa cọ mài chăn

Khóc giùm thân thế hoa rơi lệ
Buồn giúp công danh dế dạo đàn
Trỗi dậy nôm na vài điệu cũ
Năm canh tâm sự vẫn chưa tàn[1]

Bước qua lãnh vực thơ mới, ông để lại nhiều bài thơ tuyệt hay. Đây thôn Vỹ là một. Thôn Vỹ Dạ ở Huế xưa vốn thơ mộng, nhờ bài thơ của ông lại càng quyến rủ hơn. Chữ nghĩa trong veo, tình ý ngập ngừng, e ấp, êm đềm, tưởng chừng như đó là tiếng nói thỏ thẻ của một tình yêu mới chớm nở:

Đây thôn Vỹ

Sao anh không về chơi thôn Vỹ
Nhìn nắng hàng cau nắng mới lên
Vườn ai mướt quá xanh như ngọc
Lá trúc che ngang mặt chữ điền

Gió theo lối gió mây đường mây
Dòng nước buồn hiu hoa bắp lay
Thuyền ai đậu bến sông trăng đó

---

1 Nhà cách mạng Phan Bội Châu, rất tán thưởng mấy bài Đường luật của Hàn Mặc Tử , đã họa lại bài Thức Khuya:

Chợ lợi trường danh tí chẳng màng
Sao ăn không ngọt ngủ không an
Trăm năm ngán đó tuồng dâu bể
Muôn họ nhờ ai bạn chiếu chăn
Cửa sấm gớm ghê người đánh trống
Tai trâu mệt mỏi khách đưa đàn
Lòng sen đăng đắng tơ sen vướng
Mưa gió bao phen gộc chẳng tàn

Có chở trăng về kịp tối nay

Mơ khách đường xa khách đường xa
Áo em trắng quá nhìn không ra
Ở đây sương khói mờ nhân ảnh
Ai biết tình ai có đậm đà

Bài Tình Quê thì tình ý dâng lên rào rạt, cảm xúc kéo dài liên miên bất tận, trong cảnh trí của quê hương man mác chập chờn kỷ niệm, với lời thơ nhẹ nhàng, đằm thắm mà thiết tha, như tiếng suối reo, tiếng lá rơi, tiếng chim vỗ cánh, "tiếng buồn, tiếng hờn trong sương đục, trong lũy tre".

Tình Quê

Trước sân anh thơ thẩn
Đăm đăm trông nhạn về
Mây chiều còn phiêu bạt
Lang thang trên đồi quê
Gió chiều quên ngừng lại
Dòng nước luôn trôi đi
Ngàn lau không tiếng nói
Lòng anh dường đê mê
Cách nhau ngàn vạn dặm
Nhớ chi đến trăng thề
Dầu ai không mong đợi
Dầu ai không lắng nghe
Tiếng buồn trong sương đục
Tiếng hờn trong lũy tre
Dưới trời thu man mác

Bàng bạc khắp sơn khê
Dầu ai trên bờ liễu
Dầu ai dưới cành lê
Với ngày xanh hờ hững
Cố quên tình phu thê
Trong khi nhìn mây nước
Lòng xuân cũng não nề

Thơ tình của ông khá nhiều mô tả những mối tình ngang trài, dang dở. Ông yêu tha thiết, mãnh liệt, và cũng đau khổ dữ dội không kém. Trong Trường Tương Tư, một bài thơ dài có nhiều câu hay, ông băn khoăn, *"Và uyên ương bởi đâu không đoàn tụ/Và tình yêu sao lại dở dang chi"*. Rồi ông lo lắng, *"Anh rõ trước sẽ có ngày cách biệt/Ngó như gần song vẫn thiệt xa khơi"*. Và đau đớn, *"Một khối tình nức nở giữa âm u/Một hồn đau rã lần theo hương khói"*. Tuy nhiên mối tình đó, tình yêu của đôi lứa nhưng chỉ khiến một mình ông đau khổ cùng cực, chan hòa với tình yêu văn thơ, sẽ sống mãi trong ông, *"Cùng tình em tha thiết như văn thơ/ Ràng rịt mãi cho tới ngày tận thế"*. Những bài thơ gần cuối đời ông thường nhắc đến trăng, sao.

Trường tương tư

Hiểu gì không ý nghĩa của trời thơ
Của hương hoa trong trăng lờn lợt bẩy
Của trời câm muôn vì sao áy náy
Hiểu gì không em hỡi hiểu gì không
Anh ngâm nga để mở rộng cửa lòng
Cho trăng xuân tràn trề say chơi vơi

Cho nắng hường vấn vương muôn ngàn sợi
Cho em buồn trời đất ứa sương khuya
Để em buồn để em nghiệm cho ra
Cái gì kết lại mới thành tinh tú
Và uyên ương bởi đâu không đoàn tụ
Và tình yêu sao lại dở dang chi
Và vì đâu gió gọi giạt lời đi
Lời đi qua một chiều trong kẽ lá
Một làn hương mới nửa lừng sa ngã
Anh nếm rồi ý vị của làn mơ

Lệ Kiều ơi em còn giữ ý thơ
Trong đôi mắt mùa thu trong leo lẻo
Ở xa xôi lặng nhìn anh khô héo
Bên kia trời hãy chụp cả hồn anh
Hãy van lơn ở dưới chân Bàn Thành
Cho yêu ma muôn năm vùng trở dậy
Náo không gian cho lửa lòng bùng cháy
Và để cho kinh động đến người tiên
Đang say sưa trong thế giới Ảo Huyền
Đang trửng giỡn ở trên sông Ngân Biếc

Anh rõ trước sẽ có ngày cách biệt
Ngó như gần nhưng vẫn thiệt xa khơi
Lau mắt đi đừng cho lệ đầy vơi
Hãy mường tượng một người thơ đang sống
Trong im lìm lẻ loi trong dấy động
Cũng hình như em hỡi động Huyền Không
Mà đêm nghe tiếng khóc ở đáy lòng

Ở trong phổi trong tim trong hồn nữa
Em cố nghĩ ra một chiều vàng úa
Lá trên cành héo hắt gió ngừng ru
"Một khối tình nức nở giữa âm u
Một hồn đau rã lần theo hương khói
Một bài thơ cháy tan trong nắng dọi
Một lời run hồi hộp giữa không trung
Cả niềm yêu ý nhớ cả một vùng
Hóa thành vũng máu đào trong ác lặn"

Đấy là tất cả người anh tiêu tán
Cùng trăng sao bàng bạc xứ Say Mơ
Cùng tình em tha thiết như vần thơ
Ràng rịt mãi cho đến ngày tận thế.

Buồn khi biệt ly là chuyện thường tình. Biệt ly trong Truyện Kiều chẳng hạn gắn liền với cô đơn, *"Vi lô san sát hơi may/Một trời thu để riêng ai một người"*, thì biệt ly của Hàn Mặc Tử là bị ném vào chốn lưu đày, *"Tôi vẫn còn đây hay ở đâu/Ai đem tôi bỏ dưới trời sâu"*. Biệt ly là máu me, là vĩnh biệt, là cái chết. Lời thơ bi thảm:

Những giọt lệ

Trời hỡi bao giờ tôi chết đi
Bao giờ tôi hết được yêu vì
Bao giờ mặt nhật tan thành máu
Và khối lòng tôi cứng tợ si

Họ đã xa rồi khôn níu lại
Lòng thương chưa đã mến chưa bưa

Người đi một nửa hồn tôi mất
Một nửa hồn tôi bỗng dại khờ

Tôi vẫn còn đây hay ở đâu
Ai đem tôi bỏ dưới trời sâu
Sao bông phượng đỏ trong màu huyết
Nhỏ xuống lòng tôi những giọt châu

Vào mấy năm cuối đời, đau đớn vì cơn bệnh, nhưng nghèo quá, không đủ tiền để vào bệnh viện chữa trị, ông đành phải nằm một mình trong chòi tranh rách nát. Cơn đau, do đó, càng khủng khiếp. Đau đớn và nỗi khổ của ông đã được bày tỏ bằng những lời thơ thống thiết chưa từng thấy trong văn học Việt Nam. Nhưng ông vẫn không rời bỏ Nàng Thơ. Sự gắn bó của Hàn Mặc Tử đối với Thơ quả là ngoài sự tưởng tượng của loài người. Những con chữ kinh dị đó không nằm yên trên trang giấy. Nó rung rinh, khua động, quằn quại:

Ta muốn hồn trào ra đầu ngọn bút
Mỗi hồn thơ đều dính não cân ta
Bao nét chữ quay cuồng như máu vọt
Như mê man chết điếng cả làn da

Cứ để ta ngất ngư trong vũng huyết
Trải niềm đau trên mảnh giấy mong manh
Đừng nắm lại nguồn thơ ta đang siết
Cả lòng ta trong mớ chữ rung rinh

(Rướm Máu)

Có khi ông dìm hồn xuống trăng ngăn không cho

hồn bay ra khỏi xác, để được sống thêm giây phút nào chăng? Hồn là gì để có thể bị dìm xuống, và trăng là gì để ngập lên đến ngực của hồn. Trăng là ánh sáng, hay chất lỏng? Có lẽ chất lỏng, một vũng trăng. Tưởng tượng hoang mang, đảo điên, ghê rợn, như trong cơn mộng dữ:

...
Tôi dìm hồn xuống một vũng trăng êm
Cho trăng ngập trăng dồn lên đến ngực
Hai chúng tôi lặng yên trong thổn thức
Rồi bay lên cho tới một hành tinh
Cùng ngã nghiêng lăn lộn giữa muôn hình
Để gào thét một hơi cho rởn ốc
Cả thiên đường trần gian và địa ngục

Hồn là ai là ai tôi không hay
Dẫn hồn đi ròng rã một đêm nay
Hồn mệt lả và tôi thì chết giấc
(Hồn Là Ai)

Cuối cùng niềm tin tôn giáo, ông vốn theo đạo Ky Tô, đã giúp ông tìm thấy mùa xuân như ý. Lời thơ thắm thiết, say sưa, vang dội, trân trọng:

Trí đương no và khí xuân đương khỏe
Nhạc đương say và rượu vẫn còn thơm
Nên muôn cánh thủy tiên chưa dám hé
Trong phút giây trân trọng của linh hồn
...
Cả trời bỗng diêu diêu như báu vỡ
Nên tiếng vang thầm dội đến thâm tâm

Mà ta ngỡ đấng Tiên Tri muôn thuở
Giữa đêm nay còn đứng giảng Phúc Âm
(Nguồn thơm)

Thâm Tâm.

Thâm Tâm làm ít thơ trong đó có một bài kiệt tác, *Tống biệt hành*.

Tống biệt là đề tài muôn thuở của thi nhân từ xưa đến nay. Do đó người làm thơ khó tránh được sự lặp lại. Nhưng đối với nhà thơ có tài thì đấy không phải là trở ngại.

Tống Biệt Hành ra đời vào lúc ách đô hộ Pháp đang đè nặng lên đất nước Việt Nam ta. Những tác phẩm văn chương có xu hướng chống lại cường quyền mà muốn được xuất bản, thì phải làm sao? Phải tìm cách lẫn tránh con mắt theo dõi của mật thám bủa vây khắp nơi bằng cách nói "bóng gió, xa xôi". Người đọc trước kia cũng như bây giờ nên thấu hiểu hoàn cảnh đó.

Chẳng hạn như Thế Lữ trong bài thơ *Giây Phút Chạnh Lòng* (trích đoạn) cảm đề cuốn *Đoạn Tuyệt* của Nhất Linh chỉ nói bâng quơ, *"Đưa tiễn anh ra chốn hải hồ"*:

Non nước đương chờ gót lãng du
Đâu đây vẳng tiếng hát chinh phu
Lòng tôi phơi phới quên thương tiếc
Đưa tiễn anh ra chốn hải hồ

Hay như toàn bài *Tống Biệt Hành* của Thâm Tâm cũng thế.

Nhà thơ quý người bạn sắp lên đường ấy vô cùng, luôn luôn trân trọng gọi bạn là "người". Và cũng yêu bạn không kém, nhớ cả chi tiết nhỏ nhặt lúc chia tay, nhớ bóng chiều và đôi mắt bạn.

Tiễn đưa diễn ra trên một con đường vắng để khỏi bị lộ bí mật vào một buổi chiều *đầy hoàng hôn trong mắt trong*. Trước đó, tác giả đã để ý thấy, "*Người buồn chiều hôm trước, người buồn sáng hôm nay*" trong khi cảnh vật quanh mình vẫn êm đềm, tươi đẹp, "*Bây giờ mùa hạ sen nở nốt/ Trời chưa mưa thu tươi lắm thay*". Tuy thế, chỉ một mình tác giả biết người buồn mà thôi. Những người thân quyến chắc hẳn trách cứ người đã tỏ ra vô tình, dửng dưng, khinh bạc đối với họ. Nhưng ta, tức tác giả, ta biết, và ta chợt cảm thấy lo sợ. Những vướng bận thường tình – nỗi đau của mẹ, dòng lệ của chị, chiếc khăn của em -- biết đâu có thể làm chùn bước người đi.

Cuối cùng người thực.

Bài thơ bày ra nhiều hoàn cảnh đối lập. Tiễn đưa không cần phải qua sông, nhưng lòng người ở lại vẫn dậy sóng; bóng chiều không cần phải u ám, nhưng mắt người ra đi vẫn đầy hoàng hôn. Xúc cảm, nhờ sự đối lập đó, tăng thêm gấp bội. Cũng thế, thiên nhiên càng tươi đẹp càng khiến cho nỗi buồn của người ra đi càng u ám; giã từ người thân trong dửng dưng (cố ý làm ra thế), càng cho thấy nỗi khổ tâm càng lớn lao.

Thế Lữ trong một trich đoạn khác của *Giây Phút Chạnh Lòng* cũng mang tâm trạng đó:

Rồi bỗng ngừng vui cùng lẳng lặng
Nhìn nhau bình thản lúc ra đi
Nhưng trong khoảnh khắc thờ ơ ấy
Thấy cả muôn đời hận biệt ly

Tống Biệt Hành chan chứa buồn đau nhưng không kém phần hùng tráng. Tóm lại, một thiên bi hùng ca rút gọn.

Tống biệt hành

Đưa người ta không đưa sang sông
Sao có tiếng sóng ở trong lòng
Bóng chiều không thắm không vàng vọt
Sao đầy hoàng hôn trong mắt trong

Đưa người ta chỉ đưa người ấy
Một biệt gia đình một dửng dưng
Ly khách ly khách con đường nhỏ
Chí lớn chưa về bàn tay không
Thì không bao giờ nói trở lại
Ba năm mẹ già cũng đừng mong

Ta biết người buồn chiều hôm trước
Bây giờ mùa hạ sen nở nốt
Một chị hai chị cũng như sen
Khuyên đứa em trai dòng lệ sót

Ta biết người buồn sáng hôm nay
Trời chưa mưa thu tươi lắm thay
Em bé ngây thơ đôi mắt biếc
Gói tròn thương nhớ chiếc khăn tay

Người đi ừ nhỉ người đi thực
Mẹ thà coi như chiếc lá bay
Chị thà coi như là hạt bụi
Em thà coi như hơi rượu cay

Đoàn Văn Cừ.

Trong khí hậu Thơ Mới tiền chiến lãng mạn và buồn, có một nhà thơ ngồi riêng biệt một chiếu nơi đó tiếng cười vui nhộn luôn luôn vang dội, đó là Đoàn Văn Cừ. Tiếng cười càng rộn rã khi Tết đến.

Chợ Tết

Dải mây trắng đỏ dần trên đỉnh núi
Sương hồng lam ôm ấp nóc nhà tranh
Trên con đường viền trắng mép đồi xanh
Người các ấp tưng bừng ra chợ Tết
Họ vui vẻ kéo hàng trên cỏ biếc
Những thằng cu áo đỏ chạy lon xon
Vài cụ già chống gậy bước lom khom
Cô yếm thắm che môi cười lặng lẽ
Thằng em bé nép đầu bên yếm mẹ
Hai người thôn gánh lợn chạy đi đầu
Con bò vàng ngộ nghĩnh đuổi theo sau

Sương trắng đổ đầu cành như giọt sữa
Tia nắng tía nháy hoài trong ruộng lúa
Núi uốn mình trong chiếc áo the xanh
Đồi thoa son nằm dưới ánh bình minh

*

Người mua bán ra vào đầy cổng chợ
Con trâu đứng vờ dim hai mắt ngủ
Để lắng nghe người khách nói bô bô
Anh hàng tranh kĩu kịt quảy đôi bồ
Tìm đến chỗ đông người ngồi dở bán
Một thầy khóa gò lưng trên cánh phản
Tay mài nghiên hí hoáy viết thơ xuân
Cụ đồ nho đứng lại vuốt râu cằm
Miệng nhẩm đọc vài hàng câu đối đỏ
Bà cụ lão bán hăng bên miếu cổ
Nước thời gian gội tóc trắng phau phau
Chú hoa man đầu chít chiếc khăn nâu
Ngồi xếp lại đống vàng trên mặt chiếu
Áo cụ lý bị người chen sấn kéo
Khăn trên đầu đương chít cũng tung ra
Lũ trẻ con mải ngắm bức tranh gà
Quên cả chị bên đuòng đang đứng gọi
Mấy cô gái ôm nhau cười rũ rượi
Cạnh anh chàng bán pháo dưới cây đa
Những mẹt cam đỏ choét tựa son pha
Thúng gạo nếp đong đầy như núi tuyết
Con gà trống màu thâm như cục tiết
Một người mua cầm cẳng dốc lên xem

*

Chợ tưng bừng như thế đến gần đêm
Khi chuông tối bên chùa văng vẳng đánh
Trên con đường đi các làng hẻo lánh
Những người quê lũ lượt trở ra về
Ánh dương vàng trên cỏ kéo lê thê
Lá đa rụng tơi bời quanh cổng chợ

Xuân về. Một ngày Tết muôn hồng nghìn tía, thiên hình vạn trạng. Từ thiên nhiên đến loài người, loài vật.

Buổi sáng, buổi trưa: *mây trắng đỏ, sương hồng lam, sương như giọt sữa, đồi thoa son, núi xanh biếc, đường viền trắng mép đồi xanh, tia nắng tía nháy hoài trong ruộng lúa.* Buổi chiều: *ánh dương vàng, lá đa rụng tơi bời, làng hẻo lánh.*

Đó là thiên nhiên.

Thế người và vật? Một cuộc tập họp đủ mọi tầng lớp trong xã hội tại một phiên chợ Tết ở miền quê. Trẻ, già, lớn, bé; nam, phụ, lão, ấu; sĩ, nông, công, thương; đều có mặt. Con gà, con lợn, con bò, con trâu cũng chen chân vào cuộc hoan ca. Và nhiều hình ảnh rất ấn tượng, ngộ nghĩnh. Con trâu vờ ngủ để lắng nghe người ta nói bô bô, khăn áo cụ lý bị tung ra vì lấn kéo v.v ... Cuộc sống vô cùng sinh động diễn ra từ sáng tinh mơ cho đến chiều tà.

Người, vật, thiên nhiên, hòa điệu vào nhau tạo nên một cái Tết ở miền quê tưng bừng.

Một ngòi bút tả chân tỉ mỉ, chu đáo, tinh tế, và chan chứa yêu thương như thế mới có thể phản ảnh được nếp sống nghèo mà vui, mới nói lên được bản sắc dân quê Việt Nam thuộc thế kỷ trước.

Phong trào Thơ Mới, ngoài những nhà thơ vừa nêu trên đây, còn có nhiều khuôn mặt nổi tiếng khác như Xuân Diệu, Huy Cận, Nguyễn Bính, Thế Lữ , Vũ Hoàng Chương, Đinh Hùng, Lưu Trọng Lư, Bích Khê v.v... Một bài viết ngắn không thể nào đề cập đến tất cả, chỉ xin nói đến ba nhà thơ Xuân Diệu, Huy Cận, và Nguyễn Bính.

Xuân Diệu

Xuân Diệu rất mới, và rất "Tây". Mới trong cảm xúc, tha thiết, nồng nàn, rạo rực; Tây trong lối diễn tả, dùng chữ.

Nhà thơ rất sợ thời gian qua mau. Như được diễn tả trong 8 câu thơ dưới đây, niềm vui, nỗi hân hoan, con mắt nhìn, rặng mi dài, lời yêu đương, tà áo mới, mùi gió nước ... của cuộc sống tưng bừng trong hiện tại, đều sẽ bị thời gian chôn vùi vào quá khứ:

Hỡi năm tháng vội đi làm quá khứ
Trở về đây. Và đem trở về đây.
Rượu nơi mắt với khi nhìn ướm thử
Gấm trong lòng và khi đứng chờ ngây

Và nhạc phất dưới chân mừng sánh bước
Và tơ giăng trong lời nhỏ khơi ngòi

Tà áo mới cũng say mùi gió nước
Rặng mi dài xao động ánh dương vui

(Xuân Đầu)

Cho nên nhà thơ hối thúc người yêu, con tim nhỏ của tôi, đừng chờ đợi nữa:

Mau với chứ vội vàng lên với chứ
Em em ơi tình non đã già rồi
Con chim hồng trái tim nhỏ của tôi
Mau với chứ thời gian không đứng đợi

(Giục Giã)

Nỗi ám ảnh của thời gian càng sâu xa hơn trong Vội Vàng, một trong những bài thơ hay nhất của Xuân Diệu. Thoạt nghe, tưởng đây là những ước muốn ngông cuồng của một người mới lớn: tắt nắng, buộc gió. Để làm gì? Để giữ lại màu sắc, hương vị, của tuổi trẻ. Nhưng liệu nhà thơ hay tất cả chúng ta có thể nào làm được việc đó hay không? Dứt khoác là không. Cho nên, phải vội vàng "đốt giai đoạn", chạy đua với thời gian. Mà thời gian thì vô thủy vô chung, trong khi đời sống của con người hữu hạn. Không sớm thì muộn, con người sẽ bị thời gian đánh gục. Và con người trước sau gì cũng phải buộc lòng phải từ bỏ cuộc đời đầy yêu thương này. Đó là bi kịch muôn đời của kiếp nhân sinh. Tất cả những xôn xao, tha thiết, bâng khuâng, tiếc nuối, vội vã, đau đớn đó đều được biểu lộ một cách cụ thể và sinh động trong bài thơ dưới đây.

Vội vàng

Tôi muốn tắt nắng đi
Cho màu đừng nhạt mất
Tôi muốn buộc gió lại
Cho hương đừng bay đi
Của ong bướm này đây tuần tháng mật
Này đây hoa của đồng nội xanh rì
Này đây lá của cành tơ phơ phất
Của yến anh này đây khúc tình si
Và này đây ánh sáng chớp hàng mi
Mỗi sáng sớm thần vui hằng gõ cửa
Tháng giêng ngon như một cặp môi gần
Tôi sung sướng nhưng vội vàng một nửa
Tôi không chờ nắng hạ mới hoài xuân
Xuân đương tới nghĩa là xuân đương qua
Xuân còn non nghĩa là xuân sẽ già
Mà xuân hết nghĩa là tôi cũng mất
Lòng tôi rộng nhưng lượng trời cứ chật
Không cho dài thời trẻ của nhân gian
Nói làm chi rằng xuân vẫn tuần hoàn
Nếu tuổi trẻ chẳng hai lần thắm lại
Còn trời đất nhưng chẳng còn tôi mãi
Nên bâng khuâng tôi tiếc cả đất trời
Mùi tháng năm đều rớm vị chia phôi
Khắp sông núi vẫn than thầm tiễn biệt
Con gió xinh thì thào trong gió biếc
Phải chăng hờn vì nỗi phải bay đi
Chim rộn ràng bỗng dứt tiếng reo thi
Phải chăng sợ độ phai tàn sắp sửa

Chẳng bao giờ ôi chẳng bao giờ nữa
Mau đi thôi màu chưa ngã chiều hom
Ta muốn ôm
Cả sự sống mới bắt đầu mơn mởn
Ta muốn riết mây đưa và gió lượn
Ta muốn say cánh bướm với tình yêu
Ta muốn thâu trong một cái hôn nhiều
Và non nước và cây và cỏ rạng
Cho chuếnh choáng mùi thơm cho đã đầy ánh sáng
Cho no nê thanh sắc của trơi tươi
Hỡi xuân hồng ta muốn cắn vào ngươi

Huy Cận

Nếu thời gian là bi kịch của Xuân Diệu, thì không gian là mối quan tâm chính của Huy Cận. Trong hầu hết thơ Huy Cận, không gian luôn luôn có mặt. Ngay trong bài thơ nổi tiếng nói về chuyện tình của hai người yêu nhau, bài *Ngậm Ngùi,* bên cạnh những lời tình tự đầy yêu thương và buồn rười rượi, không gian cũng góp phần lớn lao trong cách diễn tả nỗi buồn đó:

Nắng chia nửa bãi chiều rồi
Vườn hoang trinh nữ xếp đôi lá rầu
...
Ngủ đi em mộng bình thường
Ru em sẵn tiếng thùy dương mấy bờ
Cây dài bóng xế ngẩn ngơ
Hồn em đã chín mấy mùa thương đau

Tương tự như thế, *Em Về Nhà,* là hình ảnh của người em cô đơn một mình trên chiếc thuyền nhỏ giữa *"ngã ba sông nước bốn bề", "làng xa lặng lẽ"*. Không gian dàn trải mênh mông:

Tới ngã ba sông nước bốn bề
Nửa chiều gà lạ gáy trên đê
Làng xa lặng lẽ sau tre trúc
Bến cũ thuyền em sắp ghé về

Trước cảnh sông dài, trời rộng, cái cồn bỗng như nhỏ lại, *Lơ thơ cồn nhỏ*; ngôi làng bỗng như mất hút chỉ còn văng vẳng lại, *Tiếng vãn chợ chiều*:

Lơ thơ cồn nhỏ gió đìu hiu
Đâu tiếng làng xa vãn chợ chiều
Nắng xuống trời lên sâu chót vót
Sông dài trời rộng bến cô liêu

(Tràng Giang)

Đẹp Xưa càng tràn ngập không gian: *mép núi quanh co, lưng đèo quán dựng, gió hút nẻo vàng, một trời thu rộng, mấy hàng mây nao, nghỉ ngựa non cao, dặm xa lữ thứ, khuất ngựa sau non, buồn lọt quán chiều, buồn theo hút người.*

Đẹp Xưa

Ngập ngừng mép núi quanh co
Lưng đèo quán dựng mưa lò mái ngang
Vi vu gió hút nẻo vàng
Một trời thu rộng mấy hàng mây nao

Dừng cương nghỉ ngựa non cao
Dặm xa lữ thứ kẻ nào héo hon

Đi rồi khuất ngựa sau non
Nhỏ thưa tràng đạc tiếng còn tịch liêu
Trơ vơ buồn lọt quán chiều
Mái nghiêng nghiêng gửi buồn theo hút người

Nguyễn Bính

Trong khi đó, khác với Xuân Diệu và Huy Cận, Nguyễn Bính là hiện thân của nếp sinh hoạt nông thôn, của ngôn ngữ chất phác, mộc mạc của người dân quê. Của những câu nói êm đềm, duyên dáng, man mác, dịu dàng. Nhiều câu thơ nghe chẳng khác gì ca dao:

Sáng trăng sáng cả vườn chè
Một gian nhà nhỏ đi về có nhau
Vì tằm tôi phải chạy dâu
Vì chồng tôi phải qua cầu đắng cay.
Chồng tôi thi đỗ khoa này
Bõ công đèn sách từ ngày lấy tôi
Kẻo không rồi chúng bạn cười
Rằng tôi nhan sắc cho người say sưa
Tôi hằng khuyên sớm khuyên trưa
Anh chưa thi đỗ thì chưa động phòng

(Thời Trước)

Yêu, nhớ, tương tư, là tâm lý thông thường tình của những cặp tình nhân. Nhưng tương tư trong thơ Nguyễn

Bính rất đậm đà hình ảnh của quê hương, chòm xóm láng giềng, đình làng, giàn trầu nhà em và giàn cau nhà anh. Chứ đâu phải chỉ là chuyện riêng tư giữa hai người với nhau như trong những chuyện tình lãng mạn theo chủ nghĩa cá nhân. Anh nhớ em nào khác thôn Đoài nhớ thôn Đông. Hai thôn lại chung một làng, gần gũi nhau lắm, thì lẽ ra hai người có thể gặp nhau dễ dàng hơn chứ. Tại sao lại để sâm thương cách trở. Người đang tương tư bỗng như sực tỉnh: đám cưới phải có trầu cau theo truyền thống lâu đời. Vâng, một ngày nào đó, cau vườn nhà anh sẽ hôn phối cùng trầu nhà em sau bao nhiêu thời gian nhớ nhung xa cách.

Nỗi nhớ của người nam trong chuyện tình này rất sâu xa, tha thiết, đồng thời cũng rất đầy đặn, đôn hậu, khác hẳn cái dằn vặt, ray rứt trong Tương Tư của Hàn Mặc Tử.

Tương Tư

Thôn Đoài ngồi nhớ thôn Đông
Một người chín nhớ mười mong một người
Gió mưa là bệnh của trời
Tương tư là bệnh của tôi yêu nàng
Hai thôn chung lại một làng
Cớ sao bên ấy chẳng sang bên này
Ngày qua ngày lại qua ngày
Lá xanh nhuộm đã thành cây lá vàng
Bảo rằng cách trở đò giang
Không sang là chẳng đường sang đã đành
Nhưng đây cách một đầu đình

Có xa xôi mấy cho tình xa xôi
Tương tư thức mấy đêm rồi
Biết cho ai hỏi ai người biết cho
Bao giờ bến mới gặp đò
Hoa khuê các bướm giang hồ gặp nhau
Nhà em có một giàn trầu
Nhà anh có một giàn cau liên phòng
Thôn Đoài ngồi nhớ thôn Đông
Cau thôn Đoài nhớ trầu không thôn nào

Ngày xuân chuyện trò với thơ, ta không thể không nghĩ đến cái Tết trong thơ Nguyễn Bính. Đây là cái Tết nhẹ nhàng, êm đềm, chứ hông phải là cái Tết náo nhiệt, rộn ràng của Đoàn Văn Cừ.

Năm hết Tết đến, mọi sinh hoạt ở thôn quê đều ngừng lại. Để nghỉ ngơi sau một năm làm việc cực nhọc. Để ăn Tết. Nhà nông thì cho đàn trâu lội ngang sông tắm mát thảnh thơi. Những người sống trên sông nước thì sắp xếp thuyền bè nằm yên nghỉ trên cát mịn. Chỉ cô thợ nhuộm là gian khổ.

Thời đó một số người ở lưu vực sông Hồng rời quê hương tới làm ăn kiếm sống tại những nhà máy dệt tại các thành phố như Nam Định, Thái Bình. Cũng không xa nhà là bao, trên dưới 100 cây số là cùng. Nhưng không phải như bây giờ có đủ xe đò, xe lửa, xe máy, đi đâu cũng dễ dàng. Muốn về quê, cô thợ nhuộm phải đi bộ. Gặp may thì có thể đi thuyền qua vài khúc sông ngắn. Cho nên, dù phải đi bộ cho hết những quãng đường dài trong sương gió đến rám cả má hồng, cô thợ nhuộm vẫn không chùn bước. Như con chim suốt ngày bay khắp nơi kiếm ăn, tối bay về tổ ấm, cô thợ nhuộm suốt năm đi làm ăn xa, Tết đến quay trở về quê hương yêu mến, được sống dăm ba ngày đoàn tụ với bố mẹ già, với đàn em nhỏ.

Không Đề

Có chiếc thuyền nằm trên cát mịn
Có đàn trâu trắng lội ngang sông
Có cô thợ nhuộm về ăn Tết
Sương gió đường xa rám má hồng

Vừa rồi đề cập đến ba tác giả Xuân Diệu, Huy Cận, Nguyễn Bính. Những xu hướng rõ nét của mỗi nhà thơ được nêu lên một cách rất sơ lược. Thật ra, họ là những nhà thơ tài hoa, tâm hồn phức tạp, đa dạng. Thơ của họ còn bao gồm nhiều lãnh vực khác.

Nhìn chung, phong trào *Thơ Mới* đã sản xuất nhiều nhà thơ biệt tài. Và, một cách khái quát, *Thơ Mới là tiếng nói lãng mạn của tình cảm, của nỗi buồn kéo dài lê thê*. Dăm ba nhà thơ trong phong trào *Thơ Mới* sẽ sống lâu với thời gian.

Vào những năm cuối thập niên 1930 và đầu thập niên 1940, Thế Chiến thứ hai bước vào giai đoạn quyết liệt. Đó cũng là thời kỳ "Đại suy thoái" về nhiều mặt trong xã hội. Nhà thơ không thể ở mãi trong tháp ngà. Họ trăn trở, họ vùng vẫy, họ tìm tòi, họ sẵn sàng xông pha trên những con đường chông gai, hiểm trở. Họ muốn già từ những nếp sống cũ, mở rộng tầm mắt nhìn ra thế giới bao la.

Cuối cùng chiến tranh chấm dứt. Thế giới chia ra thành những nước thuộc khối Tự do, Cộng sản, và những nước không nhập vào khối nào, hay là chọn đường lối Trung lập. Nước ta, miền Bắc theo Cộng sản, miền Nam theo Tự do.

Những nhà thơ miền Bắc được chính quyền trả lương [2] làm thơ theo chỉ thị cấp trên. Tài năng, do đó, bị hạn chế. Ở nhiều người, hồn thơ hoàn toàn bị thui chột.

Trong khi đó, chỉ trong vòng trên dưới 20 năm, từ năm 1954 khi đất nước bị chia đôi đến năm 1975 khi Miền Nam thất thủ, thi ca Miền Nam được tự do phát triển. Nhiều nhà thơ tài hoa ra đời. Sau 1975, thi ca Việt Nam ở hải ngoại khá đa dạng. Một số thi sĩ chịu ảnh hưởng của những trường phái Âu, Mỹ như Tân Hình Thức, Cấu Trúc, Hậu Hiện Đại, nhưng chưa đạt được thành tích nào lớn lao

Trong số rất đông thi sĩ nổi tiếng mà ta không thể

2 ... những năm gian khổ nhất của Kháng chiến, tôi được lĩnh lương 48 ki-lô gạo; tuy ít ỏi, 48 ki-lô gạo ấy quý báu hơn tất cả vàng bạc nào; người thi sĩ được chế độ mới coi như một người có ích, chính thức lĩnh lấy trách nhiệm nuôi anh, để anh làm thơ, phục vụ nhân dân ... Mười lăm năm, Đảng đã là một người thầy tài diệu, nắm được các quy luật của tâm trí, không sốt ruột, nâng trình độ của người học trò từ thấp lên cao, theo từng bậc tiến lên của cách mạng, đồng thời Đảng như một người bạn thân ái. (Xuân Diệu và Đời – Xuân Diệu Tự Bạch - NHÀ XUẤT BẢN VĂN HỌC - 1998)

đề cập tới trong một bài viết ngắn, ba nhà thơ tiêu biểu nhất là Thanh Tâm Tuyền, Tô Thùy Yên, và Bùi Giáng.

Thanh Tâm Tuyền

Thanh Tâm Tuyền, thuộc nhóm *Sáng Tạo*, xuất hiện như một chấn động lớn. Trong khá nhiều thơ của Thanh Tâm Tuyền, ta không tìm thấy dấu vết nào của phong trào *Thơ Mới* cách đây gần một thế kỷ, hay nói rộng ra, của tất cả nền thi ca Việt Nam từ xưa cho đến bây giờ. Nói cách khác, những bài thơ ấy đoạn tuyệt với truyền thống, quá khứ. Đoạn tuyệt dứt khoát, không nối tiếp, không thừa kế. Thử lấy toàn bài thơ *Chim* làm ví dụ.

Đêm giao thừa thế kỷ mưa rơi sao
mái sáng đường nằm chiêm bao biển giận dỗi
bàn tay mây mắt trăng môi nhiệt đới
chiến tranh còn những khoảng đất hoang
cửa sổ đập lên cao cánh chim én mùa xuân
ôm vào lòng bãi cỏ vườn hoa bầy sao rụng

ai hỏi anh ngoài hàng dậu
lãng mạn lập thể siêu thực dã thú đa đa
tôi mở những trái cây vườn nhà
cử chỉ trữ tình tinh khiết
những bước đi văn nghệ chim sẻ
mùa ngói nâu dựng vực mắt nâu

tôi ru chim ngủ trong cổ họng

mặt trời kêu xuống thái dương những màu ánh sáng thơm
tim kinh ngạc
đời tạo câu cười thiên nhiên mai
hy vọng đứng ra ngoài ô ngục ngực bâng khuâng lần gặp gỡ thứ nhất

rồi kỷ niềm kim khí thuỷ tinh hành hạ
đau xé trời đêm không sao bánh máy quay vũ khí
tôi từ chối giam cầm chim đẹp trong rừng tóc
dù tiếng hót đã chọn mấy hàm răng
người bộ hành cô đơn chờ đêm để lên đường
về quá khứ
chim bay vào trận mưa sao.

Ta thấy gì trong bài thơ rất xa lạ này? Rất nhiều hình ảnh chen nhau tình cờ, đột ngột, lạc lỏng, không theo một lô-gíc nào cả. Những câu thơ (ngoại trừ đoạn thứ nhất), không có vần, dài ngắn kế tiếp nhau bất thường. Thế có nhạc hay không, như người thường bảo trong thơ phải có giai điệu, hòa điệu, nhịp điệu, âm điệu – những yếu tố cần thiết của nhạc. Có, nhưng không phải là loại nhạc êm đềm, du dương, nhịp nhàng. Nhạc trong *Chim* nghe như gió đập vào vách đá, gập ghềnh, gắt gỏng, đôi lúc chối tai. Lại nữa, những nhóm chữ nối đuôi nhau lắm lúc khó nhận ra đâu là chủ từ, động từ, túc từ. Liên từ, giới từ - giữ vai trò nối kết - thì lại hiếm hoi.

Người đọc ngỡ ngàng. Thì được nhà thơ giải thích lối làm thơ của mình trong đoản khúc thứ hai: *“Ai hỏi anh ...*

vực mắt nâu". Nghĩa là, theo tác giả, thơ ông không chịu ảnh hưởng của những trào lưu xa lạ nào cả, từ *lãng mạn* đến *đa đa*. Trái lại nó được mở ra từ *"trái cây vườn nhà"*, là *"trữ tình tinh khiết"*, là *"bước đi chim sẻ"*. Lời giải thích đó dường như không thuyết phục cho lắm.

Thế ý nghĩa toàn bài thơ? Càng khó trả lời, chỉ phỏng đoán. Hay nói cho đúng hơn, chỉ nói lên ý nghĩ chủ quan của mình, mong mở một lối đi mù lòa vào đêm giao thừa *"mưa rơi sao"*. Mỗi người đọc hẳn có mỗi lối đi khác.

Trong một cơn biến động lớn lao của trời đất, của thời gian, không phải chỉ là giao thừa của một năm mà giao thừa cả một trăm năm, vũ trụ hỗn mang, biển giận dỗi, sao rơi rụng, chiến tranh để lại những hoang tàn, loài chim én có thể nào mang mùa xuân về hay không. Thi nhân ôm chim vào lòng, *"Tôi ru chim ngủ trong cổ họng"*, mặc cho bầy sao rụng trên bãi cỏ vườn hoa. Bỗng cảm thấy lòng êm ả, bâng khuâng. Chim bỗng như mang đến niềm hy vọng thoát ly ra ngoài cảnh ngục tù của thế giới loài người. Nhưng con người vẫn không quên bản năng thèm sát hại lẫn nhau, đua nhau chế tạo vũ khí giết người. Niềm hy vọng thế là tiêu tan như mây khói. Nhà thơ đành phải buông thả cho đàn chim én mùa xuân bay vào trong một vũ trụ loạn ly sao rơi như mưa.

Không nên viết lại một bài thơ bằng một đoạn văn xuôi nhạt nhẽo, cạn cợt như trên. Biết thế vẫn cứ làm, mong đó là một gợi ý đối với một bài thơ khó hiểu. Tuy khó hiểu nhưng, lạ thay, bài thơ này lại có sức lôi cuốn mãnh liệt. Đọc lên nghe băn khoăn, xôn xao, bồi hồi. Rồi nhiều hình ảnh, âm thanh, ý tưởng kỳ lạ của nó bám chặt vào ký ức.

Nhưng không phải bài thơ nào của thơ Thanh Tâm Tuyền cũng đều tối nghĩa. Khoảng cuối năm 1956, hàng ngàn xe tăng của Hồng Quân Liên Xô tràn vào dày xéo nước Hungary. Chỉ riêng tại thủ đô Budapest, trên 30 ngàn người bị nghiền nát, thủ tướng Hungary bị bắt và bị hành hình. Thế giới bàng hoàng. Thanh Tâm Tuyền đã làm một bài thơ đầy phẫn nộ, và đau đớn. Đây không phải là những dòng thơ chải chuốt, uốn nắn, nhằm đạt tới một chiều cao nghệ thuật nào đó. Bài thơ hiển hiện như một thực tại nhức nhối, nó là thế đấy, nó đã chạm vào cuộc sống, cuộc sống trần trụi, vô cùng dã man, tàn bạo, không còn một mảy may nhân tính. Để đối lại, là con người nhỏ nhoi, yếu đuối, nhưng sẽ sống sót. Sẽ bất diệt trước bạo lực. Bài thơ hiển hiện như một năng tính, chứ không phải là lý tính. Nó là mắt, tim, môi trộn lẫn với dây xích chiến xa, là vầng trán đau dấu đạn.

Vậy đây là một bài thơ hay? Có lẽ vấn đề không phải ở đó, vì bài thơ này đã vượt ra khỏi bình diện của mỹ học.

Bài thơ đó có nhan đề khá dài: Hãy cho anh khóc bằng mắt em, những cuộc tình duyên Budapest:

Hãy cho anh khóc bằng mắt em
Những cuộc tình duyên Budapest
Anh một trái tim em một trái tim
Chúng kéo đầy đường chiến xa đại bác

Hãy cho anh giận bằng ngực em
Như chúng bắn lửa thép vào
Môi son họng súng
Mỗi ngã tư mặt anh là hàng rào
Hãy cho anh la bằng cổ em
Trời mai bay rực rỡ
Chúng nó say giết người như gạch ngói
Như lòng chúng ta thèm khát tương lai
Hãy cho anh run bằng má em
Khi chúng đóng mọi đường biên giới
Lùa những ngón tay vào nhau
Thân thể anh chờ đợi
Hãy cho anh ngủ bằng trán em
Đau dấu đạn
Đêm không bao giờ không bao giờ đêm
Chúng tấn công hoài những buổi sáng
Hãy cho anh chết bằng da em
Trong dây xích chiến xa tội nghiệp
Anh sẽ sống bằng hơi thở em
Hỡi những người kế tiếp

Hãy cho anh khóc bằng mắt em
Những cuộc tình duyên Budapest

Thanh Tâm Tuyền cũng thường làm thơ xuôi (poème en prose). Nhiều bài hay. Dưới đây là trích dẫn một bài thơ xuôi nhẹ nhàng, đơn sơ, trong sáng, và “hồn nhiên”, khác với những bài thơ chứa đầy suy tư, khắc khoải:

Mưa Ngủ

...

Hồn nhiên tôi trở thành thi sĩ ca dao nhẹ những nhát cuốc đầu xới lần áo mỏng ruộng đồng. Những chuyến đi xa theo mưa về ngủ mái rạ. Đêm hiền lành, có lẽ từ một cửa bể bến sông quán rượu. Những người bạn hứng mưa vào lòng tay, giọt mưa đẹp như mắt ngủ, rất xa không hề cách. Tôi sẽ đưa em về ngủ bên sông, tâm hồn là cánh đồng chưa khai phá. Tôi sẽ mời anh về nghe mưa trên vừng trán vô tư, giác quan mở từng ngõ lạ xuống linh hồn. Chúng ta ngủ ngoài mưa như mơ ngủ.

Thỉnh thoảng, tuy rất hiếm, ông làm thơ tám chữ, có vần, chẳng hạn như bài Ngôi Nhà Đỏ, Trăng Hồng. Bài thơ có nhiều câu bị chặt đứt làm hai bằng những dấu chấm bất ngờ. Ngôn ngữ rất mới mẻ. Vần thì có khi chỉ dùng âm trắc (Thơ lục bát, thơ Đường luật, thơ bảy chữ truyền thống đều gieo vần bằng). Hình ảnh đa dạng, dữ dội. Ý tứ cuồng nộ. Lời thơ dồn dập, khúc khuỷu, gắt gỏng. Dưới đây là trích dẫn hai đoạn của bài thơ rất dài đó:

"Ngôi nhà đỏ trên đồi trăng hồng khỏa.
Trời sương lam. Núi ngây rừng gió lạ.
Cây ngà say. Đêm heo hút lặng khơi.
Mùa trở gió. Rười rượi buồn cỏ lá.
...
Mùa ngã độc. Nhà nín hơi lẩn lút
Đồi sượng sần. Cây lìa cành, lá trút.

Đứng ngoái nhìn. Phơ phất khói sương thu.
Đứng ngoái nhìn. Trăng khỏa thân xanh mướt."

Nói chung, thơ Thanh Tâm Tuyền rất buồn. Nỗi buồn khởi đầu từ thời nhà thơ còn trẻ, tuổi chưa tới 20, phải xa đất Bắc (đất nước chia đôi 1954) di cư vào Nam, xa người yêu, không mong có ngày gặp lại:

Anh nhớ em cùng một lúc với thành phố
với những con đường anh đi qua một lần
để đến nhà em anh băng ngang một vườn hoa vắng
(lần trở về anh ngồi xuống ghế dài
nếu là buổi chiều quạnh hiu mây lá mùa thu)
một phố bình dân có chợ và những quán ăn
giản dị như trang nhật ký của anh
ngày bắt đầu yêu em
...
Sự vắng mặt của em và bãi biển mùa đông
thành phố đau từ mỗi cột đèn
mỗi bực thềm cửa đóng
em đi không nón không áo choàng
mưa tầm tã
những cửa sổ đêm muốn hé ra
nổi loạn
và mắt em mặt trời cỏ hoa với môi anh đằm thắm
và rực rỡ nhớ thương
...
có thể em chết trước khi anh kịp về
mùa lạnh gian phòng cũ
không ai khép cửa sổ

cúi xuống viền mi những bóng tối bên ngoài
có thể rồi anh sẽ yêu người đàn bà thứ hai
anh không chối
nhưng mãi mãi em còn là đất dĩ vãng
mà rễ tình cảm đòi bén gần
và những viên gạch những lối xưa
còn chiêm bao gót em mềm âu yếm
(Liên những bài thơ tình thời chia cách)

Vào Nam, nỗi buồn không những vẫn đeo đẳng mà còn gia tăng thêm nhiều cùng với những ưu tư khác -- buồn trong giận dữ, trong hoang mang, có khi trong tuyệt vọng, nơi một quê hương hoang tàn, điêu linh, tan tác, vì cuộc chiến tranh phi lý huynh đệ tương tàn:

Sao tuổi trẻ quá buồn
như con mắt giận dữ
Sao tuổi trẻ quá buồn
như bàn ghế không bày...
(Dạ khúc)

Với năm tháng, với tuổi đời chồng chất, nỗi buồn càng thê thảm:

Anh chìa hai bàn tay khô héo
Nỗi tự do buồn phiền
Hai bàn tay những con đường cỏ cháy
Mùa hè thiêu đốt cả cô đơn
Em giữ lấy
Anh còn đâu ngoài nỗi chết ôm ghì
Trong bóng đen trơ trụi nơi vàm sông

Anh tìm kiếm
Tuổi ấu thơ hòn cù lao xa khuất
Và tình yêu như đám lau buồn
Vàm sông nước xoáy như tiếng cười thầm
Ở sau lưng ở trước mặt
Anh thả người trôi nổi"...

(Sầu Khúc)

"Anh xé tóc em cùng những cành lá chết
Mùa thu
Ghi thương tích nơi cườm tay
Khóa chặt
Anh xô ngã em từ chóp đỉnh hạnh phúc
Khuôn mặt vỡ tan
Như cẩm thạch
Như nước mắt
Như muôn đời
Không hối hận
Con đường anh phải đi một mình
Trần truồng dã thú
Đón anh ở cuối đường
Hố sâu vĩnh viễn
Không có em
...
Những bài thơ tình không viết được
Những hồn ma hoang đầu ngọn cây
Xác chết rữa nát
Trong kẹt rừng khô
Đêm thức dậy mở mắt mắt đã mù
Hai con sâu nằm trên chân mày đang khoét lỗ

Con quạ hôi hám mở lồng ngực bay lên
Mỏ ngậm quả tim đựng hình ảnh đời người
Đời người thản nhiên như tên gọi "...
(Đêm)

Thơ Thanh Tâm Tuyền đứng riêng một cõi trong thi ca Miền Nam, và cả nước nói chung. Riêng biệt, đặc sắc, độc đáo. Trong cách diễn tả. Trong ý thức sâu lắng về thân phận nhỏ nhoi của con người "đi trong thống khổ của lịch sử", pha chút màu sắc của chủ nghĩa hiện sinh, trường phái phi lý (absurdism), nổi loạn. Trong sử dụng hình ảnh, âm điệu. Trong những khám phá, sáng tạo. Trong nỗ lực "làm mới" ngôn ngữ.

Miền Nam thất trận, người Miền Nam bị đày đọa, và nhà thơ vào tù. Trong tù Thanh Tâm Tuyền vẫn làm thơ như một nghiệp dĩ, làm thơ lén lút, "làm thơ chui". Điều đáng chú ý là vào thời kỳ này, thơ Thanh Tâm Tuyền, về mặt thể cách, trở lại với lối thơ lục bát, thơ bảy chữ, v.v ...

Khi vào tù, ông từ bỏ sở trường làm thơ tự do của mình. Tại sao? Theo tôi, làm thơ tự do theo lối Thanh Tâm Tuyền đòi hỏi nhiều công phu, cảm hứng, tài năng, những yếu tố chỉ có tuổi trẻ mới có khả năng tìm tòi, xông xáo, khám phá, phát huy. Nói cách khác, một bài thơ tự do được xem là hay rất khó làm nếu so với bài thơ viết theo thể loại cũ có sẵn.

Khi vào tù, tuổi trẻ không còn, như chiếc lá sắp rụng về cội, nhà thơ trở lại với lối thơ truyền thống, có sẵn khuôn mẫu về âm điệu, nhịp điệu, vần điệu, giúp người làm thơ đỡ tốn công phu tìm tòi. Ông làm "thơ chui" trong tù theo thể loại này, gồm rất nhiều bài đặc sắc.

Những bài thơ đó về sau được in trong tập Thơ Ở Đâu Xa tại hải ngoại.

Những giai nhân làm ông đau khổ suốt thời trẻ hầu như không xuất hiện nữa. Hình ảnh người vợ thủy chung lặn lội đi thăm nuôi hết trại tù này đến trại tù khác trong những khu rừng sâu miền Bắc xa xôi đã in đậm nét trong bài lục bát tuyệt hay này:

Thơ tình trong tù:

Vẫn em của thuở trăng nào
Đêm hôm nở đóa chiêm bao xanh ngần
Vẫn em tình của trăm năm
Đoan trang khóe hạnh thâm trầm dáng thơ
Vẫn em mối kết thiên thu
Vẫn em xoa dịu sầu tư cõi này

Tiếp theo dưới đây là một bài thơ loại 7 chữ nhan đề Chiều cuối năm qua xóm nghèo:

Mưa bay lất phất gió căm căm
Đường lầy trơn nhà cửa tối tăm
Trốn đâu lũ trẻ mặt lem luốc
Co ro đứng xem tù qua thôn

Vác bó cuốc nặng bước loạng choạng
Về trong xây xẩm buổi tàn đông
Lạnh lẽo nhà ai không đèn lửa

Ảm đạm lòng ta chiều cuối năm

Xin trích dẫn một đoạn trong tập truyện *Về Đâu* của người viết (Ngự Thuyết), đề cập tới bài thơ nói trên:

Bài thơ này *"viết vào năm 1978 mà bất cứ một ai từng ở tù cải tạo của Cộng Sản đều tìm thấy mình trong đó. Bài thơ hắt hiu, chữ nghĩa buồn tênh từ đầu đến cuối như một bức tranh sử dụng toàn gam màu lạnh mà dưới lớp băng giá đó âm ỉ vài tia lửa ấm, vài giao thoa của đời sống tối tăm. Đây một chút nhớ, đâu lũ trẻ co ro đứng trông tù qua thôn; kia một chút thương, nhà ai lạnh lẽo khiến lòng ta ảm đạm. Vâng, lũ trẻ không theo lời xúi giục của người lớn ném đá vào đoàn tù đi qua như đã xẩy ra, mà đứng co ro nhìn; đoàn tù thì vì lũ trẻ mà nhớ lũ con của mình không biết hiện ở phương trời nào, sống chết ra sao. Và nhà ai 'năm hết Tết tới' tuy được ở ngoài nhà tù cũng thê lương tăm tối không đèn lửa chẳng khác gì bên trong trại tù.*

Đêm cuối năm bao la, mịt mùng vây hãm cả thế gian, trong tù lẫn ngoài tù. Bên trong hàng rào là tù nhỏ, bên ngoài hàng rào là tù lớn. Đây không phải liên tưởng để tự an ủi, để thầm bảo rằng mọi người đều là tù thì ai cũng khổ như ai, mà là lòng thương cảm đối với một Xóm Nghèo của Miền Bắc đói khổ."

Tóm lại thơ tự do hay thơ làm theo thể loại truyền thống của Thanh Tâm Tuyền đều hay hoặc xuất sắc, và chứa đầy khám phá, sáng tạo.

Tô Thùy Yên

Cũng thuộc nhóm *Sáng Tạo,* Tô Thùy Yên là một nhà thơ tiếng tăm lừng lẫy. Thỉnh thoảng ông làm thơ tự do. Thông thường thơ ông viết theo thể loại truyền thống, nổi bật là thơ "bảy chữ". Nhưng không phải loại thơ bảy chữ ta thường gặp. Chữ nghĩa của ông chen lẫn giữa bình thường và sang cả, đơn sơ và phức tạp, nhẹ nhàng và trịnh trọng, dung dị và trầm tư, đơn sơ và uyên bác, mộc mạc và cảm khái, hiện thực và siêu thực, vật chất và siêu hình. Có khi chen lẫn ca dao, tục ngữ. Chẳng hạn trong bài thơ Ta Về, có mấy đoạn lấy điển tích không phải từ thi ca cổ điển, mà từ trong những câu hò, câu hát của thôn quê:

Ta về một bóng trên đường lớn
Thơ chẳng ai đề vạt áo phai[3]

Hay là:

Ta về như tiếng kêu đồng vọng
Rau mác lên bờ đã trổ bông[4]

Hay là:

Ta về như ***nước tào khê chảy***
Tinh đẩu mười năm luống nhạt mờ

...

---

3 Ca dao: *Mình về em chẳng cho về*
Em níu vạt áo em đề câu thơ

4 Ca dao: *Chờ anh em quá sức chờ*
Chờ cho rau mác bên bờ trổ bông

Người chết đưa ta cùng xuống mộ
Đêm buồn ai nữa đứng bờ ao[5]
(người viết tô đậm)

Ta Về, khá dài, một trong những bài thơ nổi tiếng nhất của Tô Thùy Yên, rất xứng đáng với sự hâm mộ hết sức nồng nhiệt của những nhà phê bình cũng như giới thưởng ngoạn.

Và trải theo chiều dài của bản trường ca ấy là những dòng thơ ngậm ngùi, bi tráng mà một chứng nhân sống động là nhà thơ đã ghi chép lại trong một giai đoạn lịch sử đầy oan trái. Đồng thời, nó cũng được xem như một viên ngọc quý có nhiều mặt chạm trổ, ánh sáng tỏa long lanh, đa dạng, và huyền bí. Cho nên, mỗi lần đọc lại bài thơ ấy, ta lại có thể khám phá vài ba tia sáng lạ.

Ta về? Từ đâu về? Từ địa ngục của trần gian:

Vĩnh biệt ta mười năm chết dấp
Chốn rừng thiêng ỉm tiếng nghìn thu
Mười năm mặt xạm soi khe nước
Ta hoá thân thành vượn cổ sơ

---

5 Ca dao: *Đêm qua ra đứng bờ ao*
Trông cá cá lặn trông sao sao mờ
...
Đêm đêm thường dải Ngân Hà
Chuôi sao Tinh Đẩu đã ba năm tròn
Đá mòn nhưng dạ chẳng mòn
Tào Khê nước chảy hãy còn trơ trơ

Về để nhìn lại cảnh cũ thê lương, tàn tạ:

Ta ngẩn ngơ trông trời đất cũ
Nghe tàn cát bụi tháng năm bay

Về đâu? Về quê nhà nhé. Ước mong trở về quê cũ đang hồi sinh sau cơn gió bụi để quên đi hết mọi đắng cay, hận thù, để rưới chút rượu giải oan cho cuộc bể dâu:

Ta về như lá rơi về cội
Bếp lửa nhân quần ấm tối nay
Chút rượu hồng đây xin rưới xuống
Giải oan cho cuộc bể dâu này

Nhưng cuộc đời đang bày ra trước mắt trái hẳn với ước mong. Người xưa, cảnh cũ không còn, khiến cho *"tứ thơ xiêu tán"*:

Ta về như tứ thơ xiêu tán
Trong cõi hoang đường trắng lãng quên
Nhà cũ mừng còn nguyên mái vách
Nhện giăng khói ám mối xông rền

Mọi thứ không còn ngăn nắp cũ
Nhà thương khó quá sống thờ ơ
Giậu nghiêng cổng đổ thềm um cỏ
Khách cũ không còn khách mới thưa

Ngày về của người đi xa xứ lâu ngày thường gặp những cảnh huống như thế. Đông Tây Kim Cổ đều vậy. Ngày về của người đi tù mười năm lại càng bẽ bàng hơn. Trên đường về quê cũ, nuôi nấng biết bao giấc mơ, lòng dào dạt lên biết bao kỷ niệm, nhớ nhung, và hy vọng. Về đến nơi để chứng kiến thực tế phũ phàng. Ulysses, trong truyện thơ của Homer viết cách đây gần ba nghìn năm, sau trận chiến kéo dài 10 năm mới hạ được thành Troy, và thêm 10 năm phiêu bạt nữa, mới trở về được Ithaca quê hương yêu dấu. Rồi cũng phải ra đi.

"Làm thế nào mà người Hy Lạp, vốn biết rằng con người không bao giờ có thể hai lần tắm trong cùng một dòng nước, lại tin tưởng vào ngày trở về? Ulysses không trở về quê nhà để sống tại đó, mà để lại cất bước ra đi" (How could the Greeks , who knew that one never enters the same river twice, believe in homecoming? Odysseus does not return home to stay, but to set off again – *The Reader-Bernhard Schlink*). Huống chi là nhà thơ của chúng ta phải trải qua lắm tai ương. Lại phải ra đi thôi, một chuyến đi dài để kết liễu cuộc đời nơi đất khách quê người, như đã được dự báo trong bốn câu cuối cùng của *Ta Về*:

Ta về như hạc vàng thương nhớ
Một thuở trần gian bay lướt qua
Ta tiếc đời ta sao hữu hạn
Đành không trải hết được lòng ta

Một chi tiết khác đáng được chú ý là, ngay trong câu đầu tiên của bài thơ dài ấy đã nói lên thân phận của người từ nhà tù trở về -- về như chiếc bóng:

Ta về một bóng trên đường lớn

Gần cuối bài, chiếc bóng đó được lặp lại, lần này bi thiết hơn nhiều:

Ta về như bóng ma hờn tủi

Ta Về được viết vào năm 1985. Tô Thuỳ Yên lưu vong sang Mỹ từ năm 1993, sống thêm 26 năm, và qua đời năm 2019.

Người làm thơ thường gắn bó với ái tình nhất là khi còn trẻ. Tô Thùy Yên không thế. Ngay từ ở tuổi hai mươi, thơ của ông đã có xu hướng thiên về những khắc khoải siêu hình trước cái bí ẩn của vũ trụ, về lẽ sinh diệt của tạo vật, về thân phận con người trong không gian và thời gian.

Và trước câu hỏi không có câu trả lời:

Mùa Đông Bắc gió miên man thổi
Khiến cả lòng ta cũng rách tưa
Ta hỏi han hề Hiu Quạnh lớn
Mà Hiu Quạnh lớn vẫn làm ngơ

(Trường Sa Hành)

Rất hiếm khi ông nói về tình yêu nam nữ. Bài *"Hải Phận"* là trường hợp đặc biệt. Nhưng tình yêu trong '*Hải Phận*' không êm dịu, ngọt ngào chút nào cả. Nó ngang trái, sầu khổ, nhầy nhụa, lén lút, giấu diếm. Nó thuộc vào loại văn học "chấn thương" của Miền Nam, khởi đi từ những bài thơ đầu đời của Tô Thùy Yên, của Thanh Tâm Tuyền, rồi lan rộng ra. Càng về sau thương tích của nhiều nhà thơ Miền Nam càng trầm trọng theo vận nước lao đao chìm nổi.

Hải Phận

Như một con sò giữa chiếc vỏ
Chúng ta cuộn trốn trong tình yêu
Như đôi dã tràng không biết mỏi
Chúng ta khởi sự lại mối sầu

Từng chút vỗ về từng chút một
Em tạt vào anh rồi rút đi
Thương tích chẳng lành chan muối xót
Bào sâu thân đá nước tay ghì

Anh sống làm quen cùng cái chết
Liếm lấy mặn mà trên đau thương
Chìm mãi xuống em và mất tích
Như mặt trời rã trong nước loang

Vị thần mun hải đăng trơ trọi
Trừng mãi con mắt ngó không gian
Em trở về em chờ biến đổi
Trở về em như kim chỉ nam

Nhưng hải phận là gì? Là lãnh hải, là vùng biển nằm ven một nước và thuộc chủ quyền của nước ấy. Tàu bè nước khác có thể tự do đi lại ngoài đại dương, nhưng nếu tự tiện tiến vào hải phận của một nước là trái phép, là bị đánh đuổi ngay.

Thấp thoáng trong '*Hải Phận*' là những khắc khoải siêu hình, những ám ảnh của hư vô, của cái chết. Biển và những gì liên quan tới biển tràn ngập bài thơ. Một điểm nổi bật khác, lối ẩn dụ trong '*Hải Phận*' thật mới mẻ, chữ dùng sắc cạnh, mạnh bạo, cảm xúc gắt gỏng, dồn dập, bão táp. Bài thơ có sức lôi cuốn mãnh liệt đến nỗi nếu sơ ý ta tưởng đây là một bài thơ tự do không vần tuôn ra ào ạt như thác đổ. Thật ra, vần cách câu khá chặt chẽ

Con sò nằm kín bưng, trốn tránh, trong chiếc vỏ, đó là tình yêu vụng trộm. Nói khác đi, anh đã "có nơi có chốn" còn "đa mang", và em thì lại liều lĩnh lẻn tới:

Như một con sò giữa chiếc vỏ
Chúng ta cuộn trốn trong tình yêu

Thế nhưng không dứt bỏ được. Nó tái diễn mãi chẳng khác gì dã tràng xe cát thành những viên tròn nhỏ, sóng tràn lên bãi đánh vỡ tan, thì xe những viên cát khác. Ca dao có câu, *"Dã tràng xe cát biển đông/Nhọc lòng mà chẳng nên công cán gì"*. Nó tràn đến rồi rút đi để lại vết thương xót xa. Anh là đá, tay em là nước ôm ghì, bào sâu:

Thương tích chẳng lành chan muối xót
Bào sâu thân đá, nước tay ghì

Anh sống như chết. Rồi sẽ bị xóa nhòa như *mặt trời rã trong nước loang*:

Chìm mãi xuống em rồi mất tích
Như mặt trời rã trong nước loang

Cuối cùng em đành phải trở về lại với em mà chờ. Chờ gì? Chờ cuộc tình biến đổi? Chờ anh rời bỏ hải phận vượt ra ngoài đại dương tìm em?

Vị thần mun hải đăng trơ trọi
Trừng mỏi con mắt ngó không gian.
Em trở về em chờ biến đổi,
Trở về em như kim chỉ nam.

Thơ Tô Thùy Yên gồm đủ giọng Nam, Trung, Bắc, chứ không phải thuần giọng Bắc như có người cho là thế. Giọng Nam mộc mạc, dung dị, mạnh mẽ, sinh động, là sở trường của nhà thơ Miền Nam đó đã đành; giọng Bắc chải chuốt, sắc sảo, tinh vi, cũng thường gặp trong thơ Tô Thùy Yên. Thế giọng Trung, đặc biệt giọng Huế, tương đối khó "bắt chước", thì sao? Hiếm có những nhà thơ nào thuộc miền khác có thể viết đúng giọng Huế.

Hãy đọc bài *Huế Oán* ông viết vào tháng 10, năm 1999 như đã ghi cuối bài thơ.

Nội câu đầu tiên, cái giọng điệu hoài cổ rất Huế đã nhắc lại một một thời quá vãng đau thương của dân tộc khi vua Duy Tân nửa đêm lìa bỏ kinh đô lao vào cuộc nổi dậy chống Pháp:

Nửa khuya vua trẻ lìa kinh khuyết

Từ đó, xuyên suốt bài thơ cho thấy xứ Huế chứa đựng nhiều chuyện "da diết" hơn những nơi khác. Lấy mưa nắng làm ví dụ. Mùa hè thì nắng đổ lửa, "nắng bẻ sừng trâu, nẻ đất cày"; mùa đông thì lạnh thấu xương, và mưa thì dầm dề hết tuần này qua tháng khác, "mưa chi mưa mãi lòng nhớ nhung hoài nào biết nhớ thương ai":

Nắng mưa đâu chẳng là mưa nắng
Sao nắng mưa này da diết hơn

Mà đâu chỉ có thời tiết khắc nghiệt, nhiều tai ương đã đổ ập xuống. Nào thành lở; nào sóng thần lấp cửa phá; nào lụt năm Thìn; nào đèo cao phá rộng (đèo Hải Vân, phá Tam Giang) hiểm trở.

Hình ảnh vua trẻ lìa kinh khuyết ở câu đầu tiên được vang vọng lại ở phần sau, một cách đột ngột và đầy cảm xúc, như một nỗi nhớ không nguôi: nàng công chúa vắng bóng lâu ngày:

Lâu rồi công chúa chưa về thăm

Vừa rồi là những sự kiện, những giai đoạn lịch sử.

Đồng thời với sự kiện là cách diễn tả, nhất là chữ nghĩa, và những chi tiết được lựa chọn rất Huế. *Bạn về quê bạn* gợi nhớ câu ca dao Huế, *"Rồi mùa tót rã rơm khô/ Bạn về quê bạn biết mô mà tìm." Đường xa ngái,* người Huế thường nói đường xa dặm ngái thay cho xa lắc xa lơ. *Trong nớ ngoài ni* thay vì trong đó, ngoài này. *Mây qua tầng tháp cổ,* tháp ở đây phải chăng tháp chùa Thiên Mụ. *Thơm hồn nhãn sen, mùa nhãn mùa sen* cũng là một chi tiết rất thích đáng. Sen, nhãn, là đặc sản của Huế. Sen ở nhiều nơi, ngay tại những hào sâu của dãy thành ngoài bao quanh cũng có. Rồi trong thành nội, hồ Tịnh Tâm v.v... Và nhãn rất ngon thì rất nhiều ở khắp nơi, nhất là trong những ngôi nhà vườn. *Chim kêu ghềnh khóc* không khỏi khiến liên tưởng tới, *"Chiều chiều cõng mẹ qua đèo/ Chim kêu bên nọ vượn trèo bên tê."* Đi đâu thì là, *"Đi tới xứ mô". "Một mai"* thay vì khi nào đó trong tương lai.

Bài thơ là tiếng thở dài lê lê, ủ ê, *rêu mốc* (chữ của Tô Thùy Yên). Người đọc vô ý sẽ hỏi tại sao nói đến Huế mà không nhắc tới sông Hương, núi Ngự , Kim Long, Vỹ Dạ v.v... Nhưng đây không phải Huế đẹp và thơ. Đây là Huế oán. Cho nên nếu thấy cần, có thể nhắc nhở thêm vài sự kiện đau thương của Huế như ngày cúng Âm Hồn 23 tháng 5 năm Ất Dậu, tức 5/7/1885, ngày thất thủ Kinh Đô; và biên cố Tết Mậu Thân năm 1968.

Huế Oán

Nửa khuya vua trẻ lìa kinh khuyết
Từ đó thâm cung lạnh lửa đèn
Trường thành nhiều chỗ đã sụt lở
Thương em còn thơm hồn nhãn sen
Mấy bận sóng thần lấp cửa phá
Đêm giông mẹ nhắc chuyện năm Thìn
Bạn về quê bạn đường xa ngái
Trong nớ ngoài ni nhớ chẳng yên
Tóc mai rụng đã bao nghiêu sợi
Mãi chẳng nguôi thầm một lỡ duyên
Sông chậm lặng trôi đời ẩn nhẹm
E tản đi hương bóng chập chờn
Nắng mưa đâu chẳng là mưa nắng
Sao nắng mưa này da diết hơn
Một buổi mây qua tầng tháp cổ
Trăm năm em khóc lẽ vô thường
Mùa nhãn mùa sen chừng đã quá
Lâu rồi công chúa chưa về thăm

Khói sương trúc đá nỗi vương vất
Nhang thắp nghe đời chạng vạng thêm
Đèo cao phá rộng sông trăm nhánh
Chuyển bước làm sao khỏi động tâm
Chim kêu ghềnh khóc sóng tan dạ
Người lỡ thời đi tới xứ mô
Một mai chắc mỗi điều duy nhất
Rêu mốc mờ thêm những đã mờ
(10 -1999)

Bùi Giáng

Người thứ ba là Bùi Giáng. *Thứ ba* ở đây không mang ý nghĩa thứ bậc.

Bùi Giáng là một hiện tượng kỳ lạ. Có nhà phê bình cho rằng bóng dáng lớn lao của Nguyễn Du đã bao trùm suốt đời Bùi Giáng. Thật ra khi còn trẻ, Bùi Giáng xem Nguyễn Du là thần tượng. Càng về sau, thơ ông chuyển biến nhiều, không còn mang dấu tích của bất cứ nhà thơ nào, dù là Nguyễn Du hay là những nhà thơ tiền chiến mà ông từng ca tụng như Huy Cận, Hồ Dzếnh. Từ đấy, ông hoàn toàn tự do vẫy vùng ngọn bút, "phá phách" mọi lề lối làm thơ từ trước đến nay, đứng riêng một cõi.

Những biến chuyển trong sáng tác của giới làm văn học nghệ thuật là điều thường xẩy ra. Một ví dụ điển hình: danh họa Picasso. Có nhiều thời kỳ trong cuộc đời làm nghệ thuật rất dài của Picasso: Thời Kỳ Xanh, Thời Kỳ Hồng, Thời Kỳ Chịu Ảnh Hưởng Phi Châu, Thời Kỳ

Lập Thể ... Cũng thế, Thơ Bùi Giáng thay đổi theo tuổi đời.

Lúc còn trẻ, thơ của ông chải chuốt, êm ái, chữ nghĩa chọn lọc kỹ càng, chẳng khác gì thơ tiền chiến dù tân kỳ hơn, hiện đại hơn. Hai khổ thơ dưới đây trong bài Phụng Hiến khiến ta nhớ Xuân Diệu:

Ngày sẽ hết tôi sẽ không ở lại
Tôi sẽ đi và chưa biết đi đâu
Tôi sẽ tiếc thương trần gian mãi mãi
Vì nơi đây tôi sống đủ vui sầu

...

Những dòng lệ tuôn mấy lần khắc khoải
Những nụ cười tròn mấy bận hân hoan
Những ngoảnh mặt im lìm trong ái ngại
Những bắt tay xao động với muôn vàn

Sầu Ca Sĩ và Một Buổi Trưa là tiếng nói não nùng tha thiết của một trái tim yêu đương sôi nổi, và đầy thương cảm. Chữ nghĩa bóng bảy, mới mẻ, đầy sáng tạo:

Sầu Ca sĩ

Em về bủa rộng chiêm bao
Buồn sông bóng mạ chìm sâu bên dòng
Đời xuân nức nở sầu trong
Giọt ngần sương bỏ xuống lòng thơ ngây
Tóc xanh kỳ hẹn sai ngày
Khóc ngang ngửa mộng canh dài mấy phen
Du dương từ giã hai miền
Nước truông còn chảy bên triền mây trôi

Đầu khe lá cỏ phai rồi
Đá vang tiếng ngựa bên lời ước mong
Trời đêm tinh tú chạy vòng
Ruổi rong về bích ngạn hồng vàng chiêu

Một Buổi Trưa

Một buổi trưa nắng vàng in trên tóc
Mây trên trời xuống phủ ở trên vai
Màu phương cảo pha mờ trên nét ngọc
Bước ngại ngùng nẻo mộng mấy lần sai

Em có định sẽ cùng ai kể lể
Một nỗi đời hư huyễn giữa chiêm bao
Vừng hiu hắt nguyệt hờn mây nhỏ lệ
Một mùi hương hồng tụ ở phương nào

Câu chuyện ấy một lần em đã rõ
Để bây giờ không thể lại phanh phơi
Đường đi xuống khung trời sương lổ đổ
Hờn dung nhan em có sợ bên người

Con mắt ấy vì sao em khép lại
Làn mi kia em thử ngước nhìn lên
Vòng tay đẹp như cành xuân thơ dại
Ngón la đà sao chẳng chịu đưa tin

Một buổi trưa nắng vàng in trên tóc
Lùa chân mây về ở dưới chân trời

Bước vội vã một lần nghe gót ngọc
Giẫm trang đời lá rụng úa thu phai

Trong Bờ Lúa, cái chết của người yêu dấu đã trở thành một nỗi ám ảnh không rời, một niềm ăn năn không nguôi. Bài thơ đã gây xúc động lớn trong lòng người đọc:

Bờ Lúa

Em chết bên bờ lúa
Để lại trên đường mòn
Một dấu chân bước của
Một bàn chân bé con

Anh qua miền cao nguyên
Nhìn mây trời bữa nọ
Đêm cuồng mưa khóc điên
Trăng cuống khuya trốn gió

Mười năm sau xuống ruộng
Đếm lại lúa bờ liền
Máu trong mình mòn ruỗng
Xương trong mình rã riêng

Anh đi về đô hội
Ngó phố thị mơ màng
Anh vùi thân trong tội lỗi
Chợt đêm nào gió bờ nọ bay sang

Ta lại bắt gặp trong Chào Nguyên Xuân rất nhiều từ

ngữ tân kỳ, phong phú; hình ảnh đa dạng, lộng lẫy; ý tứ và cảm hứng dào dạt, hàm súc:

Chào Nguyên Xuân

Xin chào nhau giữa con đường
Mùa xuân phía trước miên trường phía sau
Tóc xanh dù có phai màu
Thì cây xanh vẫn cùng nhau hẹn rằng

Xin chào nhau giữa lúc này
Có ngàn năm đứng ngó cây cối và
Có trời mây xuống lân la
Bên bờ nước có bóng ta bên người

Xin chào nhau giữa bàn tay
Có năm ngón nhỏ phơi bày ngón con
Thưa rằng những ngón thon thon
Chào nhau một bận sẽ còn nhớ nhau

Xin chào nhau giữa làn môi
Có hồng tàn lệ khóc đời chửa cam
Thưa rằng bạc mệnh xin kham
Giờ vui bất tuyệt xin làm cỏ cây

Xin chào nhau giữa bụi đầy
Nhìn xa có bóng áng mây nghiêng đầu

Hỏi rằng người ở quê đâu
Thưa rằng tôi ở rất lâu quê nhà

Hỏi rằng từ bước chân ra
Vì sao thấy gió dàn xa dặm dài
Thưa rằng nói nữa là sai
Mùa xuân đương đợi bước ai đi vào
Hỏi rằng đất trích chiêm bao
Sá gì ngẫu nhĩ mà chào đón nhau
Thưa rằng ly biệt mai sau
Là trùng ngộ giữa hương màu Nguyên Xuân

Tiếp theo là Người Điên, một bài thơ lạ. Nó gieo bỡ ngỡ, hoang mang. Nhiều hình ảnh trong bài thơ thay nhau biến đổi theo dòng thời gian trôi miên man suốt cả một đời người. Người điên đi, đi mãi, không hề quay lại, không hề quan tâm đến ai cả, đi một mình. Đi đâu? Không ai biết. Thế nhưng lại có một người lẽo đẽo đi theo. Vậy là có hai nhân vật cùng đi, và một tình yêu một chiều xẩy ra. Cái tình thế thật là trớ trêu.

Người nam và người nữ lặng lẽ đi bên nhau. Lặng lẽ vì không có đối thoại bằng ngôn từ hoặc bằng tâm cảm. Nàng lặng lẽ yêu chàng, theo dõi từng bước chân của chàng mà chàng thì cứ như từ một hành tinh nào khác lạc xuống trần gian đi tìm kiếm một cái gì nàng không thể nào hiểu nổi. Chàng đi đi mãi. Nàng đi theo.

Nàng ở ngay bên chàng mà chàng không thấy, nàng đay nghiến: *Người yêu mù của tôi.* Nàng ở ngay bên chàng mà chàng không chịu nói một lời: *Người yêu câm của tôi.* Chàng là người mù, người câm, nhưng không điếc, vì chàng có nghe. Không phải nghe nàng, mà nghe những tiếng gọi mơ hồ đâu đâu, để cứ thế đi tìm. Tìm được gì? Không tìm được gì cả, hoạ chăng có khi chàng gặp:

"Một mùa xuân hấp tấp!"

Hấp tấp là còn tệ hơn *vội vàng, gấp rút, hối hả. Hấp tấp* bao hàm ý nghĩa bất ổn, ẩu tả, luôn luôn đưa đến thất bại. Thế mà chàng cứ như người mù lòa một mình tìm kiếm mãi:

"Vì sao chàng nhắm mắt
Đi kiếm mãi một mình"

Đi hết *bờ cỏ bụi dâu* đến *khô se đồng nội*, hết *ruộng trổ đòng đòng* đến *nước đục cong cong,* nghĩa là đi mãi trong cuộc lữ bất tận, quên cả trời đang mưa lên mặt:

"Để trời mưa lên mặt
Một lá cồn phiêu linh"

Bài thơ mỗi câu năm chữ được viết không phải bằng thứ ngôn ngữ khá bóng bảy, phức tạp và trừu tượng như thường lệ của Bùi Giáng, mà bằng những từ ngữ rất đơn sơ, cụ thể, chắc nịch như đinh đóng cột, bằng một giọng điệu cộc lốc, lạnh lùng, gần như vô cảm. Thế mà, lạ lùng thay, đã tạo nên xúc động lớn. Đằng sau những dòng chữ giản dị nhất là những dư vang bi thiết nhất.

Đặc biệt là những câu ngắn ngủi trong đó chữ *một* nổi bật. Nhảy *tango* cần phải có hai người -- *It takes two to tango* -- thì yêu nhau cũng thế, cần có hai. Đằng này chỉ có một. Bài thơ ngắn loại ngũ ngôn, với bốn đoản khúc, mà đã có năm chữ *một* chen vào năm câu: *Một đời chàng không nói/Một đời chàng khô môi/Đi kiếm mãi một mình/ Một mùa xuân hấp tấp/Một lá cồn phiêu linh.*

Rốt cục ai là người điên? Chàng điên hay nàng điên? Chàng điên mới không chịu nắm bắt hạnh phúc ở ngay bên cạnh mình mà cứ mải miết đi tìm một cái gì không bao giờ có. Nàng điên mới mù quáng yêu một người như thế, yêu như một kiếp nạn. Khi nàng đay nghiến *Người yêu mù của tôi* thì chính bản thân của nàng cũng mù không kém. Thế thì cả hai người cùng điên? Cùng mù? Nàng có nói, nhưng hình như không phải nói cho chàng nghe mà nói cho một mình mình nghe, như những tiếng nói lẩm bẩm, càm ràm. Thì đối với chàng, nàng cũng là người câm nốt.

Hai câu cuối khá "hồ đồ". *"Để trời mưa lên mặt/Một lá cồn*[6] *phiêu linh"* là cái gì? Bùi Giáng thường dùng chữ lá cồn để ám chỉ người nữ. Vậy trời mưa lên mặt nàng? Hay mưa trên mặt chàng, nghĩa là trời giáng xuống mặt chàng chiếc lá cồn phiêu linh?

Người Điên

Người yêu mù của tôi
Người yêu câm của tôi
Một đời chàng không nói
Một đời chàng khô môi

Chàng nghe thấy ở đâu
Nơi nào chàng bắt gặp
Bên bờ cỏ bụi dâu

---

6 Bùi Giáng thích nói lái.

Một mùa xuân hấp tấp

Từ khô se cồn nội
Xuống ruộng trổ đòng đòng
Lúa mùa lên phơi phới
Bờ nước đục cong cong

Vì sao chàng nhắm mắt
Đi kiếm mãi một mình
Để trời mưa lên mặt
Một lá cồn phiêu linh.

Có người bảo thơ Bùi Giáng chỉ có vài câu hay trong mỗi bài, nghĩa là không có bài nào hay trọn vẹn. Nhưng ta đã gặp những bài hay như nêu trên. Ngoài ra còn có nhiều bài thơ hay trọn vẹn khác đăng trong MƯA NGUỒN và LÁ HOA CỒN (An Tiêm--Sài Gòn-1973) chẳng hạn, như: Cỏ Hồn Du Mục, Gió Bão Tây Nam, Áo Xanh, Mái Hiên, Buổi Hội, Sẽ Đi, Em Về, Trở Lại, Phương Tây, Nguyễn Huệ, Chào Thu Lục Tỉnh, Ngoài Trung, Anh Về Bình Dương, Ngủ Yên, Anh Lùa Bò Vào Đồi Sim Trái Chín, Mắt Buồn, Không Nói Nữa, Nắng Sài Gòn, Ai Giết, Sóng, Kỷ Niệm, vân vân.

Càng về sau Bùi Giáng càng rời bỏ lối viết du dương, hoa mỹ, chải chuốt. Ông theo con đường khác, muốn đi sâu vào thế giới u uẩn khó nắm bắt, bằng một thứ ngôn ngữ "lai rai"[7], "chịu chơi", "hồ đồ", "gùn ghè", "gay cấn" -

7 Trong Thi Ca Tư Tưởng (Ca Dao xuất bản - Giấy Phép số 5195 - Phát Hành ngày 3/12/1969), Bùi Giáng có một nhận định độc

chữ của ông – nhiều khi đi đến chỗ bỡn cợt, hoặc khó hiểu, hoặc hỗn mang, quái dị.

Bài thơ Gái Ăn Quà thật lạ, thật hay, và cũng thật "lai rai, chịu chơi". Đề tài cũng thật hy hữu. Xưa nay thi sĩ thường nói đến người đẹp bên song cửa, dưới gốc mai, trong nhung lụa; hay là người đẹp ôm cây đàn, nâng tiếng hát, họa câu thơ v.v... Người đẹp của Bùi Giáng, trái lại, rủ nhau xuống phố ăn quà. Và quá dễ thương, từ mái tóc, môi, miệng, răng, đến lời ăn tiếng nói, đến nỗi bọn lưu manh đón đường để cướp bóc, trấn lột, thấy thế cũng phải đành chào thua:

Gái Ăn Quà

Chị em xuống phố ăn quà
Gặp lưu manh đón đường tra hỏi gì
Lặng nhìn mái tóc từ bi
Lắng nghe môi miệng nhu mì mở ra
(Chị em xuống phố ăn quà
Làn mi liễu mộng miệng hòa chan chan)

đáo liên quan đến bài thơ *Tràng Giang* rất nổi tiếng của Huy Cận. Ông viết:
"A thân thể!một cái bình tội lỗi
Đất sơ sinh đã hóa lại bùn lầy
Một ý tưởng chẳng có chi là mới lạ. Nhưng câu thơ của Huy Cận lại tươi mát như bầu trời.
Và cổ đứng như mình cây vững chãi
Và vai ngang như mặt nước xuôi dài
Viết câu thơ lai rai như thế mới đích là thiên tài. (Còn như cái bài *Tràng Giang* của ông chính ông cũng lấy làm đắc ý lắm, thật ra còn vương vướng, không có chi là huyền ảo cả.)"

Làn mi thổi gió lên ngàn
Chị em xuống phố hòa chan ăn quà
Vô ngần miệng ngọc mở ra
Môi răng thể lệ ăn quà thể quang
Chị em xuống phố hòa chan
Ăn quà rất mực thênh thang thật là

Thơ Bùi Giáng nhiều vô số. Hàng nghìn hay hàng chục nghìn bài? Nhiều người (Mai Thảo, Thanh Tâm Tuyền, Thầy Thanh Tuệ) đã có ý kiến về lối làm thơ của ông. Thơ tuôn ra như suối nguồn, không phân vân, không đắn đo, không chọn chữ. Có lẽ vì thế, vào thời kỳ tuổi "trung niên" (ông từng tự gọi là trung niên thi sĩ) và về sau, rất nhiều thơ ông mỗi bài chỉ được mấy câu hay. Chẳng hạn:

Em ngó buổi chiều buồn có phải
Buồn cũng như buồn những buổi chiều xưa
Trong con mắt đã mỏi mòn có phải
Sắc của trời hương của đất lưa thưa
...

(Chiều)

Nhìn em nhé bên bờ kia gió thổi
Lá xanh vườn theo cỏ mượt ngân nga
Tơ vi vút một đời thương nhớ tuổi
Của trăng rằm xuống dọ dẫm bên hoa
...

(Bờ Nước Cũ)

...
Chào Lục Tỉnh thu về xuân nức nở
Ở trong cây trong lá ở bên sông
Dòng nước chậm chần chờ cho sóng chở
Còn không em? Kỷ niệm ở bên dòng

(Chào Thu Lục Tỉnh)

Em về mấy thế kỷ sau
Nhìn trăng có thấy nguyên màu ấy không
Ta đi còn gửi đôi dòng
Lá rơi có dội ở trong sương mù
...

(Mai Sau Em Về)

Chiều hôm nhớ bước em đi
Cách nghìn thu cũ còn ghi tạc liều
Nhớ nhung chiều tạnh bên chiều
Sớm sương nhớ lá chiều chiều nhớ cây
...

(Chiến Trận Chiều Hôm)

...
Người một thuở lênh đênh nghìn kiếp
Nghìn bóng vang thiêm thiếp chạy quanh
Kẻ sầu vạn đại xuân xanh
Người bi hận một màu xanh hơn màu

(Tặng Da Vàng)

...
Bỏ đi em trốn Hội nào
Thần hoang vu thét Tiên gào lừng vang

Bên Mình Phố Thị hoang mang
Chợt mùa thơ giục Màu Lan lên đuòng
...
Bỏ đi quá bất thình lình
Mùa Trung Niên dậy ân tình đười ươi
Gieo vần ký thác mười mươi
Ngõ hầu muôn một đáp mười cho muôn
...
(Trời Khóc Monroe Marilyn)

Bóng sầu phố ngã nghiêng vai
Lời thư xuân đã lỗi sai bao giờ
Gót buồn non ải bơ vơ
Trời xa cố quận đâu ngờ điêu linh
Tôi làm con của hoang thành
Tôi làm em của người anh không về
...
(Thư Xuân)

Cũng có những bài thơ rất dài và rất khó hiểu. Xin trích một khổ trong bài Mọi Mộng Mỵ theo thể song thất lục bát, gồm 47 khổ, mỗi khổ 4 câu, khổ cuối cùng 6 câu:

Thời Dựng Thể đầy vơi ngữ điệu
Thể Phôi Thai Thời liễu ngộ ngôn
Lộn Ngô lạc Việt lầm Tồn
Lôn tầm lẫm tạ lạ Cồn Lá Hoa

Mai Thảo ca ngợi: *"Bùi Giáng đã đem lại cho cuộc đời biết bao nhiêu châu ngọc. Bằng tài thơ trác tuyệt. Bằng cõi ngôn ngữ ảo diệu, không tiền khoáng hậu. Có ông, thi ca mới đích thực có biển, có trời ..."* (VĂN số 26 tháng 8, 1984).

Lời khen có phần quá đáng chăng? Dù vậy, ta cũng có thể nói thêm rằng, ngoài lời ca ngợi đó ra, thơ Bùi Giáng thường biểu lộ những băn khoăn về kiếp nhân sinh, thế nhưng cũng lắm khi chan chứa tình yêu con người và quê hương đất nước, bằng những vần thơ lúc thì uyên bác, trí tuệ, lúc thì "gay cấn", bỡn cợt, chen lẫn những đoạn thơ rất khó hiểu nghe như tiếng nói trong cơn mê sảng.

Nguyễn Du

Bàn về thơ, không thể bỏ qua Truyện Kiều của Nguyễn Du. Cuốn truyện dài bằng thơ này bao gồm nhiều mặt của cuộc sống, nhưng ở đây ta chỉ đọc những vần thơ liên quan đến Ngày Xuân của nàng Kiều mà thôi, xem như khép lại loạt bài này.

Truyện Kiều buồn. Mùa thu và mùa đông ảm đạm bao trùm cuộc đời bi thảm của nàng Kiều. Tuy nhiên ngày xuân tươi sáng, dù ngắn ngủi, hiếm hoi cũng được nói tới, và cũng đã để lại những dấu ấn khó quên.

Con én là hình ảnh linh động nhất bay lượn như đưa thoi trên không trung đón xuân về. Câu thơ rất ngắn gọn và thật gợi ý:

Ngày xuân con én đưa thoi

Chị em Kiều du xuân. Trên lưng trời, én bay lượn. Dưới chân bước, cỏ non xanh. Dọc bên đường, hoa lê trắng. Và trước con mắt, tài tử giai nhân. Ngày xuân trong sáng hiếm hoi đó sẽ đẹp đẽ và êm đềm biết bao nếu ngôi mồ vô chủ và câu chuyện Đạm Tiên không xuất hiện như một vết đen, như một điềm xấu, báo trước cho cuộc tình duyên trắc trở về sau giữa Kiều và Kim.

Gặp nhau lần đầu, như sét đánh, *coup de foudre,* chưa có với nhau một lời trao đổi, họ đã cùng nhau lặng lẽ đi vào cơn mê tuyệt vời:

Người quốc sắc kẻ thiên tài
Tình trong như đã mặt ngoài còn e
Chập chờn cơn tỉnh cơn mê

Rồi hai người đành phải âm thầm chia tay trong buồn bã, vấn vương:

Bóng tà như giục cơn buồn
Khách đà lên ngựa người còn ghé theo

Hai em Thúy Vân và Vương Quan chẳng hề hay biết gì cả. Nhưng có trời đất biết, chứng giám. Trời đất đây là dòng nước trong veo chảy, là tơ liễu bên cầu, là bóng chiều thướt tha, tô điểm cuộc tình diễm ảo vừa mới ra đời:

Dưới dòng nước chảy trong veo
Bên cầu tơ liễu bóng chiều thướt tha

Sau cuộc gặp gỡ, trở về nhà chàng Kim tương tư. Bỏ bê học hành, không buồn cầm quản bút, không muốn nắn dây đàn, căn phòng lạnh giá buốt. Vì hình bóng giai nhân choán ngợp:

Sầu đong càng lắc càng đầy
Ba thu dọn lại một ngày dài ghê
Mây Tần khóa kín song the
Bụi hồng lẽo đẽo đi về chiêm bao
Tuần trăng khuyết đĩa dầu hao
Mặt mơ tưởng mặt lòng ngao ngán lòng
Buồng văn hơi giá như đồng
Trúc xe ngọn thỏ tơ chùng phím loan
Mành tương phơn phớt gió đàn
Hương gây mùi nhớ trà khan giọng tình

Chàng thì thế đấy, nhưng nàng thì sao? Nguyễn Du không cho Kiều tương tư, tuy nhiên nàng có những phản ứng và xúc cảm khác.

Nàng trở về nhà thì mặt trời đã khuất sau núi, chuông chiều đã ngân nga trong không gian tịch mịch. Lần này trời đất không còn là *dòng nước, tơ liễu, bóng chiều*, mà là chị Hằng[8]. Hằng Nga vốn tính thóc mách, tò mò, chênh

8 Trăng giữ vai trò quan trọng trong nhiều giai đoạn của cuộc đời nàng Kiều. Phần trên đây trăng dòm ngó khi Kiều bắt đầu yêu. Tiếp theo trăng làm chứng cho lời thề nguyền giữa Kiều và Kim:

Tiên thề cùng thảo một chương
Tóc mây một món dao vàng chia đôi
Vừng trăng vằng vặc giữa trời
Đinh ninh hai miệng một lời song song

Sau đó, trăng vẫn tiếp tục theo dõi.
Khi chàng Kim phải lên đường đi Liêu Dương hộ tang thúc phụ:

Trăng thề còn đó trơ trơ

chếch dòm ngó qua song cửa xem có gì lạ hay không nơi nàng Kiều khi bắt đầu biết yêu, một tình yêu mới mẻ, mơ hồ nhưng không kém phần say đắm. Kiều không thể giấu diếm lòng mình với vừng trăng. Trước kia khi tình yêu chưa đến:

Êm đềm trướng rủ màn che
Tường đông ong bướm đi về mặc ai

Nay khác. Cái cảnh ái ân *"Vàng gieo đáy nước cây lồng bóng sân"*[9] hiện lên trước mắt như trêu ghẹo, kích thích.

Dám xa xôi mặt mà thưa thốt lòng

Khi Kiều bán mình chuộc cha:

Trăng già độc địa làm sao
Cầm dây chẳng lựa buộc vào tự nhiên

Khi Kiều trên đường theo Mã Giám Sinh:

Dặm khuya ngất tạnh mù khơi
Thấy trăng mà thẹn những lời non sông

Trước lầu Ngưng Bích:

Trước lầu Ngưng Bích khóa xuân
Vẻ non xa tấm trăng gần ở chung

Khi Kiều bàn chuyện hơn thiệt với Thúc Sinh:

Vả trong thềm quế cung trăng
Chủ trương đành đã chị Hằng ở trong

Khi chia tay với Thúc Sinh:

Vừng trăng ai xẻ làm đôi
Nửa in gối chiếc nửa soi dặm trường

Khi Vân giãi bày với Kiều:

Còn duyên may lại còn người
Còn vừng trăng bạc còn lời thề xưa

9 *Chinh Phụ Ngâm* tả cảnh yêu đương:

Nàng không còn e dè gì nữa. Phải chăng nàng như hoa hải đường, không tự chủ nổi, *lả ngọn đông lân?* Và ta có nên đi xa thêm một chút nữa chăng rằng, Kiều, trong say sưa, trong ảo giác, đã biến thành cành xuân uốn mình dưới giọt sương gieo nặng.

Kiều từ trở gót trướng hoa
Mặt trời gác núi chiêng đà thu không
Gương Nga chênh chếch dòm song
Vàng gieo đáy nước cây lồng bóng sân
Hải đường lả ngọn đông lân
Giọt sương gieo nặng cành xuân la đà

Ngày xuân của nàng Kiều là phần cuối Ngày Xuân Đọc Thơ.

1/2025

Hoa giãi nguyệt nguyệt in một tấm
Nguyệt lồng hoa hoa thắm từng bông

Truyện Kiều thì:

Vàng gieo đáy nước cây lồng bóng sân.

PHẦN 3

TRIỀU HOA ĐẠI

NGỰ THUYẾT: TÓC TRẮNG MỘT MÀU

(Đối thoại văn học do Triều Hoa Đại thực hiện)

Cùng với nhà văn Ngự Thuyết chúng tôi ngồi nhìn buổi chiều trôi di qua những tiếng chim gọi về một mùa xuân nơi quê xa mà nghe lòng mình chìm xuống mênh mang, hỏi anh một vài câu chuyện của buổi xa bầy, những truân chuyên sau cuộc đổi đời vì chính anh là một trong số những người còn ở lại để làm chứng nhân cho biết bao hoang tàn, đổ nát của chiến tranh, của hận thù. Chúng tôi hỏi anh về nguyên nhân của sự cầm bút và trở thành nhà văn giữa khi "chợ "chiều đã vãn, văn chương chữ nghĩa ở hải ngoại lúc gần đây được coi như lão hoá, v.v...

Dù rằng góp mặt với sinh hoạt thơ, văn có chút muộn màng nhưng không vì thế mà ngòi bút của anh chậm lại vì chỉ trong một thời gian ngắn ngủi nhà văn Ngự Thuyết đã gửi đến những người yêu thích văn chương những: Sông Trôi, Đào Thoát, Lưu Đày và Quê Nhà, Dấu Chân, Dấu Chân II, Tuyển Tập Ngự Thuyềt, Bắc Hành, Về Đâu, và Mẹ. Anh đã cộng tác với rất nhiều tạp chí văn chương hàng đầu ở hải ngoại như: Văn, Văn Học, Chủ Đề v.v ...

Hôm nay mượn chút thời gian còn sót lại của buổi chiều ngày xuân chúng tôi được trò chuyện cùng nhà văn Ngự Thuyết, ao ước sẽ có sự tham gia của quý đọc giả cùng với chúng tôi trong buổi trò chuyện này.

Và giờ đây chúng ta hãy cùng nhau vào chuyện:

Triều hoa Đại: *Chào nhà văn Ngự Thuyết.*

Ngự Thuyết: Chào anh Triều hoa Đại.

Thđại: Được đọc ông *từ lâu nên vẫn ước ao có dịp dù là ngắn ngủi dăm ba phút trò chuyện cùng* ông, hôm nay vui lắm cơ may đã đến vậy thì ông có vui lòng trả lời một số câu hỏi mà bấy lâu vẫn "canh cánh" bên lòng.

Ngự Thuyết: Được anh phỏng vấn là một vinh dự lớn cho tôi. Tôi sẽ cố gắng trả lời tất cả các câu phỏng vấn của anh. Bạn bè viết lách không nên phân biệt tuổi tác, ta hãy xưng hô với nhau "anh tôi" nhé.

Thđại: *Vâng, nếu thế thì hay quá. Giờ thì chúng ta hãy vào chuyện.*

Ngự Thuyết: Vâng.

Thđại: *Thưa anh, c*ùng với những văn nghệ sĩ sống xa lìa tổ quốc chỉ trong một thời gian ngắn *anh* đã gửi đến độc *giả chín (09) tác phẩm mà theo tôi nghĩ đó là một sự "chạy đua" với thời gian hoàn hảo.*

Ngự Thuyết: Rời bỏ quê hương, qua tới Mỹ tôi mới bắt đầu viết. Những năm đầu hoang mang, bàng hoàng, và còn phải lo kiếm sống. Khi đã có việc làm, dù cuộc sống chưa ổn định, tôi cảm thấy có một tiếng gọi, một thôi thúc gần như cấp bách rằng phải viết cái gì đây. Rồi loay hoay viết vào những ngày rảnh, giờ lẻ, nên không viết được bao nhiêu. Khi về hưu mới có nhiều thì giờ để viết hơn. Dù 4 cuốn cuối cùng khá dày, trên dưới 450 trang mỗi cuốn, nhưng số sách được xuất bản như thế, theo tôi nghĩ, vẫn còn ít ỏi lắm. Trong khi đó thời gian như "bóng câu qua cửa sổ". Mới đấy tóc xanh, nay đã tóc bạc. Chẳng biết sẽ còn viết lách được bao lâu nữa. Cho nên "chạy đua" với thời gian? Tôi xin thua. Nếu quay ngược được thời gian, chắc chắn tôi sẽ cố gắng và quyết tâm viết nhiều hơn. Đúng là một mơ ước viển vông và tội nghiệp.

Thđại: *Hiện nay với tuổi trời cũng không còn "trẻ" lắm và lại đang sinh sống ở một nơi xa lìa cố quốc, vậy thì trong anh (tôi nghĩ chủ quan thôi) hẳn rằng cũng có nhiều ngôn ngữ lấp lánh trong cách nghĩ và viết của anh. Vậy thì chọn lựa một cách viết để diễn giải những suy nghĩ, diễn đạt là điều quan trọng. Nếu thế thì chọn lựa của anh ngôn ngữ nào anh mong muốn để chuyển đạt những suy tư, những trăn trở trong anh* đến người đọc?

Ngự Thuyết: Tiếng Việt, tiếng mẹ đẻ, dĩ nhên là ngôn ngữ tôi yêu quý nhất, một cách hồn nhiên đến với tôi, khỏi cần chọn lựa. Được dùng, được nghe, được nói, từ thuở còn bập bẹ cho tới khi "không còn trẻ lắm", tiếng Việt đã ăn sâu vào tim, vào óc của tôi. Nay lại được viết, thì làm sao có ngôn ngữ nào thay thế nổi. Thỉnh thoảng tự nhiên trong đầu bị một "lỗ trống" khiến tôi quên lửng một vài từ tiếng Việt nào đó, phải nghĩ bằng tiếng Anh hay tiếng Pháp. Hai thứ ngôn ngữ đó có khi được việc, có khi chẳng giúp ích được gì. Rồi không sớm thì muộn, từ tiếng Việt mà tôi quên, hoặc quên tôi, lại trở về. Như một người yêu trung thành nhưng hay hờn mát đôi lúc làm bộ lạnh nhạt với anh chàng si tình là tôi. Đó là chưa kể những câu thơ, câu ca dao, câu hò, câu hát vẫn lui tới với tôi như những người bạn tâm giao không bao giờ phụ bạc nhau.

Thđại: *Với thời gian và sự tiến bộ của kỹ thuật mọi điều hầu như thay đổi cho lớp người đi trước thời gian như anh, ví dụ như: Các cụ ta ngày trước chú trọng đến nét viết bằng tay vì thế người ta để cả cái "tâm" vào đó, để cả cái "hồn" vào nét chữ; nhưng bây giờ thì lại khác,* nào là: Keyboard, *Computer cho nên cái gì cũng mau, cũng gọn,* còn thì giờ đâu để tâm, để hồn vào nét chữ. *Thế thì theo nhà văn Ngự Thuyết chữ viết có còn cái tinh anh nằm trong cái "HỒN", cái "TÂM"?*

Ngự Thuyết: Trước hết, tôi không dám và không thể nhận là người đi trước thời gian.

Vâng, dụng cụ dùng để viết chữ đã trải qua những

giai đoạn từ bút lông, bút lông gà, đến bút sắt, bút bi, và bây giờ viết bằng *computer*. Đối với thế hệ của tôi, hồi còn bé tí có khi bị bắt buộc phải dùng bút lông trong lúc học lõm bõm chữ Hán. Lên trung học, mỗi tuần chỉ học một giờ chữ Hán, thì đã dùng ngòi bút sắt để viết rồi. Với chữ quốc ngữ tất nhiên dùng ngòi bút sắt hay bút bi. Sau này mới chuyển qua viết bằng *computer*.

Tóm lại chúng tôi đã sử dụng đủ các dụng cụ dùng để viết chữ, trừ bút bằng lông gà người phương Tây dùng xưa kia. Nhớ chàng Kim Trọng tương tư: *Buồng văn hơi giá như đồng/Trúc se ngọn thỏ tơ chùng phím loan.* Tất nhiên Kim Trọng vì nhớ Kiều xao nhãng việc đèn sách, lâu ngày không viết, ngọn bút se lại. Nhưng cũng có thể hiểu rằng ngọn bút đã se mình khi chứng kiến chủ nhân của mình thất tình. Giữa chữ viết và người viết, như anh nói, quả là đã có giao cảm. Có "tâm" và "hồn".

Khi chữ Quốc Ngữ ra đời, bút lông mềm mại, uyển chuyển, bị thay thế bằng bút sắt cứng đơ. Tuy nhiên, ngòi bút sắt vẫn còn có thể có nét đậm, nét nhạt, nắn nót, uốn éo, du dương. Đến bút bi thì chỉ còn một nét mà thôi. Tuy vậy con chữ vẫn có thể đẹp như "rồng bay", hay xấu như "gà bới"; hoặc rõ ràng, chân chỉ, hay cẩu thả, xiên xẹo. Lại có nét chữ đa tình, mặn mà, hay khô khan, lạt lẽo; phóng khoáng, bay bướm, hay gò bó, tủn mủn. Từ đó thầy bói chữ có thể suy đoán tính cách của người viết. Nhưng chỉ đoán trúng phần nào thôi. Là vì, chẳng hạn như Nhất Linh chữ viết đều đều và nhỏ như kiến bò (xin xem vài trang bản thảo in trong tiểu thuyết *Xóm*

Cầu Mới), nhưng với tâm hồn đầy ắp yêu thương, và rất mực tài hoa, vẫn mô tả được một cô Mùi tình tứ, duyên dáng, tha thiết, đảm đang, và đáng yêu biết chừng nào. Đến giai đoạn viết chữ bằng *computer*, với những mẫu chữ giống nhau, thầy bói chữ đành thất nghiệp.

Riêng tôi, khi bắt đầu viết văn thì đã có *computer,* và tôi viết ngay bằng *computer.* Viết bằng *computer* nhanh hơn viết tay nhiều, lại tẩy xoá dễ dàng. Đó là cái hay, mà vẫn có chút bất tiện. Tôi nghĩ rằng khi viết tay, những gì gạch bỏ vẫn còn đó trên trang giấy, có khi được đem dùng lại một cách thích đáng. Trên *computer*, xoá đi là mất tiêu. Đôi khi vì dễ tẩy xoá quá, người viết lại vô tình, hay vội vàng, xoá đi mất cái hay, cái xuất thần, khó nhớ lại nguyên vẹn.

Tới đây tôi xin trả lời rõ hơn liên quan đến cái "tâm", cái "hồn" của *con chữ.* Khi tôi bắt đầu viết một truyện ngắn chẳng hạn, chữ như nước nhỏ giọt, chậm chạp, lạnh lùng, chưa có "hồn", chưa có "tâm". Dần dần chữ nọ đuổi chữ kia chen nhau chạy nhảy nhanh nhẹn, vui tươi; hay nối đuôi nhau kéo dài lê thê nhọc nhằn, buồn bã. Giữa người viết và con chữ, đến giai đoạn này, chắc chắn đã bắt đầu có mối giao cảm. Mối giao cảm ấy càng lúc càng khăng khít. Những con chữ, dù trên *computer*, bỗng nhiên mang một sức sống từ lúc nào người viết không hề hay biết. Nó chi phối người viết. Và ngược lại, tất nhiên, người viết cũng có quyền năng sai khiến những con chữ. Những dòng chữ vui vẻ đùa giỡn, thì người viết vui lây.

Cau có, bực bội thì người viết chột dạ. Băn khoăn, lo âu, thì người viết thấy cần phải xét lại những gì hắn vừa viết. Tóm lại, dù dưới dạng thức nào, con chữ và người viết vẫn gắn bó với nhau chặt chẽ.

Thđại: Đã từng có nhiều tác phẩm được gửi tới *người đọc vậy, thì với anh là nhà văn, khi viết có cần nhiều đến kỹ thuật để tạo thành tác phẩm?*

Ngự Thuyết: Kỹ thuật rất quan trọng. Trước cảnh biệt ly chẳng hạn, hai người viết khác nhau có thể có những phản ứng, đáp ứng, cảm xúc, gần giống như nhau, và cũng gần như có chừng ấy vui, buồn, mừng, giận ... Nhưng khi viết xuống, mỗi người viết vận dụng kỹ thuật riêng và sáng tạo ra tác phẩm riêng biệt. Hoặc hay, hoặc dở. Và chắc chắn khác nhau. Kỹ thuật vững vàng, bài viết mới có giá trị.

Trong văn học Việt Nam, cảnh biệt ly được đề cập đến nhiều. Cùng đề tài ấy, Nguyễn Du đã viết nên những câu thơ lục bát tuyệt tác. Nguyễn Đình Thư, một thi sĩ được Hoài Thanh đưa vào cuốn *Thi Nhân Việt Nam* có một bài thơ nhan đề là *Tống Biệt* cũng làm theo thể lục bát. Các chi tiết như nơi chia tay, kẻ ở người đi, nỗi buồn ly biệt ... đều được hai tác giả nói đến. Thế nhưng nhờ vào kỹ thuật, nghệ thuật, đoạn thơ của Nguyễn Du hay hơn nhiều. Mời anh đọc bài thơ *Tống Biệt* của Nguyễn Đình Thư, và đoạn thơ trích từ *Truyện Kiều* của Nguyễn Du để tiện so sánh:

Tống biệt

Mênh mông muôn lớp sóng dồn
Vẻ lau trăng gió bãi cồn khói sương
Nước non đây chỗ chia đường
Tương tư mở lối đoạn trường cũng đây
Cách vời trước biết bèo mây
Chung đôi xưa nỏ sum vầy làm chi
Để giờ lủi thủi người đi
Mai chiều quạnh quẽ tà huy tôi buồn
Võ vàng đứng bến giang thôn
Thuyền người nắng bể mây nguồn biết đâu
Cầm tay chử hẹn chi nhau
Sầu chia nước chảy bên nào xa hơn

Và dưới đây là biệt ly giữa nàng Kiều và Thúc Sinh:

Chén đưa nhớ bữa hôm nay
Chén mừng xin đợi ngày này năm sau
Người lên ngựa kẻ chia bào
Rừng phong thu đã nhuốm màu quan san
Dặm hồng bụi cuốn chinh an
Trông người đã khuất mấy ngàn dâu xanh
Người về chiếc bóng năm canh
Kẻ đi muôn dặm một mình xa xôi
Vầng trăng ai xẻ làm đôi
Nửa in gối chiếc, nửa soi dặm trường

Đến đây, tôi xin nêu thêm một nhận xét. Một tác phẩm văn chương thường được nhận định trên hai bình diện: nội dung và hình thức, và trong hình thức có kỹ thuật. Làm như thế là nhằm mục đích đơn giản hoá việc phân tích, giảng giải. Thật ra, nội dung và hình thức tương tác nhau, quấn quýt nhau thành một thể nhất quán khó tách rời.

Thđại: *Trong bốn thứ giải trí của người xưa là: Cầm, Kỳ, Thi, Hoạ thì THI được xếp vào loại thứ ba(03) trong bốn (04) loại kể trên.* Là nhà văn *anh có thấy sự sắp xếp đó ổn thoả không*?

Ngự Thuyết: Theo tôi, cách nói Cầm, Kỳ, Thi, Hoạ của Tàu chẳng qua để cho thuận tai. Được đề cập trước không nhất thiết được xem là có giá trị hơn. Theo truyền thuyết Tàu, Đế Thích là tay cao cờ đệ nhất nhưng đâu được tôn kính và nhắc nhở đến nhiều như Lý Bạch, Đỗ Phủ, Vương Duy v.v... Đâu có ảnh hưởng đến đời sống tình cảm, tinh thần của con người như những nhà thơ nói trên. Nhưng trong thứ tự được nêu lên thì "Thi" đứng sau "Kỳ". Trong hai câu thơ trong *Truyện Kiều* của Nguyễn Du:

Đòi phen nét vẽ câu thơ
Cung cầm trong nguyệt nước cờ dưới hoa

thì thứ tự là Hoạ, Thi, Cầm, Kỳ.

Trong cách nói Tuyết, Nguyệt, Phong, Hoa cũng thế, không nhất thiết Tuyết là đẹp nhất, Hoa là xấu nhất. Cũng trong thơ của Nguyễn Du:

Đòi phen gió tựa hoa kề
Nửa rèm tuyết ngậm bốn bề trăng thâu

Phong, Hoa đi trước Tuyết, Nguyệt.

Thđại: *Nếu cho là "Ổn" thế sao người ta lại bảo rằng:" Xướng ca vô loại". Vậy khi buồn " Kiều lẩy" một* đôi câu còn có ý nghĩa gì?

Ngự Thuyết: Câu nói "xướng ca vô loại" không biết ra đời từ bao giờ và do ai nói ra. Cũng như những "danh ngôn" khác, những câu nói loại đó thường không có giá trị phổ quát, hoặc chỉ đúng trong trường hợp này, sai trong trường hợp khác, đúng vào thời gian này, sai vào thời gian khác. Tôi bỗng nhớ những câu cách ngôn ý nghĩa ngược nhau: *"Không thày đố mày làm nên"*, và *"Học thày không tày học bạn"*; hoặc *"Gần mực thì đen, gần đèn thì sáng"*, và *"Gần bùn mà chẳng hôi tanh mùi bùn."* Lại nhớ hai câu thơ trước kia thường được những người bài bác *Truyện Kiều* nêu lên như một khẩu hiệu: "Đàn ông chớ kể Phan Trần/Đàn bà chớ kể Thuý Vân, Thuý Kiều". Hai câu thơ ấy chỉ nói lên ý kiến của một nhóm người nào đó, và cũng đã lỗi thời.

Trong các triều đình vua chúa ngày xưa, hay trong các lễ hội đình đám của dân gian, để thêm phần trang nghiêm, sôi nổi, hào hứng, có phần đóng góp quan trọng của âm nhạc. Tất nhiên phải có những nhạc sĩ, nhạc công, và những nghệ nhân ca xướng. Và tất nhiên họ không phải là "vô loại". Ngay cả vào thời cổ đại của nước Tàu, Khổng Tử đã san định *Kinh Lễ* trong đó có phần *Lễ Ký* nói đến âm nhạc: *Nhạc là sự hài hòa của trời đất, Lễ là trật tự trong trời đất* (Nhạc giả thiên địa chi hoà dã, Lễ giả thiên địa chi tự dã). Âm nhạc, như vậy, đã được tôn quý từ ngàn xưa tại nước Tàu mà văn hoá của họ có ảnh hưởng lớn đối với nước ta. Về sau âm nhạc ở phương Đông dường như không được quan tâm bằng những bộ môn nghệ thuật khác, trong khi ở phương Tây nhạc cổ điển rất được quý trọng và đạt đến những đỉnh cao tư giữa thế kỷ 16 cho đến bây giờ. Những danh ca nhạc cổ điển rất được tôn quý. Nay cả thế giới đều biết giá trị lớn lao của âm nhạc. Câu nói "xướng ca vô loại" trở thành vô nghĩa.

Thơ có thể được dùng để thù tạc, xướng hoạ, ngâm hoa vịnh nguyệt, một thú tiêu khiển thanh cao trong lúc nhàn rỗi. Nhưng vẫn có loại thơ nói lên "thần trí và hồn tính" của cả một dân tộc. Việt Nam ta là một nước nhỏ, tiếng Việt chưa được biết đến nhiều, cho nên kiệt tác *Truyện Kiều* của thiên tài Nguyễn Du cũng chưa được phổ biến trên thế giới cho dù nó đã được dịch ra khá nhiều ngoại ngữ. Riêng tiếng Pháp và tiếng Anh, mỗi thứ tiếng đã có hơn 10 bản dịch *Truyện Kiều* khác nhau. Tại sao có nhiều bản dịch như thế? Bởi vì những dịch giả không đồng ý nhau trước một tác phẩm quá tế nhị, quá phong phú, quá hàm súc, khó ai có thể nắm bắt được đầy đủ tất cả ý nghĩa và cái đẹp của nó. Đối với người Việt thì *Truyện Kiều* đã đi sâu vào lòng dân tộc từ người ít học đến những thành phần trí thức hay đỗ đạt cao. Cho nên "khi buồn 'Kiều lẩy' một đôi câu", như anh nói, là chuyện có thể thường xẩy ra. Người đang buồn có thể tìm thấy sự an ủi, đồng cảm qua những vần thơ trác tuyệt ấy. Nhưng trong một phạm vi rộng lớn hơn, một áng thơ hay như thế có thể tác động đến tình cảm, nhận thức, tư duy của con người nói chung.

Thđại: *"Làm văn nghệ không phải để giải trí, "làm văn nghệ rất khổ" nhà văn, hoạ sĩ Võ Đình có lần đã bảo thế;* còn theo Nguyễn Đình Thi *quan niệm làm văn chương là một sự "nhọc nhằn". Anh có bao giờ thấy "khổ" và thấy "nhọc nhằn" khi viết?*

Ngự Thuyết: "Làm văn nghệ không phải để giải trí", tôi đồng ý. Nhưng để rước lấy cái "Khổ", cái "nhọc nhằn"? Đấy là cảm nghĩ riêng của cá nhân Võ Đình hay Nguyễn Đình Thi. Với tôi, lúc ban đầu, tôi viết là viết cho tôi do một thúc bách nào đó, có khi mơ hồ, có khi rõ ràng. Khi có người tri kỷ, tri âm, tôi viết để san sẻ với những người ấy, và nếu có bạn đọc mới khác nữa, càng tốt. Viết xong một tác phẩm, cảm thấy nhẹ nhõm như vừa vượt qua một thử thách. Lâu ngày thành thói quen như đói thì ăn, bứt rứt thì viết. Ăn xong bớt đói, viết xong bớt băn khoăn. Tóm lại, không vì viết mà phải nhọc nhằn, khổ sở.

Thđại: Đã từng có những tác phẩm ngắn, dài*, anh có gì phản biện lại khi nhà văn, hoạ sĩ Võ Đình có lần đã nói: "Truyện ngắn là hình thức thực tại của sự đời, truyện dài là một chuỗi dài lóng lánh, nối kết do sự giả tạo của con người"?*

Ngự Thuyết: Tôi không đồng ý với những nhận xét nói trên. Theo tôi, truyện ngắn là sự chụp bắt những mảng rời, nhỏ của cuộc sống, thường mang một chủ đề nào, và có thể được viết bằng lối văn cô đọng, hoặc thơ mộng gần gũi với thi ca. Trong khi đó truyện dài cố gắng phản ảnh thực tại của cuộc sống đa dạng, muôn màu, cố gắng "chạm" vào bản chất con người. Những tác giả người Nga vào thế kỷ 19 như Leo Tolstoy, Fyodor Dostoevsky đã nỗ lực làm công việc khó khăn đó. Tôi thích viết loại truyện "vừa" (novella).

Thđại: *Tóc Trắng là một truyện ngắn mà nhiều độc giả ưa thích, không những thế khi còn sinh tiền cố nhà văn Võ Phiến cũng rất thích truyện này. Vậy thì nhân* đây *anh có thể nói thêm về TÓC TRẮNG, hoàn cảnh nào, động lực thúc đẩy anh viết lên truyện ngắn này? Anh xây dựng tác phẩm* ấy *như thế nào?*

Ngự Thuyết: Có truyện bắt tôi phải suy nghĩ nhiều về cốt truyện, bố cục, nhân vật, khung cảnh v.v... trước khi viết. Nhưng thường thì không thế. Câu trước nẩy sinh ra câu sau, ý nghĩ này kéo theo ý nghĩ khác, dồn dập mỗi lúc một nhiều thêm, chẳng khác gì một sinh vật tự nó lớn dần khi có đầy đủ dưỡng chất cho nó. Truyện *Tóc Trắng* cũng được thành hình một cách ngẫu nhiên như thế.

Tôi xin được nêu lên vài chi tiết có liên quan đến *Tóc Trắng*. Trong một chuyến đi Big Bear, một khu du lịch miền núi nổi tiếng ở Nam Cali, đứa cháu gái của tôi trong một lúc vui miệng "thành thật khai báo": "Chắc chú biết cháu đã tuyệt giao với cái anh chàng đáng ghét đó. Trước kia cháu có đi Big Bear với hắn. Nay trở lại đây, dù không ưa hắn, không liên lạc với hắn nữa, cháu vẫn thấy lòng bồi hồi." Câu nói ngắn ngủi không đâu ấy luẩn quẩn mãi trong tôi. Rồi nó biến thành một đòn bẩy, một khai mào, một thúc giục, khiến tôi nghĩ lan man hết chuyện này đến chuyên khác. Cả một quá khứ ngổn ngang, hoang mang, đau đớn, rối rắm, vui quá ít, buồn quá nhiều, trong đó có bạn bè của tôi, người thân của tôi, và bản thân tôi, lũ lượt kéo về xôn xao, dồn dập cùng với những cảm nghĩ, xúc động, chen lẫn với tưởng tượng, hư cấu. Tôi ghi lại thật nhanh những gì nổi bật nhất lên *computer*. Xem lại, sửa chữa, thêm bớt, sắp xếp ... *Tóc Trắng* thành hình.

Vâng, có một số bạn đọc thích truyện *Tóc Trắng*. Nhà văn Võ Phiến cũng thế, và có ghi lại một số nhận xét.

Khi truyện được in ra, nó trở thành một "sinh vật" hoặc có sức sống lâu dài, hoặc chết yểu mau chóng, tuỳ theo sự đón nhận, tiếp thu, và cả đóng góp về mặt "sáng tạo" của người đọc nữa. Nói cách khác, "đứa con tinh thần" đó, lúc ấy, hoàn toàn nằm ngoài tầm tay của tác giả. Nhưng, nếu tôi nhớ không lầm, nhà phê bình văn học Nguyễn Hưng Quốc, đại khái nói rằng tác giả cũng là người đọc trước tiên tác phẩm của hắn. Vậy tôi thử làm một độc giả đọc truyện *Tóc Trắng*, nêu lên vài nhận xét. Độc giả khác có thể đồng ý hoặc không, hoặc có nhận xét khác.

Người ta sống thường trực trong ám ảnh. Ám ảnh có khi nằm sâu trong tiềm thức, và cả trong vô thức. Ám ảnh càng dai dẳng khi chấn động càng to lớn. Trong truyện đó, đấy là hình ảnh mái tóc trắng loà xòa của người vợ đau khổ trên làn nước xanh trước khi chìm sâu xuống đáy biển trên đương vượt biển. Hình ảnh đó không bao giờ phai mờ trong lòng người chồng.

Ngoài chủ đề vừa nói, có mấy mệnh đề phụ. Chẳng hạn sự khác biệt của những nếp sống trước và sau khi Miền Nam thất thủ, rồi tiếp theo là nếp sống lưu vong. Mệnh đề phụ thứ hai: Hai anh chàng có quan hệ đến một nhân vật nữ. Người thì mang nặng hành trang của quá khứ, khốn đốn, khắc khổ; người thì đã nhập vào dòng chính của cuộc đời mới, tự tin, một phần nào tự mãn, và thực tế. Và mệnh đề phụ thứ ba: Những con đường. Con đường êm đềm của quê hương cũ đầy thương yêu, không chém giết hận thù; con đường vong thân chứa đầy cạm bẫy, hầm hố, đau thương sau 1975; và con đường không thiếu những đe doạ của súng đạn, sắt thép, và của cả con người, trên đất lưu vong.

Thđại: *Chúng ta vẫn chưa có tác phẩm đủ "LỚN" cả ở bên trong lẫn bên ngoài tổ quốc.* Có phải vì theo người đọc thì: "những nhà vă*n An Nam ta v*ẫn còn quanh quẩn ở cái ao làng, vẫn viết những đề tài*: "xa quê hương nhớ mẹ hiền", nói gọn lại thì toàn là những thứ vớ vẩn. L*à nh*à văn tôi chắc là *anh hiểu rõ chuyện này. Thế thì* ý kiến *của anh ra sao?*

Ngự Thuyết: Mark Twain là nhà văn lớn của Mỹ dù ông chỉ viết về quê hương của ông. Đặc biệt là trong hai cuốn nổi tiếng, *The Adventures of Tom Sawyer* (1876) và *The Adventures of Huckleberry Finn* (1884), khung cảnh, bối cảnh của những vùng ông đã sống suốt thời thơ ấu và niên thiếu được ghi lại đầy đủ và cảm động. Nhà văn William Faulkner, giải Nobel văn chương năm 1949 gọi Mark Twain là *"Người cha của văn học Mỹ"* (The Father of American Literature). Hầu hết các tác phẩm của Faulkner cũng đều lấy một vùng đất tưởng tượng có tên là Yoknapatawpha làm bối cảnh (setting). Thật ra, vùng đất có cái tên lạ lùng đó do Faulkner đặt ra chỉ là phiên bản của Quận La Fayette nơi ông đã sống gần như suốt đời. Một nhà văn Mỹ khác, cũng đoạt giải Nobel văn chương năm 1954 là Ernest Hemingway còn ca tụng rằng *"Tất cả văn học hiện đại của Mỹ đều bắt nguồn từ cuốn Huckleberry Finn của Mark Twain"* (All modern American literature comes from a book by Mark Twain called Huckleberry Finn). Gần đây, Alice Munro, nhà văn nữ Canada giải Nobel văn chương năm 2013 cũng lấy quê hương của mình vùng Southern Ontario làm bối cảnh cho rất nhiều truyện ngắn nổi tiếng của bà.

Những dẫn chứng dài dòng trên đây không ngoài mục đích xác định rằng quê hương thường là nguồn cảm hứng đối với những tác phẩm lớn.

Tóm lại, theo tôi, "xa quê hương nhớ mẹ hiền" không phải là chuyện "ao làng", "vớ vẩn". Vấn đề là tác phẩm viết ra có đạt được một giá trị đòi hỏi nào đó không. Ngoài ra, nước ta chưa phải là một nước lớn, tiếng Việt chưa được phổ biến rộng rãi trên thế giới. Vì vậy những tác phẩm giá trị của Việt Nam chưa được biết đến chăng? Lại nữa văn học trong nước bị gò bó dưới chế độ độc tài toàn trị nên không thể phát triển mạnh, trong khi đó văn học ngoài nước không có những thế hệ tương lai tiếp nối, tàn tạ dần. Những cây viết sung sức, phong phú nay hầu hết đều đã trọng tuổi, hoặc đã vĩnh viễn ra đi, để lại khoảng trống không nhỏ.

Cho nên tác phẩm lớn vẫn chưa xuất hiện.

Thđại: *Ngôn ngữ của người Việt chúng ta ngày nay ở trong nước (theo tôi) những lúc sau này hình như mất đi ít nhiều (hương đồng cỏ nội) cái tinh tuý của "chữ" và " nghĩa"* đã hao hụt đi rất nhiều. *Vậy thì là một nhà văn với tuổi đời đầy đủ truân chuyên, anh có nhận ra những mất mát ấy không. Và, nếu cần sửa đổi với cương vị một nhà văn, một nhà giáo như anh thì phải bắt đầu từ chỗ nào?*

Ngự Thuyết: Ngôn ngữ là một sinh vật – sinh ngữ. Trong ngôn ngữ, những gì thiếu sức sống, lố bịch, thô bỉ, vô nghĩa, xấu xa, sẽ bị thời gian đào thải; những gì tươi mát, đầy sinh khí, đầy ý nghĩa, tốt đẹp (nhưng thế nào là tốt đẹp, đấy là vấn đề), sẽ tiếp tục sống lâu dài. Chữ nghĩa trong những tác phẩm của những nhà văn trong nước như Phạm Thị Hoài (nay sống ở hải ngoại), Nguyễn Huy Thiệp (đã qua đời), Nguyễn Ngọc Tư (*Cánh Đồng Bất Tận*), Nguyễn Huệ Chi, Nguyên Ngọc, vân vân, vẫn phong phú, sắc bén, hàm súc, hoặc chan chứa tình ý. Người đọc trong nước hay ngoài nước đều không gặp trở ngại trong tiếp thu hay lãnh hội khi đọc những tác giả nói trên. Cho nên, theo tôi, chữ Việt ngày nay không bị "mất mát", hay "hao hụt" nhiều lắm đâu. Cố nhiên những chữ như "xưởng đẻ", "nhà đái gái", "cự li", "máy bay lên thẳng", cà phê "cái nồi ngồi trên cái cốc", "múa đôi", đồng hồ "không người lái", vân vân ... đã và sẽ bị thay thế.

Thđại: *Có bao giờ anh nhìn lại những gì mà mình đã viết và rồi sau đó* đồng ý với một nhà văn khi cho rằng *: "nhà văn là kẻ bất công với chính mình, bất công với những gì hắn đã viết ra" và : "hắn thường nhìn lại tác phẩm của hắn với con mắt nghi ngờ, không toại nguyện"*

Ngự Thuyết: Câu anh trích dẫn, *"Nhà văn là kẻ bất công với chính mình, bất công với những gì hắn viết ra",* theo tôi, đấy cũng chỉ là một cách nói có phần bi kịch hoá. Là vì cũng có kẻ rất chủ quan, tự cao tự đại, hoặc quá tự tin, cho rằng văn của mình mới đáng kể, rằng người đồng thời chưa hiểu nổi mình, phải chờ vài ba trăm năm nữa mới có người khám phá ra giá trị của mình. Câu nói "Văn mình, vợ người" vẫn có người nhắc đến một cách sảng khoái. Quả là "bá nhân bá tính." Câu kế tiếp, *"hắn thường nhìn lại tác phẩm của hắn với con mắt nghi ngờ, không toại nguyện"* đáng được suy ngẫm hơn. Đọc lại những gì mình viết, tôi vẫn thường không hài lòng. Không khuyết điểm này thì nhược điểm khác. Cho nên khá nhiều tác phẩm của tôi trước khi gom lại in thành sách đều được sửa chữa, thêm bớt, không nhiều thì ít. Thế mà khi sách đã in, đọc lại, vẫn muốn sửa nữa. Tất nhiên cũng có ngoại lệ.

Thđại: *Thưa anh, mải vui câu chuyện tôi quên chưa giới thiệu về anh. Vậy thì bây giờ xin mời anh giúp tôi làm cái công việc ấy nhé.*

Ngự Thuyết: Xin được vắn tắt. Tôi viết trễ. Có làm việc cho hãng dầu hoả Esso, và dạy học tại Trường Sinh Ngữ Quân Đội, sau đó Cao Đẳng Sư Phạm tại Sài Gòn. Tù cải tạo hơn 3 năm. Qua Mỹ theo diện HO, làm việc hơn 10 năm, bắt đầu viết sau một thời gian loay hoay. Về hưu, có thì giờ, viết đều đặn hơn. Đã xuất bản 9 tác phẩm.

Thđại: *Và, nếu phải nói về* mình với độc *giả thì điều đầu tiên mà nhà văn Ngự Thuyết muốn nói là gì?*

Ngự Thuyết: Thưa quý bạn đọc, thật là ngại ngùng khi phải tự nói về mình. Tự chê thì quả là giả dối, kém cỏi; mà tự khen thì lại tỏ ra kiêu ngạo, ngu xuẩn, cũng kém cỏi nốt. Tốt hơn hết là xin quý bạn, nếu rảnh rỗi, chịu khó đọc tác phẩm của tôi, và sẽ có nhận xét riêng.

Thđại: *Những người làm văn chương nghệ thuật với tôi là những người* đã "hy sinh" rất nhiếu để làm cho, *l*àm nên cuộc đời này *có ý nghĩa* hơn đáng sống *hơn và* làm *cho hận thù vơi đi, làm đổ vỡ được hàn gắn và từ đó chân, thiện, mỹ được bắt đầu. Người Bungari có một câu ngạn ngữ rất hay: "Bàn tay tặng hoa hồng bao giờ cũng phảng phất hương thơm", đấy có lẽ là một sự đền bù cho những "rất Khổ"* và *"nhọc nhằn"* văn *chương cho những ai trong đó có anh* đang ngày đêm: NHỌC NHẰN, và RẤT KHỔ?

Ngự Thuyết: Văn chương có ảnh hưởng đến đời sống, nhất là đời sống tinh thần, tình cảm, của con người. Mặt khác, văn chương còn có tham vọng phản ảnh sinh hoạt xã hội loài người, và tìm kiếm câu trả lời, "Con người, anh là ai, chị là ai?" Nhưng tôi không nghĩ rằng văn chương được hân hạnh mang quá nhiều trọng trách như anh nêu trên. Và như tôi đã thú nhận, tôi không cảm thấy nhọc nhằn, khổ sở khi viết. Lâu ngày, viết trở thành một thói quen. Khi cảm thấy có sự thôi thúc, bứt rứt -- viết. Trong khi viết, có thể có những khắc khoải, băn khoăn. Viết xong, cảm thấy nhẹ cả người. Thế thôi. Nhất là ở hải ngoại, người viết không bị những ràng buộc lôi thôi.

Tôi xin kể lại một giai thoại. Trong một lần chuyện trò giữa André Gide và Paul Valéry, hai cây viết hàng đầu cuả Pháp trước Thế Chiến thứ nhất, Gide bảo nếu bị cấm viết, ông không sống nổi. Thì Valéry lại nói nếu bị bắt buộc viết, ông cũng chết luôn.

Giai thoại đó nghe thật thú vị. Nay ở hải ngoại không ai cấm ta viết, cũng không ai bắt ta viết. Thế là đủ và đáng quý rồi. Cho nên, nếu cảm thấy nhọc nhằn, khổ sở, thì gác bút. Nếu gác bút, lại cảm thấy bị "lương tâm cắt rứt", thì hãy mở *computer* ra, viết. Nhưng có điều là, với số độc giả ngày càng ít ỏi, hầu hết người viết đều không nhận được chút thù lao nào cả từ đứa con tinh thần của mình, và cũng cảm thấy thiếu vắng sự đồng cảm, giao cảm, khích lệ, thôi thúc từ người đọc.

Thđại: *Thưa nhà văn Ngự Thuyết, độc giả và những ai đang theo dõi buổi trò chuyện này và ngay cả tôi cũng rất vui đã được cùng anh trò chuyện. Thời gian rất có hạn. Vậy trước khi chúng ta chia tay, anh có cần bổ sung thêm những gì mà trong lúc mải vui tôi đã quên không đề cập đến.*

Ngự Thuyết: Thế hệ người Việt Nam đầu tiên tỵ nạn ở hải ngoại -- những người còn hiểu biết và quan tâm đến tiếng Việt -- nay cũng đã trên dưới 80 tuổi. Và lại không phải ai ai cũng thích đọc sách, nhất là sách tiếng Việt. Người ta còn có nhiều mối bận tâm khác cấp bách hơn. Thế hệ thứ hai, thứ ba phải sử dụng ngôn ngữ của nước bản địa trong giao tiếp hàng ngày hay trong học đường, lại càng xao nhãng tiếng Việt. Do đó, như đã nói trên, độc giả tiếng Việt ở hải ngoại quá hiếm hoi. Cho nên, đối với tôi, cho đến bây giờ mà vẫn còn có người đọc tiếng Việt trong đó có tác phẩm của mình thì quả là một nguồn khích lệ lớn lao, quý giá.

Thđại: *Xin chân thành cám ơn nhà văn. Cầu chúc anh cùng gia quyến mọi điều tốt đẹp, thân tâm thường an lạc.*

3/2023

TÓC TRẮNG

Ngự Thuyết

"Em xem kìa, cảnh đẹp quá!"

Chiếc xe như bị ma đuổi, chạy cuống cuồng. Cái anh chàng này lái quá ẩu, làm mình giật mình không biết bao nhiêu lần rồi. Chạy đã nhanh, không chịu tập trung vào việc lái, lại còn ưa bắt chuyện. Người đâu mà không biết nguy hiểm là gì cả! Cho nên mình cứ tảng lờ để anh chuyên chú vào việc lái xe là tốt hơn hết. Lại tiếng nói của Khải:

"Thảo này, em thấy sao?"

Mình buộc lòng phải trả lời:

"Em chả thấy sao cả, vẫn bình thường như thường."

Khải quay đầu nhìn và nói từng tiếng một:

"Không, anh hỏi em thấy cảnh có đẹp không?"

"Cảnh hả. Để em xem thử nào ... Chứ đã lái xe mà

còn đòi ngắm cảnh nữa thì sẽ có ngày...”

Khải cười lớn:

“Nhưng anh vẫn lái đấy chứ, và nhờ em ngắm cảnh giùm anh rồi nói cho anh biết ...”

Mình không muốn cãi cù nhầy, rõ ràng anh mới nói em xem kìa, cảnh đẹp quá. Thế mà bây giờ... Lại cái giọng đấy:

“... Chứ có phải em lái đâu mà ... mà sẽ ... gì gì đó.”

“Sẽ có ngày.”

Khải giọng giễu cợt:

“Anh qua đây từ bé, không hiểu được tiếng lóng của em. Sẽ có ngày nghĩa là sẽ gì? Mà cảnh đẹp không?”

“Thôi, anh lo lái xe đi, đừng đùa dai nữa.” Mình phải nói cái gì để anh chàng này đỡ lằng nhằng. “Vâng, đồng ý với anh, cảnh đẹp lắm.”

Khải hắng giọng định nói thêm lại thôi, tiếp tục phóng xe chạy vèo vèo trên con đường đèo cong queo trước mặt. Ngồi bên cạnh Khải, mà lòng dạ mình để đâu đâu. Mình là con người lạng quạng, thiếu ngay thẳng, thiếu tự trọng? Không những thế, yếu đuối! Nhưng quả thật mình không ưa anh chàng Khải này, mà cứ nhận lời đi chơi, hết lần này đến lần khác. Lần này lại đi xa. Tại sao vậy? Hình như trong sâu xa, mình muốn chứng tỏ mình không phải là thứ đồ bỏ, Hưng đâu phải là người đàn ông độc nhất còn sống sót trên cõi đời này.

Mà chứng tỏ với ai bây giờ? Để làm gì? Hưng đâu có hay biết gì về chuyện mình quen biết hay giao thiệp với người này, người nọ. Hay đó chỉ là một cái cớ để che đậy cái tính nhẹ dạ, dễ tin, dễ bị người ta dụ dỗ. Mình có phải thuộc loại người dễ dãi ấy không? Mà dễ dãi có phải là một cái tội hay không? Em chưa hiểu rõ em thì làm sao hiểu anh được hả Hưng.

Thật ra, Khải trông cũng được đấy. "Cao ráo sạch sẽ", dáng dấp một lực sĩ, nước da ngăm ngăm nâu, chiếc áo *pull* để lộ hai cánh tay bắp thịt nổi lên gân guốc. Đặc biệt là đôi mắt có chiều sâu khiến cho khuôn mặt bớt lấc cấc, lại thêm hai khóe môi thường nhếch lên một chút như sẵn sàng nở ra một nụ cười dễ dàng. Anh cũng có khoa ăn nói, lại biết đến mấy ngoại ngữ. Nhưng điều mình không ưa nơi Khải có lẽ là cái vẻ quá tự tín đến tự mãn. Và thực tế quá. Hay thực dụng? Lại thích ganh đua, luôn luôn muốn hơn người.

Anh ở Mỹ đã lâu nhưng nói tiếng Việt khá trôi chảy, giọng lơ lớ nửa Bắc, nửa Nam, chen dăm ba tiếng Anh khi cần thiết, hoặc khi chưa tìm ra chữ chính xác. Chứ không phải như một số người câu nào cũng cố đệm vào vài ba tiếng Anh, tiếng Pháp, chẳng hạn: *"toa mới qua, for sure nhớ nhà lắm hả?", "đừng ngại, moa toujours busy nhưng sẵn sàng help", "he rất good, làm gì cũng parfait", "elle được lắm, mais un peu boring", "sometimes đi dancing với moa nhé, exactly hai đứa mình với bọn con trai thôi", "eh, đừng dại mà get involved vào cái cas ấy", "chúng nó chẳng bao giờ gentilles cả, some people!" v.v...*

Không hiểu sao mình có ý nghĩ rằng cha mẹ anh là người Bắc di cư vào Nam năm 54, còn anh thì sinh tại Sài Gòn, đến 75 một mình di tản qua Mỹ. Khải chưa bao giờ nhắc nhở đến gia đình, cha mẹ. Có dịp mình sẽ hỏi anh xem lời đoán mò đó đúng được mấy chục phần trăm.

Khải rất sành sõi trong giao tiếp, lại có công ăn việc làm vững vàng, và hẳn là có nhiều tiền. Năm nào anh cũng "làm một chuyến du lịch xa". Năm ngoái, vốn thích bóng tròn, anh đã bay qua Tokyo xem trận chung kết Vô Địch Túc Cầu Thế Giới giữa Ba Tây và Đức. Năm nay để dành ngày nghỉ phép cùng vài người bạn da trắng cùng sở đi xem Thế Vận Hội tổ chức tại Hy Lạp mất hơn ba tuần lễ. Ngoài ra mỗi năm anh còn có những chuyến đi chơi trong nước Mỹ *out-of-town, out-of-state* vào những dịp *long weekend*. Hỏi kỹ anh mới kể lại những chuyện ấy bằng một giọng hờ hững, chứ không phải thuộc hạng người đi nhiều ưa nói khoác.

Có lẽ vì một vài lý do trên chăng, hay vì lý do nào khác nữa khiến mình cảm thấy có một cái gì ngăn cách giữa mình và Khải. Dù vậy mình đã nhận lời đi chơi với anh chàng này mấy lần rồi. Buồn cười.

Đang đi với Khải lại hay lo ra, lại nghĩ vẩn nghĩ vơ, lại cảm thấy như người phạm tội, lại cứ muốn sống với những ngày cũ, người cũ. Hình như Khải cũng nhận ra có gì khác lạ nơi mình, nên im lặng. Khải luôn luôn vậy. Mà còn làm ra vẻ dửng dưng nữa chứ! Hay là chỉ khéo vờ vĩnh? Hay cho đó là chuyện riêng của mình, anh không muốn xía vào.

Chiếc xe chạy vùn vụt trên con đèo ngoằn ngoèo, dốc cao, và dài. Hai cửa kính trước của xe mở hé, gió rít mạnh. Tóc mình bay rối tung, có sợi vướng vào mắt, vào tai, vào cổ. Nhột nhạt, khó chịu. Con mắt vô tình đập vào đồng hồ tốc độ. Kim chỉ trên con số 70. Mình hơi hoảng:

"Anh lái nhanh quá! Em sợ."

Vẫn nhìn thẳng đằng trước, Khải trả lời:

"Em nói gì? Anh không nghe."

Nói xong, anh bấm nút cho cửa kính đóng kín khỏi bị gió át, lặp lại câu hỏi:

"Em nói gì, nói lại đi."

"Em nói anh lái nhanh quá. Em sợ."

"Nhanh gì mà nhanh!" Khải đáp vắn tắt.

Mình không thích cái lối nói cộc lốc ấy, nói để mà nói, bất chấp đúng hay sai, và chẳng quan tâm gì đến người nghe. Đã biết thế mà mình cũng không thể ngồi im được:

"Thế mà không nhanh hả? Xem nào, kim chỉ trên 70 *miles,* tính ra trên 100 cây số một giờ. Lại đang lên đèo!"

"Nhằm nhò gì."

"Nhưng em sợ."

"Sợ gì mà sợ!"

Lại cái giọng đó. Chừng như thấy mình cau mày khó chịu, Khải hắng giọng nói tiếp:

"OK, người ngồi cạnh sợ thì cũng phải thôi. *I understand.* Còn anh, người lái, luôn luôn yên tâm. Em coi kìa, tụi nó sắp qua mặt mình rồi."

Quả thế, Khải chỉ lơi chân ga một chút để lắng nghe mình nói, hai chiếc xe chạy sát sạt đằng sau nãy giờ đã nhá đèn lên. Khải bớt tốc độ, hơi nép vào phía phải của con đường, chúng vù vù qua mặt. Trên hai chiếc xe ấy, một xe mui trần, chiếc kia là xe *truck,* bọn thanh niên thiếu nữ Mỹ trời khá lạnh mà con gái vẫn quần đùi *jeans* cũn cỡn, lai quần rách toe, phô những cặp đùi dài và đẹp, con trai thì phong phanh chiếc *T-shirts*, vung những cánh tay lên trời, reo hò thích thú. Có lẽ tụi nó không trẻ hơn mình lắm đâu, nhưng quả là vô tư và hồn nhiên. Còn mình? Mới qua bỡ ngỡ, đôi khi tự cảm thấy già khằn. Không khéo một ngày không xa mình sẽ héo queo lại như một quả táo chín non. Và rụng.

Con đường nhựa đen bóng lộn, uốn lượn, chia làm hai bằng vạch sơn vàng ở giữa. Nhiều đoạn đường hẹp chỉ cho phép một dòng xe lên, một dòng xe xuống. Những lúc xe chạy ngược chiều nhau tại những khúc quanh, thì tuồng như sắp ủi vào nhau mới thấy được nhau. Trước đó, vách núi hay cây cao che khuất. Khải tăng tốc độ chạy như mũi tên bay, nhanh hơn tên bay chứ, ví với von, cố đuổi theo hai chiếc xe vừa mới qua mặt. Có lúc mình tưởng xe sắp đâm vào những chiếc xe đối đầu đang ào ào đổ xuống cuối mỗi khúc cong, có lúc tưởng xe đã trượt ra khỏi con đường bay vào không trung, rơi xuống vực. Cũng tính nào tật nấy, hiếu thắng vô lối. Biết rồi mà, thể tháo gia mà có hạng mà! Mình không thể ngồi im lặng mãi được nữa:

"Kệ tụi nó. Mình lo việc mình đi anh. An toàn xa lộ là tốt nhất. Anh thấy không, phía trái bên anh là vách núi, phía phải bên em là vực sâu. Sâu thăm thẳm, em không dám nhìn xuống. Lỡ vô ý một chút, một giây thôi, xe có thể lao xuống vực, hay đụng những chiếc xe ngược chiều kia! Với lại ..."

"Với lại làm sao?"

"Anh không sợ cảnh sát phạt? Em thấy nhiều tấm bảng hiệu bên đường chỉ tốc độ giới hạn là 35, 40 gì đó. Mà anh chạy hơn 70!"

"Phạt gì mà phạt! Ngu sao để phạt! Vừa chạy vừa canh chừng chứ. Thấy có cảnh sát mình chạy chậm lại. Ở đây ai cũng thế, trừ mấy ông lão."

Nói xong, Khải lại hạ cửa kính xuống một chút cho gió lùa vào, cho gió gào thét, lại nhấn thêm ga. Khải vẫn có thói quen như thế, dù trời nóng hay lạnh, lạnh thì mở *heat*, nóng thì mở máy lạnh, nhưng cửa kính vẫn luôn luôn để mở hé, bảo nghe tiếng gió gào khi xe phóng nhanh mới thấy thú. Khải luôn luôn muốn làm khác người theo cái lối giả tạo của anh, mình biết quá rồi. Thế mà cũng nhờ vậy Khải làm mình chú ý trong những lần gặp gỡ đầu tiên. Nhưng bây giờ mình đã chán ngấy cái thói đó. Tốt hơn hết, mình nên ráng giữ im lặng trở lại. Mình càng nói, Khải càng làm ngược, càng nguy hiểm.

Im lặng mà sống với những ngày tháng cũ nhé. Tính ra mới hơn một năm thôi. Em quen anh mới hơn một năm mà em cứ tưởng mình đã quen nhau lâu lắm. Quen nhau từ kiếp trước mới chịu đựng được nhau lâu thế. Biết bao nhiêu chuyện vui buồn đã xẩy ra. Mà buồn thì quá nhiều phải không Hưng. Thôi, lần sau em không nhận lời đi chơi với anh chàng Khải này nữa, dù em đã xa anh. Đã xa anh mãi mãi.

Chuyện cũ! Có gì đâu mà mình cứ muốn làm cho nó rùm beng lên như vậy. Hết, hết tất cả rồi từ ngày mình trả lại cho Hưng bàn máy chụp ảnh, và cái ví da Hưng mới mua. Và đòi lại những thứ lỉnh kỉnh. Tại sao mình có thể làm những chuyện lầm lẫn đến thế, tại sao mình trẻ con đến thế? Phải rồi, Hưng lớn tuổi hơn mình nhiều đâu có chịu nổi những chuyện lẩm cẩm con nít của mình. Mỗi lần nghĩ lại chuyện đó, mình đỏ mặt vì ngượng! Và hối tiếc. Người ta thì thường hay tự ái, nghĩa là tự thương mình, tự yêu mình? Nếu thế tôi không tự ái chút nào cả, tôi thấy tôi ghét tôi quá.

Hôm đó, như cuốn phim quay chậm chiếu lại. Hưng châm thêm điếu thuốc. Mình để ý khi nào gặp chuyện bất thường, Hưng rút thuốc lá ra hút, hết điếu này đến điếu khác. Có lần mình khuyên Hưng rán bỏ thuốc lá đi, nhập gia tùy tục. Hơn nữa thuốc lá có hại cho sức khoẻ.

Hưng cười khẽ, và lơ đãng gật đầu. Vâng em biết bỏ một thói quen không phải dễ, nhất là đối với một người "khó bảo" như anh.

Qua làn khói thuốc lá, Hưng có vẻ bực bội, gằn giọng nói:

"Sao lại trả đi trả lại. Em cứ giữ lấy mà xài."

"Thôi, em không thích. Em ghét chụp ảnh lắm. Hơn nữa em không có chỗ để. Xin traỉ anh lại anh. Trả lại tất cả, cái ví da này nữa."

"Vậy hả? Trả thì trả."

Mình còn nhớ Hưng cau mày khó chịu. Khuôn mặt đã khó đăm đăm càng nhăn nheo hơn. Thường ngày Hưng hay cù nhầy, cà khịa, nói lui, nói tới, nhưng sao hôm ấy Hưng phản ứng một cách nhanh nhẹn như thế! Phải chi Hưng kéo dài câu chuyện thêm một chút, mình đã đổi ý, lấy lại máy ảnh, ví da. Và mọi chuyện có thể giải quyết êm đẹp. Nhưng đã hết, đã hết tất cả rồi. Chẳng còn gì! Còn chăng là tro tàn!

Hãy để mớ tro tàn nằm yên. Xin những cơn gió lạc đường đừng nổi lên nữa. Nhưng trời nào mà trời không gió! Cửa kính xe đã hạ xuống khá thấp từ hồi nào mình đâu biết, và Khải thì lầm lì khó hiểu. Có lẽ anh ta thấy mình như người thất thần? Gió gào thét dữ dội bên tai. Làm tro bay tán loạn. Dưới những lớp tro tàn, còn đốm lửa nào không?

Mình lặng người lắng nghe xem có còn đốm lửa

nào đang cháy trong lòng, cho một chút ánh sáng leo lét nào, phát ra một tiếng reo âm thầm nhắc nhở nào. Như ngọn lửa yếu ớt trong rừng khuya liệu có còn đủ sức phát ra một tín hiệu cho kẻ lạc đường? Em đang đi lạc đường đây anh, mình đang theo Khải lao nhanh trên con đường dốc, mà lòng vẫn muốn xoay vòng vòng như những ngày bên Hưng, như chiếc kim giây của chiếc đồng hồ tay mình đang đeo, chiếc đồng hồ bé tí Hưng tặng? Hình như nó có phát ra âm thanh, nó làm nhớ tới Hưng. Thật mơ hồ, thật mong manh. Không, làm gì có! Đó chỉ là tiếng nhịp đập của mạch máu trên khuỷu tay trái chứ làm gì có tiếng động nào phát ra được từ chiếc kim đồng hồ nhỏ như sợi tóc. Mà sao lại quên trả chiếc đồng hồ? Giữ lại làm gì? Đã trả thì trả cho hết. Ở xứ này đồng hồ nằm la liệt khắp chốn, mang nó thêm vướng. Không, dường như mình không quên; mình cố ý giữ nó lại.

Có lần Hưng ba hoa, cười cợt. Xem anh đây, mình trần thân trụi. Anh có bao giờ đeo cái gì đâu ngoài sợi dây chuyền trên cổ. Và anh chỉ muốn đeo nó mãi, như đeo đẳng mãi bên em cho đến khi nào em chán ngấy. Rồi cười không ra cười. Cái anh Hưng này cái gì cũng cười, không phải là nụ cười thoải mái, mà là cười gằn, cười chua chát. Vậy mà mình vẫn lắng nghe từng tiếng một, có khi chẳng hiểu Hưng nói gì.

Nhưng có lẽ cũng không phải thế. Sợi gân máu nhỏ màu xanh nổi lên trên khuỷu tay làm sao tạo được âm thanh. Mà đó là tiếng động mơ hồ phát ra từ nhịp tim đang đập của mình, đôi khi làm đau nhói. Mình lấy bàn tay ấp lên ngực, nén nó xuống.

Buồn cười thật! Em đã chuẩn bị mọi thứ, từ tinh thần đến thể xác. Em đã chuẩn bị xa lìa anh vĩnh viễn. Em biết em không thể nào yêu anh nổi, dù anh có yêu em chăng nữa! Vâng, hai đứa mình khác nhau quá. Có thể vì muốn tò mò tìm hiểu nhau trong một thời gian ngắn đầu tiên mà thôi. Kéo dài mãi cái thời gian đó chỉ làm khổ nhau, mình nhận thức điều đó. Nhưng ... hay chỉ một mình em đau khổ? Còn anh, anh có đời sống riêng của anh? Nhiều lúc mình tự hỏi hình như có một cái gì rất kỳ quái thỉnh thoảng rình rập, phá phách em và anh, làm cho mọi chuyện đang êm xuôi bỗng khựng lại, ngỡ ngàng và bẽ bàng.

Em đã trao tất cả cho anh, và tin tưởng tất cả những gì anh nói, anh tâm sự. Em biết anh hoàn toàn tự do, không vướng mắc vào một ai, chỉ có em là người mà anh muốn tính chuyện lâu dài. Nhưng tại sao anh cứ lừng khừng, vui buồn bất chợt, có lúc nồng nàn, say đắm, có lúc hững hờ, lạnh nhạt. Và có lúc trông anh ủ rũ, héo hắt đến độ làm em xót xa cả lòng dạ.

Em khác anh. Em không thể chịu đựng mãi những cái bất thường ấy. Hay anh nghĩ rằng anh phải đóng kịch như thế mới cao giá, mới tránh được cái nhàm chán như mọi thứ nhàm chán khác của cuộc sống. Mới đủ sức lôi cuốn em và giữ được em lâu dài? Nếu thế thì sai lầm rồi. Nếu thế, mối tình của chúng ta không phải là tình yêu chân thật, mà là so đo tính toán thiệt hơn, là dàn quân, là quyết ăn thua.

Em chịu hết nổi rồi. Em nhất quyết xa anh, mãi mãi xa anh. Nhưng mình chưa kịp nói gì với Hưng về ý định ấy, em chưa kịp nói cho anh nghe một lời vĩnh biệt, thì linh cảm cho em biết anh đã bỏ em.

Mình cố nuốt nước mắt vào trong lòng, lén nhìn Khải. Anh ta vẫn ra vẻ để tất cả tinh thần vào việc phóng chiếc Acura thể thao hai cửa sáu máy chạy vèo vèo đuổi gần kịp hai chiếc xe vừa qua mặt lúc nẫy. Gặp những khúc quanh, dây đai an toàn siết vào người, mình lao đao như say rượu.

Lại nhớ, một lần, lần đầu tiên trong đời, bị Hưng ép uống rượu mạnh.

"Em đã nói em không biết uống rượu mà."

"Cứ thử đi em, không sao đâu! Uống một chút trước khi ăn cho ngon miệng. Anh uống phần còn dư cho. Đừng sợ. Em rụt rè như con nít. Đừng sợ."

Lại sợ với không sợ, anh này xem thường mình quá lắm. Mình đang muốn ngang hàng với anh. Đã thế, mình nốc một ngụm lớn, nuốt ực cay xé cả cổ họng. Tay tự nhiên buông ly rượu ra, hình như nó đang rơi xuống đất. Hưng kịp với tay cầm lấy cái ly trong tay mình, cười cợt, chỉ trỏ. Rồi xoay miệng ly, kề môi dốc ngược, uống một hơi cạn.

"Em có biết anh vừa làm cái trò gì đó không?"

Rượu khiến mình bạo dạn cự nự:

"Cái trò gì? Em không biết, không cần biết. "

Nói xong mình cảm thấy như lời của người nào khác nói. Định nói thêm vớt vát, bỗng nghe Hưng phang một câu:

"Anh vừa hôn em."

Mình nổi nóng:

"Hôn em? Hồi nào? Đâu dễ thế!"

"Chưa được phép hôn người, thì hôn gió, hay hôn qua cái ly vậy. Anh xoay cái ly cho đúng chỗ mà em không thấy sao?"

"Là thế nào? A, anh cải lương quá!"

Hưng nham nhở:

"Em quá khen. Anh chưa đạt đến trình độ ấy đâu."

Hai má mình bắt đầu nóng bừng, chắc là đỏ kè. Vài người khách bàn bên cạnh quay nhìn mình một cách trắng trợn. Thức ăn mang đến mình thấy muốn ói, và giục Hưng đứng dậy đi nơi khác. Lên ngồi trong xe, mình càng choáng váng:

"Cái ô tô con của anh chạy cái kiểu gì lạ vậy? Em ngồi như ngồi trên sóng."

"Xe hơi chứ, ô tô con ô tô cha cái gì? Em cứ ưa dùng chữ của Việt Cộng!"

"Thế à. Mới qua, quen miệng nói như vậy đó. Được không." Nói xong mình lại chột dạ, chẳng biết phản ứng của Hưng ra sao. Hình như, như người ta thường nói, rượu nói chứ không phải tôi nói. Thế ra mình đã say rượu?

Hưng móc thuốc lá ra hút, vừa nhả khói vừa lẩm bẩm đùa cợt, như không để ý gì đến lời mình vừa nói:

"Phải chi anh biến thành cái dây an toàn của em."

"Ủa, để làm chi vậy?"

"Để bảo vệ em chớ để làm chi nữa. Và để anh được tha hồ... "

"Thôi, thôi, anh đừng giỡ trò nữa. Tôi chưa say đâu. Đừng nói nữa!"

"Này, em vô ý lắm. Nhớ đừng bao giờ nói hai chữ đừng nói."

"Tại sao? Tại sao?" Mình nghe tiếng nói của mình như tiếng hét.

"Tại sao thì em rán mà tìm hiểu lấy."

Đến bây giờ mình cũng không hiểu Hưng định nói gì. Và mình cũng không hiểu gì mấy về con người của Hưng. Chỉ biết rằng Hưng có một sức cuốn hút mà mình không cưỡng lại được. Đấy là cái gì? Là cái vẻ lừng khừng không có chủ đích; con mắt khi thì sợ hãi, sợ hãi cái gì nhỉ, khi thì lì lợm; thái độ lúc thì tha thiết, lúc thì hờ hững, lúc thì cợt nhả, sỗ sàng. Vui buồn bất chợt; nóng nảy rồi chịu đựng, rồi hết lòng chiều chuộng ... Hay là ở Hưng còn có gì khác nữa mà mình chưa nhận ra. Vậy mà tuổi thơ ngây của em lại trao cho anh một cách quá dễ dàng. Mỗi lần nghĩ lại em thấy ngỡ ngàng như vừa trải qua một giấc mơ. Mộng đẹp hay ác mộng hả anh. Dù thế nào đi nữa, giấc mộng đã tàn rồi.

Nhiều lúc bánh xe xéo mặt đường rít lên chói tai, át cả tiếng gió gào, kéo mình ra khỏi cơn mơ. Bỗng dưng Khải choàng cánh tay phải qua vai mình, ép mình vào sát người anh, nắm chặt lấy bàn tay của mình đang đè lên ngực, ngón tay trỏ của anh đập đập nhè nhẹ. Mình hơi hoảng, vùng vằng nói to:

"Cái gì vậy?"

"Anh đây!"

Khải bấm nút lên kính xe. Cái anh chàng buồn cười này cứ lên kính rồi hạ kính, rồi lên, cũng như tại nhà khi xem TV cứ vặn *volume* tăng giảm luôn tay.

"Ừ thì anh chớ còn ai vào đây nữa! Này, anh phải cẩn thận."

"Cẩn thận cái gì? Có ai thấy đâu mà phải cẩn thận. Mà thấy thì cứ việc cho thấy."

"Không phải!" giọng mình nghe gắt gỏng. "Cẩn thận cái gì hả? Cẩn thận lái! Và đàng hoàng một chút đi. Em không thích cái lối ấy! Em nói thật đấy, anh đừng giận."

Khải rút tay lại, đặt cả hai tay trên vô lăng, nhấn thêm

ga, và lạnh lùng nói:

"Thì thôi."

Để bớt ngượng, Khải lầm bầm một câu tiếng Anh mình không nghe ra, rồi hỏi:

"Em biết mình đi đâu đây không?"

Lại bắt qua chuyện khác. Tôi chịu thua rồi, tôi không tảng lờ được mãi:

"Biết. Hồi sáng anh có nói. Quên rồi hả?"

"Biết thì *go ahead* và ... nói tiếp đi."

"Đi Big Bear."

"Đúng. Em đi Big Bear lần nào chưa?"

"Rồi."

"Thường không?"

"Thường nghĩa là sao? Một năm một lần hay một tháng một lần là thường ..."

Tiếng nói của mình tự nhiên vang to lên bên tai, nghe như tiếng của ai khác.

"... hay một tuần một lần là thường?"

"OK. Không hỏi câu đó nữa."

Chiếc Acura phóng nhanh hơn, quá nhanh, đã đuổi kịp, rồi nhá đèn vượt qua hai chiếc xe đằng trước. Bọn thanh niên Mỹ lại đứng thẳng người lên hò hét và đưa cao cánh tay cổ võ, hoan nghênh.

Chạy xe kiểu này e có ngày chết. Muốn hăm dọa đấy hẳn. Làm như chết thì chỉ một mình mình chết mà thôi!

Mình đánh bạo quay người nhìn về phía vực sâu. Một vệt trắng dài mút mắt dăng ngang che kín các ngọn cây, che kín những đỉnh núi lô nhô bên dưới. Trông như người đàn bà khổng lồ mặc áo trắng nằm chết đuối. Sơn lam chướng khí bốc lên, hay sương mù, hay mây? Định hỏi Khải cho biết nhưng nghĩ sao lại thôi. Vài ba con chim chao cánh cuối tầm mắt dưới kia như bị gió cuốn giật. Chúng bay đổi hướng bay thật nhanh, chỉ thoáng qua là mất hút.

Kín đáo liếc mắt quan sát Khải. Anh ta bây giờ trông giống như con thú đang rình mồi, hai mắt đăm đăm nhìn phía trước, môi mím lại, vẻ mặt căng thẳng. Cũng có thể là một con thú vừa bị sẩy mồi, quyết đuổi theo. Mình cười thầm. Bỗng Khải gằn giọng, lớn tiếng hỏi:

"*The last question* nhé. Có OK hay không thì cứ nói ngay đi. Đừng lý lẽ dài dòng, lôi thôi!"

Mình ngạc nhiên về cái lối trở giọng ấy. Nhưng cũng nhận ra rằng mình hơi chua ngoa, đành phải trả lời giả lả:

"Anh giận em? Thôi xin bớt giận một chút đi nào. Muốn hỏi gì anh cứ hỏi đi, trả lời được em trả lời ngay."

Khải nhún vai:

"OK, tốt. Đi Big Bear với ai?"

Mình hơi thảng thốt, nhưng lấy lại bình tĩnh ngay:

"Anh không nên hỏi vậy! Đó là chuyện riêng của em."

*

Buổi trưa nắng. Mấy giờ rồi, hắn không biết. Vừa ghé nhà bưu điện gởi thư lại quên xem đồng hồ của bưu điện. Thư khá nặng, không biết dán bao nhiêu tem cho đủ, dán dư, hắn tiếc tiền, hắn không có nhiều tiền, đành phải đi bộ ra đó cho người ta cân cho chắc ăn. Hắn bỗng nghiệm ra rằng dạo này, gần nửa năm nay, từ ngày xa Thảo, hắn thích đi bộ một mình. Và lại chiếc xe *Honda Civic* cũ rích và cà tàng của hắn hay nằm đường bất tử.

Những cái quái gì trong thư vậy? Hắn lẩm nhẩm: cuốn sổ tay nhỏ trong đó có nhiều trang chép nắn nót những bài ca, những bài thơ tiền chiến, có cả vài bài thơ của Nguyên Sa, Kim Tuấn, và đặc biệt là hai bài *Thuyền và Biển, Sóng* của Xuân Quỳnh mà Thảo dặn phải đọc đi đọc lại. Lại thêm mấy đoạn văn xuôi đọc lên nghe rất êm tai. Một số nhạc của Trịnh Công Sơn. Cái cô này rất lãng mạn, hắn lẩm bẩm. Một lá "bùa hộ mệnh" màu vàng có sáu chữ ngoằn ngoèo mà cô ta bảo là chữ Phạn, *"an mani padme hum"* . Ôn tu ở chùa Tường Vân ngoài Huế ban bùa cho em, nằm kín trong một bao giấy màu đỏ chỉ lớn bằng hai ngón tay còn thơm mùi hương, mùi trầm. Một chiếc hộp đựng khá nhiều hoa ép khô.

Hắn cố nhớ lại tất cả những gì đã xẩy ra hôm ấy, trí

nhớ mòn mỏi, một quá khứ gần gũi như thế mà đã sứt mẻ đi nhiều, và biến hình, và méo mó, và tù mù, vâng ngay cả chuyện vừa mới xẩy ra đây với con nhỏ bưu điện mà bây giờ nghĩ lại đã thấy chuệch choạc, cảm thấy lòng mình đã khác, không còn bực mình vì nó nữa, cái nét mặt cố gắng lạnh lùng, lấc cấc của nó mình cũng khó mường tượng ra nổi, bây giờ nghĩ lại lại cảm thấy con nhỏ có vẻ giống như con gà chọi vị thành niên chưa mọc đủ lông cánh, lông đuôi, lột cột lạc cạc một cách ngây thơ, dễ thương, bây giờ nghĩ lại, mà bây giờ là cái quái gì, bây giờ là hiện tại chăng, làm gì có hiện tại, cuộc đời mình không bao giờ có hiện tại cả, tưởng nắm được giây phút này đây nhưng quả thực nó đã và đang tuột khỏi tầm tay, không tài nào níu kéo nó lại được, vừa mở miệng nói ra một lời, thì lời nói ấy đã đi vào quá khứ, rồi nó dừng lại hay tiếp tục chạy hoài trong thời gian, mà thời gian là cái gì vậy, có cái gọi là thời gian hay không, hay đó chỉ là sản phẩm tưởng tượng của con người, thời gian có trôi đi như dòng nước chảy hay đứng yên một chỗ, hay là đã thay hình đổi dạng, hay đã biến mất tăm hơi không để lại dấu vết gì, biết bao nhiêu lời nói hoàn toàn bị xóa sạch trong thời gian, mà những biến cố khác của cuộc sống cũng xa dần thời gian, kể cả thời gian, ký ức, quá khứ, họa chăng còn lại là mái tóc trắng. Vâng, đời mình không có hiện tại, chỉ có quá khứ và tương lai, quá khứ lãng quên, biến đổi, và tương lai mờ mịt, bất định. Vậy mình làm sao ghi lại cho đầy đủ và đúng đắn những gì đã xẩy ra hôm đó với Thảo.

"Anh nhớ lấy cái bùa ra mà đeo."

“Ôn cho thì em giữ lấy để làm bùa hộ mệnh, chứ sao lại đưa cho anh. Anh không cần đâu.”

Hình như mình không định nói câu ấy. Hình như mình định nói, chẳng hạn cám ơn em, em chu đáo quá, lo lắng cho anh đến thế anh thật không biết lấy gì đền ơn trả nghĩa; không, nói vậy nghe khách sáo quá, hay là anh không thích những thứ lẩm cẩm ấy, đeo thì vướng, cất thì không biết cất vào đâu; hay là anh không tin bùa chú nhảm nhí; hay là em cứ giữ tạm giùm anh, giữ thêm một thời gian nữa cho đến khi nào mình ... mình ... mình chính thức với nhau, em giữ cũng như anh giữ, hay là ... hay là ...

Cô nàng cúi mặt, mím môi, có vẻ giận dỗi, hay là đang cố nhẫn nhục, đang tủi thân, hay là có ý mỉa mai, cười cợt, hay là muốn tỏ vẻ rộng lượng, bao dung, hay là lòng đầy thương cảm, khi đáp :

“Anh cứ nói anh cần nó đi. Em biết anh cần hơn em.”

Và cứ thế những mảnh rời chắp nối vào nhau, câu trước kéo theo câu sau, chi phối câu sau, kết lại thành một mẩu đối thoại hoặc vui tươi, hoặc sầu khổ, hoặc tha thiết, hoặc nhạt nhẽo. Như tình cờ, như không có một chủ đích nào, không có một hướng đi nào.

“Hay quá nhỉ? Sao em biết anh cần hơn? Em biết anh hơn anh biết anh?”

“Đúng vậy đó. Người ngoài nhìn vào vẫn sáng hơn người trong cuộc.”

"Nhưng anh không có thói quen đeo cái gì vào người cả. Trừ ..."

Thảo cướp lời:

"Thôi, không đeo cũng được. Anh cất cái bùa ở một nơi nào an toàn thì cũng như đeo vào người."

Thế mà bây giờ đòi lại hết.

Và lộm cộm vài món khác. Cái con nhỏ bưu điện vẻ mặt lấc cấc, hai bàn tay ngờ vực mân mê nắn bóp bao thư, trở ngược trở xuôi, đôi lúc có vẻ sợ sệt như không muốn đụng tới nữa, hất hàm đựng gì trong này, thì hất hàm đáp lại cứ mở ra là biết ngay. Ngoài những món trên còn có hai hòn cuội nhỏ như trứng chim sáo một màu xanh, một màu hồng, để làm gì vậy cà, mình không hiểu, và một tờ bìa dày trên đó có đính mấy tấm hình của Thảo thời mới lớn: một tấm toàn thân chụp trước sân nhà, đẹp như cô gái ngày xưa, và dịu dàng, và dễ thương, mắt sáng, môi tươi, tóc đen nhánh mượt mà đổ xuống đôi vai nhỏ, chiếc áo dài màu tím nhạt sáng lên từng vạt ôm lấy hình dáng thon thon, tà áo đã được những ngón tay xinh xắn của Thảo giữ lại mà vẫn uốn lượn, hẳn hôm ấy là một buổi sớm mai có nắng và gió, một ngày thu tươi tắn chăng, chiếc quần lụa trắng ôm sát vào mông, vào đùi, ôm lấy đôi chân dài, rủ xuống gần chấm đất, đôi guốc sơn mài nhỏ nhắn quai có đính vài hạt cườm, chiếc guốc hơi ngắn một chút so với bàn chân, làm hằn lên hai gót chân son; một tấm hình chụp tại chùa trong đồng phục Phật tử áo dài lam đơn sơ, quần vải thô, ngồi khép nép cạnh chiếc bàn trong phòng trai, hai tay dâng tách trà nằm trên chiếc đĩa nhỏ mà mắt thì nhìn xuống chứ không dám nhìn thẳng vào vị sư già, hai hàng mi dài, cong che bớt ánh sáng của đôi mắt to, đen, miệng cười như có như không, thèn thẹn, rụt rè; và tấm hình thứ ba chụp trước sân chùa, đứng vịn bàn tay trắng muốt lên cành cây đại cổ thụ đen đủi, sần sùi, cành cây và bàn tay tương phản với nhau trông đến tội nghiệp, mà hoa đại thì trắng như bột gạo nếp nằm chen trong đám lá xanh đậm và dày; ôi tuổi thơ con gái hoa hạnh bên trong những bức tường dày kín bưng chưa biết mùi phố phường, đô thị là gì, làm nhớ Na đến xót xa; và còn gì nữa, mấy sợi tóc ngắn, mịn, hơi hoe vàng mà Thảo bảo là tóc mai, tóc gáy, mấy sợi lông, lông ở đâu không thấy nói, có băng keo nhỏ tí xíu dán đè lên cho khỏi bị rơi rớt đi mất; lại hất hàm cái gì đây, thì lông chứ là cái gì nữa, con nhỏ bưu điện toét miệng cười, bớt lạnh lùng, cho tất cả vào bao thư vừa bị rạch ra, lấy băng keo lớn dán lại, lại hất hàm hỏi gởi bảo đảm không, không, gởi thường thôi, rồi nó dán tem, đóng dấu, ném bao thư xuống cái thùng lớn để dưới gầm bàn, tính tiền, máy kêu rẹt rẹt, chìa tờ biên nhận, không quên nhắc câu nói thuộc lòng anh cần gì nữa không, không, *you have a nice day,* hắn nheo mày đáp một cách máy móc *thank you, you too*, bước nhanh ra khỏi căn phòng có đoàn người nối đuôi nhau đợi, quên xem mấy giờ nơi chiếc đồng hồ bưu điện.

Hôm nhận được thư Thảo đòi lại những món đó, hắn ngẩn người, tìm cả buổi không ra, sẽ tìm cách nói dối, cùng lắm bảo đã gởi cho một người bạn giữ giùm cho an toàn, vì hắn đổi chỗ ở hoài, sẽ viết thư đòi lại, cứ hoãn binh như thế vài lần là yên chuyện, thì may quá, hắn tìm thấy cái bao thư lớn ấy trong ngăn tủ đựng ly, chén, muỗng, nỉa bằng giấy. Hắn không thể nhớ nổi tại sao chiếc bao thư lại lạc vào đó. Hắn không quan tâm đến những thứ lặt vặt trong bao thư ấy, nhưng khi gởi cho hắn, Thảo dặn tới dặn lui anh đừng làm mất nhé, kỷ niệm quý báu của em đó. Thỉnh thoảng chắc cũng có nhớ em chứ, thì lấy ra xem cho nhớ thêm! Mà anh có bao giờ nhớ em không? Kỷ niệm! Cô này chỉ ưa sống trong kỷ niệm.

Hắn chán lái xe. Có dịp là hắn đi bộ. Hơn nữa, chiều thứ bảy không biết làm gì, lấy cớ nhà bưu điện không xa bao nhiêu, đi bộ vậy. Nhưng thành phố này quả thật không sòng phẳng với người đi bộ chút nào cả.

Xe hơi là tất cả. Những trang báo quảng cáo đầy nhóc tin tức về giá xe, kiểu xe, bảo hiểm xe; những bãi đậu xe mênh mông; những xưởng, hãng, ga-ra, cây xăng, mọc lên khắp nơi. Và những con đường bóng lộn, thênh thang trên đó xe hơi chạy nườm nượp như nước lũ liên miên, bất tận, ngày cũng như đêm. Xe hơi là dòng máu trên cơ thể đô thị. Xe hết chạy, thành phố chết.

Còn đi bộ thì sao dù tại những thị trấn khá vắng vẻ nơi hắn thường lui tới. Thảng hoặc mới có một vài người bộ hành đi lẫn lút, lạc lõng ven những vỉa hè, những bờ cỏ, những hàng cây, những chân tường, trông xa như một hai con kiến lạc bầy mò mẫm tìm đường, tìm đàn. Ban đêm họ lại biến thành lũ chuột chui rúc hang cống, hoặc những hồn ma bóng quế thập thò lúc ẩn lúc hiện.

Người đi bộ sợ xe hơi. Nhất là khi đi qua ngã ba, ngã tư đường. Dù đèn lưu thông bật lên màu xanh cộng thêm dấu hiệu cho biết đến phiên người đi bộ, hắn bước xuống đường đi mà vẫn cảm thấy bất an. Hắn có cảm tưởng như đang đi trước đội lính hành quyết sắp hàng ngang gầm gừ đưa súng nhắm vào hắn. Có tên tài xế nào vô ý buông chân thắng ra không? Có tên lái xe nào vừa bị vợ mắng bực tức đạp nhầm chân thắng vào chân ga? Cái đầu xe trông khiếp đảm luôn luôn muốn chồm tới gây án mạng, còi xe thì câm như hến mà hễ mở miệng ra là gầm gừ, đốp chát, mắng chửi, văng tục, đe dọa. Có khi sau tiếng còi là tiếng súng nổ.

Ban đêm càng ghê rợn hơn vì những ngọn đèn pha chiếu xỉa xói vào mặt chẳng khác gì một màn tra tấn mà hắn là nạn nhân từng nếm mùi. Nhưng kinh hoàng nhất là những ngã ba, ngã tư không có đèn lưu thông. Nhìn quanh cứ tưởng đường trống, mà đường trống thì cũng là đường của xe hơi kia mà, vừa bước xuống đường thì y như rằng một chiếc xe từ chốn âm ty nào nhô ra đột ngột và dữ dội.

Còn sợ chó nữa chứ. Những con chó to lớn, mặt mày nhăn nheo, dị dạng, răng mọc không hàng lối, miệng ngậm mà cũng có vài ba cái răng nhọn chìa ra đe dọa, cặp mắt thì đầy sát khí, dù có chủ nhân cầm dây dẫn dắc trên lối đi bộ chật hẹp nó cũng có thể trở chứng táp vào đùi hắn lắm chứ? Báo chí thỉnh thoảng loan tin chó cắn chết đứa bé 6,7 tuổi, cô gái 18, bà già 70. Vậy muốn an toàn, gặp chó ta nên đánh trước phủ đầu chăng? Muốn tù sao? Ở xứ này chó có quyền lắm. Đành phải đi khép nép nhường đường cho chó mà lòng lo ngay ngáy sợ bị táp. Đúng là làm trò cười cho cả chó lẫn chủ nhân của nó. Hắn lại lẩn thẩn nghĩ dù mình đánh bạo tấn công trước chưa chắc đã thủ thắng.

Ngay cả chó bên trong bức tường hoặc hàng rào của những ngôi nhà cửa ngõ kín bưng cũng chả biết điều. Khi nghe thấy hắn đi qua, hay đánh hơi thấy, chúng sủa ầm ĩ, có con còn táo tợn chồm đứng người lên, nhe răng sùi bọt mép như muốn ăn thua đủ. Hắn lo lắng không biết con chó có đủ sức nhảy qua khỏi bức tường rào hay không?

Nhưng ớn nhất là sợ người. Hôm đó, trên một đoạn đường không vắng lắm, hắn bị một tên cướp giật to lớn gấp hai lần đấm một quả vào mặt. Hắn ngã văng ra xa, lăn quay. Lấy ví tiền xong, tên cướp thong thả đi. Hắn định la lên kêu cứu, nhưng chợt nghĩ tên đó có thể có súng hoặc dao. Không khéo lại nguy to. Đành nuốt giận bỏ đi mà lòng vẫn ngay ngáy sợ bị đuổi theo. Vâng, coi lại cái ví thấy chẳng có bao nhiêu tiền, tên cướp có thể nổi cáu. Hay là đừng mang gì trong túi?

Ấy vậy mà hắn vẫn thích đi bộ. Dần dần quen, dần dần bớt sợ, tỉnh táo hơn, ỷ y hơn, bạo dạn hơn, và lại càng dễ "lãnh đủ" hơn, vì hắn vẫn có linh cảm rằng một ngày nào đó chắc chắn sẽ đến phiên hắn được nhắc nhở trên TV, trên báo chí, đại khái một người thiểu số gốc Á châu, không mang theo giấy tờ trong người, không biết tên tuổi, địa chỉ, một mình đi bộ trên cuối đường 1, hay đường 5, đường 10, hay đường Hazard, hay đường 17 bị con chó *bulldog* ngoạm vào cổ, hay bị một tên cướp sồng tù đấm vào đầu, hay bị xe hơi vô ý vượt đèn đỏ húc vào bụng trọng thương, trên đường đưa vào bệnh viện UCI cấp cứu thì tắt thở. Vâng, câu chuyện có thể xẩy ra như thế lắm chứ.

Vậy tại sao đi bộ?

Có phải là vì, bù lại, tại những thị trấn vắng vẻ, khi đi, chốc chốc gặp trái ổi, trái chanh, trái lựu còn non lò ra khỏi tường của những ngôi nhà cửa đóng im im. Ngứa ngáy muốn thò tay hái. Những ngọn trúc vàng, trúc xanh, trúc đen bên trong dăm ba khu vườn đu đưa, vẫy vẫy. Mấy ngọn cỏ xanh nhỏ tí ti, mấy chiếc hoa dại thấp lè tè len ra từ những kẽ nứt trên những lối đi. Đám lá vàng, đỏ, bị gió lùa vào các vỉa hè thành những ụ nhỏ. Những hòn sỏi nằm lăn lóc cạnh mép lề đường trông như trứng chim cút, chim cà cưỡng, chim cu hóa thạch. Và âm thanh, và tiếng động, và tiếng hót, tiếng kêu, và tiếng ong bay, tiếng đập cánh, và cả tiếng bước chân của chính hắn giẫm lên mặt đất trên những lối đi, trên những cành khô, lá khô vương vãi. Như nơi quê hương cũ.

Ổi? Có lẽ chủ nhà là Việt Nam hay Mễ, chanh cũng thế. Nhưng lựu hay trái cóc? Chắc chắn chủ nhà Việt Nam. Người Việt Nam ở nhiều nơi trong những thị trấn nhỏ này, bỏ nước ra đi còn đèo bòng theo nhiều loại cây cỏ, hoa lá ... Đèo bòng kỷ niệm. Nhưng có đem theo chó mèo không? Sao không thấy những con chó vàng, chó vện, chó cò, chó mực, đuôi cong vòng. Mèo cũng lạ mắt. Mập thù lù, đi rù rờ như rùa bò. Thứ mèo này chắc sợ chuột. Cũng ít thấy mèo tam thể.

Có phải là vì trong khi đi bộ đầu óc hắn làm việc. Hắn nhớ ra hắn. Và nhớ đến, nghĩ đến nhiều thứ khác nữa - vợ của hắn, những ngày thống khổ. Nhớ cả mấy người đàn bà mà hắn chài mồi, lợi dụng từ khi qua đây.

Những bước chân đi luôn luôn mang đến cho hắn những những ý nghĩ bất chợt không đâu vào đâu, những chuyện cũ tưởng đã vùi sâu trong quá khứ. Thế ra hắn cũng muốn sống với kỷ niệm như Thảo? Không, đó không phải là kỷ niệm, hắn nhủ thầm, đó chỉ là những mảnh vụn lôi thôi lếch thếch nối kết lại. Rồi sẽ tan tác, nhường chỗ cho những mảnh vụn khác của cuộc sống mới. Ngồi lái xe thì không thể nào trở lại những thời gian đã mất như thế. Vì thế hắn thích đi bộ?

Hình như có những ám ảnh nào khác nữa.

Mấy giờ rồi, hắn không biết. Không đeo đồng hồ tay. Đã lâu lắm hắn không đeo cái gì trên người, đã tháo bỏ hết, tháo bỏ chiếc nhẫn cưới ngày xưa, cái thắt lưng, đôi vớ cũng không mang, lẽ dĩ nhiên áo quần thì phải mặc, giày thì phải mang, mang giày không tất, trừ sợi dây chuyền bằng vàng mà Na năn nỉ hắn gỡ ra từ cái cổ gầy đét của Na, vợ hắn, để đeo vào cho hắn sau những cơn đói dài và sốt liên miên trên chiếc thuyền tả tơi chìm nổi, Na hấp hối, bị người ta đẩy ra khỏi mạn thuyền, chìm nghỉm, mái tóc trắng, ô mái tóc bạc phơ xõa lòa xòa trên những con sóng xanh biếc là hình ảnh sau cùng của Na của anh, hắn khóc những tiếng khóc nghẹn trong cổ họng, những dòng nước mắt không thoát ra được mà đâu phải là vì trong người của hắn, cũng như những kẻ "đồng hội đồng thuyền", đều gần như khô cạn nước, hắn lao người qua khỏi mạn thuyền quyết vồ lấy mớ tóc trắng lòa xòa kia trước khi chìm sâu.

Mấy bàn tay yếu ớt, lạnh cứng, níu hắn lại. Hắn vùng vẫy, và chết ngất.

Anh nói không thích đeo gì cả, thế sợi dây chuyền này là cái gì đây, Thảo hỏi. Không, đây là trường hợp ngoại lệ. Hình như anh đã kể cho em nghe về chuyện sợi dây chuyền rồi thì phải. Hồi đó, trên giường bệnh lúc hấp hối, mẹ anh trăng trối dặn anh luôn luôn nhớ đeo sợi dây chuyền này trên cổ như một thứ gia bảo, như một kỷ niệm độc nhất còn sót lại của mẹ, như một vật bất ly thân. Mẹ mong ở cạnh con mãi mãi, mẹ mong che chở, phù hộ cho con. Mình nói dối một cách thành thật khiến chính mình cảm động muốn chảy nước mắt. Thảo tin. Mà quả thật anh chỉ nói dối một nửa phải không Na? Hay chỉ nói dối một phần tư thôi, vì có lúc anh tưởng em là mẹ của anh.

Quả thật khi gặp Thảo lần đầu tiên, hắn sững sờ. Đây rồi, không như những người đàn bà khác, nay hắn đã gặp người hắn cần phải gặp, như thể đó là Na tái sinh. Hắn nghĩ rằng hắn sắp đi đến một bước ngoặt mới của cuộc đời. Thảo trẻ, đẹp, duyên dáng, và có học. Và cao sang, kiêu kỳ. Càng tốt. Thế mà Thảo có vẻ chiều chuộng hắn mới lạ chứ. Sẽ quên Na. Mà nhớ Na cũng được. Nhớ Na ngày xưa có khác gì nhớ Thảo bây giờ, hắn lý sự. Sẽ yêu Thảo như yêu mối tình đầu, và sẽ không yêu ai nữa. Thì phải tìm mọi cách để chiếm lấy người con gái dễ tin đó. Phải kiên nhẫn chinh phục. Kể cả lừa dối. Ở xứ này lừa dối nhau quá dễ, có ai biết gốc gác ai là ai đâu. Cả một đất nước còn bị chiếm đoạt vì những lừa dối huống là. Thảo đáp lại tình yêu của hắn như hắn mong muốn.

Và khi đã đạt được mục đích, hắn bỗng thấy hụt hẫng. Những say đắm, hăm hở, sôi nổi ban đầu dần dần nhường chỗ cho bứt rứt, hối tiếc và buồn chán. Đến nỗi ý nghĩ tự sát luẩn quẩn đến với hắn khi hắn liên tưởng đến tình cảnh lạ lùng của một thằng bạn thân. Anh chàng này, khi còn vợ, rất yêu đời. Cười đùa luôn miệng. Trong những buổi họp mặt luôn luôn được giao phó nhiệm vụ MC mà anh chàng nói trạnh ra thành CM - xi em đi đái. Anh có tài pha trò, chọc cười, kể chuyện tiếu lâm. Vợ bệnh chết đột ngột. Anh biến thành một người khác, ngày càng ủ rũ. Cuối cùng anh tự sát khiến mọi người kinh hoàng và hết lòng cứu chữa. Được cứu sống, anh lặng lẽ đem tro cốt của vợ về Việt Nam chôn cất, rồi lại tự tử. Lần này không ai có thể cứu sống anh được nữa.

Bạn tôi ơi, bạn nghĩ gì khi tự tử? Có một đời sống khác sau khi chết chăng? Thì chết theo sẽ gặp người vợ thương yêu? Lỡ không gặp? Lỡ cả hai thất lạc vào hư vô? Lỡ không có đời sống sau khi chết?

Thảo đừng buồn, đừng giận nhé, anh không thể nào quên Na được. Mình khác nhau quá. Vâng, thời đại ta đang sống quả có lắm chuyện làm cho người ta khác nhau hẳn, không phải như ngày xưa thời của ông bà mình, cha mẹ mình. Hơn thế nữa, chỉ trải qua vài cơn "dâu biển", mình cũng khác cả chính mình, để khi vô tình nhìn lại nhau, nhìn lại mình, thấy như nhìn người lạ mặt.

Mọi thứ biến đổi từng phút, từng giây, hắn ngẫm nghĩ. Họa chăng chỉ còn lại mái tóc trắng đã đến với Na và sẽ đến với anh. Thì hãy buông tay ra cho dòng nước chảy nghe Thảo, cố đeo đẳng nhau làm gì, kèn cựa với nhau làm gì, vâng, khùng hay sao mà cứ muốn kèn cựa với con chó sau bức tường, nhưng nó có chịu để tôi yên đâu, may mà có bức tường cao ngăn cách, nhiều người muốn phá những bức tường, những bức tường ô nhục, xin đừng phá, đừng phá, đừng phá cả những ngục tù, hãy để tôi nằm yên trong xà lim tối tăm, dày và chắc, bao quanh bởi những dãy hàng rào kẽm gai trùng điệp, trong những trại tù tập trung cải tạo, không ai được vào, được ra, tôi là tên tù nguy hiểm, tên khủng bố chưa có bom để ôm vào lòng nhưng có thói quen giết đàn bà, con nít bằng vũ khí tự chế, có lẽ con nhỏ bưu điện nghi ngại như thế đấy, thì cứ nhốt tôi lại, xiềng xích, biệt giam, để Na của anh sẽ tìm cách vào với anh nhé, như hồn ma bóng quế, ốm o, gầy mòn, tay xách cái bị lát đựng gì trong đó hả em, vượt qua bao nhiêu đường dài, sông rạch, gai gốc, sỏi đá, hầm hố, sương gió, nắng mưa. Mình sẽ lại gặp nhau như ngày xưa, anh ở tù, em thăm nuôi.

Cô bé bưu điện nghi ngờ. Cũng phải thôi. Thời buổi

này có ai tin ai đâu, tôi có khi cũng nghi ngờ chính tôi nữa mà. Dối thật xen kẽ, chân giả lẫn lộn là nếp sinh hoạt thường ngày của con người bây giờ. Biên giới của những thứ đó lại rất mập mờ. Cứ việc nghi ngờ là thượng sách.

Một hôm từ một ngôi chợ Tàu bước ra, vui chân đi theo một người đàn bà đẩy chiếc xe đầy nhóc thức ăn, có vẻ Việt Nam lắm, hay cũng có thể là Tàu, hay Đại Hàn, hay Lào, hay Thái, hay Mễ không chừng. Nhưng bà này trông na ná Na, nhất là cái dáng đi sao giống quá, đầu hơi cúi xuống, hai vai hơi so lên. Em lạnh thường trực hay sao mà em cứ co ro hoài, không chịu đi cho thong dong như ... như ... trông anh đây này, đi như anh mới là tướng đi của người tốt số, Na cười, làm theo lời mình được một chốc, lại quên, trở lại cái dáng cũ quá quen thuộc, quá thân thương. Em đã đầu thai và lớn lên nhanh như thổi để nhập vào người đàn bà này chăng?

Hình như cảm thấy có người lẽo đẽo theo, bà ta quay lại nhìn mình, nở một nụ cười xã giao thật tươi, thật duyên, cặp mắt có đuôi. A, không giống Na chút nào cả, trừ cái dáng đi. Chắc đây là một *"single mom"* ham vui, một ma nữ đa tình. Mình cười lại. Hai cái cười của hai người lạ mặt hẳn cùng nằm trên một tần số, giao thoa nhau nhanh. Tốt. Trâu tìm cọc và cọc tìm trâu. Cứ thế, cùng nhau đi kề nhau một đoạn đường trên bãi đậu xe. Câu chuyện khơi mào ra nhiều "sự cố" khác coi bộ sắp diễn ra. Bằng tiếng Mễ pha tiếng Anh càng tốt.

Bỗng người đàn bà giật nẩy mình, nhìn xéo, mắt sắc như lưỡi dao, rồi la toáng lên, cướp, cướp. Té ra Việt

Nam ta, giọng nói cũng sắc như con mắt, như lưỡi dao chém ngọt. Mình giật mình, đi lãng ra mấy bước. Có tiếng chân chạy đến gần. Hai nhân viên bảo vệ có vẻ Á châu chặn mình lại theo ngón tay múa may chỉ trỏ của người đàn bà, hỏi bằng tiếng Việt Nam ông có nói được tiếng Việt Nam không, được chứ, tôi là người Việt Nam mà. Người đàn bà cũng vừa tới kịp, mặt mày đỏ gay chỉ ngay vào mặt mình, cái ông này, cái thằng khốn nạn này, trông cái dáng bụi đời của nó là tôi biết ngay, đã rút cái ví của tôi, giữ nó lại ngay. Bốn năm người hiếu kỳ đến vây quanh.

Mình lắp bắp không phải, không phải tôi ... không tin thì cứ lục soát người tôi đi. Mày tưởng tao ngu lắm hả, chắc chắn mày ăn cắp, rồi mày ném vào chỗ nào đó nếu cái ví không còn trong người mày, hay mày đã chuyền cho đồng bọn. Ô, bà này nói nghe có thứ lớp rạch ròi quá, mình đâm hoảng, hai tay như một phản xạ sờ sẫm vào hết túi áo đến túi quần. Đừng làm bộ nữa ông ơi, đưa cho ai thì gọi nó lại, trả ví cho tôi. Vì tình đồng hương tôi tha cho, còn ngoan cố không chịu đưa thì đi tù mọt gông. Ở đất Mỹ này luật pháp phân minh chứ không phải như ở nơi khác. Người chứng đều đứng đầy ra đó, thấy chưa. Hắn rụt rè nhìn quanh. Quả thật, bọn người hiếu kỳ đang nhìn hắn một cách giận dữ và khinh bỉ. Nhưng cũng có vài ba người hiền từ tỏ ra thông cảm khuyên hắn trả ví lại cho xong chuyện.

Hắn lúng túng, muốn phân bua nhưng không biết phải nói gì. Càng lúc, càng bối rối trước những lời buộc tội quá hùng hồ. Thì hãy mặc kệ nó, tới đâu thì tới, thử xem câu chuyện này sẽ ngã ngũ ra sao, đếch cần, vâng, vâng, xin cám ơn lòng tốt của bà, của quý vị làm chứng, tôi không ăn cắp nhưng tôi có tiền đây, sẽ trả lại đầy đủ. Hắn sực nhớ nói tiếp Tôi không có sẵn tiền trong túi ngay bây giờ, nhưng có trong nhà băng. Lại nói dối rồi, mình đã đóng cái trương mục ngân hàng từ lâu. Nghe nói thế, nhanh như trò hát xiệc, hai tên bảo vệ lập tức nắm hai cánh tay hắn bẻ quặt ra đằng sau, rồi một tên giữ chặt lấy nó, tên kia rút *cell phone* gọi cảnh sát đến. Chỉ mấy phút sau hai xe cảnh sát hụ còi inh ỏi, đèn chớp lia lịa, ập tới.

Thôi, tưởng chơi mà thành thiệt, thế là rồi một màn. Hắn cảm thấy lòng nguội lạnh, dửng dưng. Bỗng một trong những người đứng gần đấy la lên, kìa có một cái ví nằm ló ra dưới mấy bó rau thơm trong chiếc xe đẩy kia kìa. Người đàn bà đang hung hăng bỗng khựng lại, vội chạy đến nhặt cái ví lên, soát lại tiền bạc, giấy tờ bên trong, rồi lại bất ngờ la toáng lên, cái ông này đánh lừa tôi, đóng kịch khéo quá làm tôi tưởng lầm ông là thằng ăn cắp, tôi hốt hoảng, và, và, ... và gì gì nữa, ông, ông muốn biến tôi thành trò cười cho mọi người. Nhưng ông và tôi có tư thù gì đâu mà ông nỡ ... tìm cách hãm hại tôi, hả? hả? Ở đây luật pháp phân minh, cái trò độc ác đó không đánh lừa được ai đâu.

Vâng, bà này nói cũng không sai lắm. Mình vẫn thường đánh lừa và đóng kịch, nhất là đối với Thảo.

Nghĩ cho cùng, hắn lẩn thẩn, cứ đóng kịch cho tự

nhiên và rốt ráo thì chắc chắn sẽ hay ho hơn chuyện xẩy ra trong đời thật, cũng đạt được chân lý, cũng làm nhiều người khác và cả chính mình tin theo. Nếu kịch cỡm không đủ tác dụng, cứ nói đại và nói nhiều thế nào cũng có câu đúng, rồi lấy vài ba câu đúng ấy làm vốn, rồi từ cái vốn nghèo nàn, ít ỏi đó khai triển ra để kiếm lời bằng cách gài chúng vào những hoàn cảnh khác nhau, xem chúng nó có ăn khớp hay không, thường thì chẳng đâu vào đâu, nhưng không hề gì, cứ chịu khó và dai dẳng đẽo gọt, uốn nắn, thêm bớt những gì cần thiết thì mọi chuyện sẽ êm xuôi, nghe ra cũng như mật rót vào tai, thế là công thành danh toại.

Vâng, một ngày đẹp trời nào khác tôi sẽ đi theo một người đàn bà khác đẩy xe chở mọi thứ linh tinh ra khỏi một siêu thị khác, rồi lần này mong bà ấy cũng sẽ mất ví, mình sẽ khăn gói đi tù, không đôi co, không biện bạch, lòng hân hoan không chút oán hờn. Để tôi sẽ sống lại quãng đời mấy chục năm về trước nơi khỉ ho cò gáy, làm bạn với gián, rệp, chuột và đói, và những cơn tra tấn, hành hạ, và những ngày lo âu, bồi hồi trông chờ không biết Na có đi thăm nuôi được nữa hay không, vâng bên ngoài chốn lao tù này, tại một thành phố miền Nam xa tít mù chắc gì Na đã chịu đựng nổi mọi thiếu thốn, gian khổ, cho nên đã vĩnh viễn ra đi, nghĩa là biết đâu Na đã tìm cách vượt biên theo lời khuyên của mình, Na của anh đã chôn vùi mười mấy năm đẹp nhất của cuộc đời người đàn bà vì phải ngày đêm lo kiếm cho ra thức ăn, thức uống, thuốc men, tiền còm, dành cho những chuyến đi gian khổ, khiến cho Na mỗi năm một phờ phạc xác xơ hơn, tàu lá chuối trong mùa gió lớn, tóc nhuộm trắng dần thay thế cho mái tóc xanh, lặn lội hết rừng này đến núi nọ thăm nuôi, bới xách, đến khi tôi về tôi mang theo bệnh hoạn, yếu đuối, mệt nhọc, và chán nản, cùng người đàn bà vừa tròn tuổi 40 ấy mà tóc đã trắng xóa, cũng bệnh hoạn, yếu đuối, mệt nhọc, và chán nản không kém, đêm khuya mình thì thầm ráng kiếm một đứa con cho vui nhà vui cửa nghe em, không anh ơi, chắc không được đâu anh, em đã già yếu, bệnh hoạn, và còn đâu ham muốn, còn đâu sức sống, vâng, cùng người đàn bà khốn khổ ấy tìm cách đào thoát khỏi một chế độ bạo tàn, đánh liều xông ra biển, lênh đênh trôi giạt đến một nơi nào chỉ có trời biết.

Tuyết! Lần đầu tiên mình thấy tuyết. Tuyết trắng xóa nổi lên thành những luống dài ở hai lề đường, trùm lên những kè đá, lên các sườn dốc thoai thoải. Tuyết đọng thành ụ nhỏ trên những cành cây từ thân cây duỗi dài ra. Tuyết bám lên trên đám lá trĩu nặng xuống. Tuyết bọc lấy những hàng dây điện chạy song song trông như những dây đàn lục huyền cầm khổng lồ màu trắng. Tuyết trùm kín thành một lớp dày hơn mấy gang tay trên những nóc nhà nằm rải rác dọc theo những con đường lớn, đường nhỏ. Ánh đèn bên trong nhà chiếu leo lét qua khung cửa sổ bị tuyết che gần hết. Tuyết tụ thành những bãi lớn trong những đám rừng thưa. Trong không gian bao la, tuyết bay mờ mịt, vần vũ, đám này phất phơ, lướt thướt, đám kia uốn lượn, múa may, đám khác bối rối, ngập ngừng - trước khi rơi rơi nhẹ xuống đất không một tiếng vang.

Cái gì vậy Hưng, Khải? Có phải đó là hàng triệu chiếc lông vũ gần như không màu của một loài chim thần tiên từ trên trời sa xuống, là vô vàn bướm trắng ở đâu bay về chập chờn múa may, là không biết bao nhiêu mà kể những cánh hoa bạch mai vừa rời khỏi cành vờn vờn trong gió. Là gì nữa? Nhớ một lần nói với Hưng em muốn coi tuyết. Ừ, có khó gì đâu, mùa đông sẽ chở em lên Big Bear. Vài ba tiếng là tới.

tuyết đẹp lắm phải không anh?

đẹp lắm

đẹp như cái gì?

anh không tả nổi

và trắng?

trắng xóa lung linh

trắng như cái gì?

anh không so sánh được

chẳng hạn trắng như bông gòn, như trứng gà bóc, như mỡ đông

không hẳn thế

vậy như ... anh thử tìm một hình ảnh để so sánh

thì như ... như ... như mái tóc trắng lòa xòa trong những con sóng bạc đầu

Bây giờ tận mắt thấy tuyết mới biết Hưng ví von trật

lất và kỳ cục. Tuyết nào có giống như mái tóc trắng loà xoà. Tuyết đáp nhẹ vào kính xe, nhẹ đến nổi không phát ra âm thanh, rồi theo hai cái gạt nước trôi xuôi xuống. Khi xe chạy nhanh, gió thổi mạnh vào kính chắn gió, tuyết lần lần bay ngược lên. Mình muốn Khải ngừng lại, xuống xe cho mình sờ vào tuyết. Cho tuyết đậu lên vai, lên tóc, lên má, lên mi, nghe Hưng! Rồi cùng nhau uống, ăn vài nhúm tuyết cho tuyết đi vào tận trong lòng nhé. Vâng, Hưng bảo đến mùa đông thế nào cũng đưa em đi ngắm tuyết. Còn mùa đông nào nữa với anh và em không?

Khải vẫn chăm chú lái xe và lầm lì từ lúc kết thúc câu chuyện hồi nãy, khiến mình đành phải ngồi yên, không muốn nói năng gì thêm.

Nhớ đầu mùa hè năm ngoái, Hưng đã đưa mình lên vùng Big Bear này rồi. Vào tháng 10, Hưng lại rủ lên đó nữa, làm như đất Mỹ hết chỗ đi chơi!

"Hôm nay kiếm chỗ khác đi anh. Chờ mùa đông rồi lên đó."

"Tại sao?"

"Để coi tuyết."

"Thì đến mùa đông mình lại đi nữa. Hôm nay anh đã chuẩn bị đâu vào đấy rồi, cứ đi cái đã. Trên ấy còn nhiều nơi anh em mình chưa biết. Còn nhiều cái hồ hay lắm. Hồ trên đỉnh núi cao rất đẹp và nước trong xanh hơn hẳn hồ dưới đồng bằng."

Thì đi. Mình biết Hưng thích núi. Thế là cả hai lần đi big Big Bear với Hưng đều không thấy tuyết. Ừ nhỉ, đâu phải đỉnh núi nào cũng đều có tuyết phủ quanh năm.

Có lần Hưng nói anh ao ước như hồi còn ở quê nhà chỉ đi bộ vài cây số là tới núi, là leo, là trèo hàng giờ, là mồ hôi vã ra, là thở gấp. Rồi ngồi xuống trên đỉnh đồi, đỉnh núi nghỉ mệt một hồi, rồi đón những cơn gió liên tiếp nhau thổi đến quạt khô lớp mồ hôi, rồi đứng dậy đi quanh các gốc cây tìm chỗ thoáng để nhìn xuống thành phố, làng mạc dưới kia. Những con đường biến thành những sợi chỉ nhỏ luồn qua những vệt xanh um cây cối, luồn qua những đám nhà cửa li ti mái đỏ mái nâu; con sông biến thành sợi dây lấp lánh uốn quanh khi ẩn khi hiện; và nắng nhuộm vàng từng mảng rực rỡ lên trên bức tranh thiên nhiên bao la.

"Thế trời mưa anh có leo núi không?"

"Mưa đường trơn trợt, ướt át, leo núi làm gì cho khổ. Một lần không đoán trước được thời tiết, lên đến đỉnh núi chẳng bao lâu thì cơn mưa lớn đổ xuống ào ào. Không còn thấy gì cả, anh có cảm tưởng lọt vào một hòn đảo bao vây bởi biển mù. Ướt mèm, về nhà bị cảm hơn tuần lễ."

"Thế thì anh không phải là nhà leo núi rồi. Người ta xông pha mưa, gió, tuyết, giá, leo lên những đỉnh cao của thế giới, đoạt các kỷ lục, chứ đâu phải như anh."

"Có bao giờ anh là một nhà leo núi đâu. Muốn cũng không được. Người ta leo núi để chinh phục thiên nhiên, còn anh leo núi để thiên nhiên chinh phục anh. Lâu lâu muốn một mình đến gần gũi bầu bạn với thiên nhiên, nghe thiên nhiên chỉ bảo, không bị ai quấy rầy. Muốn thoát ly khỏi cuộc sống hàng ngày trong một khoảnh khắc nào đó."

Hưng phải lái hơn ba tiếng đồng hồ qua những xa lộ 22, 55, 91, 210, 38, lên xuống nhiều dốc thoai thoải rồi mới tới chân đèo để bắt đầu lên núi, để bắt đầu hành hạ chiếc xe ô tô khổ. Xe của anh chỉ thích hợp với những đoạn đường bằng. Nó trèo dốc như con bò kéo xe, Hưng thường nói đùa.

Những dãy núi cao ngất, những thung lũng thăm thẳm, cây cối xanh um trùng điệp mà đa số là các loại thông, tùng, bách, hiện ra đột ngột, sừng sững. Đường dài, núi cao, lũng sâu, to lớn, mênh mông, khác hẳn quang cảnh xinh xinh vừa tầm con mắt nơi quê hương cũ. Ở nhiều đoạn lên núi quá dốc, máy lạnh không dám cho chạy, cửa kính hạ xuống hết mức, cho gió lùa vào, mà sức nóng từ máy xe vẫn bốc lên hừng hực. Xe chạy như rùa bò, luôn luôn phải nép qua bên phải để các xe chạy sau rộng đường qua mặt. Hưng chốc chốc lại vặn *heat* tối đa.

"Đã nóng muốn chết mà anh còn vặn *heat!*"

"Vặn *heat* cho máy nguội bớt."

"Anh nói chi lạ rứa?"

Hưng giải thích:

"Vặn *heat* có nghĩa là rút sức nóng từ trong máy ra để

sưởi ấm không khí bên ngoài. Do đó bản thân cái máy mới nguội bớt đi. Như thể khi uống rượu quá độ, ruột gan nóng lên muốn cháy đi được, thì cũng phải vặn *heat*."

"Nghĩa là sao, anh?"

"Nghĩa là anh phải mở đài phát thanh của anh ra, gân cổ lên mà nói, cãi, la, hét, cho hả hơi thì trong người mới đỡ bứt rứt."

Chắc anh của em vốn là bợm rượu, nhưng đi chơi với mình anh có bao giờ say sưa đâu. Quả thế, mỗi lần Hưng vặn *heat,* kim chỉ nhiệt độ máy có hạ xuống, nhưng cái nóng mà mình phải ngồi trân người ra mà chịu đựng càng tăng lên kinh khủng. Mình như ngồi trong lò lửa, mồ hôi chảy thành dòng trong người, áo quần ướt trong, ướt ngoài. Cái mặt mình chắc là đỏ như cua luộc, tóc mai dán vào hai bên má. Hưng thỉnh thoảng quay qua nhìn thẳng vào mặt mình cười âu yếm và khoái trá.

Đến khi vặn *heat* tối đa mà kim nhiệt độ cũng không chịu xuống, thì Hưng dừng xe lại, nép sâu vào lề đường. Nếu cứ tiếp tục leo dốc, Hưng nói, máy sẽ đỏ rực lên, chiếc xe sẽ bốc cháy như ngọn đuốc. Hai đứa xuống xe, Hưng mở ca-pô lên, rồi gặp cái gì là hai đứa vơ cái ấy làm quạt quạt lia lịa vào máy, vào nhau. Chờ gần nửa tiếng máy mới nguội bớt. Trong khi đó tha hồ nhìn rừng, núi, trời, mây, và nhìn nhau, hôn nhau vội vàng.

Đi trên đường phố hai đứa không hôn nhau. Nhớ có lần nắm tay nhau đi trên *Promenade* ở Santa Monica, năn nỉ mãi Hưng mới chịu tới nơi du lịch náo nhiệt này, mình nổi cơn tinh nghịch và ham muốn:

"Anh có dám hôn em ngay giữa đường phố không?"

"Gì mà không dám."

Vừa nói xong, Hưng đã giữ mình đứng lại, ôm choàng lấy người. Mình ngửa mặt nhìn lên, Hưng kề môi.

"Thôi anh. Em thua rồi."

Nhưng trên lưng chừng đèo này, giữa núi rừng đồng loã, tha hồ hôn nhau, đắm đuối, mặc những chiếc xe khác chạy lướt qua, cắm cúi bò lên hay đổ dốc xuống, bấm còi tán thưởng hay phản đối. Mình lại lên xe, chạy khi máy bớt nóng. Lại xuống xe, chờ cho máy mát. Quạt, quạt, và hôn nhau. Như loài thú hoang. Rồi lên xe. Cứ thế mà cũng lần lượt vượt hết những con đèo cao và dài. Cuối cùng cũng đến Big Bear. Mệt quá mà vui quá, quên làm sao được hả Hưng!

Ngồi bên nhau lâu quá không nói với nhau câu nào, mình đâm ngại. Mình nói lí nhí trong cổ họng:

"Anh này, ngoài kia có lẽ trời lạnh lắm phải không?"

Khải quay đầu nhìn mình như ngạc nhiên, rồi buông thỏng:

"Lạnh gì mà lạnh."

Lại cái giọng đó, sốt ruột! Thế là tôi đã chịu giảng hoà mà ông cứ muốn gây chiến. Đàn ông đâu mà lịch sự với đàn bà đến thế! Bỗng Khải thở phào một tiếng lớn, vui vẻ nói:

"Đã đến gần trung tâm thành phố Big Bear rồi. Tụi cà chớn đó mấy lần muốn qua mặt lại mà đâu có được. Anh ngon không?"

Như sực nhớ:

"À, hồi nãy em nói gì? Ngoài kia có lạnh không hả? Không lạnh đâu. Mát lắm. *That's great!*"

Khải vừa nói vừa lái xe quanh vào con đường nhỏ ven hồ. Tuyết phủ kín mặt hồ trông trắng như lớp bông gòn khổng lồ. Tuyết bao trùm mọi vật, chỉ chừa lại những con đường nhựa đen. Mình đoán rằng từ sáng sớm chắc đã có hàng trăm người đi cào sạch tuyết trên các mặt đường để xe cộ có thể lưu thông chăng. Mà sức người làm gì nổi. Có lẽ người ta dùng máy. Suốt con đường đèo từ nơi tuyết bắt đầu rơi cho đến thành phố này, mình gặp nhiều cảnh tượng lạ lùng và huy hoàng quá. Mình như được chắp cánh bay. Lòng lâng lâng. Tự nhiên muốn chia sẻ nỗi vui. Tiếng nói của mình mình cũng nhận ra có vẻ khác thường, nồng nàn, nũng nịu:

"Anh Khải ơi!"

"Ơi."

Mình bỗng cảm thấy ngập ngừng, không biết nói tiếp câu gì. Nói đại điều mình không định nói:

"Anh ... anh không dặn em mặc thêm áo ấm. Bây giờ gặp tuyết xuống như thế này em phải làm sao đây anh?"

Khải hạ hẳn cửa kính xuống, giải thích:

"*No problem,* có anh đây mà, thừa sức làm cho em ấm cả trong lẫn ngoài! Chắc em thừa biết chứ, bên em người anh đang nóng lên bừng bừng ..."

A, cái anh chàng này hôm nay sao lạ quá. Những lần trước đi chơi với nhau có bao giờ Khải thô bỉ như thế đâu. Hình như đàn ông ai cũng thô bỉ như nhau. Hưng cũng gần như thế, có khi còn hơn thế nữa, nhưng mình lại thích. Còn Khải? Nếu biết thế mình đời nào dám đi riêng với hắn. Bây giờ mình phải làm gì đây. Mình tránh cái nhìn trân trân của hắn, lòng rối lên như bòng bong. Khải vội tiếp lời, nói một thôi dài, giọng bớt chớt nhả, mặt mày có vẻ nghiêm nghị trở lại:

"Em phải làm sao hả? *Don't worry, baby.* Em chả phải làm gì cả, nghĩa là ăn mặc như thế là đủ. Khi tuyết rơi, trời không lạnh lắm đâu. Còn mát mẻ nữa đấy. Khi nào tuyết tan, băng tan, thì mới phải cẩn thận, tay mang găng, chân đi giày ống, mặc nhiều đồ lạnh vào, bên trong mặc đồ lót *thermo* dán sát vào da thịt, và...và... cái khăn quàng cổ nữa. Rồi chụp trên đầu cái nón len trùm kín cả tai, mũi, họng, chỉ chừa hai con mắt đẹp của em thôi. Thế là an toàn."

Khải lại quay người nhìn mình lạ lùng như mới thấy lần đầu:

"Da mặt và môi của em non và mỏng như thế kia thì cũng lại cần có *lotion, cream* hảo hạng mà bôi vào. Bằng không nó sẽ nứt nẻ hết, đau lắm."

Mình sợ thật sự, hai vai tự nhiên run lên bần bật. Có lẽ mặt mình tái đi nhiều. Bổng Khải búng ngón tay nghe tách một tiếng, mỉm cười và xuýt xoa nói:

"Hà, hà, những lúc ấy bên ngoài trời lạnh khủng khiếp em ơi. Càng tốt."

Cái anh chàng này nói năng cái gì mình không hiểu nổi.

Hắn lầm lũi đi. Những con đường nhỏ và ngắn trên mấy thị trấn khuất nẻo càng về chiều càng vắng. Hắn đâm lo. Lỡ gặp bọn cướp như đã từng gặp, mà trời sắp tối. Sao mình vô ý đến thế, đầu óc cứ nghĩ đâu đâu quên cả trời đất. Thỉnh thoảng hắn mới gặp vài ba chiếc xe chạy qua rồi biến nhanh. Đường đã lên đèn. Đằng trước, không xa lắm, một dáng người đi ngược chiều trên cùng một bên lề đường. Hắn hơi ngại, định chạy băng ngang lòng đường để qua lề đường bên kia. Nhưng đã trễ. May quá, đó là một cô gái, có lẽ người Mễ, đi nép sát bờ tường, hai tay thu vào túi áo choàng, đầu cúi gầm. Thế là hắn yên tâm, nhìn thẳng vào mặt đứa con gái và chờ đợi con bé nhìn lại. Nhưng không, con nhỏ dường như không thấy hắn, cắm cúi bước nhanh.

Khi đã đi cách xa nhau mấy bước, hắn tò mò quay đầu nhìn lui thì bắt gặp cô gái cũng quay đầu nhìn hắn. A, thế ra cô bé sợ mình, cúi gầm đầu. Đúng thế mà, người lạ có khi sợ nhau trên đất nước này lúc gặp riêng nhau nơi vắng vẻ. Đã thế hắn nổi tính "hung tợn", quay hẳn người lại, đứng thẳng, nhìn cô bé như nhìn một nạn nhân. Cô gái hoảng hốt lao xuống đường. Một chiếc xe hơi từ đâu chạy trờ tới, thắng gấp. Có tiếng thét. Đến phiên hắn hoảng hốt biến nhanh vào một con hẻm nhỏ trước mặt. Bỗng trời nổi cơn mưa.

Mới cuối tháng 10 mà trời bỗng đột ngột đổ cơn mưa trái mùa như Sài Gòn xa xôi cuối một Tháng Tư năm nào, mưa tức tưởi, mưa nghẹn ngào. Rồi biết bao cơn mưa đầu mùa trên những đường phố dài đi luồn luồn dưới những mái hiên nối tiếp cho đỡ ướt, hoặc đứt quãng thì cũng lội mưa mà đi.

"Em, ngày mai nhớ mang theo áo mưa."

"Nhưng ..."

"Sao em?"

"Nhà mình không có áo mưa."

Thế là mùa mưa đã bắt đầu. Những ngày tiếp theo, hôm nào cũng mưa một vài trận. Con đường đi đi về về giữa căn phòng trọ tồi tàn ở khu Bàn Cờ và nơi lao động là Phú Lâm, thật quá dài như không bao giờ đi cho hết, quá tối tăm lúc chiều về, và quá nhọc nhằn. Con đường khổ nạn! Nhiều đoạn đường bị ngập lụt, nước lên gần đến đầu gối.

Đi tù về hắn không xin được hộ khẩu, không xin được việc làm, sống bất hợp pháp vất vưởng nay đây mai đó. Lệnh của kẻ thắng trận: Không có hộ khẩu không thể xin việc làm; không có việc làm, không xin được hộ khẩu. Thấy yên yên thì ngủ tại căn phòng trọ tồi tàn của vợ, bị "động ổ" thì đến xin ngủ qua đêm tại nhà một vài người bạn cũ. Túng quá ngủ trên bến xe, dưới chân cầu, bên hè đường nhiều cây cối, hay trong góc một ngôi chợ vắng, trên một ngôi mộ có mái che tại một nghĩa trang gần thành phố.

Cuối cùng bạn hắn kiếm được cho hắn một chỗ nấu rượu lậu. Nhưng không phải chỉ lo việc nấu rượu mà thôi, hễ có chút giờ trống là phải chuyển ngay qua khâu xay đậu nành để làm đậu hủ, dùng sức khoẻ của tay chân -- hai chân kẹp cứng cối xay để hai tay nắm chặt lấy cán xay mà quay tròn. Vì máy mệt, phải phụ lực cho mấy cái máy xay cần nghỉ ngơi. Máy chạy liên tục vừa hao điện vừa dễ bị hỏng. Người xay thì không bao giờ làm hao điện.

Na cũng đã có việc làm ở Hãng Sò Điệp, dùng dao cùn nạy những con sò sống hay mới chết thúi rình ướp nước đá lấy thịt ra cho vào giỏ cần xé mỗi ngày làm 12 tiếng. Hai bàn tay Na luôn luôn sần sùi, nứt nẻ. Khi nào tay đau quá, được chuyển qua khâu lượm vỏ sò cho vào bao. Khi đầy bao, yếu, phải nhờ người ta đưa cái bao tải đầy vỏ sò lên lưng, rồi ì ạch mang bao ra xe tải. Hai vợ chồng làm tại hai nơi đều ở Phú Lâm cách nhau hơn một cây số.

Buổi trưa nghỉ giải lao một tiếng, hai vợ chồng hẹn nhau tại một góc đường vắng dưới gốc cây phượng cành lá rậm rạp, đem thức ăn trưa ra đấy ăn với nhau. Không dám ở lại trưa ăn chung với người khác vì thức ăn quá ít ỏi, sợ bị dòm ngó, rồi "ý kiến" này nọ lôi thôi, mà chẳng bao giờ giải quyết được việc gì. Bữa ăn trưa là một tí xíu cơm trộn nhiều bo bo, ăn với nước mắm kho quẹt, hoặc mắm ruốt, hoặc muối hầm, và mấy cọng dưa cải cùng nước khú. Ăn xong mà cái bụng trống rỗng như chưa ăn hay sắp sửa được ăn. Nhiều hôm túng quá không có cơm mang theo, vẫn đến nơi hẹn ngồi nhìn nhau gần một tiếng, nói chuyện thì thầm, hết chuyện nay đến chuyện xưa, không bao giờ dứt. Rồi chia tay.

Buổi chiều, rất trễ, hắn đi hối hả đến Hãng Sò Điệp. Vì giờ làm việc mỗi ngày dài ngắn bất thường tùy theo nhu cầu, có lúc hắn đứng ngoài cổng chờ vợ, có lúc vợ hắn đã đứng đó chờ sẵn, rồi cả hai cuốc bộ về nhà. Con đường dài vô tận.

"Em bán cái dây chuyền đó quách đi cho rồi, lấy tiền mua một chiếc xe đạp hai đứa mình chở nhau đi làm, và mua hai áo đi mưa. Mua thuốc bổ, thuốc ho nữa chứ. Em phải đi bác sĩ một lần cho biết rõ bệnh hoạn ra sao. Mua một đôi dép cho em nữa nhé. Dép em mang mỏng hơn lưỡi dao cạo râu!"

Vâng, Na ho nặng và dai dẳng. Trong mười mấy năm hắn ở tù, vợ hắn sống kham khổ để có thể dành giụm tiền chi phí cho những chuyến đi thăm nuôi tại nhiều trại tập trung trên các núi rừng miền Bắc xa xôi. Bệnh do thiếu dinh dưỡng. Ho lao chăng? Hắn sợ thế. Phải bán chiếc dây chuyền mới giải quyết được nhiều chuyện. Nhưng vợ hắn nhất quyết không chịu nghe lời hắn:

"Mười mấy năm anh ở tù, em đã bán sạch nhà

cửa, xe cộ, của cải rồi. Sợi dây chuyền là kỷ niệm cuối cùng còn lại của ngày cưới. Của cuộc đời cũ. Chịu khó đi anh, chịu khó thêm chút nữa, chút nữa thôi. Cứ thế mọi chuyện sẽ qua qua hết. Đừng bán."

Mùa mưa đến càng lâu, đường đi càng nhiều chỗ bị ngập lụt. Một buổi chiều đi làm về, trời đã sẫm tối, vợ chồng hắn đi dưới cơn mưa, ướt như chuột lột. Bỗng vợ hắn sỉa chân xuống cống nước không đậy nắp, chìm nghỉm. Hắn nhanh như chớp chồm xuống nắm được cánh tay của Na, kéo được vợ lên, dìu vào vỉa hè có mái che. Ống chân của Na đập vào thành cống nước, trầy trụa nặng, máu nhuộm đỏ ống quần. Mưa càng nặng hạt trên mái tôn, nghe rỗn rãng như tiếng người nạt nộ từng cơn.

"Em ngồi yên. Anh đi kiếm cái gì băng lại cầm máu."

"Thôi khỏi cần. Gần đến nhà rồi. Rán về đó hẵng hay."

Bỗng Na giật mình, vẻ hoảng hốt hiện rõ trên khuôn mặt xanh xao, mái tóc ướt mèm che kín một bên vai gầy. Hắn hoảng hốt không kém, nói lập cập:

"Em đau lắm hả, hả, hả Na? Để anh, để anh ..."

"Không, em không sao cả. Nhưng ... nhưng sút mất một chiếc dép rồi. Chắc là lọt xuống cống nước."

Hắn cảm thấy như trút được gánh nặng, quên hẳn lớp máu me trên chân của Na, chạy nhanh đến cống nước, nhảy ùm xuống ngụp lặn một hồi lâu. Nước quẫy lên đen sì, hôi thối. May mắn thay, hắn tìm được chiếc dép. Hắn dìu vợ về phòng trọ, lòng vui sướng hơn mọi ngày. Hắn nghe Na thì thầm, May quá! Thế thì em cũng vui như anh.

Đêm hôm đó hắn thức gần trắng đêm, làm bộ ngủ, để tiếng rên khe khẽ của Na được thoải mái bật ra. Hắn biết hắn chưa ngủ, Na sẽ không rên rỉ. Hắn có kinh nghiệm đau mà cắn răng lại không dám rên thì cơn đau càng đau hơn. Rồi hắn nhớ mông lung những chuyện ngày xưa. Thỉnh thoảng những chuyện cũ càng muốn quên đi lại cứ hiện về.

Có phải là vì khi đi ... Những lần đi bộ bên nhau trên lề đường của thành phố này thành phố nọ miền Trung, miền Nam, dù lúc đó đất nước chia đôi, là những quãng thời gian không thể nào phai nhòa trong ký ức. Đi bên nhau sao mà nhớ nhung đến thế.

Một đêm Nô-en, hồi đôi lứa mới bắt đầu yêu. Chiến tranh đang thời kỳ sôi động. Nhưng đánh nhau là người ta đang đánh nhau ở những nơi nào xa xôi kia, mình là nhà binh nhưng nhà binh đang được nghỉ phép, đang cố gạt ra khỏi đầu óc mọi hình ảnh của chém giết, của hận thù; và giới nghiêm là vào những đêm nào khác, chứ đêm Nô-en con chiên vẫn cứ đi nhà thờ như thường trên thành phố cao nguyên hiền hòa này. Thành phố hiền? Đúng. Đó không phải là cái lối nói cho có nói. Quả thật Đà Lạt từ đất đai, khí hậu, hoa cỏ, cây trái cho đến con người, con vật đều êm đềm, khả ái, và hiền hòa. Hắn vẫn thường ước ao khi nào hết chiến tranh hắn sẽ về đây, nơi có một nàng tiên đang sống lẫn lộn trong trần gian, đang chờ hắn xây cuộc đời.

Cả hai đứa không theo đạo, nhưng mến Chúa. Hôm ấy canh gần đúng 12 giờ khuya tay trong tay dẫn nhau đi tìm hang đá, máng cỏ. Rồi đi bộ tới những ngôi nhà thờ xa. Vui chân đi, càng xa càng tốt. Trời đêm Giáng Sinh Đà Lạt lạnh nhất trong năm. Cửa kính nhà nào cũng đóng một lớp giá trắng mỏng như sương muối. Trong nhà, lửa bập bùng reo trong lò sưởi rột rạc, củi khô, than khô, tí tách nổ. Ngoài đường, gió hun hút, gió quay cuồng, gió lang thang. Lạnh căm căm. Hơi khói tuôn ra theo từng câu nói của mỗi người.

Na mặc chiếc áo choàng màu xanh lá cây ấm và dài gần chấm gót, đầu đội chiếc nón len đan màu đỏ, Na bảo đó là màu Nô-en, chân đi giày ống cao, tay mang găng da mỏng, đi sát bên hắn, trên những con đường thênh thang. Hơi ấm chuyền qua nhau.

Đường sá của thành phố cao nguyên này, ngày cũng như đêm, quả là dành riêng cho người đi bộ. Ngay cả ban ngày, lúc thì đi trên lề đường để chốc chốc dán mũi vào các cửa hàng trầm trồ chỉ trỏ, khi thì đi tràn xuống lòng đường khiến các loại xe hai bánh, bốn bánh dừng lại lẳng lặng chờ.

Những con đường quê hương.

Những con đường lên cao, xuống thấp, thật thơ mộng, thật an bình, và thật tình tứ uốn éo qua những đồi cỏ, đồi cây, quanh những bờ hồ, những thác ghềnh, đưa đến những vườn hoa đẹp và thơm, hay dẫn vào những vườn rau quả, su-su, khoai tây, cà chua, cà rốt, đậu Hòa Lan v.v... nằm thoai thoải dài dài từ sườn đồi đồ xuống những con suối cùng ngàn thông thi nhau reo gọi ngày đêm. Hay luồn vào những khu tư gia xinh xắn, cheo leo, chập chờn ẩn hiện trong sương mù.

Đêm Giáng Sinh trên thành phố núi! Ánh đèn lồng, đèn sao, từ những ngôi nhà lác đác hai bên đường, mùi hương của nhiều loại hoa đêm, cùng tiếng nhạc của những bài thánh ca hòa lẫn vào nhau tạo thành những vùng không gian thiêng liêng, kính cẩn. Hai người cứ thế mà đi, chẳng mấy chốc đến một khu nhà thờ nằm trên ngọn đồi cao khá xa trung tâm thành phố.

"Đây là đâu hả em?"

Na trả lời thì thầm như sợ làm náo động một đêm vô cùng tĩnh lặng tại nơi này:

"Saint Domaine de Marie."

Hắn cũng cũng hạ giọng xuống thì thầm:

"Tức là nhà thờ Đức Bà?"

"Không phải. Notre-Dame mới là nhà thờ Đức Bà."

"Em rành quá."

Na nói như nói một mình, tiếng nói càng nhỏ nhẹ:

"Vâng, là vì hồi tiểu học và trung học em học trường Petit Lycée, rồi trường Dòng. Cuối tuần thường đến

Saint Domaine de Marie học kinh, học múa hát, học nữ công với mấy 'bà xơ'... Còn ngày rằm, mồng một theo mẹ lên chùa Linh Sơn. Khu Đại Học nơi em đang theo học cũng gần chùa Linh Sơn."

Hắn bật cười. Na suỵt suỵt.

"Cái gì vậy em?"

"Mình phải im lặng. Đêm nay là *Silent Night,* là *Holy Night.*"

Hắn nhìn kỹ vào khuôn mặt của Na, trong bóng tối, chỉ thấy đôi mắt loang loáng dưới ánh trời sao. Rồi hắn nhìn quanh, rồi nhìn về phía thành phố. Hắn để ý có nhiều ngọn đồi thông cây thật cao, thân cây song song vươn lên để lộ những khoảng trống cho thấy chân trời đằng sau. Đèn sáng rực một vùng sau những hàng thông. Có lẽ đó là nhà thờ Con Gà, hắn ngẫm nghĩ. Cơn gió khuya hiu hiu, đứng trên đỉnh cao này, lạnh. Hắn ôm cô gái hôn nhẹ trên má và nói nhỏ:

"Mình vào trong nhà thờ đi, cho ấm."

"Mình đến đây nhìn vào là được rồi, anh. Khỏi vào. Bây giờ lại đi anh nhé, cho ấm người. Em thích đi bên anh mãi mãi. Cho đến hết cuộc đời."

Hắn cũng chợt nhận thấy rằng đi bộ bên Na ở những nơi như thế này quả là một niềm hạnh phúc lớn lao trong đời mà hắn sẽ nhớ mãi. Để nén xúc động, hắn nắm chặt bàn tay cô gái, và trước khi cất bước đi, hắn nói nhỏ một câu không định nói, không ăn nhập gì vào tâm trạng của hắn lúc đó:

"Tên em nghe lạ quá. Lẽ ra phải Nga chứ sao lại Na."

"Anh không thích cái tên Na hả?"

"Không phải thế. Thích lắm anh mới hỏi cho biết."

"Đố anh đấy. Tại sao Na?"

"Để anh xem nào. Na tiếng miền Trung có nghĩa là khiêng, là vác. Ếch na nhái, chẳng hạn. Tiếng miền Bắc có nghĩa là quả na, quả mãn cầu. Vậy tên em là một trong hai nghĩa đó phải không?"

Cô gái lấy tay che miệng cười khẽ, trả lời:

"Cả hai đều sai."

"Vậy Na có nghĩa là ... anh chịu thua."

"Tên người đôi khi đâu cần phải có nghĩa. Thật ra hồi bé em tên Nina. Khi em học xong tiểu học, ba em bảo bỏ chữ Ni đi, còn lại chữ Na cho có vẻ Việt Nam hơn."

Vừa bước xuống xe, Khải đã vội vàng chạy vòng ra phía trước để mở cửa cho mình. Trông anh chàng hấp tấp đến khôi hài. Mình ngập ngừng ra khỏi xe. Quả thật trời không lạnh lắm. Ô, thế là mình đang đứng giữa một trời tuyết đang rơi, nhưng tuyết rơi thưa dần, tiếc quá, sao không tiếp tục rơi cho thật nhiều, nhiều như lúc xe lên hết ngọn đèo chuyển qua đường bằng. Vài cánh hoa tuyết long lanh đậu lên tóc, lên vai, lên hai bàn tay mình đang chìa ra đón. Và lướt nhẹ lên má, lên môi. Mình như quên hẳn mọi sự bực dọc trong lòng:

"Em không ngờ tuyết đẹp đến thế này."

"Tuyết thường ngày không đẹp như thế đâu. Nhưng hôm nay đẹp nhờ có em. Anh nói thật đấy, có em anh thấy tuyết đẹp hẳn lên."

Mình nghe mà cảm thấy hơi ngượng. Thôi đi anh, tán tỉnh gì mà ... lảm nhảm lắm vậy, mình thầm bảo. Khải sẵn đà nói nhanh:

"Anh phải chụp ngay mấy tấm hình cái đã. Anh sẽ đặt tên cho những tấm hình này nhé. Người đẹp bị tuyết bám không rời. Tuyết là anh đó."

Nói xong Khải lại vội vàng mở cửa xe vồ lấy cái máy ảnh, rồi đóng cửa đánh sầm một tiếng. A cái anh chàng vốn bình tĩnh này sao bây giờ làm cái gì cũng có vẻ vội vàng. Mình liếc nhìn đồng hồ tay, hơi giật mình. Hơn 4 giờ chiều. Mà trời muốn tối. Lại còn phải đi về, đường dài. Khải vội vàng là phải.

Khải bấm liên tiếp mấy tấm hình, rồi mỉm cười:

"Bây giờ anh em mình vào cái *restaurant* đằng kia kiếm cái gì ăn. Chắc em đói."

Mình nhìn theo ngón tay trỏ thấy có bảng hiệu *Holiday Inn-EXPRESS Hotel & Suites*. Mình vội nói:

"Em đề nghị đến đó mua vài món mang lên xe vừa lái vừa ăn cho đỡ tốn thì giờ. Hơn 4 giờ rồi anh. Về kẻo chốc nữa trời tối, xuống đèo khó lái."

Khải nhìn mình cười một cách khó hiểu, rồi nắm lấy vai mình kéo đi khá mạnh tay. Anh ta có vẻ ngạc nhiên:

"Em muốn về ngay? Lạ chưa! Tưởng em thích xem tuyết chứ."

Tự nhiên mình gượng người cưỡng lại, nói lắp bắp:

"Vâng, vâng, em thích, em thích tuyết lắm. Nhưng em sợ ... Em sợ trời tối về không kịp."

Khải cau mày. Cặp mắt như lóe ra tia sáng man rợ. Mình lại nói tiếp một thôi dài, như thể càng nói càng vượt qua khỏi những hiểm nghèo:

"À anh Khải này, lần sau đi đến đây nữa nhé. Lần sau anh cho em đi thật sớm, và đừng ghé lại đâu cả. Để có nhiều thì giờ ngắm tuyết. Vâng, lần đầu tiên em thấy tuyết, em thích tuyết lắm. Mà lần này mình tính sai rồi. Trên đường đi mình ghé lại nhiều chỗ quá phải không anh, mà ... mà không có gì đáng coi cả. Bây giờ anh em mình phải về ngay. Anh nhé ..."

Khải gắt gỏng ngắt lời:

"Vào *restaurant* rồi nói gì thì nói. Cứ đứng giữa đường nói lung tung như thế này thật không giống ai cả."

Cơn giận bỗng ập tới làm mình buột miệng:

"Em không vào đâu cả!"

Khải lấy lại bình tĩnh ngay, cười dễ dãi:

"Vâng, không vào thì không vào. Nhưng cô không chịu sòng phẳng với tôi đấy nhé! Ừ, muốn về ngay thì về ngay."

Mình cảm thấy nhẹ cả người, quay trở lại xe. Khải đứng yên tại chỗ, nói lớn:

"Ô, xem này, trời hết tuyết rồi."

"..."

"Anh muốn nói tuyết hết rơi rồi."

Mình kín đáo nhìn quanh, quả thật tuyết đã hết rơi. Khải nhún vai nói tiếp:

"Không chừng đang đóng giá. Thế là *Slippery*. Hết xe cộ lưu thông."

Mình không hiểu Khải định nói gì. Anh bước đến gần, nhìn mình như đùa cợt. Rồi giải thích :

"*Slippery* nghĩa là trơn trợt. Đường trơn trợt. Không xe nào được lên đèo, xuống đèo. Em ngày xưa có học tiếng Pháp? Tây nó gọi là *verglas,* nghĩa là tuyết, giá, đông lại thành một lớp mỏng trên mặt đất. Đường đi trơn trợt. Đi bộ cũng không được chứ đừng nói đến chuyện đi xe hơi."

Mình càng hoảng hốt. Khải giải thích thêm:

"Nhiều người không có kinh nghiệm buổi chiều đậu xe trên dốc nghiêng. Rồi *verglas.* Sáng hôm sau dậy không thấy xe đâu cả, tưởng bị trộm. Thì ra chiếc xe trong đêm đã bị *verglas* làm cho chạy tuột xuống hố."

Mình cố níu một chút hy vọng, nói nhỏ nhẹ:

"Nhưng hồi nẫy em có nghe anh nói cái gì đấy, không chừng, không chừng ... À, không chừng trời đóng giá, nghĩa là cũng có thể đóng giá, cũng có thể không. Nghĩa là cũng có thể về hôm nay nếu đường đi được, phải không anh?"

Khải trả lời lạnh lùng:

"OK, nếu không có *verglas* thì về cũng được. *I don't care.*"

Rồi Khải nói tiếp một cách tỉnh bơ:

"Nhưng em phải tập cái tính thẳng thắn, sòng phẳng. Và *fair play* với nhau. Khi nhận lời đi chơi xa với anh có lẽ em đã hiểu rằng ở xứ này nam nữ bình quyền, vui cả hai cùng vui, sướng cả hai cùng sướng. Chả ai chịu bị thiệt. Xong việc, đường ai nấy đi. Rất đơn giản."

*

Một buổi chiều thứ bảy.

Lâu quá mình mới trở lại ngôi chợ này nơi mà trước kia, lúc còn yêu nhau, cuối tuần nào mình và Hưng cũng đến. Nay mình cũng làm sẵn một danh sách những món cần mua: một con gà "đi bộ", một ít thịt heo nạc, thịt ba rọi, bánh hỏi, thịt quay, rồi chả quế, chả heo, chả bò, một vĩ trứng gà, mấy cái hột vịt lộn chưa luộc, một ít sườn non, một lọ cà cuống, mắm ruốt, mắm tôm, mấy con cá hanh xanh, cá diêu hồng, mấy con khô cá sặt, rồi nào là dưa chuột, xà lách, rau quế, rau húng, rau răm, rau tía tô, cà chua, cà tím, hành củ, hành lá, hẹ, tỏi. Lá mơ nữa. Mua thêm một gói xí muội, một hộp ô mai, một phong bánh đậu xanh, một hộp trà búp. Rượu? Không. Có Hưng thì mới cần rượu. Mua ba bao thuốc lá cho một tuần lễ. Ô, không, mình đâu hút thuốc. Sẽ cho tất cả vào tủ lạnh, lấy ra nấu ăn dần.

Mấy tháng nay không đi chợ, ăn toàn đồ Mỹ, nhớ cơm Việt Nam quá.

Sau cơn khủng hoảng, sau mấy tháng đau ốm liên miên, mình đã gượng dậy được. Rồi ngày đêm vùi đầu vào việc học hành. Dù sao cũng đã đạt được một số kết quả không đến nổi tệ lắm. Cố gắng thêm một năm nữa là xong.

Vừa đậu xe vào *Parking,* định bước xuống, bỗng thấy ai như Hưng đi từ xa tới. Tim mình đập mạnh. Vội nhè nhẹ đóng cửa xe, ngồi lại ngay ngắn trước tay lái, hạ tấm che nắng, kẹp lại mớ tóc buông xuống vai, đeo kính đen vào. Bên ngoài nhìn vào chắc Hưng không thấy được mình, không nhìn ra mình.

Hưng từ chợ đi ra theo sau một người đàn bà đẩy một chiếc xe chất đầy bao, bị, thức ăn, rau, quả. Anh vô tình đi ngang qua trước mũi xe của mình, mắt nhìn thẳng. A cái anh này, sao không chịu đẩy xe giúp người ta. Hết nịnh đầm rồi hả, anh Hưng của em! Bỗng dưng lòng bồi hồi, con mắt cay sè, rồi nước mắt ứa ra. Đã lâu mình không khóc, cứ tưởng lòng mình đã cứng cỏi, cứ tưởng vết thương cũ đã lành hẳn. Bàn tay lớ quớ chẳng biết làm gì, bật đèn lên, rồi tắt ngay. Hưng ngoảnh đầu nhìn đèn, làm mình giật mình, rồi tiếp tục bước chầm chậm. Vẫn quần áo nhàu nát, mang giày không tất, nhưng trông anh tiều tụy hơn trước nhiều. Già hẳn đi. Và mái tóc! Trước kia tóc anh tiêu muối, nay bạc chiếm gần hết. Anh thích gọi là tóc trắng. Thế ra bỏ em anh cũng đã biết buồn khổ là gì đấy chứ? Nhưng nay anh đã đi bắt bồ với người khác, chắc cũng được yên thân. Còn em, em vẫn như người lạc đường trên đất nước bao la này.

Người đàn bà đẩy chiếc xe chất đầy thực phẩm đến một chiếc xe hơi đậu cách mình không xa lắm. Không phải xe của Hưng ngày xưa - chiếc ô tô con khổ sở, không, xe hơi chứ, em vẫn nhớ. Cô ta mở cốp sau của xe, cho các thứ vào, một mình. Hưng đứng tần ngần gần đó mà không chịu giúp người ta một tay. Chỉ trong một khoảnh khắc, khi sắp chuyển xong các thứ vào cốp xe, người đàn bà bỗng quay người lại, quắc mắt nhìn Hưng. Anh uể oải lắc đầu và lừng khừng tiếp tục đi. Như người mất trí.

Lạ chưa! Anh lại chọc giận người ta để người ta xua đuổi, chứ đâu phải như em luôn luôn cắn răng chịu đựng. Người ta hết yêu anh rồi! Nhưng hình như không phải thế, hai người hình như không hề quen biết nhau thì phải. Cặp mắt của người đàn bà đã nói lên điều đó.

Mình hoảng hốt kêu Hưng, Hưng, anh Hưng ơi! Khổ

chưa, mình gọi mà Hưng không nghe thấy gì cả. Vì mình gọi thầm trong lồng ngực cồn cào.

Trên bãi *Parking* rộng lớn, xe hơi đậu tràn ngập dưới nắng mênh mông. Trên không, vài cụm mây trắng bỗng dưng xuất hiện lúc nào mình không biết, bay lờ đờ. Mới đó, dường như bầu trời xanh ngát một màu. Chỉ một chốc sau, bóng dáng của Hưng bị những hàng xe đậu san sát che lấp. Mình cố nhìn theo thấp thoáng mớ tóc trắng như mây đang bay trên trời. Rồi khuất dần. Hưng, anh Hưng, tiếng kêu nghe lẻ loi tự nhiên vang lên thảng thốt. Không cưỡng lại được nữa, mình mở máy xe, lùi nhanh ra khỏi chỗ đậu. Và nhấn mạnh ga để xe chạy nhanh cho kịp.

6/2005

Một ý kiến của nhà văn Võ Phiến về truyện ngắn Tóc Trắng và truyện dài Lưu Đày và Quê Nhà:

"Anh tìm ra được một kỹ thuật mạnh, mới, độc đáo. Kỹ thuật rất thích hợp với nội dung đề tài. Đã mấy năm nay tôi chưa gặp được một truyện nào, của ai , đọc thích bằng..."

Võ Phiến

Nhân Ảnh
2025

Liên lạc tác giả
tonthatngu@yahoo.com
(657) 342-9475

Liên lạc Nhà xuất bản
han.le3359@gmail.com
(408) 722-5626

www.ingramcontent.com/pod-product-compliance
Lightning Source LLC
LaVergne TN
LVHW090212051026
849517LV00001B/43